THE UNLOVED WOMAN

THE UNLOVED WOMAN

LOLAKWENTOSERA

Contents

1	The Naked Truth	1
2	The Battered Soul	9
3	The Work Of Heart	15
4	Mistaken Identity	21
5	A Very Long Day	29
6	Trajectory	35
7	Girl In The Mirror	41
8	Heaven In Haven	49
9	Slave Driver	55
10	A Fluke In The System	63
11	Hormonal Imbalance	69
12	The Peace Bearer	77
13	Live Life To The Fullest	85
14	Friends And Coffee	91
15	The Rebel	99
16	Brotherly Love	105
17	A Playful Banter	113
18	A thoughtful Gift	119

19	The Cure	127
20	Wedding Bells	133
21	Life And Death	141
22	Matchmaking	147
23	Bet On Heaven	155
24	Dreams And Nightmares	161
25	A Bite From The Past	169
26	Awakening	175
27	1993	181
28	Boyband Feels	189
29	Background Beauty	195
30	Body Image	201
31	Joyride	209
32	Betty Boop	215
33	Welcome Accident	223
34	Friends Forever	229
35	Acquaintance Party	237
36	Toxic Triangle	243
37	A Night To Remember	249
38	First Of Everything	257
39	If The Shoe Fits	263
40	The Real Score	269
41	Burning Desire	277
42	Playing With Fire	285
43	Test For Love	291
44	Heartbreak	299

45	Too Broken For Love	305
46	Not A Fairy Tale	311
47	The Seductress	317
48	Young Love	325
49	The Muse	331
50	The Champ	339
51	Love & Dreams	345
52	Not A Quitter	351
53	Life To The Fullest	359
54	Loosening Up	365
55	The Gift Of Love	373
56	The Forbidden Fruit	379
57	Addicted To Love	385
58	Downhill From Here	391
59	A Very Bad Girl	399
60	Justice And Crime	405
61	Tormented	411
62	The Promise Of Love	419
63	The End Of Self	425
64	The Unwinged Angel	431
65	Eve's Haven	439
66	Free As A Bird	445
67	Down The Rabbit Hole	451
68	The Unlovable Me	459
69	Broken Surrender	465
70	Lessons of True Love	473

71	The Scarred Butterfly	481
72	Courage In The Storm	487
73	Lose A Battle To Win The War	495
74	I Love You…Goodbye	501
75	Loving Me	507
76	The Divine Message	513
77	Fight Another Day	519
78	A Guarded Heart	527
79	Poker Face	535
80	The Lost Youth	541
81	A Possibility Of Maybe	549
82	Let The Game Begin	555
83	Another Joyride	563
84	Lovers And Friends	569
85	The Unspoken Pride	577
86	Out Of Line	583
87	The Secret Recipe	589
88	The Way To Your Heart	597
89	Got Me Going Crazy	603
90	Love Never Lie	611
91	Deeper Reason	617
92	Touch Of Fate	625
93	Rhythm Of Music	631
94	Unsatiable	639
95	The Unmasking	645
96	No Regrets	653

97	Boy Crazy	659
98	When The Villain Is Me	667
99	The Truth And Nothing But	673
100	A Perfect Keepsake	679
101	Glimpses Of God	685
102	In God's Perfect Time	693

1

The Naked Truth

"The truth that we hide is naked, the one that we flaunt is so well dressed"

SEXTING. Hindi ko akalaing umagang-umaga, hubad na larawan ng lalaki ang una kong makikita. Hawak ang iphone, lakad-takbo ang ginawa ko marating lang agad ang kwarto ni Drew. I can't think straight, gulong-gulo ako. The guy on my phone was asking 'send nude' from my daughter in exchange of what he had just sent her. Gosh! Ano bang nangyayari sa mundo ng mga kabataan ngayon? Kasi nung panahon ko, virginity ang hinihingi ng lalaki bilang proof ng pagmamahal ng babae. Pathetic, I know! Now, your naked pictures sent online would do. It's not just pathetic, but very very STUPID!

Never in my wildest dream that I will encounter this send nudes trend. It was an accident though, hiniram ni Drew ang phone ko. She logged in her social media account and had forgotten to log out. I value the privacy of my daughter, pero huli na, ang pagsilip ko sa messages nya ay nauwi sa pagbabasa ng ongoing chat ng anak ko sa isang nagngangalang YeoJinGoo. Obvious na fake name, di ba?

    Drew: No! I can't
    YeoJinGoo: Sigi naaaa! Un na nga lang pambday mo saken ihhh. U said ANYTHING!
    Drew: Anything but dat...di q kaya
    YeoJinGoo: Knaya q nga. I sent u my pix db? Ur turn! Kala q lab mo q?
    Drew: Lab ngaaaa
    YeoJinGoo: "FAKE NEWS!"
    Drew: Fine! Eto na. I'm naked but no pix tho...pls
    YeoJinGoo: Weh?
    Drew: Oo nga! Kkhiya gagi!
    YeoJinGoo: I want 2C. Camera on babe
    Drew: Ha! Gagiiii. Describe q lang sau
    YeoJinGoo: Sige naaaa. 4 my ice only. Fair is fair, I showed u mine
    Drew: AYOKO! My parents...
    YeoJinGoo: Kahit wag na face mo. Just one nipple and hair down there... like what I sent u
    Drew: NOOOOO!!!!
    YeoJinGoo: FINE! HAPI BDAY TO ME. TNX BUT NO TNX!
    Drew: Sori na...
    YeoJinGoo: I thought u lab me
    Drew: But I do....
    YeoJinGoo: LIES!
    ...

With three dots, I know that my daughter is typing.

    Drew: SIGI NA! Promise no recording and ss okay?

YeoJinGoo: YAY!

NO! Halos madapa ako paakyat ng hagdan para lang kalampagin si Drew sa kwarto at pigilan ang napakalaking pagkakamaling gagawin nito.
I WILL KILL HIM!!! Whoever this guy is, I swear! I will TORE HIM APART INTO BITS AND PIECES! Sorry, Lord, just let me...GRRRR!!! Nanginginig ang kamay ko, trying to open Drew's door with a spare key.

I know how crazy Drew is about Kpop. Sinu-support ko naman sya ah! Pati nga obsessions nya sa BTS ay ginagastusan ko. Pati K-drama series na pinanonood nya eh kasama ako, para lang makarelate sa trip nya, para lang may mapagkwentuhan kami, pero this!? THIS IS WAR!!!

Drew: Heto na, r u ready?
(...loading)

Ito ang huling nabasa ko.
"DREWWWWW!!!" Ang lakas ng sigaw ko sabay sipa ng pintuan. Sa sobrang gulat ng hubad kong anak ay naihagis niya ang iphone sa ere na agad ko namang nasalo. Nanlaki ang mga mata ko nang makitang si Hiro, ang 21 year-old na kapitbahay namin, ang ka-video call ni Drew. The screen went blank before I could speak.
"M-mi?!!?" Nakita kong namumutla si Drew habang nagmamadaling magbihis. I checked the camera sticker protector that I put on her phone. It's still there, thank God! Lahat ng gadgets sa bahay ay nilagyan ko ng stickers dahil takot ako sa phishing. Sunod kong tiningnan ang gallery ni Drew. Lagi ko syang nire-remind na mag-ingat sa mga hacking apps dahil kaya nitong mag-photograb, lalo yung provocative at revealing shots. Kasi pwede itong ma-post

sa dark web kung saan napakaraming perverts, pedophiles at porn addicts. Paranoid freak na kung freak pero sa tagal ko sa I.T industry, alam kong walang digital data sa panahon ngayon ang may privacy, kahit pa sabihin mong may Data Privacy Act.

I saw Drew's sexy selfies. I didn't know she had them. Inosente sa umpisa, palabas-labas ng dila at kagat-kagat ng daliri. Okay, she's trying her sexy face shots. Then in the next photos, she's slowly revealing some skin. Alam kong pag hindi pa siya tumigil ay mag-po-progress sya into more daring poses hanggang, gaya ng nahuli ko at kinatatakutan, ready na nyang ipakita sa iba ang hubad nyang katawan.

"WHY?!?!" Gusto kong mag-rant sa kanya at kung pwede eh sampalin ko na rin ng isa para lang maramdaman niya how FURIOUS I am! It's a kind of fury that's wreaking havoc in my soul. Hindi ako kay DREW galit. Galit ako bigla sa sarili ko, pati na rin sa mundo! I don't like feeling this way, pero hindi ko maiwasan na unahing sisihin ang aking sarili. How did I let this happen? Am I a bad mom? Didn't I teach her well? She's barely 17 to do this, for crying out loud!

Tiningnan ko ulit si Drew with her clothes on. She's so innocent looking. I never knew she had it with her to do such a thing. Mas matangkad na sya sa akin sa tayong 5'6. Dahil payat at mahaba ang legs ay iisipin mong mas matangkad pa sya than her true height. Katawan ng isang modelo, yan ang meron ang anak ko. I know that she will pack on more meat and this will make her voluptuous and sexually tempting. With that body and her innocent face na may malalaki at expressive na mata na galing sa ama nya at matangos na ilong na galing sa akin, mukha na syang adult sa paningin ng mga grown ups. But, it's her killer smile that I want to blame for everything, masyado kasing friendly ito at inviting. Now I'm looking at my angelic daughter, feeling deceived. I thought her to be innocent, but she was actually hiding a dark side within her. She really is my daughter. Ugh!

Hindi ko lang gustong manampal, gusto ko ring durugin ang phone nya. FART these gadgets! AHHHH!!! Yet when I looked at her scared face, I knew that it's not the right way to go. Kita kong hiyang-hiya sya, kung magiging violent ako toward her, she will go on defensive mode. Kinalma ko ang sarili ko at tinitigan ko sya with so much disappointment in my eyes instead of anger.

"S..sorry M...Mi...I'm so...so..."

Ang sakit marinig ang iyak ng anak, lalo na't alam mong your child is hurting too. Niyakap ko sya ng mahigpit habang nanlambot ang katawan niya in complete surrender. She was in a defensive mode, but my non-combatant reaction made her feel relieved somehow. Hindi ibig sabihin nito ay lusot na sya. Hindi pa tapos ang digmaan, nag-uumpisa pa lang ako.

<><><>

Hindi ko alam kung ilang oras akong nasa prayer room, wrestling with God, asking Him what to do next. Matapos dumanak ng maraming uhog at luha, inayos ko ang aking sarili at lumabas ng silid. With her bedroom door knob removed, I could access Drew's sanctuary and enter anytime. I saw her looking at the ceiling as she was lying on her bed, unmoving. She's really a Generation Z coz she looks like a zombie. Without her smartphone and gadgets, she's catatonic. With it, she's walking dead, which, for me, is much worse. She looked at me still apologetic and got up in a sitting position habang nakasandal sa headboard ng kanyang kama.

"Here...read this since you have nothing to do," I handed her a thick hardbound book.

"Diary?" Kumunot ang noo ni Drew habang binubuklat ang inabot kong libro.

"Compilation of it...I'm supposed to give it to you as a gift on your 18th birthday," I sighed, combing the side of her hair with my fingers. "But I guess...kids nowadays know more about the naked truth of life than my generation did. Read it, for you to understand," sabi ko na nagpilit ngumiti sa anak kong nagtataka pa rin.

"Understand what?" Tumingin na si Drew sa mga mata ko, curiosity burned in her beautiful almond-shaped eyes.

"That I get you. I feel you. I've been your age, and our generation was crazy too," sabi ko matapos bumuntong hininga. Drew averted her eyes from mine and looked down at my manuscript.

"Nope. I'm bad. You're perfect. God hates me now." She cried again, softly this time. I could see how puffed her eyes were.

"Hey, God might not like what you did, but He will always love you regardless. Your "being" is different from your "doing". Let's just correct your 'doing' to save your 'being', okay?" Pag-aalo ko sa anak kong pasaway.

"And this diary will help?" Binuklat ulit ni Drew ang manuscript pero halatang hindi nito binabasa ang nakasulat sa mga pahina.

"I hope so... I prayed for it," sabi ko na may konting doubt pa rin sa aking tinig.

"Maybe I should too?" Huminga ng malalim si Drew, ramdam ko naman ang sincerity sa pagsisisi nya.

"Let's pray together then." I took the manuscript from her hands and held them as we both asked for God's guidance.

After we prayed, my anxiety ebbed away. As I walked toward the door to leave, I looked at my daughter one more time.

"And Drew...one more thing..." sabi ko habang titig na titig sa anak ko.

She looked up from opening the manuscript that's in her hands again.

"I'm not perfect. I was actually much worse than you," makahulugang sabi ko bago ako tuluyang lumabas ng kanyang kwarto.

Puzzled, Drew watched me leave the room but I saw her reluctantly opened the diary to read about my life decades ago.

◇◇◇

Bugbog sarado ang buong katawan ng babaeng nakita ko sa mga larawan. Beaten to a pulp, halos hindi ko matantya ang edad ng biktima. Black and blue, kulang na lang ay mabura ang mukha nito sa mundo. Hindi naman ito ang first time na makakita ako ng kahindik-hindik na sitwasyon, pero hindi pa rin ako sanay. I flinched at the sight. Noon ko sinimangutan si Cess, our resident psychologist, who handed me the case file.

"Happy 2004!" Nakangiting sabi ni Cess, despite my protest. She's sharing the office room with the rest of the life coaches at Eve's Haven, a halfway house for battered women and children.

"I-I don't think that I can do this." Palatak ko, napakagandang bukas ng taon naman nito para sa akin, aray ko! Ilan kaming life coaches na present, sa akin pa talaga binigay ni Cess ang kaso. Kung hindi lang mas matangkad ang tsinitang doktora sa akin eh tiniris ko na itong parang kuto.

"Yes, you can. The complete psychological evaluation is there. May intake interview transcript na rin dyan. I trained you well, kaya alam kong ready ka nang mag handle ng solo case on your own." Pinagtawanan lang ako ni Cess.

Haynaku! Despite everything, she's not just a colleague but a friend. Alam kong kahit anong protesta ko ay kakampihan din siya ni Mama Sol, ang founder ng Eve's Haven na adapted mother ko na. Pag nag-tandem sila, wala rin naman akong magagawa.

2

The Battered Soul

"Physical wounds are easier to heal when the soul remains intact"

Knowing that it's the end of discussion, I sift through the file of Sassy Casas, a 16 year-old girl who was left behind by her mom in a cousin's house when she was only 10, raped by her uncle at 12, ran away from home at 13, and lived with a 24 year-old druggie at 15. Tinaob ko ang mga larawang masyadong explicit, hindi kinaya ng brain cells kong i-proseso ang karumaldumal na krimeng nangyari sa dalaga.

"Si Sassy ang naging yaya ng dalawang batang kapatid ng boyfriend nya, kasama pa ang lasenggero nitong biyenang-hilaw na lalaki, sumama na kasi ang nanay ng mga bata sa tomboy."

Ramdam siguro ni Cess ang stress ko kaya ito napakwento.

"The biyenan did this to her?" Tinuro ko ang mga nakataob na pictures sa lamesa ko, my blood started to boil with anger.

"Nope. The drug-addicted boyfriend, Ronnie Ramos did that. According to police report, naging mukhang higanteng bulate daw si Sassy sa paningin nung Ronnie, kaya pinaliguan nito ng kumukulong tubig ang dalaga at saka ginahasa ng paulit-ulit gamit ang basag na bote ng beer, tapos pinaso ng sigarilyo sa…" Hindi tinapos ni Cess ang sasabihin. Professional or not, sya man ay hindi kayang masikmura ang kinukwento.

"She was left for dead in the hospital by a concerned neighbor. It's a good thing that an Eve's Haven volunteer was around who assisted the DSWD in securing a slot for her here, so she could heal completely." Sabat ni Erika, ang psychometrician na unang nag-assess kay Sassy.

Will she? Heal completely? Sa isip-isip ko. *Ikaw ba?* Sagot ko sa sariling tanong. *Quiet!*

◇◇◇

Ngayon nga ay kaharap ko na si Sassy Casas. I smiled calmly when she tried to look at me. Using my accumulated skills and training, I read and analyze her. Hindi na grabe ang itsura nya kagaya nung nasa pictures. Unti-unting gumagaling at naghihilom ang mga hiwa, paso, at galos niya sa mukha at katawan, pero paano naman ang mga tinamong sugat ng kanyang kaluluwa? Sassy is not just one battered girlfriend, but also a lost and scarred soul.

Halatang anxious ang bata sa magalaw at tensyonado nitong katawan, hindi ito mapakali sa pagkaka-upo sa receiving area ng aming counselling room.

Post traumatic stress syndrome, I took a mental note based on mumunting galaw na naobserbahan ko kay Sassy. She's been through a hell of a trauma. I can't even imagine putting myself in her shoes. We were able to save her body, but could we save her soul? My heart grows heavier and heavier with this encounter.

"Sassy...ako si ate Billy. Ako ang na-assign para tumulong sa iyo," I said in a soothing voice. Ang likot ng mga mata niya sa pagtingin sa makulay naming silid. I saw her eyes lit up when she walked in. Ginawa talaga naming parang playground ang kulay at ayos ng counselling room namin. Victims of violence grew awfully fast that they skipped their childhood. Setting a colorful but soothing ambiance like this never fails to put a smile on the faces of our visitors, kahit gaano pa kasakit ang pinagdaraanan ng mga ito.

"Gusto mo na bang umuwi?" Tanong ko, wondering where home is. Gusto ko lang malaman niyang hindi sya preso sa Eve's Haven.

Nagulat ako sa biglang pagkinang ng mga mata niya. What? She still wants to go back home!? Why? Tapos bigla siyang humagulhol, sobrang lakas. If you are new to this, you'll panic when you hear a victim of abuse wail in pain, it's heart-wrenching! Lumipat ako ng upuan mula sa armchair para tumabi sa kanya sa mahabang sofa. I assess the situation if it's safe to touch her or not. Most of the time, victims don't want to be touched.

Ugh! The heck with the protocols. Niyakap ko si Sassy at saka inalo itong parang bata. "Sige lang, iyak mo lang lahat," sabi ko. Maganda kung hindi ko pipigilan itong umiyak ng umiyak. It took a long while for her to calm down and when she did, we were both drenched with her tears.

"Ganito na lang, hintayin muna nating gumaling ka bago ka namin iuwi, para siguradong maayos ka na," tinitigan ko ang namamaga niyang mukha. Thank God her eyes are saved at hindi ito tuluyang nabulag. I was relieved when I saw Sassy smile despite her still bruised lips. "Habang andito ka, magiging magkaibigan tayo. Kapag kailangan mo ng kausap, andito ako palagi para makinig.

Kung wala naman ako, marami kang bagong ate na tutulong sa iyo, okay?"

Nakahinga ako ng maluwag nang tumango siya.

"Teka may ibibigay ako sa iyo," I'm glad that the atmosphere is getting lighter. Inabot ko ang supot na may laman ng mga bagay na magugustuhan ng isang teenager. Bagong damit, personal na grooming items, at kung ano-ano pang kakailanganin niya habang nakatira sa Haven.

As expected she got excited, pero bigla na naman siyang umiyak matapos makita ang mga bagong gamit na meron siya. I held my breath waiting for a possible wave of another meltdown.

"Kakay...kasi..." sa wakas ay narinig ko ang tinig ni Sassy, kahit basag ito at gumagaralgal.

"K..ka..ano?" Mahina ang boses nito kaya hindi ko masyadong narinig.

"Umuwi tayo, balikan natin siya...tulungan natin siya," biglang nag-panic si Sassy. Nakita kong dumugo ang sugat nito sa labi sa sobrang bilis nitong magsalita. "Si Kakay...si tatay Turing...tulungan natin si Kakay..." biglang tumayo si Sassy na parang gustong umalis na habang akay ang kamay ko.

"Okay... teka lang...sabihin mo muna sa akin ang lahat," pinilit kong pinakalma at pinaupo ulit si Sassy para pahirin ang duguan nitong mukha.

<><><>

Grabe ang lupaypay ko sa pagod after ng session namin ni Sassy. Working in Eve's Haven is fulfilling to the soul, but shattering to the heart and body at times. Matagal ko na itong ginagawa pero hindi pa rin kayang maging bato ng puso ko para hindi makaramdam ng pagod ng kaluluwa, higit pa sa katawan.

"Uy, andito ka pa!"

Nakangiting mukha ni Mama Sol ang bumungad sa aking pagmulat ng mga mata. Nakahiga ako sa mahabang sofa ng counselling room na parang gulay na nalanta.

"Syempre po, hindi naman ako aalis nang hindi nagpapa-alam sa iyo." I'm so happy seeing the lovely face of my 54-year-old second mother, na mas bagets pa tingnan sa akin sa ganda ng hubog ng katawan, kinis ng maputing balat, at ngiting hindi nagra-riot ang mga wrinkles sa mukha.

"Tired? Kailangan mo ba si Cess para magpa-psychoanalysis?" Biro ni Mama sabay angat ng dalawang paa ko, naupo sa sofa, saka pinatong at hinilot ang aking mga binti.

Oh, heaven. Napapikit ako sa sarap ng pagmamasahe sa akin ni Mama. "Si Cess ang may kasalanan ng lahat ng ito!" kunwa't angil ko.

"Wanna talk about it? I'm listening."

"Ma, mas marami kang sakit ng ulo kesa sa akin. Ako dapat ang nagmamasahe sa iyo," sabi ko pero hindi naman ako pumalag, masarap ang paghilot ni Mama Sol sa akin.

"Sakit ng ulo? Eh, ikaw ang number one sakit ng ulo ko!"

"Tama!" Nagtawanan kami. *Gosh! I love her.*

"Seriously, I thought you had work today?" Kamay ko naman ang hinihilot ni Mama Sol.

"Nag-email na lang ako para i-submit yung deadline ko, may ginawa pa kasi ako kanina. Bukas na lang po ako luluwas, bibilinan ko muna si Erika na hawakan ang group session ko."

"Ah, okay. Teka, anong ginawa mo kanina?" Tanong ni Mama.

I sighed. I love that I have Mama Sol as my sounding board in times like this. Sinabi ko sa kanya ang pang-aalipin na ginawa sa akin ni Cess tungkol sa kaso ni Sassy at ang ipinagtapat nito sa akin kanina.

"It's more complicated than we thought. Apparently she wanted to go back home to save the kids she left behind. One 12-year-old girl named Kakay and a toddler. Si Kakay ay balak ibenta ng sariling ama sa isang foreign pedophile. Yung toddler ay inaalala ni Sassy kasi napamahal na ito sa kanya. Sila ang dahilan kung bakit hindi maiwan-iwan ni Sassy ang boyfriend kahit ayaw na niya dito.

3

The Work Of Heart

"**H**eart is deceitful above all things"

"Oh my goodness! Tinawagan mo na ba si Lieutenant Dalisay?" Halata ang pagkataranta ni Mama Sol.

"Yup, and Lyzane too," bukod sa Women's Desk ng PNP eh tinawagan ko na rin ang contact namin sa DSWD.

Silence. We savor it in moments like this. It's also our way to unload. Our quiet moments allow us to understand and accept that we can only control those that we can and we must let go of those beyond our control. This is how we manifest our love for ourselves. If we don't practice this principle, then this work will take over our lives and compassion fatigue will set in. In the process of carrying the burdens of the victims, we will become one too.

Binasag ang katahimikan ng alarm ng aking telepono at pagdating ni Cess galing sa isang session din nito.

"How was it?" Tanong ni Cess habang pinanonood nila akong uminom ng gamot. Nakita ko na naman ang pag-aalala sa mga mata ni Mama Sol.

"Ma, come on, hormones pills ito, makakunot ka naman ng noo parang grabe ang sakit ko," inabot ko ang baso ng tubig na halos matarantang kinuha ni Mama Sol para sa akin.

"H-hanggang kailan ka ba iinom ng gamot na yan?" Tanong nito na nag-aalala pa rin.

"Sabi ni pinsan eh hangga't mag-menopause si Billy," biro ni Cess, pinsan nito ang Ob Gynecologist ko.

"Grabe ka naman! Hindi, Ma, pag regular na yung regla ko sabi ni doktora eh papatigilin na niya akong uminom nitong pills. So far naman effective kasi hindi na ako masyadong dinudugo kagaya dati."

"Three days na lang?" Tanong ni Cess, tumango naman ako.

"Hindi ba may side effects yang pills pills na yan?" Pinaupo na ulit ako ni Mama Sol sa sofa.

"Sanayan lang po. Minsan pag gutom masakit sa ulo at nakakahilo, pero hindi naman na masyado," sabi ko. Ewan ko ba, last year lang naman ako nagkaroon ng problema sa regla. Sabi ni Cess, sign of aging daw. Grabe naman!

"Mama Sol, walang issue yung hilo at sakit ng ulo, mag-worry ka kasi yang pills na yan eh nakakabaho ng amoy," sumalampak si Cess sa sofa na parang pagod na pagod din. Ganito kami, dahil sama-sama kami sa iisang maliit na opisina eh madalas kaming magbonding sa kwentuhan.

"What? Anong pinagsasabi mo?" Almost six months ko nang iniinom ang gamot, sabi ni doktora hindi naman daw nya papaabutin ng isang taon ang pagpi-pills ko. Naging abnormal kasi ang period ko nung nakaraang taon, halos dalawang linggo akong dinudugo. Stress daw ito sabi ng OBGYN ko kaya niresetahan niya ako ng contraceptive. Hindi ko agad sinabi kay Mama Sol ang dahilan kasi mag-aalala ito. Hindi ko rin naman feel ang stress, masaya kaya ako sa trabaho, pero bigla akong na-conscious sabay amoy ng kili-kili ko, mabango naman.

"Hindi dyan," natatawang sabi ni Cess, palibhasa ay tatlo na ang anak nito kaya ang daming alam. "Doon..." nginuso nito ang maselang parte ng katawan ko na nasa pagitan ng aking mga hita. Ewan pero pati si Mama Sol eh napahagalpak ng tawa.

"Hala! Hindi ah, amuyin nyo pa," binuka ko ang mga hita ko, mabuti at naka-jeans ako.

"Joke lang, mamahalin naman yang pills mo, kaya for sure mabango ka. Nabasa ko kasi na yung mumurahing pills na hindi compatible sa katawan ng babae may cause body odor. Pero may isa pang side effect yan," patuloy ni Cess matapos nitong kumalma sa pagtawa.

"Ang dami mong alam, psychologist ka, hindi gynecologist, excuse me!" Palatak ko.

"A-anong side effect?" Nag-worry na naman si Mama Sol.

"Haynaku, Mama Sol, dahil sa pills hindi makakapag-asawa yang anak-anakan mo," nagdunong-dunungan na naman si Cess, sumimangot ako. Ano na namang imbento nito?

"What do you mean?" Tanong ko, as if I care eh sa ngayon wala naman sa isip ko ang mag-asawa.

"Pills kasi, according sa aking research makes a woman numb. Nagiging manhid para ma-attract sa lalaki. Hindi sila makadama ng sexual desire, kumbaga. Kaya malamang tatandang dalaga yang si Billy," humalakhak na naman ang bruha.

"Eh dati naman nang manhid itong si Billy sa mga lalaki eh," si Mama Sol na sinakyan ang trip ni Cess.

"Ma, ikaw kaya ma-expose sa mga lalaking rapist, masochist, sadist, at walang kwenta, sino namang ang gaganahan, di ba?" Sa dami ng hawak kong mga kaso ng pang-aabuso, kabisado ko na ang bituka ng mga lalaki sa mundo.

"Buti na lang ako, taken na!" pagyayabang ni Cess.

"Eh di ikaw na ang maganda," simangot ko. Masaya na rin ako na magaan ang usapan namin, enough with the drama na muna.

"Anyway, you guys want to eat?" basag ni Mama Sol sa asaran namin ni Cess.

"Yes, please! How about Nhate's favorite." Bigla akong ginutom.

"Fried fish fillet with tofu!" We exclaimed in unison followed by laughing heartily. It was a little nostalgic though, mentioning Nhate's name. God, I miss him so much! Hindi naman nakuha ni Cess ang inside joke namin ni Mama Sol, buti nga sa kanya.

<><><>

"Anong meron?" Pagpasok ko pa lang sa office ay ramdam ko na ang taas ng level ng cortisol sa paligid.

"Andyan na yung bagong account director natin," bulong ni Mike, ang copywriter at brand specialist namin, sabay nguso sa nakasaradong pintuan ni sir Doni, ang dati naming boss na nag-migrate na sa Canada.

"In the flesh?" Napaupo na rin ako sa aking work station para makisali sa tsismis. After my short stint as a life coach in Eve's Haven sa Antipolo, takbo na ako sa Ortigas kung saan isa naman akong digital graphics designer at animator.

"Oo, kaso medyo mahigpit. Nilipat si Toni sa ibang team. Iyak ng iyak paglabas sa one-on-one meeting nila," bulong ni Manang Melba na syang overall go-to-person namin sa opisina.

"Pero inalok naman akong mag-full time. Ikaw, Billy...mala-mang alukin ka rin. Sa aming lahat dito, mas nakatrabaho mo na siya," sabat ni Chito na technical support at camera man ng aming team.

Napaisip ako. Working at Chase Pacific Advertising is a head job, while Eve's Haven is my heart job. I need them both for my soul.

"Kaya siguro hinahanap ka kahapon pa," sabi ni Melba na nakatutok na sa kanyang typewriter. Ilang beses na namin itong tinuruang mag-word processor pero old school eh.

Patay, sa isip-isip ko. It's true, nakatrabaho ko na ang bagong boss namin kahit sa palitan lang ng emails. Actually, more than sir Doni, na-challenge ako sa kanya. I heard that she was a big deal in the advertising world in New York. Mukhang ang galing naman talaga, lalo nang pinaaral sa akin ang Photoshop CS 8, astig! Nakagawa ako ng mga series of campaigns with animations na kinapa ko talaga ng husto bago ko nakuha. Ito ang ipinasa ko kahapon via email. Hindi na ako nakapasok dahil nga inasikaso ko pa ang kaso ni Sassy at natutuwa naman akong malaman na nailigtas si Kakay mula sa posibleng pagkakabenta dito sa isang Swidish pedophile na wanted na pala sa bansa nila.

Sayang naman, sa isip-isip ko. First time kong magkaka-boss ng isang empowered woman in a male dominated industry of advertising. Kapag pinapili akong magtrabaho bilang full-time baka...

"Billy, tawag ka..."

Mula sa opisina ng aming bagong boss ay nakalabas na si Jonas. Nanibago ako dahil maharot ito at palaging maloko. Lalaking tingnan pero babae ang galawan kaya besties sila ni Tonette na babaing bakla naman kung tawagin nila Mike at Melba.

"Bakit?" Tanong ni Melba nang nakita naming nag-aayos ito ng mga gamit. Nagmwestra lang ito ng kamay na animo'y hiniwa ang leeg, sabay sabing..."Tsugi."

Sobrang nalungkot ako. Even if I stay or not, masakit pa rin na mawala ang iba kong katrabaho. Tinigasan ko ang loob ko habang naglalakad papasok sa opisina ng aking bagong boss. Bakit ako kakabahan, Lord? Usal ko sa maikling panalangin. Inilagay mo ako dito dahil may plano Ka. Kung aalisin mo ako ay okay lang dahil alam kong may plano Ka pa rin sa akin, pag-a-assure ko sa sarili. Hindi naman ako kabado, malungkot lang talaga lalo sa posibilidad na maging last day ko na rin ito.

Huminga muna ako ng malalim bago ko pinihit ang doorknob. Isang matamis na ngiti ang gumuhit sa aking mukha. Masama man o hindi ang mood ng boss ko, hindi nito pwedeng diktahan ang emotions ko. I had a great day yesterday, sapat na yun para kuhanan ko ng lakas kahit posibleng maging bad day today.

Yun lang, naging frozen fake smile ang ngiti sa aking mukha dahil sa halip na magandang babae ay napaka-gwapong lalaki ang naka-upo sa lamesa ni sir Doni.

"Sino ka? Nasan si Miss Chris Vera?" Wala sa sariling tanong ko. Kung nakasinghal ba ako ay hindi ko na napansin.

"Who are you? Where is Mr. Pastor?"

4

Mistaken Identity

"Rough diamonds may sometimes be mistaken for worthless pebbles"

"G-good morning." Nahimasmasan ako. "...sir. I mean... good morning, sir. I'm Miss Pastor."

"Oh..." nagmwestra siyang umupo ako sa visitor chair na nasa harapan ng kanyang lamesa. "I thought you're a man based on our email correspondence."

Ngumiti ako. "I got that a lot. I honestly thought that you're a woman, as in Chris for Christine." Thank God talaga sa training ko sa Eve's Haven, I felt calm and comfortable kahit anong maging outcome ng aming meeting. If this is my last day in this job, I just want to be me.

Surprisingly my new boss laughed. I was expecting her.... I mean... him to be in a bad mood since he is firing people left and right. Nakitawa na rin ako, breaking the ice between us.

"It's Christopher Dean A. Vera. Please call me Dean from now on."

Nakipagkamay siya sa akin. "Billy Girl Pastor, boss Dean, at your service." I noticed that he has a firm grip of my hand. "I dropped the Girl coz... it's a waste of space." It's juvenile is what I mean. I want him to know na kapag tinawag nya ang buo kong pangalan eh lagot siya sa akin. Joke lang!

Natawa na naman siya. At least madaling pasayahin ang boss ko, parang si boss Doni lang. Matanda na pero kwela pa rin katrabaho.

"Masculine din kasi ang surname mo. Also the spelling of your name..." hindi tinapos ni Dean ang sasabihin.

I know, right? Kasalanan kasi ito ng nanay kong fan ni Billy Joel eh. Di man lang ginawang Billie ang spelling ng pangalan ko, ugh! Buti na lang isinulat nung nurse sa baby bracelet ko ang salitang Girl after my name, kung hindi pa...haynaku!

"Yours sounds feminine, though." Ganti ko. Bakit naman kasi Vera ang apilyedo niya, di ba? Ooops, me and my big mouth, did I offend him? I'm not suggesting he's effeminate or something. Ngumiti lang siya sabay sagot sa tumatawag sa cellphone niya.

Wow, flipped phone, with latest one megapixel camera. I like! I'm a gadget girl and working with technology and all, addict ako sa mga bagong lumalabas na gadgets.

With Dean on the phone and looking at his desktop, I had a chance to assess him. Again, my training to read people kicked in. Too bad for Tonette and Jonas, siguradong nasa hyper drive ang dalawa kung magiging boss nila ang isang kagaya ni Dean. Toni being a woman's woman will probably seduce Dean endlessly with her beauty and charm, habang si Jonas naman ay walang tigil na magpapantasya dito habang kami naman ay matatawa at maaaliw sa mga kwentuhan nilang kakaiba.

My new boss belongs in front of a camera not behind it. Parang tumalon si Dean mula sa centerfold ng isang fashion magazine na may title na, The Sexiest Men Alive. He can represent the latino community with his set of deep, dark eyes, partnered with contoured eyebrows and thick lashes. His nose is aristocratic with the way it is pointed proudly. Mukhang hindi siya nakapag-shave ng ilang araw pero mukha pa rin siyang hot mess while still looking clean and fresh, siguro dahil na rin sa mamula-mula nitong labi kaya hindi ito mukhang haggard kahit walang ahit-ahit. Mukha siyang malinis na version ni Johnny Depp sa hit na pelikulang Pirates Of The Caribbean.

In fairness ha, mukhang lalaking-lalaki pa rin ito kahit na old rose ang kulay ng polo. He was able to pull away wearing it with long sleeves ruggedly folded below his elbow. Maganda kasi ang hubog ng slim pero buff nitong katawan. Mukhang suki ito ng gym kaya naman he exudes enough masculinity despite the soft color palette of his get-up.

<><><>

Present:
"Eyyyy! Mommy! Sino si Johnny Depp?!" Sigaw ni Drew.
I rolled my eyes, ignoring my daughter's giggling from the other room. Fine, hindi na kilala ng Gen. Zs si Johnny Depp, but still! Deep inside though, happy ako na nagustuhan niya ang aking kwento. Kung hanggang kailan…hindi ko alam.

<><><>

Sigundo ko lang na-assess ang physical appearance ni Dean. Trained ako as a life coach na makapag-mental note ng lahat ng nakikita ko. Useful kasing skill ito lalo kapag nagiging witness ako ng isang crime investigation. Naku ang dami kong na-encounter na ganito sa Haven, abusive husbands intimidating us into giving up their wives.

Hindi na ako kay Dean nakatingin nang makita ko sa peripheral vision ko na ako naman ang ina-assess niya. I calmed my face. Yung mukhang ginagamit ko para magtiwala sa akin ang mga taong kaharap ko. I pretended to look at my printed graphics designs and allowed him to measure me up. *Bring it on, I have nothing to hide. If you like my work, then we're good.* I thought to myself.

Bumalik ang isip ko kay Toni at ang prinsipyo nito pagdating sa mga lalaki. She often teased me for not having a love life. Kung magpalit kasi ng ka-date ito eh sing bilis ng pagpapalit ng bagong sapatos or bag, buwan lang ang inaabot.

"Just try them, kahit free taste lang," sabi ni Tonette, na grabe mag-objectify ng lalaki. Kapag naka-break kami sa opisina eh malakas kaming mag-asaran. Game naman ako sa ganun, ako pa!

"Pag nakita kita at gusto kita, akin ka!" sabi nito na nag-post pa ng sexy habang nag-jo-joke. Si Tonette or Toni kasi yung magandang babae na alam niya kung gaano siya kaganda.

"Kukunin mo kahit pag-aari na ng iba?" tanong ni Mike, matagal na itong may gusto kay Toni, hindi lang nito alam or ayaw aminin, pero halata ko.

"Syempre! Si Toni pa, hihiramin lang naman daw niya at paglalaruan saka isosoli ulit pag tapos nang gamitin, " singit ni boss Chico. Nagtawanan kami nang batuhin ito ni Tonette ng mail opener.

Ang katotohanang sinabi ni boss Chicco ay hindi nagpatinag kay Tonette. She would gather us together to talk about boys. Hindi lang talaga ako interesado.

"Oh, Billy with a heart of stone..." sasabihin pa niya sa akin matapos akong pakitaan ng picture ng bagong lalaking dinedate nito, tapos ay wala akong reaksyon.

"Hindi ka talaga marunong mag-appreciate ng magandang lalaki," dagdag pa nito.

I glanced over my boss na nakikinig sa kausap over the phone habang nakakunot ang noo pero sa akin nakatingin. I averted my eyes, feeling nothing. Ugh! Totoo nga siguro ang sabi ni Cess, may effect sa akin ang pills. Dati na akong walang hilig sa lalaki, pero mas lumala pa nga ata. Of course I do appreciate beautiful men, Dean, here is one. He is drop-dead gorgeous, I have to admit. I know one when I see one. Pero ganun lang sila sa akin, magandang lalaki, nothing more, nothing less. *It's because you don't objectify men, so it's a good thing. Wala kang hidden agenda or masamang balak sa kanila dahil wala ka namang pangangailangan from them eh, you are complete on your own,* sabi ko sa aking sarili.

Pero bukod sa pills eh meron din akong bad habit of assessing men unfairly though hindi ko sila ino-objectify. I developed this habit throughout the years of working at the Haven. Am I judgmental? Maybe. No, I'm just being careful. I don't just trust the physical appearance of a person, especially men. What if he's a drug addict? Is he a good man? Does he treat women kindly? Possessive? A stalker or worse a serial killer? One who videotapes his sexual activities?

Kapag na-praning na ako, wala na, I don't care kahit gaano ka ka-Adonis sa gwapo, wala akong paki-alam sa iyo. In the end kasi, soul is more important to me to admire than a man's physical appearance.

Syempre, it does not mean that I will not give my new boss the benefit of doubt, but one look at his beautiful face will not cut it for me to think high heavens of him. Mamaya porn addict pa siya, yikes!

"Great, nasa meeting lang ako. I'll be there later."

I looked at him when he ended the call. I knew that he had been staring at me all throughout. Nagtataka lang ako dahil parang bigla siyang sumimangot o napa-isip nang malalim na hindi ko mawari. Bakit? May ginawa ba akong mali? Ah basta, bahala na! I stared back at him, equally puzzled.

"Boss?" Tanong ko. It worked because he got his mind back on track.

"Oh...hmm...So, Ms. Pastor, where were we?"

"Billy," pagtatama ko, sobrang pormal yung Ms. Pastor. "Gusto mong pag-usapan natin yung email na pinadala ko sa iyo kahapon?" alanganing tanong ko.

"Oh... yeah." he looks disoriented while looking at me. There's something more with that look. A curiosity, that's it! Curious about what? I wondered. "Ah...yup. I saw them. They're great. Actually, why project-based? I heard na dati ka pa raw inalok mag-full time dito?"

Yun na nga ba sinasabi ko! Oh-Oh. Is he going to give me an ultimatum to accept a full time job? Stop assuming, Billy, what if he's here to fire you because he wants a full time graphics designer?

"Nagagawa ko naman kasi ang trabaho ko ng maayos kahit part-time ako. Kailangan ko kasing magtrabaho na may elbow room sa paggamit ng oras ko. I work mostly at home because I can concentrate more if I'm alone during the creative process. Palagi namang akong sumasama sa conception of ideas. I hope the same arrangement is still okay since I deliver results. Pwede mong tingnan ang evaluation reports ko sa HR. Plus, I was never late on deadlines." Ugh! I sounded defensive. Is it obvious that I'm over selling myself for this job?

Dean nodded with an intimidating look na sinalubong ko ng buong tapang. I want him to read in my eyes that I'm determined to stay on my own terms because I know the quality of my work.

"So you're saying that it's much better for you to work alone rather than be with a team," sabi nito sa tinig na alam kong sarcastic.

"Of course not, sir..."

"Dean." Siya naman ang nagtama sa akin.

"I do love working with the team, especially this team. It makes the creative juice flowing, but once the creation is done and it's time to put it into reality, that's a different story. No offense pero sometimes creative people have this tendency to be restless at kapag hindi nila na-control ang ideas nila eh guguluhin nila yung trabaho ko sa sobrang daming last minute edits at additional inputs. Hindi siya productive sa overall results ng project tapos minsan nakaka-delay pa ng delivery ng output," then I saw that look again, like he's waiting for an expected reaction that he's not getting from me.

"Ok."

Okay? It was a long rant to be answered with just okay. So what's the verdict? Do I have a job or not? That's it? We're through?

Why? You want more? A small voice inside me asked and it surprised me. Nope! I answered.

5

A Very Long Day

"Don't let the good days get to your head, and the bad days to your heart"

Bigla siyang tumayo mula sa pagkaka-upo sa kabilang side ng kanyang office table at lumipat para tumabi sa akin. Sa sobrang dikit niya habang tinitingnan ang ginawa kong report eh naamoy ko siya. The combination of his natural smell mixed with a male perfume sent shivering chills of pain and pleasure in my spine. I suddenly felt lightheaded. Bigla kong pinigil ang hininga ko para ayusin ang sarili. His scent is triggering memories long hidden and forbidden. Hold yourself together, Billy! An inside voice screamed at me. My pills may be working in my favor pagdating sa visual stimulation pero iba pala ang dating kapag olfactory na, naamoy ko sya and may epekto ito sa akin, pero it doesn't hold much power to make me lose my composure. Ako pa! Expert ata ako sa delayed gratification at self-control, matyagang tinuro ito sa akin ni Nhate nung magkasama pa kami.

After a while, Dean took the photos from my hands and went back to his seat. "Let me check these printed copies against the digital ones." Sabi nito sabay tingin sa akin, yun na naman the look of weird expectation again. I was glad that my wits came back before he looked at me. Did he do that on purpose? Leaning in too close, for what? To intimidate me? Medyo nairita ako ng kaunti. Maybe it showed because his eyes became calculating again, careful, like a no-nonesense boss.

"Call everyone and let's have a general meeting in five minutes," utos nito.

Tumango lang ako sabay labas ng opisina niya. For some reason, like Jonas, I also left his office with a grim expression. What's wrong with him? I wonder. What's wrong with you? A small voice inside me asked back.

<><><>

Driving home, I felt very drained. *Tama na, Billy, wala nang capacity ang brain cells mo mag-analyze ng mga nangyari sa opisina kanina,* sabi ko sa sarili. I couldn't wait to go home, humilata sa aking kama na parang nalantang gulay.

Driving to the basement of the ten-story building where I own a one bedroom condominium unit, nasalubong ko si Pasyon, ang aming guard. Dahil 80's pa itinayo ang aming building, vintage na ito kung ikukumpara sa nakapaligid sa aming hotels and skyscrappers, pero magkakakilala na ang mga unit owners rito, pati ang mga empleyado.

"Ma'am, may package po kayo sa lobby, ipapaakyat ko na lang po kay MJ," sabi ni Pasyon na nagtanong din kung kailan ako magpapalinis ng kotse.

"Pupunta rin naman ako sa lobby, kukunin ko na lang," sabi ko na sinabayan si Pasyon patungong elevator. Noon kami nakarinig ng malakas na sigawan at ingay.

Sabay kaming napatingin ni Pasyon sa kaguluhang nagaganap sa nakabukas na elevator door. Ang sikat na actress na isa ring unit owner ang lumabas mula dito kasama ang kilalang boyfriend nito na isang actor turned politician na natalo nung nakaraang election nang tumakbo bilang Vice President.

Ang eksenang na-witness namin ay isang malaking pasabog sa media, yun ay kung may makakakita. Si Trish Nacino kasi ay halos hubad na sa suot nitong manipis na pulang silk bathrobe at walang suot kahit anong pansapin sa paa. Bare of make-up and glamorous clothes, the actress is far from her clean and wholesome image. Nagmamakaawa itong hinahatak pabalik sa elevator ang boyfriend na halos doble ng kanyang edad. Sariwang-sariwa at maganda si Trish na sa tantya ko ay nasa late twenties, habang ang alam ko ay lampas na sa singkwenta si Mayor Rolly Vasquez, ex-mayor na pala.

"Please...please...come back. Let's talk. I'm sorry, it's my fault..." sobrang lakas ng hagulhol ng aktres habang kinakaladkad ito ng lalaki palabas ng elevator. So, the blind items about them are true, grabe pala talaga mag-away ang dalawang ito sa mga pampublikong lugar. Eh mas lalo na siguro sa pribado nitong unit.

Anong nakita ni Trish sa lalaking ito? Sa isip-isip ko. Unmarried with too many kids from different women. Sus! judgemental na kung judgemental pero hindi naman kagwapuhan. Magaling na komedyante, oo, pero papatawanin ka nga sa harap ng maraming tao, luhang nagbabaga namang ang ilalabas mo kapag dalawa na lang kayo. Ewan pero kumulo ang dugo ko sa lalaking babaero na eh bayolente pa. Billy, it's not your place to meddle, ang dami mo ng sinabi, akala ko ba pagod ka? Saway ko sa aking sarili.

Okay na sana eh, pwede naman naming gamitin yung isang service elevator na para sa mga malalaking delivery kaso nakita namin na kinaladkad ni Mayor si Trish sabay balya dito sa dingding, patalikod. Pagkatapos ay pinilipit nito ang kamay ng babae sa isang napakasakit na posisyon.

Ako yung parang nawalan ng hininga, parang mapuputol ang balikat ni Trish sa pagkakadiin dito ni Mayor. Tumingin ako kay Pasyon, do something! gusto kong isigaw. Kaya lang, kita ko rin ang kaba at pag-aalangan sa gwardya.

"F*&^, Trish! Enough!"

Kahit ako na sanay na sa nagwawalang mga lalaki eh nanginig sa dumadagundong na boses ng galit na galit na mayor. Ang laki kasing lalaki nito at mukhang kaya kaming itapon ni Pasyon kapag nangialam kami. Isang suntok ng nakakuyom na kamao ang tumama sa ulo ng artista. It was not hard to cause bleeding but it was hard enough for anyone to feel pain.

"Aray! Pleasss... Olie. Nasasaktan ako!" Sobrang hina at parang hiyang-hiya ang boses ni Trish. Susme, lumaban ka babae! Sa bilis ng mga pangyayari, ang bilis din ng takbo ng utak ko.

"Ah, nasasaktan ka? Hindi lang yan ang mangyayari sa iyo sa oras na pakialaman mo na naman ako at patiktikan sa iba, sino ka ba ha?!"

"Sorry na... hindi na ako uulit...pangako..."

"Tandaan mo, You're nothing! I can have more of you! Younger! Prettier! Basura ka na, Trish, nilaspag na kita. Kapag nalaman ng iba ang mga ginawa ko sa iyo, wala kang pupuntahan. Sira na ang career mo. Leave me if you can! Go ahead! Sawang-sawa na ako sa kakaselos mo! Alam mo na sa umpisa pa lang na hindi na ako magbabago. Iiwan na kita! Ayoko na!"

Iyak lang ang sagot ni Trish habang binabatok-batukan siya ni Mayor. Grabe ang pakiramdam ko, kumukulo ang dugo ko sa galit. Alam ko na ang style na yun eh. I've seen this predatory bullshit of an abuser. He takes away all the confidence and the remaining ounces of dignity from his woman until she believes that being with him is the only choice she has.

"Please... don't...don't. Leave me!"

Hindi nakikita ni Trish dahil nakatalikod sya at halos bumaon ang magandang mukha sa maduming pader, pero habang nagmamaka-awa sya, nakita ko ang pag-ngisi ng boyfriend nito. He was enjoying the torture and the power he has over her. Instead of letting Trish go, he even started twisting her arm more while putting on the weight of his body to inflict greater pain.

Sumigaw lang si Trish, pero pigil pa rin. Tinitiis ang pisikal na sakit, pero mas alam kong duguan ang puso nito sa nangyayari.

"Hey, ano ba yan? Sobra na ang ginagawa mo!" Hindi ko na kinaya, sumigaw na ako, tumakbo pa ako palapit sa dalawa.

Noon kami nagkatinginan ni Trisha. Realizing that they are not alone in the basement, noon sya umikot para harapin ang nobyo at hinarangan pa nito ang lalaki na parang ako pa ang aatake sa kanila.

Napatigil ako mula sa paglakad-takbo. She doesn't want my help. If that's the case, mukhang wala akong magagawa. Pinanood kong hinatak ni Trisha si Mayor Rolly pabalik sa elevator para muling umuwi sa unit nito.

"P-pasensya na, ma'am. Yung isa kasi nating guard, pinatanggal ni Ma'am Trisha nung minsang nangialam sa away nila eh," Nagkamot ng ulo si Pasyon. Ngayon naintindihan ko na, hindi ko rin naman sya masisisi.

◇◇◇

"Naku! Na naman? Ganyan yan sila madame, halos araw-araw. Kahit dito sa lobby nagbabangayan, nakikita nga ng mga guests. Sobrang iskandaloso!" Sabi ni Glenda, ang aming receptionist, habang inaabot nito ang package na iniwan para sa akin.

"Sa TV kala mo ang babait ng dalawang yan, no? Pero sa totoong buhay...tsk!" Patuloy ni Pasyon, pero umalis na ako at hindi na nakinig pa sa kanila. The last thing I heard burdened my heart.

"Isang araw, may isa sa dalawang yan ang mamamatay."

Nang sumara ang elevator door paakyat sa unit ko, noon ko naramdamang hindi pala ako humihinga. Panic attack. Bihira na itong mangyari sa akin, pero kapag umatake, grabe pa rin. My heart is racing fast habang hawak-hawak ko ang makapal kong bangle bracelet na nasa kaliwang pulso ko. Hindi pala ako kalmado, nangangatog ang kalamnan ko sa takot. Nagtapang-tapangan pa ako at akmang susugod kanina sa gulo. Ewan ko ba pero I will never get used to violence especially between men and women, no matter how much training and exposure I have with the same cases. Nakakaawa si Trish, pero paano? Hindi ko matutulungan ang isang taong ayaw tulungan ang sarili. May isa sa kanila ang mamamatay, kinilabutan ako. Billy, don't! Stop overthinking about things na hindi mo naman sigurado kung mangyayari nga.

6

Trajectory

"What you choose today will determine who you are tomorrow"

Bagsak ako sa kama, latang-lata. Para makalimutan ko si Trish, bumalik sa alaala ko ang nangyari kanina sa opisina.

Hangos ako papuntang meeting, dala-dala ang kapeng binili ko para sa lahat. I know that I'm in trouble, Dean said to be in the conference room in 30 minutes pero nag-banyo ako at nagkaroon ng aksidente. Nasa loob na silang lahat at nagsisimula na ang meeting nang pumasok ako.

Lahat sila ay napatingin sa akin dahil basang-basa ang damit ko, I looked like a mess, at base sa mukha ni Melba, naamoy ako nito. Ugh! Sorry naman.

"I'm sorry," mahina kong sabi sabay lapag ng kapeng binili ko para sa lahat.

"Part ng pagiging team player ang dumating sa tamang oras, Miss Pastor." May inis sa boses ni Dean, napakagat ako sa loob ng labi, hiyang-hiya.

"Sorry, boss, I asked her to buy coffee for us," kinindatan ako ni boss Chico, nakatalikod pa rin kasi si Dean at nagsusulat sa whiteboard kaya hindi nito nakitang pinagtakpan ako ng mga kasamahan ko.

"Don't make excuses for her. Isa pa, trabaho ba nya ang maging taga bili ng kape?"

Tahimik.

"Did you buy coffee or went to war?" Tanong ni Dean nang makitang gulo ang buhok ko, pawisan, at basa ang aking damit. Umiling lang ako at saka naghanap ng upuan.

"So what's your excuse?"

Ayaw akong tantanan ni Dean. "No excuses, sir. It's all my fault. I promise it will not happen again. I'm very sorry," I will not give him the satisfaction of knowing na nagkaroon ako ng aksidente sa banyo, alangan namang pati tungkol sa tae eh malaman pa niya.

"You better be," yun lang at muli nitong inayos ang presentation.

"Billy...strikto ang bagong boss natin, pero ang gwapong bata naman kaya okay lang sa akin," bulong ni Manang Melba na sa edad na magsisingkwenta eh kinikilig pa. Sinenyasan ko siyang mamaya na ako magkikwento kung bakit parang naharass ang itsura ko.

If Dean is an eye candy sitting down, he is gorgeous standing up. Towering in over 6 feet high with a lean but muscular body, he is oozing with suave personality. Partnered with that old rose polo, that he is able to give justice to despite its color, is a pair of khaki slacks that hugged his long legs well enough to show the shape of his butt, and surprisingly, he has one, which is unusual for a man. Hey, you're objectifying him, foul yun! Saway ko sa sarili ko. Nope, walang emotional impact sa akin ang itsura ni Dean, so I'm not objectifying him per se. Nagkataon lang na nahasa akong mag-obserba ng panlabas na anyo ng isang tao, part ng psychological assessment training sa amin ni Cess.

Isang importanteng skill set kasi ito ng mga life coaches. Studying the physical is as important as the meta-physical. Nakakaproud minsan na may ganito akong nadevelop na skill, pero hassle din madalas, gaya ng napansin kong inggit na inggit ang dalawang boys na kasama ko sa taglay na gandang lalaki ng nasa harapan namin. Yung mga ganitong bagay eh hindi ko naman na dapat malaman, pero ewan ko ba, kita ko eh. Dumagdag pa si Manang Melba na hindi ko akalaing nagkaka-crush pa pala sa edad niya.

"I transferred the others. I decided for now that I only need a smaller team. I'll be honest though, I can still cut some of you out," sa akin tumingin si Dean, napalunok ako pero hindi ko pinahalata, sinalubong ko ang titig niya. Do it, it'll be your loss, sa isip-isip ko. Lord, ikaw na ang bahala. Pag hindi ito ang work para sa akin, I know you will help me find a better one. Dasal ko na lang.

"Anyway, my name is Christopher Dean A. Vera. I will be your team director. Mike will be our creative leader. I will train him as he assists me. Chico will still be our technical head but you must assist him Billy. You'll work on a project base for now and see if you can handle the pressure dahil marami akong bagong trabahong ibabato sa inyo. Melba, are you taking down the minutes?"

"Yes, boss," bumalik si Manang Melba sa pagiging professional nito, kahit kanina lang eh kinikilig ito habang kausap ako.

"Naintindihan mo ba, Miss. Pastor?" Sa akin ito tumingin. Nyay! Am I being singled out dahil late ako?

"Yes, sir!" Ngumiti ako sa kanya, ready to take his challenge. I saw him flinched, alam kong ayaw nyang patawag na sir. Hangga't di niya ako tigilan sa Miss Pastor, hindi ko siya titigilang tawaging sir. Kung aalisin din niya ako eh di mabuti pang asarin ko na rin sya on my way out. Billy! Suri na! Heto na oh, behave na. Malay mo kapag behave ako eh ilipat lang ako ni Dean sa ibang team instead na tanggaling tuluyan sa trabaho. At least baka makasama ko ulit sina Tonette at Jonas.

"We all know that your team had done poorly in the past, kaya nga sa inyo binibigay ang mga ads ng client na hindi kilala at mababa ang budget. My plan is to change all that."

Napanganga kami ng sabihin ni Dean na hiniling niya ang team namin kahit mas mataas na posisyon ang binibigay sa kanya ng company at magkakaroon ng reshuffle ang mga team directors.

"I left my job in New York because something big is coming here in Asia in the next year or so, and I want to be here when that happens. I risk my career on this and I intend to take on this challenge no matter the cost. All I need are people on board with me."

Ramdam ko ang excitement at fear sa paligid. Charismatic si Dean magsalita. He outlines his plan and makes a clarification of the trajectory of our goals. I must say, humanga ako kasi medyo sabog si sir Doni bilang leader namin eh. Si Dean, grabe ang pangarap niya para sa team kaya nakaka-inspire.

"Before this year ends, we will be part of MEA and I'm expecting an award galing sa hardwork nating lahat," confident na sabi ni Dean.

Nag-ingay na kami sa room, hindi na namin mapigil. Marketing Excellence Award or MEA is a prestigious recognition in the advertising community at ito ang gusto ni Dean. Wow!

"Handa mo na ang gown mo, Manang Melba," biro ni Mike na kinatawa naming lahat.

Napatingin ako kay Dean with fire in my eyes. I'm with you, sa isip-isip ko. I don't care about the award, pero I like the journey na sasamahan ko. I became excited to go on a ride with him kahit mahirap at mukhang imposible. It will be a challenging work but rewarding for sure. Something big is coming to Asia with respect to advertising, ano yun? Dapat malaman ko, please wag mo akong alisin sa trabaho, sa isip-isip ko.

He then presented new and exciting internet applications and technologies that we will be allowed to invest on and explore in order to create revolutionary ad campaigns. With e-commerce booming, international brands are predicted to become in demand and available in the Philippine market with just a click of a finger. Hindi ko pa rin mapaniwalaan ang sinasabi niya tungkol sa online shopping at ads na purely ay hindi na lang sa TV kundi pati sa telepono ay makikita ng mga tao.

He is crazy! Sa isip-isip ko, pero being from New York, baka may alam itong hindi namin alam. With Dean's New York success in advertising international brands and our team's know-how on local culture and the Filipino market, we are the perfect group of people to form a team na dadalhin niya sa MEA.

"I will hire more team members to assist us but in the meantime, I expect each and everyone of you to carry some burdens for the whole team. I may be tough at times but if you stick around with me, I promise to take you places in your career that you have never dreamed of," Dagdag ni Dean. He is a smooth talker, whatever he is selling, no matter how useless, you'll buy one from him.

A little manipulative though, sa isip-isip ko. Imagine hindi ako pinakawalan as part-time pero sinabihan na ako agad na tatambakan ako ng trabaho. Ngayon pati yung trabaho ni Jonas na video editting at layout designing ay napunta na rin sa akin. Drafting and animation ang trabaho ko, tapos si Jonas na ang finishing, ngayon ako na lahat. Ugh! Sige na nga, kailangan namin ng pera sa Eve's Haven at mukhang nakaka-excite naman ang bagong goal ng team namin. Ang importante pinayagan niya akong hindi araw-araw na nagre-report sa opisina. It's a win-win, but the way he worked around this arrangement was brilliant.

Ewan, pero habang nakahilata ako sa kama, bigla kong naisip na 2004 will really be a roller coaster ride kasi maraming bagong adventure ang buhay ko. Bagong case sa Haven at ngayon bagong boss na sana eh marami akong matutunan. I smile despite myself. Bring it on 2004! sigaw ng isip ko, not knowing that this year will not only bring newness in my life but will also shatter me to the core.

7

Girl In The Mirror

"I'm not perfect, I never claimed to be, but I can look in the mirror and respect the woman staring back at me"

Sikat ng araw sa glass window ko ang gumising sa akin. Nakalimutan kong isara ang shades kagabi dahil sa sobrang pagod. Alas syete na nang umaga pero gusto ko pang matulog.

"Hmmm!" Nag-inat ako, savoring my 'ME TIME'. Wala akong balak magtrabaho ngayon at galit-galit muna kami ng deadlines pati mga cases ko. Yay!

Nag-inin muna ako saglit sa kama. *Bangon na*, sabi ng utak ko. *No!* Sigaw ng katawan ko. Nanalo si utak dahil pakiramdam ko eh ang lagkit-lagkit ko dahil sa ni hindi na ako nakapagpalit kagabi at nakatulugan ko na lang ang sobrang kapaguran.

I showered, taking my time to wash off everything outside my body that spelled yesterday. Today is a new day, yesterday has come to pass. I just wish that I can have a mental shower too to wash off what I witnessed last night at the basement.

With nothing but just a towel wrapped around my body, I closed the shades of my window and looked at myself in the full length mirror, regalong natanggap ko kay Mama Sol nung una akong lumipat sa condo. Hubo't-hubad, nakatitig ako sa 26 year-old na babae sa salamin. Nasa 5'4 ang tindigan ko, na may bilugang mga matang titig na titig sa makapal kong bracelet. With nothing but my birthday suit on, itong bracelet ko ang hindi ko hinuhubad unless magpapalit ako ng bago.

"80's na 80's ang bracelet mo, ate Billy, ah!" Madalas na biro sa akin ng mga kabataan sa Eve's Haven. Natatawa lang ako, ito ang trip ko eh paki ba nila. Hindi ko ito hinihubad kahit naliligo -- di suot lang kasi, hindi napapatid, at hindi rin nangingitim. Oo, babasagin, chipipay, at minsan plastic pa, pero bihira naman akong makabasag ng bracelet at kung mabasag ko man eh marami pa akong kapalit kasi nga mura lang sila. Minsan pag nagustuhan ko ang bracelet, hindi ko na hinuhubad, force of habit kasi. *Baka naman force of bad habit,* bulong ng babaing nakatingin sa akin mula sa salamin. Hindi ko ito pinansin habang pinagmamasdan ang heart-shaped nitong mukha na merong malalaki at bilugang mga matang kulay brown.

Laging sinasabi ni Mama Sol na mata ko daw ang maganda sa akin, para daw kasi itong nagsasalita kahit wala akong sinasabi. Pero, ilong kong matangos ang favorite ko at makakapal kong labi naman ang ayaw na ayaw ko.

"Gaga! Kissable lips ka kaya," minsang sabi ni Cess.

"Kissable nga, wala namang gustong humalik," biro sa akin ni Erika, isa pang life coach ng Haven na kasama rin namin sa opisina.

Sa kabuuan, gustong-gusto ko ang kulay ko -- kayumangging kaligatan kasi. Hindi ako mistiza at hindi ako mag-uubos ng pa-

paya para lang umasa. Masaya na ako sa kulay ko at taglay na simpleng ganda. I'm not drop dead gorgeous, but I'm pretty enough.

The girl in the mirror smiled at me wickedly.

"You're crazy..."

"For what?"

"Admiring yourself like that."

"Why not? Look at me, I'm sexy." Totoo naman, 36-B ang bra size ko, 24 inches ang waistline, at 38 inches ang aking killer hips. San ka pa? Dun ka na sa korteng bote ng coca-cola.

"What a narcissistic bitch!"

"Language, Billy!"

"Sorry!"

Sumimangot ako.

"Hey, you're not narcissistic. You used to hate yourself, but now... you're confident. Magkaiba yun. Narcissists are full of themselves, they look down on people and refuse to be taught. You're not like that because..."

"You're old." I laughed at my own interruption.

"Yes I am, thank you very much!"

"Happy birthday!"

"Thanks."

"Remember..."

"What?"

"*You are no longer the unloved woman.*" sumeryoso ang reflection ko sa salamin.

"I know." Huminga ako ng malalim.

"God loves you." Dagdag pa nito. I smiled humbly at myself.

"Yes... and I cannot do anything about it."

With such a principle taught to me by Nhate, I feel loved and somehow complete within myself.

<><><>

Suot ang simpleng blouse at skinny jeans, binuksan ko ang package na padala ng mommy ko sa akin galing ng Japan. Sakto sa birthday ko ang dating ng regalo nya. I have a bittersweet relationship with my mother. In the past, it was a mess. As an adult now, we're okay. Living in Japan with her new family since I was a kid, I learned to deal with abandonment and feeling of rejection, it's all because of Nhate.

Bagong labas na Nikkon DLSR camera with 2 megapixel resolution ang padala ni mommy. My mom overcompensates by buying me expensive gifts, like the downpayment for my condo which she gave me as a graduation gift. It took a long time for me to graduate from college, and she thought it was hopeless.
Sa sobrang saya niya na nakatapos akong mag-aral, bagay na hindi nya nagawa, ayun binilhan nya ako ng sariling bahay. Yun lang, kailangan kong kumayod para mabayaran ang balanse nito.

Nilagay ko ang bagong camera sa taguan, *hindi pa kita alam kung san kita gagamitin, pero soon...you'll come in handy*, sa isip-isip ko.
Being a gadget girl, I have my collections of old cell phone models, mp3 players, tablets, and laptops. We were told by Dean that new phone models are being developed to be way smarter than human beings.
It can do everything for you, sabi ni Dean.

I doubt it -- even music, movies, and TV? Pati banking and advertisements daw ay papatok sa bagong phone na ito.

Ugh! Ewan, basta masaya na ako sa iPod for my music, at phone for talk and text. A smartphone that can do everything? BLAH! Hindi ako naniniwala!

<><><>

Walang masyadong tao sa memorial park, mabuti na lang at bandang hapon kami nagkasundo ni Mama Sol na bumisita sa puntod ni Nhate. Inalisan ko ng mga nagkalat na dahon ang paligid ng libingan ng matalik kong kaibigan para makita ko ang buong pangalan nito. Fortunato Miranda, nakasulat sa lapida.

Naalala ko na madalas kong biruin si Nhate dahil mula pa sa baul ni Magellan ang kanyang pangalan, ang layo pa sa personalidad na meron siya. Matapos kong palitan ng fresh flowers ang lanta na ay naupo ako sa paborito kong spot sa tuwing may date kaming dalawa.

"Thank you," sabi ko sa malakas na boses, knowing that no one would hear. In my head, I heard him greeted me, 'Happy birthday.'

"Fine. Now, I'm older than you!"

Nhate died when he was only 25 -- very young. Sayang, kasi punong-puno siya ng buhay at sobrang ganda ng kinabukasang nag-aabang sa kanya. Hindi na ganun kasakit sa akin ang pagkawala niya, pero may sirit pa rin paminsan-minsan. Hindi man ako hahagulgol gaya ng dati, pero masakit pa rin sa dibdib ang maalalang wala na siya sa tabi ko.

I miss you so much! We had so much fun together and I couldn't let go of that. I never will, sa isip-isip ko. "Your mom will be here anytime." Matic na yun, basta birthday namin ni Mama Sol, kasama si Nhate sa celebration. "Guess what? I have a new case and a new boss! A lot has been happening..." Kahit may pailan-ilang tao sa paligid, hindi na ako nahiyang magsalita ng malakas. Patuloy lang akong nagkwento tungkol sa buhay ko, na para bang sasagot siya sa akin.

"Billy Girl!"

Nang lingunin ko ay papalapit na si Mama Sol na may dalang gigantic na cake. She's the only one who can get way with calling me by my full name. Cringe!

"Happy birthday, anak!" Niyakap ako ni Mama at dahil special ang occasion, mas mahigpit at matagal ang yakap niya. "I love you." Pisil-pisil ni Mama Sol ang pisngi ko na parang bumalik ako sa pagiging teenager na alaga niya.

"I love you too, Ma... and thanks," ang bigat ng cake na dala ni Mama Sol, ano ako magde-debut?

"Hello son... I miss you." Umupo na ulit kami ni Mama sa damuhan at nag-iyakan. Wala eh, basta umiyak na si Mama, madadala talaga ako.

Doon na kami kumain ng meryenda at naghuntahan na may kasamang tawanan at iyakan. This is a perfect birthday, celebrated with important people in my life while eating a sinful triple chocolate cake, na bawal din kay Mama Sol, pero sige...hala bira!

"Let's go?" Aya ni Mama Sol, at mula sa libingan ay umakyat kami sa Touch of Grace prayer mountain, a retreat center near Eve's Haven. Magkahiwalay kaming nag-unload sa prayer cell doon at nagpakawala ng aming mga bitbitin. Nagsumbong sa Diyos at nagpasalamat na rin.

Ganito ang paraan naming mga life coaches, kasi basurahan kami ng problema ng ibang tao, kaya kailangan naming ibigay kay God ang mga accumulated burdens na naipon sa aming mga puso.

Para pag labas namin ng prayer cell, magaan na ulit kami at handang humarap sa bagong bukas.

<><><>

"Where do you think you're going?" Tanong ni Mama Sol nang hindi ko hininto ang engine ng kotse, balak ko ay ihatid lang siya sa at uuwi na rin ako sa Makati, dahil kung hindi, maiipit na naman ako sa traffic. "Your girls are waiting for you."

Oh yeah, my kids. I forgot, I'm a 26 year-old mother. Ugh! Akala ko me-time at magtutulog ako…pero wala eh…pamilya ko sila.

<><><>

Puting kisame ang namulatan ko kinabukasan, hilo-hilo pa ako mula sa party kagabi kaya di ko agad naalala na sa Eve's Haven nga pala ako nagpalipas ng magdamag. My girls and I had a blast last night, kaya heto sa kwarto ni Nhate ako nakatulog. Mas malaki pa ito sa condo-unit ko. Simula nang mawala si Nhate, lahat ng gamit niya ay napunta na sa akin, kasama na ang kwartong ito. Pinikit ko ang mga mata ko, iniisip na kasama ko siya sa party kagabi.

<><><>

"Uy, lampas na sa ora-de-peligro si Ate Billy, pwede na siyang mag-asawa," Biro ni Carla. Nyay! Di ba pwedeng boyfriend muna? Makasabi ng asawa, akala mo makakabili ako nito sa palengke ng agad-agad.

Ako ang nagturo sa mga bagets na kailangan nilang maghintay hanggang maging 26 years old sila para magsarado ang pre-frontal cortex, yung bahagi ng brain na nagpapabaliw sa mga kabataan pagdating sa pagiging tanga sa pag-ibig. Hindi pa kasi ito fully developed kaya maraming palpak na kabataan pagdating sa pagdedesisyon sa buhay. Ngayon na 26 na ako ay matuturing na nga akong isang mature na nilalang, well sabi ng Science. Di ko pa sure, i-experience ko pa lang.

"Ang tanda mo na, ate Billy, hanap ka na ng lalaki." Gatong ni Sandy sa sinabi ni Carla. Sumali si Sassy sa kwentuhan pero nahihiya pa rin ito, lalo at may mga pasa pa rin siya.
"Paano ako makakahanap ng lalaki? Sobrang clingy nyo sa akin," ganting biro ko.
"Talaga lang ha, kami pa ang ginamit na dahilan para pagtakpan ang kanyang kawalan," Pati si Natty ay nakisali na, kaya talagang gang-up ang ginawa nila sa akin.
"Oo, aba'y kayo lang... ang sakit na sa ulo, magdadagdag pa ba ako?"

8

Heaven In Haven

"Blood is thicker than water, but water can quench one's thirst for a safe haven"

Tawanan kaming lahat. Sila ang grupo ng mga teenagers na kina-counsel ko. Ang iba sa kanila, mula sa pagiging biktima ay mga volunteers na rin at tumutulong sa iba. Hindi na sila umalis ng Haven. Gaya ko, sina Lorna, Joan, at Sarah ay humahawak na rin ng mga counselling sessions bilang mga life coaches, pero hawak ko pa rin sila, bilang parte ng aking grupo. Counselor counselling counsellors ang program na hawak ko, bukod sa mga bagong kasong binibigay sa akin ni Cess.

Looking at them, you'll see normal girls of different ages having fun and living equally normal lives. Don't be deceived though, these kids had been through hell of different darkness and dimension. Yet we are now knotted together in one common goal -- to empower each other.

Naiba namin ang tingin namin sa aming sarili, kaya naman hinarap namin ang bagong umaga na hindi na masyadong lumilingon sa pait ng nakaraan. Working in Eve's Haven is my real haven. I found fulfillment every time I see souls rise from the rot of hell. Iba yung pakiramdam na nakakatulong ka sa iba at ikaw ay natutulungan din nila.

They came here like struggling cocoons wrapped in their own personal misery. They were badly beaten, crushed in spirit, scared to death, and scarred as kids. Then with much guidance and healing, they learned to come out of their past and spread their wings like a beautiful butterfly ready to gain back their freedom to fly.

Yun lang, pagtungtong nila ng 21, kailangan na nilang umalis ng Haven, pero meron namang kaming programa sa labas na sasalo sa kanila para makapagsimula ulit na mamuhay mag-isa para harapin ang kinabukasang hindi nila alam kung saan sila dadalhin. Nakatatakot, pero andito kami para patapangin ang isa't-isa.

Tatlo sa mga bisita ko ay may mga pamilya na, kasama si Natty. Binisita lang nila ako para maki-celebrate ng aking birthday. Paminsan-minsan dumadaan pa rin sila para sa counselling. Kapag nakarinig sila ng problemang mas matindi pa sa hinaharap nila sa labas, bumabalik ang lakas nilang labanan ang bukas kahit nakakatakot at mahirap.

Nakakapagod makinig sa mga problema nila pero, sulit naman sa kaluluwa. Gaya ni Sandy na pitong taon pa lang ay binenta na ng nanay niya sa bugaw na ginawa siyang prostitute sa Ermita. Ngayon nga matapos ang ilang taon ay lalabas na siya para maging independent. Sinabi niya sa akin ang takot niya pero sinigurado kong aalagaan siya ni May Ann sa labas at papatirahin siya sa bahay nito habang unti-unti siyang bumabangon lalo at may trabaho na rin syang naghihintay bilang isang sales clerk sa partner mall ng Haven.

Habang nasa Haven ay tinuruan namin sila ng survival at economics skills, para maging handa sila sa paglabas. Marunong silang magluto, manahi, mag-computer, at ibang pang vocational skills na magagamit nila para makapag-hanap ng trabaho sa labas ng Haven. Sa susunod na taon, si Sandy naman, gaya ni MayAnn, ang tutulong sa iba pang nasa Haven kapag lumabas na ang mga ito. Pay it forward lang talaga ang labanan para walang naaabusong mga kababaihan.

"Wag kang mag-alala, andito lang ako," narinig kong bulong ni MayAnn kay Sandy. Napangiti ako, umaani na ako sa mga tinanim ko dati. Mahal namin ang isa't-isa sa kabila ng aming mga pagkakaiba. Kung tutuusin, madalas pa silang mag-away at magrambulan noong mga bago pa lamang sila sa Haven.

Kaya iyun, napuno ang gabi ko ng tawanan, kabusugan, at pasaway na si Mama Sol, pinayagan pa kaming mag-inuman, kahit alam nitong napakahina ko pagdating sa alak. Syempre hindi mawawala ang kantahan sa pinoy party, kaya napatipa ako ng gitara habang panay ang kantahan ng mga dalaga. Nonetheless, it was a nice way to celebrate my 26th birthday.

◇◇◇

"Good morning," antok pa ako pero nakita ko na si Mama Sol na sumilip sa aking pintuan. Grabe magtatanghalian na pala, hinayaan ako ni Mama na matulog nang matagal.

"Ayun, kala ko tulog ka pa. Breakfast is ready!"

"Ma, you're spoiling me," kunwari ay natulog pa ako habang dantay ang malaking unan na regalo pa sa akin ni Nhate dati.

"Eh sa gusto ko eh, ikaw na lang at ang palamunin ka ang nagpapasaya sa akin," tinabihan ako ni Mama sa kama, nagmamaktol kahit alam ko namang arte lang.

"Palamunin talaga?" Ang totoo gutom na ako.

Mama Sol touched my cheeks lovingly. Nhate used to do the same. It's their thing, being sweet, touchy, and showy of their feelings. When Nhate died, Mama Sol became my refuge. We cling to each other and become each other's support system. She's my comforter and bestfriend. In return, I became her daughter to fill in Nhate's vacant position. Mama Sol is more than a mother to me though. She embodies everything that I hope for a mother and a best friend to be.

Sino ba naman ang hindi lalambot ang puso sa paraan ni Mama Sol magmahal? Syempre agad-agad akong tumayo mula sa pagkakahiga para kainin lahat ng niluto niya. Kita ko ang saya kay Mama na halos kaladkarin ako palabas ng kwarto.

<><><>

Ilang missed calls ang nakita ko sa phone matapos ang session namin ni Sassy. Dalawang araw na ako sa Haven, kaya sinamantala ko nang mag-counsel sa mga anakis ko.

"Boss Chics..."

"Billy, tomorrow 8am sharp. Boss called for a general meeting," diretso utos nito.

"Oh, okay po."

"I'll email you the agenda."

Napabuntung hininga ako matapos i-drop ang call. Back to reality ulit!

"You're leaving again." Nasa harapan ko na si Mama Sol, nakasimangot. Gusto nitong magkaroon ng mother-daughter date, dahil sobrang busy ako nang mga nakaraang araw at hindi ko siya pinapansin.

"Ma, kailangan natin ng pera para mapagawa natin ang south wing, di ba?" Niyakap ko si Mama Sol, pinaalala sa kanya ang dahilan kung bakit hindi ko kayang mag-resign sa ngayon.

Eve's Haven is an NGO (non-government organization). We source our funding through donations. Although we have a small income from the sales of our organic farming projects, arts and crafts, and food production, it's not enough to cover the expenses, especially because our borders are increasing.

From an initial 10 rooms with 20 beds, we now have 30 rooms and are expanding into 90 bed capacity. It became very difficult for us everyday to turn away cases after cases of domestic abuses, so constructing more rooms became our goal for the past months. We've been praying for it ever since.

Mama Sol is from an old-rich family who owned vast lands in Antipolo Rizal. It was Nhate who advocated the conversion of their land into a halfway home for the abused women and teens. In order to sustain this mission, Mama Sol asks for donations from her rich friends or sometimes sells some of her land. I could not bear for her to do that anymore. If we have extraordinary expenses, I make sure that I find ways to chip in.

"I can go to America again."

Mandalas pumunta si Mama Sol sa ibang bansa para mag-fundraising campaigns overseas bilang tulong sa Haven.

"Ayoko! Babyahe ka mag-isa, eh paano ang vertigo mo?"

"Eh di samahan mo ako."

Natawa ako at na-excite na rin. "Ngayon na?" Biro ko, nagtawanan kami. "Saka na, Ma. Alalahanin mo, bago ang boss ko. Kaya good girl muna ako"

"Hmp! You're just as stubborn as Nhate." Kunwari ay galit ito pero niyakap pa rin ako.

9

Slave Driver

"No one has free time, no one has leisure time."

Sa sobrang pagmamadali ko para hindi ako malate sa meeting ko sa opisina ay laking pasalamat ko na saktong pababa ang elevator sa lobby. Nabuksan ko si Trish na nasa loob, nabalitaan kong ayaw nitong may kasabay na iba sa elevator, pero alangan naman, di ba? Wag ngayon, hindi uubra sa akin ang arte niya. It was a quiet ride down the lobby.

"Uhm..I'm sorry about the other day." Mahina ang boses ni Trish, napatingin ako sa aking likuran, iniisip na may kausap ito sa telepono. She's very beautiful today, as if ready for a centerfold photoshoot to sell her collection of expensive clothes and shoes ensemble. Ngumiti lang ako sa kanya at tumango. "You must think that I'm crazy," patuloy niya, bagay na pinagtaka ko. Ngayon lang kami nagka-usap ng matagal kahit ilang taon na kaming magkasama sa iisang building.

Silence.

"Hindi importante kung anong iniisip ko." Hindi ko na mapigil ang aking sarili. Tiningnan ko siya sa mga mata at saka huminga ng malalim. "What matters most is what you think about yourself. If you think that you're crazy then maybe it's a good sign. Finally you're seeing yourself and maybe... maybe in doing so...you'll do something about it. Sometimes, the first thing to solve a problem is to admit first that there's a problem." *Fart! I didn't mean to make a speech.* I was relieved to stepped out of the lobby. Nilingon ko siya para magpa-alam pero nagulat ako sa tulalang itsura niya. Ni hindi ito gumalaw para lumabas ng elevator hanggang muling sumara ang pintuan nito na sakay pa rin siya. Me and my big mouth. I'll apologize some other time.

<><><>

I arrived 5 minutes before the meeting. Yes! Kung hindi masasabon na naman ako ni boss. Naandoon na silang lahat plus two more that I don't know of.

"Good morning." I addressed everybody.

"Yun, dumating din," sabi ni Mike. "Guys, Billy is our graphics artist, silang dalawa ni Chics ang magaling pagdating sa I.T."

Ipinakilala ako ni Mike sa dalawang bagong team members. Si Martin ang production manager at bahala sa pag-produce at shoot ng ad campaigns na gagawin ng grupo. Si Carl na brand strategist naman ay more on research tungkol sa product na i-la-launch namin.

Tumabi ako kay Manang Melba, since kaming dalawa lang ang babae sa grupo. Balanse rin kasi puro babae ang kasama ko sa Haven, puro lalaki naman dito sa Chase.

"Good, you're all here." Sabi ni Dean pagkakita nya sa akin. Syempre ako na naman ang pinakahuling dumating. Sorry naman! Nginitian ako ni Manang Melba, makahulugan. Natawa ako, alam ko ang gusto nyang gawin ko, makisali sa paghanga sa gandang lalaki ng boss namin. Nakalimutan ko na kung gaano kagwapo si Dean. Mabilis na rumihistrong muli ang poging mukha nito sa aking utak. He was wearing casual office attire -- tucked-in navy blue polo partnered with a pair of slacks. Tonette would have offered anything just to be in my place, alam kong tipo nya talaga ang kagaya ni Dean.

"Carl, take over the proceeding," utos ni Dean.

Tumayo si Carl, lalaking-lalaki ito kahit medyo heavy set at maliit lalo at katabi ito ni Dean. Nang tinambak nito ang napakaraming Sundate chocolate biscuit sa lamesa namin ay natuwa ako. Ugh! I'm a sucker for chocolate basta naging tinapay na siya, naglaway tuloy ako ng husto at nakikain sa kanila.

"Guys, trabaho ito ha. Inilabas ko yan dahil kailangan kong mag-brain storm tayo ng concept, hindi para sumakit ang tiyan nyo kakakain ng biscuit," sabi ni Carl, nakakatuwa siya kasi feeling part of our team agad.

"Madali yan," sinabi ni Mike ang concept nya at nagustuhan naman ng lahat. Syempre, trabaho ni Mike ang maging creative. Uso kasi ang eyeball so ang mangyayari yung biscuit ang palatandaan ng dalawang bida namin para makilala ang isa't-isa. Yung lalaki nagulat kasi hindi magandang babae ang kumakain ng Sundate. Ayun, tumalikod sya para hindi na makipag-kilala, kaso narinig nya yung kagat nung babae sa biscuit at naakit siya. Huminga ng malalim ang lalaki at naisip na meron silang something in common, they both love the Sundate biscuit, kaya bumalik siya at nakipagkilala dito. Yun pala, test lang ito ng magandang ka-eyeball niya. Kaya nung nakita nitong lumapit at nakipagkilala ang lalaki sa hindi kagandahang babae ay nagpakilala na si ate girl dito. Ang ganda ng kwento ni Mike kaya nagpalakpakan kami.

"Boss Mike, Sundate! The best kasama sa iyong date," nakipag-appear ako sa kanya.

"That's brilliant!" Biglang sabi ni Dean. Napatingin kami lahat sa kanya. "Let's put that as our tagline -- Sundate, the best kasama sa iyong date. Thanks everyone!"

"Yown, Billy Gee, may dagdag pakinabang sa iyo," sabi ni boss Chics na alam kung anong mangyayari sa kanya kapag tinawag ako sa buong pangalan. Ewan pero ang saya ko para mapikon kapag tinawag akong Billy Girl, malay ko bang nag-express lang ako eh nakasali pa sa commercial na gagawin namin ang sinabi ko bilang tagline. Ayiii! Kaka-excite!

The meeting lasted for ten hours. Magaling talaga si Dean na team leader, medyo may pagka slave driver nga lang pero output oriented naman. The concept of the new commercial that we will be doing was already in the final stage when we were done. Dapat story concept lang pero pinagawa na agad niya ang frames at story board, kasama pati ang gagawin kong animation at graphics design. Konting finishing touches na lamang ready na si Martin for pre-production at shooting ng commercial.

Agad na kausap ni Melba ang mga casting guys at modeling agencies para magpadala ng still shots at portfolio ng mga kukunin naming modelo.

<><><>

"Billy, a moment please." Tawag ni Dean. Kakatapos lang ng meeting namin at pauwi na kaming lahat. Pagod na ako pero ramdam ko pa rin ang adrenaline rush. Ito naman ang fulfillment ko sa trabahong ito. It challenges and stimulates the creative and logical (I.T.) side of me. Dito sa opisina ay sobra ang paggana ng utak ko, magandang pambalanse sa trabaho ko sa Haven na puro emosyon at puso ko naman ang ginagamit ko.

Sinundan ko ang lalaki sa opisina nito, natuwa na hindi na ako Miss Pastor sa kanya.

"I really want the animation for this commercial flawless. May papagamit ako sa iyong bagong animation software, gusto ko aralin mo." Inabot nito ang DVD installers ng Macromedia Flash MX2004 at Presto. Bigla akong kinabahan, he asked me to familiarize myself with Adobe Photoshop 8 nung nasa US pa siya, meron na namang bago?

"Familiar sa iyo?"

Umiling ako. Sinabi ko sa kanya ang totoo, mahirap magsinungaling.

"Well, can you study it?" Dean was all business.

"Yes, give me at least several days. Would that be okay? I promise to give you feedback even before Martin is done with the shoot," sabi ko sa kunwari ay confident na boses.

"Good enough for me. Here, baka makatulong. May mga files dyan na pwede mong mabasa about Flash at kung paano ginamit ng Pixar ang Presto." Maliit na stick ang inabot sa akin ni Dean, napakunot ako.

"It's a flash drive, CD roms will soon be obsolete as external storage," sinabi sa akin ni Dean ang storage size ng maliit na stick, napanganga ako. "Are you sure I.T graduate ka?" Natawa sya.

Sumimangot ako at mabilis na tumayo para umalis.

"Billy..."

Lumingon ako mula sa pintuan, palabas sa kanyang opisina.

"This is my first project here. I hate to fail," pilit nyang tinago ang duda sa boses nya pero nakuha ko pa rin ang gusto nyang sabihing *"Ayusin mo ang trabaho mo or else..."*

Napalunok ako, sabay tango. As if I wasn't pressured enough, ugh!

<><><>

Daig ko pa ang bumalik sa college. The first thing I did when I got home was to research about Macromedia Inc. na kilalang gumawa ng Flash at Dreamweaver. I was impressed dahil may mga bagong features akong natutunan. The new knowledge inspired me to study the technology more. Ramdam ko ang tension sa aking balikat matapos na patang-pata akong mahiga sa aking kama. This is the thing that I hate the most about being pressured, hindi ko madiktahan ang sarili kong mag-relax pero hindi ko rin namang maiwasang hindi ma-excite at matakot sa bagong challenge na binigay sa akin ng bago kong boss.

Ilang araw akong hindi lumabas sa aking condo. I tried several programs using the syntax and features of the new software. I was really engrossed about it, I didn't even notice how time flew by.

Nang natapos ko ang video editing ng Sundate ay nagpadala si Dean sa akin ng bagong concept. Madali ang animation sa Sundate biscuit pero itong bago medyo mas challenging sa akin kaya puyatan na naman ang nangyari at walang liguan na rin.

Sinubukan kong mag-program gamit ang storyboard na pinadala ni Dean sa akin. Ang produkto ay tungkol sa bagong labas na kape. Unlike Sundate biscuit na may pangalan, hindi ko kilala ang kape. The scene started with a bored guy who was sleepy while finishing his work at the office. His co-worker offered him the coffee. Upon tasting it, he went berserk, in a good way. He became active, he went dancing and flying. I have to digitally design different lively scenes -- from being in a party to floating in a sea of clouds. Dito talagang na-challenge akong i-animate ang concept. Buti na lang, everything will be done in the green room. Our model guy will just receive a cue from the director on what to do and act with nothing but his wild imagination.

Almost a week later, I was awakened by the ringing of my phone. I looked at my clock and saw that it was almost 12 noon. Puyat na puyat ako kagabi kaya nagbabawi ako ng tulog.

"Hello?" Ni hindi ko na nagawang tingnan sa telepono kung sino ang tumatawag.

"Did I wake you?" boses ng lalaki, narinig nya siguro ang pangangapal ng kagigising ko lang na boses.

"Sino to?" at naghikab pa ako.

"Dean."

Fart! Hindi ako nakasagot agad. Biglang nagkagulo ang brain cells ko dahil napwersa silang magising. I was so stupid. Nagtanong pa ako kung sino ang nasa kabilang linya, eh ilan-ilan lang ba ang lalaking kakilala ko na tatawag sa akin kundi ang mga tao sa opisina. Hindi ko nabosesan ang aking bagong boss.

"Are you there?"

"Yeah, eherm...yes po!"

"I'm calling to ask how you're doing."

Ewan pero kabado ako bigla. Did I mess up my work? *I hate to fail,* naalala kong sabi niya sa akin. "I-I sent my samples to you two days ago. Wala ka sa office, kaya iniwan ko na lang kay Melba. Did you get it?" dumagundong ang puso ko. I want to please him with my work, ugh! Di naman ako ganito kay boss Doni, pero hindi naman kasi ako chinallenge ng dati kong boss the way Dean is doing now.

"Actually, I did..."

"And...?" I forgot to breath. *You're fired!* sigaw ng isip kong sasabihin niya sa akin. Proud ako sa trabaho kong yun, na-enjoy ko nga eh. Kung ayaw niya, eh di wow! Deep inside though, huhu...please like my work if you cannot love it...please!

"Needs a little polishing but...otherwise I think you did a terrific job."

Waaaah! Para akong nabunutan ng tinik sa dibdib nang sinabi ni Dean yun. Natuwa ako dahil nagustuhan nya kahit papaano ang pinaghirapan ko ng ilang gabi.

"So when can I have the real footage?" Nawala ang pagod at puyat ko, gusto ko na ulit mag-work.

"Shooting is tomorrow. That's why I'm calling. I want you to be there."

10

A Fluke In The System

"Human salvation lies in the hands of the creatively maladjusted"

Rinig ko ang authority sa boses ni boss. Why? I asked only in my head. They hardly need a graphics designer during the shoot. We usually appear when the shoot is over. Isa pa nakakaasar magbabad sa shooting. The hours are irregular and most often than not it takes longer to finish than necessary. Such a waste of time.

"Okay po." Sabi ko na lang, makakatanggi ba ako sa utos ng amo ko?

<><><>

The two projects were completed in more than a month. At ngayon nga ay naka-upo kaming lahat sa conference room habang hinihintay ang unang paglabas nito sa TV. Maraming pagkain sa lamesa. Everybody is relaxed and quite content. Pagkatapos ng ilang araw na inalipin kami ni Dean, dapat namang magsaya kami ngayon. We deserve a treat, and that's what Dean gives us today.

In fairness, talagang nag-bonding kami sa trabahong ito. Kakaiba si Dean kay boss Doni, gusto nito ay andoon kaming lahat sa bawat yugto ng produksyon. Hindi rin sya madamot turuan kami tungkol sa business na ito. Mas marami akong natutunan sa kanyang bago sa ilang panahon pa lang naming nagkakatrabaho. Siguro nga kung hindi lang ako sa bahay gumagawa ng program, malamang na gusto nyang sa opisina na rin ako magbabad ng mahabang oras. Buti na lang at sa umpisa pa lang ay nilinaw ko na sa kanyang mas gusto kong magtrabaho ng tahimik at mag-isa lang sa bahay.

Sama-sama naming pinanood ang debut ng dalawang commercials namin sa primetime slot. I couldn't help but be happy with my work. Bukod sa marami akong bagong natutunan dahil sa ideya ni Dean na gamitin ko ang bagong software, hindi rin maiwasang hindi ako maging grateful sa aking boss. Pinagkatiwalaan nya akong gawin ang proyektong ito.

I glanced his way and I saw him looking at everybody, until our eyes met. Tumango sya sa akin at saka muling bumalik ang tingin sa TV. Kinilig talaga ako sa Sundate, lalo at binigyan ng focus ang tagline na ako ang nag-imbento, pero grabe ang palakpak nila sa coffee commercial na ginawan namin ng mas maraming animation. Sobrang ang taba ng puso ko.

"Well done, guys!" Sabi ni Dean matapos buksan ang ilaw.

"Whew! Billy, ganda ng animation mo." Tinapik ako ni Boss Chics sa balikat.

"Congrats, Billy! Lalagay sa billboard ang tagline mo sa Sundate. Ikaw na!" Sabi ni Martin. Nahihiya ako, hindi ako sanay sa papuri.

"Ang galing kasi ng mga story concepts mo," sabi ko na lang

"I'm so proud of this team," sabi ni Dean. "Expect lots of calls, Melba. I've been receiving positive feedback left and right."

"Yes, boss!" Sabi ni Manang Melba na halatang kinikilig din, kung sa ads or kay Dean, ewan.

"Now we can take a well deserved rest. The rest of the week will be our rest day." Dugtong pa ni Dean.

Tuwang-tuwang nagpalakpakan ang lahat. Ang saya ko rin kasi ang dami ko nang utang sa Haven, kailangan ko nang umakyat ng Antipolo.

Matapos ang masayang salo-salo namin ay naghanda nang umuwi ang lahat.

"Billy..."

Nilingunan ko si Dean, papalabas na sana kami ni Manang Melba sa conference room. Kami ang naiwan para magligpit ng mga kalat doon. Pumasok siya sa kabilang pintuan galing sa kanyang office para tawagin ako. Nauna na si Manang Melba, kinindatan lang ako nito.

"I owe you an apology." Sabi ni Dean nang bumalik ako ng conference room. Patlang. Lumalim ang kunot ko sa noo. I don't know what to say. "I was prepared to see you fail, but you prove yourself worthy."

For some reason I didn't feel offended. I even appreciated his candidness. Tumango lang ako. Speechless pa rin. Tumalikod na ako para umalis nang may maalala ako.

Muli akong humarap sa kanya. "Can I ask you something, boss?"

"Sure, just call me by my name, will you?" si Dean naman ang kumunot ang noo.

Tumango ako sabay hinga ng malalim. "Did you want to fire me?"

"Not really, no." Dean sounds sincere.

Tumahimik ako sandali. "Can I ask you one more thing?" Hirit ko.

"Don't be greedy." Sabi nito, pero may humor sa kanyang mga mata, kaya na-engganyo akong magpatuloy.

"Why did you transfer Tonette and Jonas?" Hanggang ngayon hindi pa rin ito gets maging ng mga kasamahan ko.

Hindi agad siya sumagot.

"I don't like flirts," matter-of-fact na sagot ni Dean.

Oh…He retained the guys and Melba who is older than the rest of us and married with adult kids, tapos ako ay… "I'm also a fli…"

"No you're not," putol ni Dean sa sasabihin ko. Gets nya na lolokohin ko siya. "You're weird, though. A fluke and I like it."

Lumukot ang mukha ko, kunwa'y nainsulto ako pero hindi naman. Natawa siya. Natawa rin ako. Weird and a fluke, it suit me.

"I'll take it as a compliment, boss!" Sabi ko sabay labas ng conference room.

"Dean! Call me by my name." Narinig kong habol nito sa akin.

<><><>

Ang isang linggong pahinga ay naging tatlong araw lang at agad rin kaming pinabalik ni Dean sa opisina. Sunod-sunod ang naging proyekto namin dahil masyadong mabenta si Dean bilang team leader. Nakakapagod pero na-appreciate ko ang sweldo dahil agad naming pinagawa ang mga bagong kwarto ng Haven. Kahit pagod at hirap sa schedule ay tinutukan ko pa rin si Sassy, ang laki kasi ng pinagbago nito kaya ganado akong i-coach ito sa mga bagong plano nito sa buhay.

I got used to Dean's slave driving but I couldn't help but admire his style. Hindi ko alam kung paano ko nagagawang pagsiksikin ang mga gawain ko sa Chase at sa Haven sa araw-araw. Basta ang alam ko, ito na ang buhay ko at kuntento na ako kung saan man ako bitbitin ng Diyos.

Ano pa ba naman ang hihilingin ko sa Kanya? Patuloy kong inaayos ang aking buhay ispiritwal, ang aking kalusugan, ang aking relasyon sa mga tao sa paligid ko, at ang aking hanapbuhay. Ito lang namang bahagi ng buhay na ito ang inaayos ko eh, wala naman na akong hiling na luho o iba pang layaw na galing sa mundo.

<><><>

"Okay, we are facing a new challenge guys..." umpisa ni Dean, gaya ng mga nakaraang meeting namin, nasa conference room na naman kami. Pag ganito nag-umpisa ang pangungusap ni Dean, siguradong gagabihin kami ng uwi o baka nga umagahin pa. "I told you we would get noticed. Our rank is getting higher with each commercial, and clients perfer to sign contracts with us. Ang product natin this time ay kilala na sa merkado. It had previously hit commercial ads already. Suffice it to say, we are pressured to level if not surpass its commercial success," ipinakita ni Dean ang produkto namin, ako man ay napanganga.

Really? We usually get unknown products. Yung iba pumapatok, yung iba kahit anong ganda ng commercial, mabilis lang ang buhay nito sa merkado at nawawala rin agad. Kasi naman ang mga consumers ay tiwala na sa nakasanayan nilang brand. Our new product is a well known milk formula. It has been in the market for as long as I can remember. Ako man ay consumer ng produktong ito.

Ramdam ang sigla ng grupo, abot-abot din ang kilig ko. The meeting lasted only several hours. Pagkatapos ay nagset kami ng meeting date para sa susunod na step namin -- ang conceptualization. Yun ang patayan. Ito ang pinaka-toxic na bahagi ng aming trabaho, at siguradong lahat kami ay dapat na nasa meeting na iyun.

I have to talk to Mama Sol about it, I might cancel some of our dates again. I know she will be disappointed, pero babawi ako. I try to convince myself, I just hope that I can convince her.

<><><>

"Na naman?" Halatang nalungkot si Mama Sol sa sinabi ko sa kanya tungkol sa bago naming proyekto.

11

Hormonal Imbalance

"Love is indeed, at root, the product of the firings of neurons and release of hormones"

Masaya si Mama Sol nung una dahil kilala niya yung gatas na yun, kahit nung baby pa si Nhate ay pinainom niya rin ito ng sikat na milk brand. Pero napawi ang saya niya nang sinabi kong baka di ako palaging maka-akyat sa Haven as scheduled. Mabilis ko syang niyakap. Kapalit kasi ng mamahaling gatas ay ang aking oras. "Pero babawi ako Ma, pangako ko yan."

"I'm beginning to dislike your new boss." Sumimangot si Mama Sol. Sa Antipolo na nga ako dumiretso agad para magpalipas ng araw. Alam ko kasing pag inumpisahan na ang trabaho ko ay ilang araw na naman akong hindi makakabalik dito. Mahina kasi ang internet connection dito kaya hindi ko rin madala ang trabaho ko sa Haven, at hindi ko rin kayang magtrabaho na makikita ko ang mga pending cases at sessions ko sa mga kabataang hawak ko.

"Ma...magaling yun. Wag mo muna i-judge kasi di mo pa siya kilala. Di ba sabi mo sa akin we should have faith in people?" Pinagtanggol ko si Dean.

"Hmp! Wala bang pamilya ang taong iyun? Bakit sobrang workaholic naman ata!"

"Hindi ko alam, Ma, pero I like him, sobrang dami kong natututunan sa kanya,"

"You like him?" biglang nag-iba ang aura ni Mama.

"I like working for him," paglilinaw ko.

"Posible kayang gusto ka niya kaya palagi kang pinag-o-overtime?"

"Ma!!!" Pinandilatan ko sya.

"Oh, bakit defensive ka? Nagtatanong lang naman ah!"

"Sa bahay ako nagtatrabaho, Ma, hindi naman kami palaging nagkikita." Inirapan ko ang Mama kong malisyosa.

◇◇◇

Dahil lagare ang trabaho ko, parang lagareng balik-balik din ako sa Haven at Chase.

"Uy anong meron ha?"

Nagulat ang mga boys nang biglang nakisingit ako sa umpukan nila habang nakatulala sa pintuan ng opisina ng boss namin na parang may inaabangang ipapalabas na pelikula.

"Sobrang ganda, parang anghel na bumaba sa langit."

"Akala ko super model eh."

"Baka nga, kaso gatas ang product natin eh, hindi naman mukhang may pasusuhing sanggol yung babae."

Rinig kong sabi ng mga lalaki na parang hindi ako nakita.

"Haynaku! Kanina may naghanap na sobrang gandang babae kay boss Dean. Ayan yung mga boys parang manyakis na naglalaway." Si Manang Melba ang sumagot sa tanong ko habang patuloy ang pagtatrabaho. Ang mga lalaki naman ay nagsama-sama sa isang cubicle habang nakatanaw sa opisina ng boss namin.

"Uy, baka girlfriend, wag nyong bastusin," sabi ko. Alam nilang ayaw ko sa lahat yung ino-objectify nila ang mga babae.

"In fairness, bagay sila," kunwa'y humikbi si Melba, natawa lang ako.

"Feeling ko hindi, mukhang may pag-asa pa tayo," si Carl na kakahiwalay lang sa asawa nito ang nangunguna sa pagkamangha.

Napamura si Martin, "Ang pangit mong yan!" Biro nito, may it-sura si Carl, mukha ngang player eh.

"Kaya iniwan ng asawa eh, sobrang pogi kaya lapitin ng babae." sabi ni boss Chico.

"Pag napa-oo ko yang bisita ni boss Dean, papak abot niyan sa akin."

"Hey! Stop that. Walang usapang sexual, that beautiful woman is somebody else's daughter and sister. Respeto, please!" Gumana ang pagiging advocate ko sa mga babaing inaapi. Kahit mga heads ko sila, napataas ang boses ko.

"Uy, tama si Billy. Sorry ha," kilala na ako ni Mike, pinababa ko ang galit ko at saka bumalik sa aking trabaho. Nagpupunta lang naman ako sa office kapag may bago akong ipe-present na output o may dapat ipagawa sa aking bago na hindi pwedeng ipaliwanag sa email lang.

"Uy wag kayong maingay! Balik sa pwesto dali," warning ni Melba nang bumukas ang pintuan at lumabas si Dean kasama ang babaing nakakunyapit dito.

Umiwas ako ng tingin pero nakita kong sa malayo ay sexy ang babae sa suot nitong hapit na damit na kulay pink. Sleeveless ang body-hugging na dress na hanggang tuhod ang haba. Alam mo yung babaing grabe ang ganda ng kutis na parang kumikinang sa liwanag, yun ang napansin ko agad.

Gusto kong matawa dahil busy-busyhan ang mga mokong habang naglalakad sina Dean at ang bisita nito sa hallway ng work area namin. Inayos ko naman ang files na ipapasa ko kay boss Chics para ma-approve nya bago ko pakita kay Dean.

"Oh my God! I know you!" Ang lakas ng tili ng babaing nasa harapan ng lamesa ko.

<><><>

"Andito ka na pala, kala ko di ka na babalik eh."

Si Manang Melba ang napasukan ko sa CR na nagto-toothbrush.

"Ang dami kong ipapasa kay Boss Chics, baka nga mag-overtime pa ako," ako naman ang umihi sa bakanteng cubicle. Disoriented pa rin ako sa mga nangyari kanina.

"So kamusta ang lunch nyo nila boss at ng girlfriend nya?" Halatang gustong maki-tsimis ni Manang Melba. Sandali lang, nirereset ko nga ang utak ko. Di pa rin ako maka-get over na nagkita ulit kami at nagkakilala ni Dionne. "Grabe makatili, muntik nang malaglag yung stapler na hawak ko sa ingrown ko," humalakhak si Melba. "Paano mo nakilala yung magandang babaing yun ha?"

Ang daming tanong, wait lang. "Only sister ni boss," sabi ko.

"Sus! Kaya pala sobrang ganda! Buti hindi nya girlfriend, hindi na ako magseselos, "

Natawa ako.

"Makatawa ka ah, bakit wala ba akong karapatan? Kahit menopausal na ang lola mo eh pwede pa rin naman akong magkacrush." Binangga pa ni Manang Melba ang balikat ko habang nagto-toothbrush naman ako.

"Eh may asawa ka na ah," sabi ko sa bumubulang bibig. What a stupid reply, though. Kelan pa naging assurance ang pagkakaroon ng asawa para hindi makahanap ng iba? Anyway, ngayon lang namin napag-usapan ni manang ang tungkol kay Dean, akala ko joke lang na kinikilig siya dito.

"Eh ano ngayon, as if naman tototohanin ko ang pantasya ko kay boss. In fact, mas naging malambing nga ako kay Henry kapag feelingera ako kay boss."

Napahalakhak ako, kasi buti pa si manang may kalambingan. "Di ko alam na tipo nyo pala si boss," sabi ko na lang.

"Kasi ang balita ko, turn-off daw yan sa mga babaing kinikilig sa kanya. Kaya nung interview, behave ako para di ma-kick out sa team."

Yup, Dean doesn't like flirt, naalala ko.

"Usapang matino, pretending ka lang bang behave sa harapan ni Dean para hindi ka maalis sa team? For sure kinikilig ka rin sa kanya," buyo ni Manang Melba.

"He's good looking," sabi ko nang sa wakas ay tapos na akong mag-toothbrush.

"Haynaku! Yan ka na naman, parang robot sumagot. Seryoso! Maraming gustong mag-aya sa iyo ng date dito sa building natin, for sure tatanggihan mo dahil hindi mo type. Pero si Dean, grabe ka naman... kagwapong bata eh." Ayaw akong tantanan ni Manang Melba. "Dahil ba NBSB (No boyfriend since birth) ka, kaya ka ganyan?"

Napaubo akong parang nasamid. Sakit sa bangs kausap si Manang Melba minsan.

"I knew it!" Biglang tinakpan ni Melba ang bibig niya. Tumaas ang kilay ko, ano na naman? "Hindi ka masulyap kay boss Dean.

Kapag pinapatawag ka eh hindi ka natataranta. You treat him like one of the boys...as if... as if... ang tipo mo ba ay ang kapatid nyang maganda?" Prankang tanong ni Melba.

Ang lakas ng tawa ko, hindi naman ako na-offend. Siguro nga iba lang ang naging dating ko sa kanila dahil na rin sa training ko sa Haven. I assured her na hindi ako tomboy at wala akong gusto sa kapatid ni Dean. Yun lang, hindi pa rin satisfied si Manang Melba.

"Oh.Em.Gee!" Ako naman ang nanlaki ang mga mata sa biglang naalala.

"What?!" natakot si Melba.

"Maybe it's the birth-control pills!"

Pinaliwanag ko kay Melba ang tungkol sa PCOS issue ko at hormonal imbalance.

"Wow! That explains it. Dahil hindi ka nag-o-ovulate at in-aayos ng birth-control pills ang hormonal issues mo, steady ang emotion mo kaya wala kang romantic or sexual attraction na maramdaman sa opposite sex, tama ba ang intindi ko?"

Kumunot ang noo ko, "Well ang explanation sa akin ng OBGYN ko, without pills dapat mas attracted ako sa mga manly man, brusko, bad boy, oozing with sex appeal because I will be looking for makamundong satisfaction. With pills daw, may attraction dapat ako sa lalaking financially stable, successful, and responsible to provide for his own family, regardless kung manly man sya o hindi."

"You just described our boss."

Napatitig ako kay Manang Melba sabay kunot ng noo. Wala eh...I don't see Dean the way Manang wants me to. I know myself...kapag nagkagusto ako sa lalaki, I can be...Don't go there, Billy! Napahawak ako sa bracelet ko.

"Fine! Since robot ka at hindi pala kita karibal kay boss, meron na akong plan B." Ngumisi si Manang Melba.

"Ano na naman?" tapos na akong mag-ayos at handa nang lumabas ng CR.

"I will seduce him," sabay kindat ni Manang Melba. Ayun nagtawanan na lang kami habang papalabas ng banyo para magtrabaho ulit.

<><>

Dalawang katok bago ko binuksan ang pinto ng opisina ni Dean, "Boss?" nasanay na ako sa iba na nakiki-boss din.

"Don't call me that," kumunot ang noo ni Dean habang busy sa kanyang laptop.

"Sorry." Di pa rin ako kumportableng i-address siya sa first name. Sanay kami ng mga boys sa tawagang boss "I'm done with the storyboard, present ko na lang daw sa iyo sabi ni boss Chics."

Umikot sya mula sa lamesa nya at saka tumabi sa akin para makita ang mga dala kong drawings. Naamoy ko na naman ang panlalaki nyang pabango. Hindi na ito familiar sa akin, pero mabango. Ramdam kong naging kumportable si Dean sa akin, siguro dahil nakapag-lunch kami kasama ni Dionne. Pwede ko na rin sigurong sabihin I became a friend to his sister.

Aware of Dean's nearness, I waited to feel something unusual, something that Manang Melba might feel if she's in my position right now. Kakabog ba ang puso ko? Manlalamig ba ang mga kamay ko? Magha-hyperventilate ba ako? *Eh kung mangyari nga, Billy, gusto mo ba?* Tanong ko sa aking sarili. *No.*

As usual wala naman akong naramdamang kakaiba. It's the same, nothing out of ordinary na parang si boss Chics lang ang kausap ko. I doubt though that the hormonal pills are the reason, parang bago pa naman ako ma-diagnose ng PCOS eh said na ang kilig ko.

"That can't be. Ang bata mo pa. In your prime dapat palagi kang fertile...at naghahanap ng..." naalala kong komento ni Cess ito sabay hampas sa akin na kilig na kilig. Haynaku!

12

The Peace Bearer

"Darkness cannot drive out darkness, only light can do that"

That's when I became aware of Dean's stare not on the storyboard but to me. Patay! Nag-space out ata ako at napansin niya. Kakatwang iniwas naman niya ang tingin sa akin at animo batang nahuling may ginagawang kasalanan. "Okay na ito. We can start the commercial shoot, then. Sabihan mo na lang si Martin."

"Yes!" abot-abot ang kilig ko, dun kinilig talaga ako sa saya. Natuwa ako dahil wala na syang ipapabago pa. Ibig sabihin ay makakapahinga pa ako ng ilang araw. Hindi naman nila ako kailangan kapag mag-sho-shoot na sila ng commercial. Tatawagin na lang nila ako kapag oras na para sa editing, animation, at iba pang video related manipulation. Sana lang ay magtagal ang commercial shoot para mahaba ang panahon kong makapag-trabaho sa Antipolo.

"Bat' biglang ang saya mo?" bumalik na si Dean sa upuan nito.

Ngumisi ako sa boss ko, "It means off days ko," ramdam kong namula ako sa hiya dahil sa matabil kong dila.

"Ikaw, gusto mo palagi kang absent. Isama kaya kita sa shoot," seryoso si Dean pero may kapilyuhan sa mga mata nito.

"Hala sya! Wag na po, extra gastos pa ako dun. No work, no pay ako kaya tipid kayo."

Tumitig lang si Dean sa akin na parang may gustong sabihin. Oh no, naging disrespectful ba ako? "Sorry po, pero pag need nyo talaga ako eh papasok naman ako," tumungo ako at nagbaba ng boses. Napahalakhak siya na pinagtaka ko. May saltik din itong boss ko, noh?

"Iba ka talaga, Billy Girl." Umiling-iling ito habang hinarap muli ang laptop.

Tumayo na ako para lumabas ng silid niya, aburido. Billy Girl! Did he want to die?

"Billy," tawag nito sa akin bago ko mabuksan ang pintuan palabas. Nilingon ko sya na kunwa'y nakasimangot. Ngumiti siya, medyo seryoso at kakaiba. "T-thanks... for helping my sister."

Lumambot ang expression ng mukha ko, may kakaibang emosyon si Dean na humaplos sa puso ko. Kanina ko pa ito napansin nung sinama nila akong maglunch na magkapatid. He really cares for Dionne. Protective, yun ang word na hinahanap ko. Kakainggit kasi wala akong kapatid na lalaki na poprotekta sa akin na kagaya ni Dean.

"Wala yun, nalibre nga ako ng lunch - busog na busog tuloy ako," sabi ko sabay hagod sa aking malaking puson.

"Kung lunch lang ang kapalit, araw-araw kitang ililibre," napangiti na ulit ito.

"Wag na! Wag mo na lang akong pagalitan kapag nalate ako sa meeting," makahulugan kong sabi.

Natawa siya.

"Sorry. I didn't know that's when you helped out my sister..." napansin kong may pag-aalala sa boses ni Dean na nag-trail off.

"Aminin mo, gusto mo na akong tanggalin sa trabaho nung nalate ako, noh? Flirt or not." Ewan pero kumportable talaga akong maging one of the boys ang tratuhan namin ni Dean, kaya ayun nagkalakas ako ng loob na kumprontahin siya. "Bakit hindi mo ginawa?" Curious talaga ako.

Matagal bago siya sumagot.

"There's...there's something peaceful about you and I... I like it."

I can tell that he is telling the truth, ngumiti ako. Ito ang papuri na hindi ko tatanggihan. From my chaotic past before Haven, achievement na sa akin ang magkaroon ng peaceful aura. For that, I thank God.

"Expect mo lang na mawawala ang peace mo na yan dahil kay Dionne, " biglang sinabi ni Dean, hindi na siya nakangiti.

"Grabe ka naman!" Natawa ako.

"You saw her," sabi ni Dean na parang may kasamang warning. May pagka-hyper nga si Dionne kanina sa lunch, opposite sa unang pagkikita namin. "Thanks for being her angel that day," makahulugang sabi na lang nito.

Aguy, first time akong masabihang angel. Gusto kong humalakhak na parang demonyo, bwahahaha!

◇◇◇

Dionne was the reason I was late during Dean's very first assembly meeting with the team. Ito rin ang unang araw na nakilala ko siya ng personal. What a way to make an impression, huh? With a 30-minute break eh nagbanyo muna ako saglit sa coffee shop kung saan binilhan ko na rin ng kape ang buong team. Malay ko bang aabutin ako ng siyam-siyam.

On my way to the comfort room, nakasalubong ko ang mga babaing nakasimangot at nagrereklamo.

"Grabe ano ba yun, sobrang baho naman!"

"Oo nga, lipat tayo ng ibang shop."

True enough, nakakasuka ang amoy ng CR. Parang may namatay na bangkay. Pero dahil ihing-ihi na talaga ako ay tiniis ko ang amoy at pumasok sa bakanteng cubicle. Mapagkit ang amoy ng hangin, yung alam mong galing ang poo-poo sa tiyan na may sakit. Paglabas ko sa cubicle ay saktong papasok ang isang crew, napaatras din ito sa amoy.

"Uhm, i-out of order mo muna, ate... tapos later ka na maglinis..." *pagtapos na siya...* bulong ko sa crew habang tinuturo ang kabilang cubicle. Pakialamera talaga ako, noh?

Parang nagustuhan naman ng crew ang suggestion ko. Palabas na ako nang marinig ko ang mahinang paghikbi. *Billy, don't! May meeting ka pa.* Paalala ko sa aking sarili. "Hello...okay ka lang?" *Billy! Pakialamera ka talaga.* "You need any help?" Kinatok ko ang cubicle kung saan alam kong may tao. Walang sumagot. Fine, alis na ako kasi ang baho talaga. Tapos biglang lumakas ang hikbi. "I'll help you, tell me what you need?"

"W-water and soap...and...and..." ang hikbi ay naging malakas na palahaw

"Shhh...it's okay, I'm here. I'll help you." Sabi ko habang pigil ang paghinga.

"Clothes...I...I made a mess..." sabi ng babae in between sobbing.

"Alright, wait here. I'll be back okay."

"O-okay," humikbi siya, "please come back...please..."

I sense panic in her voice.

"I will, promise."

Nataranta akong nagpatulong sa crew tungkol sa tubig matapos akong bumili ng sabon, alcohol at disposable undies sa malapit na convenient store at kumuha ng extra clothes sa kotse ko. I don't know her size but it was an oversized pair of pants anyway. Sinamahan ko na rin ng blouse just in case. Palagi akong may extra clothes dahil nga balik-balikan ako sa Chase at Haven, and I need extra in case kailangan kong magpalit.

"Here's the thrash bag," tapos ay inabutan ko sya ng bucket of water to clean herself. Ewan pero hindi ko namalayang may meeting nga pala ako. Sa isang bigay ko ng bucket of water eh nabasa pa ang damit ko. Yun lang wala na akong extrang change of clothes. Bahala na.

"I'm clean," sabi sa saradong cubicle. Mukha nga kasi halos parang naligo siya. Medyo nawala na rin ang amoy sa banyo o baka dumikit na sa balat ko. Naglagay na lang ako ng alcohol sa katawan.

"Here's your clothes."

Bumukas ang pintuan at tumambad sa akin ang hubo't-hubad na babae. Napatungo ako. Wow! Super ganda ng katawan, pero di ko tiningnan ang mukha. Sa harapan ko siya nagbihis. Ako talaga ang nahiya.

"I have a meeting, will you be okay if I go?" Paalam ko.

"Please...don't leave me...plssss...let's go out together," parang batang pakiusap nito.

Okay, nahiya siguro siya. Buti na lang at hoodie ang nabigay ko sa kanyang blouse para maitago niya ang mukha niya kung nahihiya siya.

Nang makalabas kami sa coffee shop ay mabilis itong umalis matapos magpasalamat sa akin at ako naman ay dali-daling bumalik sa meeting namin nila Dean. Mukha akong kawawa, gulo ang buhok, basa ang damit, at amoy alcohol na may kahalong kape...at siguro eh tae. Haynaku! Buti na lang di ako natanggal sa trabaho.

Kaya naman ganun na lang ang tili ni Dionne nang makilala niya ako nang bisitahin niya si Dean. Small world talaga.

Akalain ko bang kapatid nito ang boss ko at kaya pala siya napadpad sa Strata ay para bisitahin sana si Dean na naging abala naman sa trabaho kaya hindi ito matawagan para hingan ng tulong. Sakto na ako pa talaga ang nakatagpo at tumulong kay Dionne.

"I know you!" Sigaw nito na ikinagulat ng lahat, lalo si Dean. Mabilis akong dinakma ni Dionne at pwersang isinama sa lunch nilang magkapatid. Dionne was relentless na pati si Dean ay namilit sa akin. Napatingin na lang ako kina Manang Melba at sa mga boys habang hatak-hatak ako ni Dionne palabas ng office.

"I owe you, Nakakahiya talaga..." bulong ni Dionne sa akin.

◇◇◇

Tawa ng tawa si Dean noong nasa restaurant na kami at sinabi ni Dionne ang nangyari. Lahat-lahat -- walang sugar coating na niregla lang siya or nagka-accident -- ay sinabi nito sa kapatid.

"It's the water. Galing ka kasi sa ibang bansa, dapat bottled water muna ang iinumin mo, siguro may nagserve sa iyo sa coffee shop ng tubig." Sabi ko na lang. Natutunan ko ito kay Mama Sol, palibhasa ay sanay itong mag-travel. Habang nag-a-adjust ang bacteria ng tiyan natin kapag nagtatravel tayo, we have to be careful in choosing our food, lalo ang tubig. Kung kaya na bottled water muna, yun muna ang inumin ilang araw matapos bumyahe.

"Exactly! You told me to wait. Kung pinaakyat mo na ako sa office mo eh di sana hindi ako nagpunta sa coffee shop na yun to wait for you. Tapos tawag ako ng tawag hindi ka naman sumasagot!" Inaway ni Dionne ang kapatid niya.

"I will deny that you're my sister kung nakita kita." Sabi ni Dean na tawa pa rin ng tawa..

"You're my friend now okay, please... I want to be your friend," parang batang naglambing si Dionne sabay hawak ng kamay ko. Ang lambing niya, grabe! Tapos ang ganda pa. Hala, natomboy na ata ako, sa isip-isip ko.

"Of course, aabusuhin ko ang friendship natin para bigyan ako ng favor ng boss ko," biro ko.

Natawa si Dean matapos sabihing wag ko syang tawaging boss, "Sorry, I'm not like that!"

"Yes you are! Sige, Billy, isumbong mo sa akin pag mean ang brother ko sa iyo ha."

Ako naman ang natawa. "Asahan mo!"

<><><>

Tuwang tuwa si Mama Sol nang dumating ako sa Haven ahead of schedule. I inspected the construction works and I was pleased that it was about 90% complete. Bilang bawi sa mga utang ko ay pumunta kami ni Mama Sol sa prayer mountain.

"I kept on thinking about Nhate a lot lately." Sabi ni mama Sol. We were just hanging outside the prayer cells. May magandang picnic area malapit dito na napapaligiran ng napakaraming puno at halamanan. Pwedeng basta sumalampak na lang sa damuhan at magmuni-muni sa ganda ng mga natural na gawa ng Diyos. Napakatahimik ng paligid, hindi maiwasang hindi ka makaramdam ng kapayapaan.

13

Live Life To The Fullest

"Life has no limitations, except the ones you make"

"What about?"

"Kung ano-ano. I prayed about it and I'm convinced that it has something to do with you."

"Ako? Bakit ako?" Medyo ninenerbyos naman ako sa mga litanya ni Mama Sol.

"I think that he's trying to tell me that I'm not taking good care of you."

"Ma...!" Protesta ko. She's talking nonsense and I want her to stop.

"Remember what he told you before he died?"

"He told me a lot of things, Ma." Kumunot ang noo ko, hindi ko talaga mapapatigil si Mama Sol, seryoso talaga itong sabihin ang saloobin nya. I hate that Mama Sol is remembering, it's too painful for her. Alam kong matagal na nyang tanggap ang pagkawala ni Nhate. But still...no one should ever underestimate the power of a mother's love, at ayokong masaktan sya kapag nagpatuloy sya sa pag-alala sa nakaraan. Ganoon kasi ako, para hindi ako masaktan ay pilit kong kinakalimutan ang mga bagay na lumipas na. Napahawak ako sa bracelet ko, pero agad ko ring inalis ang kamay ko dito.

"You know what I'm talking about." Ginamit ni Mama Sol ang tono nya na authoritative, yung sa isang nanay talaga na naiirita sa makulit na anak. Bumuntong hininga ako. Ayoko sanang gawin ito ngayon. This should be an unwinding day for the both of us. Dapat nagre-relax lang kami at hindi masyadong nagse-seryoso na gaya ngayon.

"He told me to live my life to the fullest." Sa wakas ay sinabi ko rin ang gustong marinig ni Mama Sol.

"Well?"

Napatingin ako kay Mama Sol, nagtataka.

"Well, what?"

"Are you?" Tanong ni Mama Sol na parang may sarili naman siyang sagot.

"I am!" Too defensive, Mama Sol can easily read into that.

Tinitigan nya ako. I know that she's scrutinizing me, measuring me, even. I feel uncomfortable.

"Ma, come on. I have my work, I have the Haven, if Nhate is here today, I know that he'll be proud of me." Too defensive, Billy...Tsk!

"I'm sure he will, but he will not be happy." Si Mama Sol naman ang bumuntong hininga "When was the last time you go out?"

"I am out, right now...with you!"

"Out on social events, out with your friends," paglilinaw nito. Oh...Oh...Hindi ko gusto ang pupuntahan ng usapang ito.

"Ma...I have a lot on my hands right now...Wala na akong panahon para sa ibang bagay pa."

"How long has it been? 9 years? 10 years? You're not getting any younger. I want to see you happy. I want to see you whole and complete."

"But I am complete and I am extremely happy."

"Iba pa rin yung may kasama ka sa buhay, hanggang pagtanda mo."

"Ma, di ba tinuturo natin sa mga babae sa Haven na hindi natin dapat iasa ang happiness natin sa katuwang sa buhay. Kaya ang mga babae napupunta sa maling lalaki dahil sa pressure eh," alam kong may punto ako. Hindi kumibo si Mama Sol, nakatingin lang sya sa akin habang patuloy na nananantya.

"Fine! Yun ay kung hindi natin hiningi kay God ang mapapangasawa mo. We can pray about it. Nung nagkasakit ka last year, abot-abot talaga ang dasal ko na sana eh...may makilala ka."

Natawa ako.

"Hala siya, Ma, dapat ang pinagdasal mo eh gumaling ako, bakit asawa."

"Eh, di ba sabi ng doktor na kapag nabuntis ka at nanganak eh pwedeng gumaling ang pcos mo."

Natahimik kami saglit.

"Really, Ma. Don't you think that maybe I'm one of those who are destined to be happy alone. It is Biblical right? May mga tao sa Bible na itinalaga ng Diyos na mamuhay mag-isa. Besides, I have my friends, my family, and I'm fulfilling my purpose. I'm serving others. I'm doing the things that I'm passionate about. Isn't that enough? Other people don't even have half of what I have right now." Mahabang sabi ko.

"Maniniwala akong siguro nga ay nakatakda kang mag-isa kung kahit papaano ay sinubukan mo. I'll pray for it while you exert an effort to meet someone. Yung kahit papaano ay nag-e-exert ka ng effort na mag-try. If at least you tried and found out for yourself na oo nga ano, you tried relationships, it didn't work out then maybe you have to be on your own. Yun, maniniwala pa ako. Pero ang problema, ni hindi mo nga magawang subukan. It's as if you embraced being on your own. It's like you're stuck and you just accepted being stuck."

Ako naman ang hindi makakibo. Keep quiet, Billy, quiet is nice, quiet is safe. "So what you're saying is at least I should try, right?" Hindi rin ako nakatiis, ako rin ang unang nagsalita.

"Yes!"

"Even if it would mean time away from Haven because apparently I'm allowed to have a social life."

Tumawa si Mama Sol. Alam nyang bina-blackmail ko sya.

"Kung ang kapalit noon ay makakakita ako ng lalaki sa buhay mo, ng apo in the future...heavens...Yes! I'll take it!"

"Ma...you're getting ahead of yourself. I will just try, alalahanin mo, I'm still on pills. Wala talagang gustong gawin ang matris ko," biro ko. Kahit naman hindi ako nagpi-pills nakakatamad din ang dating life. "Isa pa...may problema..."

"What?"

"Saan naman kaya ako makakapulot ng love life ko? Meron ba noon sa palengke na mabibili?" Biro ko.

"Sus, sumali ka na sa church gatherings for singles. For all you know, may mga lalaking gustong makilala ka pa kaso hindi ka nga nagpaparamdam na ready at available ka na to mingle with them. You're just too preoccupied with other things, kaya di mo sila mapansin."

"You're one bias woman."

"Of course not!"

"Fine, let's just pray about it okay. Wag nating pangunahan ang Diyos."

"Sige," buntong hininga ni Mama Sol, satisfied. Ngumiti kami sa isa't-isa, wala nang tension sa pagitan namin. Kuha ko naman kasi ang gustong sabihin ni Mama Sol. Mahal lang talaga ako nito at kapakanan ko pa rin ang iniisip nito. I just wish for her to stop worrying about me a lot. Masaya naman talaga ako. My life is running smoothly now. Alone but not lonely, I feel so loved. Bakit kailangang humanap pa ng lubak-lubak na daan kung makinis naman ang kalsada ng buhay ko sa ngayon, di ba?

"By the way...I love you," niyakap ko si Mama.

"As I love you." Ginantihan ko ang yakap ni Mama.

<><><>

Matapos naming mag-unwind at magrelease ng emotional baggage sa prayer mountain ay naglaan ako ng time para sa one on one session sa mga cases na hawak ko.

"Hey, you. Sabi ni Erika you're doing very well." Umpisa ko kay Sassy nang dumating ito para sa aming one–on-one session.

Isa si Erika sa humahalili sa akin para makipag-usap sa mga kasong hawak ko kapag wala ako. Bilang certified life coaches, we were trained to counsel women and youth as support for DSWD and PNP-VAWC unit, pero meron kaming mga volunteers na expert sa field of Psychology, kasama na si Cess dito. Bukod sa napakadalang, mahal pa sa Pilipinas ang professional fees ng mga psychiatrists at psychologists. Mabuti na lang talaga, marami pa ring may mabubuting puso na naghahandog ng librong serbisyo nila sa Haven.

Ngumiti ang kausap ko. Malaki talaga ang improvement ni Sassy. She's really turning out to be a pretty girl. Ilang panahon lang, at kapag naibalik nito ang tiwala nya sa kanyang sarili, ay tuluyan nang maglalaho ang bakas ng pangit nyang nakaraaan. Magaling na ang mga sugat nya, may konting peklat pero bukod doon ay hindi mo iisiping kelan lang ay duguan at lamog sa bugbog ang batang ito.

"Salamat sa lahat ng tulong nyo sa akin dito, ate..." may hiya pa rin sa tinig ni Sassy. She's wearing the new blouse that I gave her yesterday. Our session is gonna be difficult today. Ito na kasi yung bahagi kung saan kailangan naming pag-usapan si Dan. I need to make her feel at ease and ready for this. The topic might break her again.

I asked Cess if I should do it and she gave me a go.

"So naiisip mo pa yung bahay nyo sa Tandang Sora?" Kaswal na tanong ko.

"Paminsan-minsan po."

Tumango-tanong ako. "Isang araw gusto mong bumalik ulit?"

Hindi sya kumibo.

"Baka gusto mong makita ang mga dati mong kaibigan doon. Gusto mong makita ang mga kapatid ni Kakay? Balita ko ay nakatira ito sa isa sa kanilang malapit na kamag-anak at mabuti naman sila."

14

Friends And Coffee

"Make new friends, but keep the old. Those are silver, these are gold"

Lumikot ang mga mata ng kausap ko, halatang pigil ang gustong umagos na luha. Sa assessment namin, napamahal kay Sassy ang mga bata dahil ito lang ang nagpakita sa kanya ng totoong unconditional love. Kaya kahit anong hirap ng buhay nya sa piling ni Dan ay natiis nitong hindi umalis.

"Andoon din malamang si Dan...Baka gusto mong..." Maingat kong sinabi habang sa kung anong dahilan ay ang lakas ng kalabog ng dibdib ko. *Anong problema mo, Billy?*

Nakalaya na si Dan dahil wala naman si Sassy para magsampa ng seryosong kaso. Hindi ko naman mapayagang humarap si Sassy noong panahong mainit pa ang pangyayari. Naisip na lang namin na si Sassy na ang pagdesisyunin kung gusto nyang sampahan ng kaso si Dan kapag emotionally stable na sya at kaya na nyang harapin ito.

"Ayaw ko na sa kanya, ate." May determinasyon sa boses ni Sassy.

Ah, a good start. Sa isip-isip ko.

"Pwede ko bang malaman kung bakit?" I yanked my hand away from my bracelet when I became aware that I was gripping on it for a long time. Ang lalim at ang layo ng tinakbo ng utak ko.

My session with Sassy brought back some memories of my own. But I concentrated on Nhate more than anyone else. I had to. It's the only memories that I can afford to have. Otherwise... Dun ako biglang nagising sa matagal kong pagkakatulala. Doon ko rin napansing ang higpit ng hawak ko sa aking bracelet.

<><><>

Nanatili pa ako ng ilang araw sa Haven bago ako nagdesisyong umuwi ng condo. Kung hindi pa itinawag ni Melba sa akin na ipinadala na nya ang natapos na commercial video sa unit ko ay baka hindi pa ako lumuwas. Pagdating sa bahay ay agad kong inumpisahan ang trabahong dapat kong gawin. I spent the next days video editing the commercial.

In the middle of working on it, I became inspired that I decided to input my own ideas. Hindi ko alam kung may lakas ako ng loob na ipakita sa kanila ang ginawa ko pero hindi na iyun importante. I played with it and I had fun. Nang matapos ako ay saka ko lang inumpisahang gawin ang version na pinag-usapan namin.

Siguro sobra ang excitement ko kaya naman ang aga ko sa opisina para i-present ang ginawa kong animation kahit after lunch pa ang meeting namin. Syempre dun muna ako tumambay sa coffee shop habang pinapolish ko ng konte ang ipapasa kong presentation kay Dean.

"Sabi ko na nga ba ikaw ang nakita ko, eh!" Si Dionne ang umupo sa tabi ko.

"Hi," sinara ko ang laptop. Ibang-iba ang itsura ni Dionne ngayon. Ang ganda nito sa suot na summer dress at red flat shoes. Tinginan ang mga customers sa amin, mukha kasing celebrity itong casual na binuhay ang atmosphere ng lugar.

"This place brings bad memories to me. Can we go someplace else?" bulong niya.

"Sure, let me just get my coffee to go. May presentation rin ako sa kapatid mo." I was actually surprise na sinundan nya ako sa shop, considering ang nangyari sa kanya dito.

"Speaking of the devil. We talked a lot about you, you know," makahulugang sabi nito.

Ngumiti lang ako at tumango-tango.

Natawa si Dionne. "Aren't you curious?" tanong niya.

"About?" naglalakad na kami palabas ng coffee shop at nagdecide maupo sa lobby ng building kung saan tumatanggap ng bisita ang mga tenants.

"What my brother and I talked about you." Sabi ni Dionne, amused.

"If it's bad, ayoko na malaman baka ma-stress pa ako. If it's good, wag na rin kasi baka lumaki ang ulo ko," prinsipyo ko ito. The concept of forbidden fruit. If may information na hindi makakaganda sa mental health ko, wag ko na lang alamin.

"It's good, silly! I've never seen my brother talk a lot about someone. He finds you weird," si Dionne ang hindi makapigil magkwento.

Natawa ako. I'm proud to be weird and a fluke, at sinabi naman ni Dean sa akin na yun rin ang impression niya. Siya at marami pang iba. "In a good way or in a bad way?" I actually don't care, kelan pa ako nag-care sa iisipin sa akin ng ibang tao. I work for the audience of One now, hindi para kay Dean o sa ibang tao. Ang gusto ko lang ay i-please si God sa paraang kaya ko.

"In a good way. I feel like he trusts you and is more comfortable with you kasi hindi ka kagaya ng ibang babaeng nameet nya na may hidden agenda. He finds you genuine and I do too."

"Oh, thanks," hindi ako sanay sa compliment, nahiya ako bigla. "I find your brother brilliant. Sobrang dami kong natututunan sa kanya."

"Maybe you should date him." Prankang sabi ni Dionne.

Muntik ko nang maidura ang kapeng iniinom ko. "Akala ko kaya comfortable sa akin ang kapatid mo dahil wala akong hidden agenda sa kanya? Let's not jinx it so I better stay weird." Sabi ko na lang.

"Wow! You really are something. I wish I can be like you, confident sa sarili at sure sa gusto at ayaw nya." Biglang may lungkot sa boses ni Dionne.

"What are you talking about? Nakita mo ba how people look at you?" Sa ganda at empowered na aura ni Dionne, mas affected ako pag nakikita ko siya kesa pag nakikita ko si Dean. Alam mo yung... nakaka-insecure din, at gusto mong kuminis din yung skin mo na gaya ng sa kanya. *Hoy, kala ko ba proud ka na morena ka!* Saway ko sa sarili ko.

"Iba yung hinahangaan ng marami sa minamahal ng totoo," sumeryoso ito.

Natigilan akong humigop ng kape. I kinda understand where she's coming from. Alam ko na may Greek mythology tungkol sa babaeng sobrang ganda pero bawal mahalin ng kahit sinong lalaki dahil kinainggitan ito ng ibang gods. Si Dionne talaga yung babaing kakainggitan ng kahit sino. Kung hindi ko lang alam na hindi nasusukat sa panlabas na itsura ang tiwala ko sa sarili, maging ako ay maiinggit ng husto kay Dionne.

"Anyway, back to my brother..." tumingin sya sa akin, makahulugan. Wala naman akong reaction habang iniinom ang aking daily dose of caffeine hit. "So?" tanong niya.

"I'm sorry. So... what?" Hindi ko narinig na may sinabi siya.

"Wala kang itatanong tungkol sa kapatid ko?"

Umiling ako. Wala. Akala ko siya ang may sasabihin.

"Are you for real? I remember yung iba kong friends, kaya ako kinakaibigan dahil gustong malaman ang tungkol kay Dean. Samantalang ikaw... ako na ang nag-o-offer ng info. wala kang interest," nakataas ang kilay nito na parang may ginawa akong dapat niyang ikagulat.

"Uhm, if I want information about your brother. I'll ask him directly, kasi boss ko siya remember?"

"Grabe ka! Para kang si Jerry," sabi nito na hindi makapaniwala.

"Jerry...?"

"Yes, my fiance." Dionne beamed.

"Oh, wow! congrats!" Sorry na lang sa mga boys sa office, taken na pala si Dionne. Ayaw akong tantanan ng mga ito sa pangungulit kung bakit kami naging magkaibigan. Hindi ko naman ma-explain sa kanila ang tungkol sa poop incident.

"Oh crap, no! Wag mong sasabihin kay Dean, please. Hindi pa nya alam," nataranta ito at biglang tumaas ang boses.

I motioned, zipping my lips. "You're secret is safe with me," *basta wag lang akong utusang magsinungaling.* Sa isip-isip ko. "So, tell me about him."

"Well, my brother likes…"

"No. I don't care about your brother. Tell me more about your fiance," putol ko sa sasabihin ni Dionne.

Nanlaki ang mga mata niya sa gulat. "Really? You want to know more about my Jerry than my brother?" she blinked twice, takang-taka.

I rolled my eyes, pretending to be annoyed. "Spill it, girl. Obvious naman na gusto mong magkwento about your fiance. We're alike…dahil…?"

"Ayaw niya rin sa akin so I pursued him. It's weird to me na ayaw sa akin ng lalaki. I hate and love it at the same time."

May something kay Dionne, pero hindi ko pa maanalyze sa ngayon. *Hey! Stop psychoanalyzing her, hindi siya taga Haven.*

"I mean… sounds mayabang, noh… pero ang weird lang. nakaka-insecure bigla." Patuloy ni Dionne.

Hindi, sa isip-isip ko. It's not narcissism lalo at admittedly meron itong insecurities. Sa gandang ito ha, nakuha pang ma-insecure kapag hindi siya nagustuhan ng lahat. I'm psychoanalyzing her, ugh!

"So yun, I pursued him relentlessly, and naging akin sya. At ngayon, he'll be my husband." The goddess in front me beamed.

"Good for you. Pero maganda rin kung sasabihin mo sa kapatid mo kasi your-husband-to-be will be in a bad light with your brother kapag hindi niya alam ang tungkol sa plans nyo," *hay naku! Nangialam na naman ako. Kainis!*

"I know…" nalungkot ito tapos ay biglang sumaya ulit, "Di bale, soon… sasabihin ko rin sa kanya. Tapos sana makilala mo rin si Jerry."

"I'm looking forward to it."

Biglang tumunog ang phone ko.

"Nakupo! Your brother, hindi ko napansin ang oras," nataranta akong inubos ang kape.

"Here, give me that!" inagaw nito ang phone at siya ang sumagot ng tawag ni Dean, "Yes... sir?" malokong sabi nito sabay ipinaliwanag kung nasaan ako. "Wag kang magalit kay Billy. It's my fault kasi I kept her preoccupied. Yes, yes paakyat na kami."

"Thanks!" Yun lang at agad ko nang inayos ang mga gamit ko.

"I love talking to you. Let's do this again sometime kapag hindi ka na busy or have lunch with us again," pahabol na sabi pa nito. Tumango lang ako at sabay na kaming naglakad papuntang elevator.

"Billy," hinawakan ni Dionne ang braso ko nang sakay na kami sa elevator. "I'm like my brother..." Kumunot ang noo ko. "Malakas ang appeal sa amin ng mga taong pakiramdam namin ay ayaw sa amin. Also, if we pursue someone...we're relentless coz we don't take no for an answer. I'm just saying para prepared ka." seryosong sabi ni Dionne.

Natawa ako. "Don't worry, hindi ko ayaw ang kapatid mo. He's cool."

Nanlaki ang mga mata niya. "You mean, you like him...like him?"

I rolled my eyes. "Not like that. No. Still, no worries...I'm one of the boys," a fluke, gusto kong idagdag.

Tumitig siya sa akin, makahulugan. "We'll see..." Noon bumukas ang elevator door. I couldn't figure out the sound of Dionne's last sentence. Was she teasing or threatening me? I don't know.

Hangos ako sa conference room matapos pumasok ni Dionne sa office ni Dean para maghintay doon. Ayun nga, andun na silang lahat.

"S-sorry," mabilis kong inayos ang laptop ko para ikabit sa projector.

"It's okay. Billy ran an errand for me kaya siya na-late," paliwanag ni Dean sa grupo. Sinabi kasi nito noon na kapag nalate ang sinuman sa meeting ay aalisin niya sa team. Nakita kong nakahinga ng maluwag si Manang Melba, natakot ito para sa akin. Pinatay na ni boss Chics ang ilaw at ready na kaming manood ng ginawa kong editing sa video ng commercial tungkol sa sikat na gatas.

15

The Rebel

"Everyone has that something from within waiting for unleashing"

Ang gatas ay sikat lalo't para ito sa mga batang edad isa pataas. Pero ang gatas na para sa pre-schoolers ang ginawan namin ng ads. Nag-umpisa ang kwento sa nanay na nakikipag-usap sa telepono. Kausap nito ang kanyang asawang OFW. Sa kanyang kandungan ay nakaupo ang apat na taon nyang anak na lalaki hawak ang isang tracing and coloring book. Isang particular na hugis ang pinagtutuunan ng pansin ng mag-ina, ang hugis ng puso. Habang kausap ng ina ang kanyang asawa ay sinusundan naman ng daliri nito ang hugis ng puso na nasa libro. Sa tuwing ginagawa ito ng ina ay ginagaya naman ito ng kanyang anak. Humuhugis rin ito ng puso sa lamesa gamit ang kanyang daliri. Nang magpaalaman na ang mag-asawa ay nasambit pa ng ina ng bata ang salitang "I love you" kasabay ang patuloy nitong paghugis ng puso gamit ang kanyang daliri.

Pagkababa ng telepono ay umalis ang bata mula sa kandungan ng kanyang ina. Pumunta ito sa kanilang dining table para abutin ang kanyang walang lamang tasa. Sa tabi ng tasa ay ang malaking lata ng gatas. Tiningnan nya at inalog ang tasa, nang masigurong walang laman ito ay agad na tumingin ang bata sa kanyang mommy. Nakita ng bata na nakatingin ito sa larawan ng kanyang daddy. Lumapit ang bata sa kanyang ina, dala ang kanyang tasang walang laman. Pero bago pa naiabot ng bata sa kanyang mommy ang tasa nya para magpatimpla ng gatas dito ay nakita nitong lumuluha ang kanyang mommy.

Doon magsisimula ang pagtatrabaho ko. Sasaluhin ng anak ang mga luha sa mata ng kanyang mommy pagkatapos ay ihuhugis nya ito sa korteng puso, saka nya hahalikan ang kanyang mommy sa pisngi. Dito sasaya ang mommy nya at saka sya ititimpla ng gatas nito. Tapos ay tutugtog ang theme song habang nilalaro na muli ng kanyang mommy ang bata. Masayang-masaya naman ang bata habang iniinom ang gatas na tinimpla ng kanyang mommy.

Sa commercial walang masyadong luha, ako ang gagawa ng maraming luha gamit ang aking animation programming skills. Yung sinalo ng bata na tubig ng luha ay ako rin ang gagawa, pati ang paghuhugis ng bata sa puso gamit ang mga luha ng mommy nito. Sobrang bata pa kasi ng modelo na kinuha nila. Mahirap para dito ang sundan ng eksaktong-eksakto ang gustong mangyari ni Dean sa story board. Ako ang gagawa ng mga bagay na iyun para sa batang modelo.

I gasped when I saw the commercial, it was my version. I played the wrong video. "Oh no! I'm sorry, that's not the right one. I can fix it. It's here, I'm just playing around with it. Don't worry I didn't mess it up..." natataranta akong tumayo para palitan ng tamang bersyon ang maling video na pinapanood nila.

"Shhh...!" hinawakan ni Dean ang braso ko at pilit akong pinaupo nito habang tuloy silang lahat sa panonood ng video. Ang higpit ng hawak ni Dean sa akin na para bang tatakasan ko siya.

Wala akong nagawa kundi ang manahimik. Inis na inis ako sa sarili ko at hiyang-hiya. Syempre mahirap makialam sa vision ng ibang artist. Tinitingnan ko si Mike at Martin, nahihiyang natapakan ko ang trabaho nila. Matamang pinapanood lang ng mga ito ang palabas sa LCD projector screen.

I looked at the version of my commercial, horrified. I sat there hopeless, habang hindi pa rin binibitiwan ni Dean ang braso ko.

Sa bersyon ko kasi, ang luhang pumatak sa kamay ng bata ay nabuo sa maliliit na butil ng kumikinang na diamante. Dahil dito ay mas madali at makatotohanan para sa bata ang gamitin ang mga butil para gumawa ng hugis puso. Ang ginawa pa ng bata ay ipinatong ang mga butil sa hugis pusong nakasulat na sa kanyang libro kesa ang gumawa ng bagong hugis. Parang imposible kasi sa batang ganoong edad ang gumawa ng sarili nyang hugis, at puso pa.

Nang mabuo ng mga diamante ang korteng puso, ay kuminang ito ng sabay-sabay. Nang makita ito ng kanyang mommy ay napangiti ito. Pagkatapos ay hinalikan ng bata ang kanyang mommy at sinabi nitong "I love you, mom." I dubbed a child voice from my computer and animated the child's lips to form the words. Wala kasi ang bahaging ito sa commercial na ginawa nila.

Nang matapos ang palabas ay agad kong inalis ang kamay ni Dean sa braso ko at mabilis na tumayo para buksan ang ilaw. Gusto kong magpaliwanag sa kanila. Pero bago pa ako magbukas ng bibig ay sila-sila ang biglang nag-usap.

"Gusto ko sya," sabi ni Martin na tatango-tango

"Sa akin okay lang, ang ganda," sabi ni Mike na nag-thumbs up sa akin.

"Astig ng animation mo, Billy," si Carl ay kay Dean nakatingin, waiting for his reaction. Nakita ko naman si Melba na tila nagpapahid ng luha.

"Let me show you the real version now," kabado kong sabi, sabay hanap ng file ko sa laptop.

"No." Mariing sabi ni Dean. Napatingin ako sa kanya, tinatantya kung galit ba sya sa pakiki-alam ko.

"It was stupid really, I was just playing around. Please, let me play the real version," pakiusap ko.

"But I like this one." Si Dean ulit.

"Love it!" Sabi ni Mike.

"Ito na ang ipasa natin, boss." Suhestyon ni boss Chics.

Gusto kong lumubog sa hiya. Hindi ko naman talaga trabaho ang paki-alaman ang creative na bahagi ng storyline ng commercial. Ewan ko ba kung bakit naging atrimitida ako. Nakaka-guilty tuloy. Pero sa kailaliman ng puso ko ay ramdam ko ang saya. I'm proud of this work, kahit balak ko lang sanang itago ito sa baul. Natutuwa ako na nagustuhan nila ang gawa ko. I felt proud and fulfilled.

Nagkasundo ang lahat na ang bersyon ko na ang ipapasa ni Dean sa kliyente. Hindi na nila tiningnan ang isa ko pang ginawa para wala na silang maging comparison pa.

<><><>

"You did well, kid!" tinapik ako ni boss Chics sa balikat habang inaayos ko ang laptop ko para iligpit na ang AVP set-up.

"Salamat. syempre, ikaw ang mentor ko eh," ewan pero ang saya ko talaga. Nagpameryenda tuloy si Dean sa grupo kaya ang sarap ng ending ng meeting namin.

"Asan si boss?" tanong ni Melba habang kumakain ng pizza.

"Sa office nya may kausap sa phone, binebenta na ang ginawa natin. Hoo! Sana bonus ito," sabi ni Mike na nag-suggest pa kay Dean na samahan ng beer ang pizza.

"Tsaka andun si beautiful sister, hinatiran ko rin ng pizza," komento naman ni Carl.

Hindi pa rin mawala ang ngiti ko habang inaayos ko ang conference room para alisin na ang mga presentation gadgets namin habang nilabas naman ng iba ang basurang pinagkainan namin.

<><><>

"Billy." Si Dean ang natingalaan ko, nakaupo ako sa ilalim ng lamesa para mag-ayos ng mga wirings. "They love it!"

"Yes!" tumayo ako at tumingala sa langit para mag-breath-prayer. Yung dasal na sing-ikli ng hininga.

"You're amazing," sabi ni Dean na sumandal sa conference table habang pinapanood akong magligpit ng mga gamit.

"Thank you, you're a great boss. A pusher actually," hindi ako sanay sa compliment, kailangan ko agad ibalik ito para hindi sa akin ma-focus ang attention ng lahat. Although dalawa lang naman kami ni Dean sa conference room habang abala na ang iba sa pag-intindi kay Dionne na nakisali na rin sa aming mini-celebration.

Natawa siya "You make me sound like a drug lord."

Nakitawa na rin ako. "Better than a slave driver," *which describes you*, gusto kong idugtong.

"Hmmm, slave driver ba? Alright then, you have to be here next week. We have a new client."

I winced, kunwari eh nagrereklamo ako. Sabay ngiti ulit, "Okie..."

"Keep it up! I'm beginning to like you, Billy. I mean...your rebellious spirit," nautal siya pero I understand him fully. I'm not the type na magbibigay ng underlying tone or color sa sinabi niya.

"So, sa next commercial, pwede ulit akong mag play around?" tanong ko. Na-enjoy ko rin kasi ang trabaho kaya kahit puyatan eh hindi stressful sa akin.

"Do as you please, I trust you."

I blinked twice, naalala ko ang sinabi ni Dionne sa akin.

"Thank you. I will never break your trust," ewan pero sa huling sinabi niya eh na-touch ako. He trusts me because hindi object ang tingin ko sa kanya at wala akong hidden agenda. Bukod doon, he trusts me because of my work ethics and I'm proud of that. I like the way our relationship is developing.

16

Brotherly Love

"Siblings - Not always eye to eye but always heart to heart"

Akmang lalapit si Dean para tulungan akong buhatin ang projector after nitong lumamig at ilalagay ko na sa cabinet, pero I didn't give him an opportunity to get near me. I don't want to send signal that can be misunderstood by others na nasa labas ng conference room at nakikita kaming nag-uusap through the glass wall. Mahirap na masabihang binibigyan ako ng pabor ng boss ko or kung anumang kulay na posibleng maging malisya sa iba. Mabuti na ang maging maingat.

Lying on my bed that night, I can still feel the warmth of positive remarks from everyone. Unconsciously ay napahawak ako sa bahagi ng braso kong hinawakan ni Dean kanina sa meeting para pigilan akong ipakita ang isa pang version ng video. Naalala ko ang init ng palad niyang matagal na nakadampi sa aking balat. Oi! Saway ko sa aking sarili dahil bigla akong nagbigay ng malisya sa ginawa niya. You promise not to put malice in anything a man does to you. Kaya nga naka-survive ka sa Chase na puro lalaki ang katrabaho, di ba? Para naman akong natauhan. Tama, flaterring lang ang mga kwento ni Dionne kanina at ang tugmang pakikitungo sa akin ng kapatid nya. Dean likes me for my brain and work ethics, nothing more, nothing less. Do you like him? Napahawak ako sa bracelet ko. No. Never. At totoo yun sa kaibuturan ng aking pagkatao.

<><><>

Ang mga sumunod na araw ay sobrang pagod, pero masaya. Hindi lang nagustuhan ng client ang commercial namin, gusto agad may follow up ito at gawing series of stories about OFW families na pinaghihiwalay ng sitwasyon at pagkakataon.

Kumakanta pa ako habang nagba-backing sa aking basement parking nang biglang malakas na kalabog sa kotse ko ang nagpagulantang sa akin.

Oh no! May nasagasaan ako? Lord, please no... please...I don't want to hurt anyone, nangatog ang kalamnan ko.

"Tulong! Please...Tulong!"

Nanlaki ang mga mata ko. Si Trish ang kumakalampag sa bintana ng passenger side ng kotse ko. Agad kong binuksan ang lock ng kotse. Nakita kong duguan ito, shocks! Siya ang nasagasaan ko.

"Drive! Please drive! Now!" Sigaw nito na naghihisterya. Noon ko napansin na nasa labas si Mayor Rolly at patakbo sa amin. Nilock ko agad ang pinto at nag-reverse para maka-drive paikot sa exit ng basement. Narinig ko pa ang pagpalo ng lalaki sa tagiliran ng bumper ko bago kami humarurot ng takbo.

<><><>

Glancing over where Trish is sleeping as I drive, hilo pa rin ako kung paano ako napasok sa sitwasyong may kinalaman siya. My day started well and I'm expecting that it will end peacefully over a nice warm bath and a long undisturbed sleep, bago ako umakyat ng Antipolo.

In fact, habang pauwi ay hindi pa rin maalis ang isip ko sa saya ko sa trabaho. Ewan, gusto ko yung ang dami kong natututunang bago tapos binibigyan ako ng kalayaang ilabas ang creative side ko. Hindi ko rin makalimutan ang naging usapan namin ni Dean kanina matapos nitong malamang nag-lunch date kami ng kapatid niya.

<><><>

"So, how's lunch?"

May dala akong maliit na notepad para sa meeting namin, akala ko naman ay kung ano na at ipinatawag ako nito sa opisina niya. Nang mapansin kong chilax ang pagkaka-upo nito sa swivel chair ay natunugan ko nang gusto lang ni Dean ng casual conversation. Ugh! Umay. I want to work! Mataas pa ang adrenalin ko sa trabaho. Teach me more, challenge me more, boss... gusto kong sabihin.

"I'm sure your sister will tell you all about it," sabi ko na lang sa boss ko, determined not be a snitch. Ang totoo, tungkol naman sa fiance ni Dionne ang pinag-usapan namin.

"For sure," sabi nito na parang wala sa sarili.

"C-can...can I ask you a personal question?" Nakita kong nanigas ang panga ni Dean at bigla siyang umayos ng upo, hindi sya komportable sa tahasang pagtatanong ko. "Anyway, never mind. Forget about it."

Nagpalatak ito. "Ask away." Naging bossy sya ulit, basa ko ang tension sa katawan nya. Nagtaka ako, bakit sobrang defensive naman eh hindi pa niya alam kung anong itatanong ko?

"You're always...para kang laging nag-aalala kay Dionne. I mean, you're protective of her which is natural but...it's like ...I don't know, a little too anxious." Ugh, stop psychoanalyzing people, Billy! Sorry naman.

Matagal syang napatitig sa akin bago ko napansing unti-unti siyang na-relax.

"She's...vulnerable. People tend to use her and she doesn't mind it. She likes the attention."

Tumango-tango ako. "Hindi naman kasi maiiwasan. Her mere presence is a walking attention talaga," inayos ko na ang notepad ko at naghanda nang umalis.

"Kaso madalas she gravitates to the wrong people. Kaya iniingatan ko sya sa mga taong nagiging kaibigan nya," hindi pa pala tapos si Dean.

"Oh..." napahawak ako sa dibdib ko nang hindi sinasadya.

"I-I didn't mean...you. You're not...paano ko ba papaliwanag? Hindi ka nya type maging kaibigan, kaya nagulat ako na...na gusto ka nya."

Natawa ako. Nakita ko kasing ingat na ingat si Dean na saktan ako. "It's a weird way of trying to make me feel better by insulting me further. First, I feel like wala kang tiwala dahil naging magkakilala kami ni Dionne, tapos yun pala hindi nya ako type maging kaibigan." I don't care, though. Kung totoo, hindi dapat ako masaktan. Nakakapagtaka lang na hindi ko napansing hindi genuine si Dionne sa akin, mali na ata akong bumasa ng tao.

"Sorry...Let's start over. You're way above her league. Ikaw yung tipo ng babaing hindi niya gustong maging kaibigan dahil mai-insecure sya sa iyo."

Ah, ito lokohan na, sa isip-isip ko habang nakakunot ang noo. "Ha? Mas lalo kitang hindi maintindihan."

Sinabi na ni Dionne na may insecurity sya. I'm also reading something about her na hindi ko pa ma-pinpoint sa ngayon, pero I missed the part na *I'm way over her league.* Saan galing yun?

"Nakita mo ba ang sarili mo sa salamin?" titig na titig sa akin si Dean. It was a weird stare na pag-iisipan ko ng iba't-ibang meaning. May punchline bang kasunod ang tanong na ito?

Natawa ako, nervously. "Oo naman." Anong punto kaya ng mokong na ito? Ang asarin ako? Gusto kong matawa ng malakas.

"Then you know that you're...pretty, right?"

"Of course, salamat! Alam ko naman yun," kunwari ay nagflip ako ng hair pero nagpapatawa lang. I really don't like compliment, hindi na ito ang love language ko tapos ang seryoso bigla ni boss. Aguy!

"See, that's it! You're not like the others na...I complimented you and you didn't even interpret it as a flirtation on my part. My sister doesn't like such confidence in a woman, so she gravitates to befriend someone na mas angat sya sa lahat ng bagay."

Noon ako sumeryoso. I know the type of people Dean is talking about. Ganoon pala si Dionne...hmmm. Na-curious tuloy ako to know her more and see for myself if tama nga ang assessment ni Dean sa kapatid niya.

"In case hindi mo alam, your sister is drop-dead gorgeous and has an oozing confidence na kagaya ng sa isang supermodel. Kahit saang anggulo tingnan, angat naman siya hindi lang sa akin kundi sa karamihan ng mga babae sa buong mundo. Yet, friendship - real ones - goes deeper than sino ang mas mataas kanino. Maybe she gravitates toward me because of that, huh?" sumeryoso na rin ako.

"No, Billy. You don't understand. You found her, remember? Kung hindi nangyari ang aksidente niya sa banyo, there's no way na maging malapit siya sa iyo kahit magkakilala pa kayo through me."

Natahimik ako. When he puts it that way... "I still don't understand bakit ka masyadong worried sa kanya. If she's befriending someone inferior, your sister cannot be easily manipulated somehow, right? In fact, she's getting something in return - like you said - attention." I may not agree with the way Dionne chooses her friends pero it's a free country, she can do what she thinks is best for her.

"Yup, but they will never stick around to help her like what you have done for her that time. She's very fragile, and problems overwhelm her a lot. Sa tuwing nangyayari yun...nawawala lahat ng confidence nya sa sarili. Kung hindi ka dumating...she would freeze in there and I...I...wasn't there..." he sounded so helpless na ako ang nagworry sa kanya. Gusto niyang sisihin ang sarili sa nangyari kay Dionne dahil hindi niya nasagot ang phone. Akala ko hindi big deal ang nangyari dahil ang saya pa namin nung unang nag-lunch at binibiro pa niya palagi si Dionne tungkol doon.

"You're a good brother. Now I understand kung bakit ka overprotective kay Dionne." Ngumiti ako sa kanya.

So si Dionne pala yung tipo ng taong instead na fight or flight ang immediate response sa problema, nagiging catatonic pala ito at nagpi-freeze in the middle of a panic attack. Nakita ko nga ito first hand. Para rin itong bumabalik sa pagkabata, gaya nang lumabas ito sa banyo na hubo't-hubad at tila hindi alam ang susunod na gagawin. Hmmm... naging interesante ako kay Dionne. Uy! Wag ganun, hindi sya kaso na dapat mong i-analyze. She's a friend. Saway ko sa sarili ko.

Dean and I shared a comfortable silence.

"You surprised me again during your presentation." Binasag ni Dean ang katahimikan. Mas nakaagaw ng pansin sa akin ang sinabi nyang "again" kesa sa "surprised"

"Really? Don't worry it's unintentional," pinagaan ko ang tono ko, para balik ulit kami sa casual na kwentuhan.

"I know...you're not the type," napangiti siya at saka inayos ang pagkaka-upo, bumalik na ang atensyon nito sa computer.

"Yup! I'm the weird one who doesn't get easily distracted because I don't drool over, remember?" Biro ko sa kanya.

"Exactly!" Natawa siya ng malakas, not really looking at me.

Akala ko ay magsisisi ako sa panunukso kay Dean pero hindi naman nangyari iyun. I actually feel at ease around him. Lalo at alam kong may leverage ako over the others. I'm one of the boys and he likes me that way.

"So, how did I surprise you?" Hindi ko na natiis ang hindi magtanong. Syempre tungkol sa presentation ko iyun. Work discussion na kami, yay!

"Your presentation was edgy. Usually you will just do as you're told." Work mode na nga ulit si Dean.

"I know, right?" Bumuntong hininga ako, masunurin naman talaga ako. Kahit noon pa, wala sa nature ko ang maging rebelde... well except nung... basta! Hindi ako mapakali kapag sumusuway ako sa mga batas o utos sa akin. "It was an accident. Had you given me a chance, I would have shown you my obedient version." Dugtong ko pa.

"I like the disobedient and rebellious version better..." tumawa ito na parang naaaliw. "Malamang na hindi lang ito ang unang pagkakataong sinuway mo ang utos ko ano?" Tumingin siya sa akin.

17

A Playful Banter

"Don't play with fire if you can't handle the flame"

Alam ko ang ibig niyang tukuyin, maraming beses akong gumawa ng sarili kong version ng commercial, hindi ko lang talaga ipinapakita sa kanila. Ang nangyari kanina ay aksidente lang talaga. Tumango ako, bakit ko pa ipagkakaila?

"Will I be able to see them?"

Umiling ako sa pagkakataong ito, pero nangingiti pa rin.

"I knew it! Tingnan mo nga naman, underneath it all, risk taker ka pala. At least you know how to play with the emotions of the viewing public..."

"Underneath it all?" putol ko sa kanya.

"I mean...well...for someone who is so in control of her emotion...it's surprising to see a playful edge in your work."

"Teka muna. The way you say it parang robot naman ako o psychopath na walang emotions. Hindi naman ako ganun," kung alam lang ni Dean ang luha kong inilalabas para sa ibang tao. Grabe tong mama na ito ah, ginagamitan ako ng psychoanalysis, akala niya ata...haha! Wag ako, noh! Admittedly, I'm a nut case, pero hindi naman yung walang emotion talaga. "You might be reading too much into the fact that I didn't drool over anything. I'm not the robot that you think I am." Ginamit ko ang salita ni Manang Melba.

Kung naisip ni Manang Melba ito tungkol sa akin, malamang na ang iba ko ring kasamahan ay ganoon ang tingin sa akin. Naramdaman kong tumugma ang sinabi ko sa nasa isip ni Dean, naging diskomportable kasi sya sa kanyang pagkaka-upo. Hindi rin agad ito nakakibo. Pilit kong pinigil ang matawa. Nakakatuwa kasing isiping ang lalaking kagaya ni Dean na malaki ang tiwala sa sarili ay napatahimik ko. Kumabig naman agad ako sa kanya.

"Come on! You're really good looking...Do you want me to hyperventilate right now, my handsome bossing? Oo, sinabi sa akin ni Dionne ang pinag-usapan nyo tungkol sa akin." Biro ko.

Natawa sya. I know that the ice has already been broken between us. In a way, isa na rin itong kaibigan bukod sa katrabaho.

"I'm sorry... hindi lang ako sanay makipag-usap sa babaing..."

"Walang masamang motibo sa iyo? Treat me differently, mister. I'm a gentlewoman, your virtue is safe with me." Nagtaas pa ako ng kanang kamay.

"You're funny." napahalakhak ulit siya.

"Thanks...I got that a lot. Seriously though, don't mind me, okay? I'm sure you will have a lot of people drooling over you. One fluke of a person will not ruin your world record."

"Kaso minsan that one person may matter," tumawa ulit sya.

I squinted my eyes at him, measuring if he is flattering me or just testing me again. He sounded like he was flirting, tama si Dionne, na-cha-challenge si Dean. Hinahamon ako ni bossing, akala nya ata hindi ako marunong sa art of flirting ha, teka muna...

"Boss, phone call. Galing sa heaven," katok ni Manang Melba ang nagpahinto sa aming kwentuhan. Hay salamat makakauwi na ako. Pag ganitong pinapatawag sa itaas si boss, eh hindi na nun mapapansin na nagsi-uwian na kami.

<><><>

At sa pag-uwi kong iyon, ang duguang si Trish ang sumalubong sa akin. Muntik ko nang masagasaan si Mayor Rolly habang hinahabol kami nito. Iyak lang ng iyak si Trish, hindi ko alam kung gaano kagrabe ang tinamo nyang bugbog. Nagpapasalamat ako na hindi ko siya nasagasaan pero hindi ko rin gusto ang kalagayan niya.

"Saglit lang, Trish, dadalhin kita sa hospital."

"No! Please, take me anywhere wag lang sa...ang media...hindi pwede...Please help me, please!" hagulgol sya habang sobra ang pagpapanic.

"Alright, I'll take you somewhere else. Calm down."

Nakatulog na ito habang bumabyahe kami papuntang Eve's Haven. Pagdating doon ay dinala ko siya sa bagong wing na pinagawa namin para hindi muna siya makita ng ibang survivors.

Pinagtulungan namin siyang gamutin ni Mama Sol at saka binigyan ito ni Cess ng pampakalma para makatulog na rin. Mabuti na lang at wala akong trabaho, pwede akong magtagal sa haven para tulungan si Trish lalo sa counselling nya.

◇◇◇

"You want me to call anyone? Baka may nag-aalala sa iyo," sabi ko nang bisitahin ko sya sa maliit nyang silid ilang araw ang nakalipas. Magaling na ang sugat nya. Hindi naman grabe, duguang nguso lang at pasa sa pisngi. Malamang nasampal ito ng malakas ni Mayor Rolly. Konting galos sa katawan at mga pasa sa kalamnan ang unti-unti naming pinaghihilom pa.

"May news ba about me?" nag-aalalang tanong nito, habang nakasandal sa headboard ng kama.

For the past two days, wala pa naman. Umiling ako.

"Then, dito muna ako. I'm supposed to be on vacation with my bab…him, so walang maghahanap sa akin."

"You can stay for as long as you want," pinaliwanag ko na sa kanya kung ano ang Haven at ano ang trabaho ko dito.

"It's y-your fault," sabi ni Trish.

Nagulat ako. Ako? Bakit ako? Napaupo ako sa tabi niya mula sa pag-aayos ng mga gamot na ginamit namin para linisin ang sugat niya.

"You said… the last time I met you…sa elevator…remember? What you said..made me think that I can do this. I said..makikipaghiwalay na ako and then he….he…" umiyak sya.

Ah, kaya pala. "I'm not sorry, then. I think you did the right thing."

"And look what happened to me!" Ang lakas ng sigaw nya, buti na lang at malayo kami sa kwarto ng iba.

"If you stay, mas worse ang mangyayari sa iyo. For now, they're bruises and cuts. Sa susunod, ano na?" I toughen my voice too.

Sanay na ako sa roller coaster emotions ng mga biktima ng violence and crime.

"Now, I'm no one! I'm nothing!" tinakpan niya ang maganda niyang mukha. Para itong batang nagta-tantrum.

"No!" Sumigaw ako. Nagulat sya, may post traumatic stress disorder na si Trish, takot sa mataas na boses. "You're not a thing! Kaya ka ginagamit ng iba na parang bagay na madaling itapon pagkatapos makuha, dahil ikaw mismo ang nag-objectify sa sarili mo!" Galit na talaga ako.

Naflinch sya, ibig sabihin ay nakaka penetrate ako. Hindi na si Trish yung makukuha sa malambing na usapan, sanay na siyang masindak kahit ayaw ito ng sistema ng katawan niya.

"Di ba galing ka sa mayamang pamilya? Tinitingala ang pangalan ninyo. Bago ka pa maging showbiz personality your parents were heroes of this country," Galing sa political clan si Trish. "May dugo kang bayani, pagkatapos isang lalaki lang ang magrereduce sa iyo bilang what? Sex toy? Crap! Hindi si Mayor Rolly ang greatest enemy mo kundi yang demon sa loob mo na nagsasabi sa iyong you are nothing!" Sorry, but I can be harsh, lalo kapag kailangan. Naalala ko nung ako ang nasa sitwasyon ni Trish at kung paano ako inahon ni Nhate sa katangahan ko.

Noon humagulgol si Trish. "Hindi ko alam anong gagawin ko. Paano? Pag nawala sya? Hindi ko alam kung san ako mag-uumpisa."

"Dito ka mag-uumpisa," Inabot ko sa kanya ang salamin. Takang kinuha nya ito at tiningnan ang sariling sugat-sugat na mukha. "Titigan mo ang sarili mo at subukan mong mahalin ang nakikita mo sa salamin kasama ng mga sugat at peklat ng iyong nakaraan. Doon ka mag-uumpisa, naintindihan mo?" Mariin kong sabi na akala mo ay ako si Mama Sol na nakikipag-usap sa isang bata.

Humikbi sya at niyakap ako ng mahigpit. Maya-maya ay umiyak na rin ako, mirroring her emotions. I feel you, Trish...Trust me, I feel you, sa isip-isip ko.

<><><>

"Morning, boss!" Sumilip lang ako sandali sa opisina ni Dean, nakabukas kasi ito.

"Dean!" naiinis nitong pagtatama sa akin. Ngumiti lang ako, ayaw ko ngang tawagin syang Dean tapos yung iba ay boss. Kinukulit na nga ako nila boss Chics sa pagiging malapit ko sa kapatid ni Dean tapos biglang feeling close ako sa boss namin, mahirap nang maintriga.

"Suri," not sorry, though. Hindi ako magpapa-apekto sa sungit mood ni boss dahil masaya ako. Ang laki ng progress ni Trish. Isang linggo siyang nag-stay sa amin at every weekend ay umaakyat ng Haven para sumama sa counselling. Kahit si Sassy ay biglang bumilis ang emotional healing dahil narealize nya na hindi lang ang mga mahihirap ang mayroong problema sa lalaki, kahit ang sikat at mayamang si Trish Nacino ay biktima rin.

Tapos ang saya rin sa trabaho dahil heto, may bago na naman kaming client na malaki, at laging very good ako kay boss Chics. Syempre masaya rin dahil sa bonus na natanggap namin recently.

18

A thoughtful Gift

"Love will find its way through all languages on its own"

"Dinaan ko lang itong output ko para ma-check mo," binaba ko ang usb sa lamesa nya.

"Alright, one more thing... Dumadami na ang clients natin. I might need you more and I cannot take no for an answer. I need your help."

Patay!

Napalunok ako. I'm beginning to love my job...pero... tumango ako, bahala na! Nakita kong nakahinga si Dean nang maluwag.

"I can extend some assistance if you need it...pero I suggest na mag-hire ka rin ng additional manpower since balita ko eh tumaas na naman ang rank natin," singit ko, sinabihan kasi ako ni Manang Melba na ihirit ko daw lalo't wala naman daw akong hiya kay Dean. Grabe, hindi naman, pero nahanapan ko pa rin ng butas maisingit.

"I'll think about it. For the meantime, I'll take your word for it...na tutulungan mo kami dito. Anyway, I have something for you," may kinuha si Dean sa drawer niya at inabot sa akin na parang wala lang. Maliit lang ito na paper bag, alanganing kinuha ko ang regalo. Iniisip kung dapat ko bang tanggapin ito.

"An appreciation gift for a job well done. Like I said nagustuhan ng mga clients ang ating project. I saw that lying around somewhere and I thought you might like it. Open it." Utos ni Dean.

Ayaw ko sanang buksan. Hindi ko kasi alam ang magiging reaksyon ko kapag nakita ko ang laman ng bag. Magkukunwari ba akong nagulat, masaya, o excited? Mabuti sana kung magkakilalang-magkakilala na kami ni Dean. Kapag ganoon ay mas madali para sa akin ang tumanggap ng bagay galing sa kanya. Gaya ng mga regalo ni mommy, magustuhan ko man sya o hindi, kahit papaano ay wala si mommy sa harap ko para makita nya ang reaksyon ko sa regalo nya.

I opened it and I was genuinely surprised to see a really nice bracelet inside. Mataba rin gaya ng sa akin. That's how I like them.

"Wow!" Totoong nagustuhan ko ang bigay nya, hindi ko na kailangang magkunwari pa.

Napangiti si Dean. "I noticed that you collect them."

Hindi ko akalaing ganoon ka-observant si Dean, considering na lalaki ito. It must be Dionne. I'm sure of it.

"Thanks...anong bigay mo sa iba?"

Napatitig siya sa akin. Hindi na natuloy ang pagmuwestra na isuot ko ang bracelet. "Huh?"

"You said that this is an appreciation gift for a job well done. Syempre hindi lang ako ang binigyan mo because it's our collective effort, right?"

"Er...right...I'm giving...gave them...will give them gifts, of course," Tila nautal si Dean.

I was embarrassed seeing that I caught him off guard. Hindi ko tuloy alam ang sasabihin ko ngayong alam ko na ako lang ang binigyan nya ng regalo.

"Billy! Great, you're here!"

Nalingunan namin sa pintuan si Dionne, ang ganda-ganda talaga nito. Naka-jeans lang ito at tight fitting blouse pero, she really lights up the room.

"May meeting ba tayo? Bakit andito ka na naman?" may inis sa boses ni Dean.

"Wala lang, mababait ang mga staff mo, eh. Inaasikaso nila ako, unlike you." maktol ni Dionne sa kapatid.

Kaya pala abot ang ngiti nila boss Chics lately, lagi palang nabisita si Dionne dito.

"Kelan ka ba babalik ng America? Don't you have work there?"

Hindi kumibo si Dionne, napatingin lang ito sa hawak kong bracelet.

"Para sa iyo pala yan… alam mo bang sinadya pa ni Dean yan sa…ayyy!"

Pareho kaming nagulat ni Dionne nang biglang pinalo ni Dean ang lamesa niya saka tumayo na halatang galit.

"Don't tell me you quit your job again, kaya ka ba nag-extend ng visit mo dito?" putol ni Dean sa sasabihin pa nito.

"Ugh! I booked my flight for next week, geez!" Inakbayan ako ni Dionne at kinindatan. Kumalma naman ako dahil ngayon ko lang nakita si Dean na mag-act out dahil sa kapatid nitong wala namang ginagawang masama.

"Mabuti naman! Go ahead, magkita na lang tayo sa bahay mamaya," Dean motioned his hand to wave Dionne away.

"Aalis na rin ako. Just let me know if you need me for anything. Anyway, thanks ulit dito." Nahihiya pa akong itinaas ang regalong bigay nya.

"You're leaving? Ang bilis naman." Biglang sumaya ang mukha ni Dionne na kanina lang ay nakasimangot dahil pilit siyang pinapaalis ni Dean. "Anyway, good. Maybe we can have coffee?"

"Sure." May oras pa naman ako. Isa pa ay gusto ko na ring magkape kanina pa. Tumingin ako kay Dean bilang pamamaalam. I saw him giving his sister a meaningful look.

"I know!" Dionne rolled her eyes in irritation. Tapos ay sabay na kaming umalis.

<><><>

"What's that all about?" Tanong ko dahil nakita ko ang tinginan nilang magkapatid.

"Your gift. He had it made especially for you," casual na sinabi ni Dionne. Sumikdo ang puso ko. Huh? San galing yun?

We ended up in a different coffee shop a little farther away from the office. Hindi masyadong matao kaya nakakuha kami ng maganda-gandang pwesto.

"I'm so happy I will be leaving next week. Dean is starting to get into my nerves." Bulalas ni Dionne nang maka-upo na kami.

"Pasensya ka na, ang dami kasing work ngayon which is good news naman..." hinigop ko ang mainit na kape, hay...this is life.

"Please...kakampihan pa ba!"

Ngumiti ako. "So...you're leaving na pala."

"Yes, I miss my Jerry terribly. I thought he'd follow, pero nagka-aberya raw sa office nya doon at hindi sya makakauwi. Mga couple of months pa daw. Eh, hindi ko na kayang magtagal dito. I have a lot of things waiting for me in New York." Nasa marketing din si Dionne, pero more on sales instead of advertising.

"Akala ko based ka sa California?"

Napakagat sya ng labi. "Actually, hindi alam ni Dean na sa New York na ako naka-base. Pero our main branch is in California kaya I go back and forth. Don't tell him, please?"

Tumango ako. "I'm sure he misses you too." Sabi ko referring to her fiance.

"I think he will propose to me soon. Matindi ang kutob ko."

"I-I thought he's already your fiance?" Takang tanong ko.

"Well tomatoe tomato - no difference, right?"

Hindi ko alam pero it bothered me a bit. Bakit mo sasabihing fiance mo na kung hindi pa naman pala nagpo-propose sa iyo? May something kay Dionne…what is it? Stop psychoanalyzing her, Billy!

"Wow! Hindi ba dapat malaman na ni Dean ang tungkol sa kanya?" I'm starting to believe na dapat nga atang mag-alala si Dean sa kapatid niya.

Biglang nawala ang ngiti ni Dionne. Ibig sabihin ayaw pa rin nyang ipagtapat ang totoo sa kapatid.

"You have to tell him. At least give him a hint," sabi ko habang muling humigop ng mainit na kape.

"I know." Bumuntong hininga sya.

"This guy…I mean your boyfriend…"

"Jerry."

"You're sure about him, right?" Naalala ko ang sinabi ni Dean sa akin tungkol sa vulnerability ni Dionne sa mga napipili nitong tao sa buhay niya. Sana hindi ito maging isang Trisha o Sassy.

Tumango si Dionne. May kinang sa kanyang mga mata. *Lucky guy*, sa isip-isip ko. To have this goddess loving him this much.

"At seryoso rin sya sa iyo, di ba?" patuloy ko, although I'm beginning to doubt the character of her boyfriend.

"I'm sure of it...yeah!"

"Then, anong kinakatakot mo. Fight for him if necessary. I'm sure your brother will be surprised at first but he's your brother. He will always be happy for you, no matter what."

Matagal na hindi kumibo si Dionne. "You think?" Alanganing tanong nito.

"I'm 100% sure." Better than lying and covering things up. What's the worse that Dean can do, right?

We shared a comfortable silence while drinking our coffee.

Si Dionne ang bumasag ng katahimikan. "You're right. Thanks, I'm so glad I ran into you today bago ako umalis. I'll surely miss you. I will tell Jerry all about you," abot-abot ang ngiti nito. She's in love in a way na bigla akong nainggit.

"Maybe someday I'll meet him." Malalaman ko kung may dapat ikatakot si Dean tungkol sa lalaking mahal ng kapatid niya

"You better!"

<><><>

Back at the Haven, nalaman namin mula sa DSWD na hinahanap ng kanyang ina si Sassy. Dahil menor de edad ang dalaga, may karapatan ang ina nitong makita at kausapin ang anak.

"Ready ka na ba?" tanong ko sa batang napalapit na sa akin. Nasa counselling room kami for a one-on-one session.

"Natatakot ako, ate." Inamin nito ang totoo.

"I know, pero isipin mo na lang na oportunidad mo na ito para makita at makilala ang nanay mo. Kausapin mo sya tungkol sa dahilan kung bakit ka nya iniwan. Oras na para alamin mo ang totoo."

"Kailangan ko na bang umalis dito at sumama sa kanya?"

"Hindi naman. Ilang linggo rin bago maayos ang mga papel mo." Hinaplos ko ang pisngi nya, gusto kong maramdaman nyang hindi ko rin gustong umalis sya.

"Pero inimbitahan namin si mama mo para makita at magkakilala pa kayo bago ka nya isama paalis dito."

Hindi maiwasang hindi ako malungkot at maging masaya rin para kay Sassy. Malungkot dahil natutunan ko na rin syang mahalin, at mabigat sa akin na makita syang umalis. Masaya dahil pwede na syang magsimula ng bagong yugto ng kanyang buhay.

Matapos ang session namin ni Sassy ay bumalik na ako sa opisina para ayusin ang mga papel nito at tingnan kung may police record ang ina nito na dapat naming malaman. HIndi namin basta bibigyan ng clearance ang pagsama ni Sassy dito kung walang kakayahan itong alagaan ang anak.

"So, kelan ang balik mo sa trabaho?" tanong ni Mama Sol, nadatnan ako nitong abala sa pag-aayos ng mga papeles.

"Pwede pa akong mag-stay dito hanggang bukas, Ma. Hindi pa naman nila ako kailangan." Sagot ko.

Bumuntong hininga si Mama Sol. "Minsan gusto ko nang makita yang boss mo para pagalitan. Napaka slave driver, palagi ka na lang inuutusan," sumimangot si Mama habang pinanonood ako nito.

"Okay lang, Ma. Ang dami ko namang natututunan sa kanya," tinigil ko muna ang ginagawa ko, knowing na gusto ni Mama ng kausap.

"Gusto mo pa lang matuto, eh bakit di ka na lang bumalik sa school," si Cess ang biglang sumingit sa usapan namin, katatapos lang rin ng group counselling nito.

"Nakupo, andito ka na naman para manggatong. Sa lahat ng psychiatrist ikaw ang may topak," sabi ko sabay abot ng folder dito ni Sassy para evaluate niya.

19

The Cure

"The quiet mind heals everything"

"Gaga! Lahat ng psychiatrists may topak talaga, kaya nga ito ang profession namin. Ay teka, kamusta nga pala ang appointment mo sa OBGYN mo," umupo na si Cess sa lamesa niya.

"Bakit? Anong problema?" Nag-alala bigla si Mama Sol.

"Wala, Ma." Pinandilatan ko si Cess. "Tinanggal na kasi nito ang pills ko last month pa after nang huli kong regla."

"Haaaay! Praise God," tuwang-tuwa si Mama Sol.

"Yun oh! Babalik na ulit ang emosyon mo, pwede ka na mag-boyfriend. Baka itong boss mo na yun since palagi mo syang binabanggit dito," hindi talaga papaawat si Cess, hay naku!

"Nyek, kaya nga hindi ako tinanggal nun dahil one of the boys daw ako," sabi ko na lang dito para tumigil na.

"Pero magaling ka na nga ba?" urirat ni Mama Sol.

"Under observation pa, Ma. Wag ka nang mag-alala, please. Kaya nga di ko na sinabi sayo." Nilapitan at niyakap ko ito.

"Magpabuntis ka na kasi! Yan ang paraan para gumaling ang PCOS mo at manormalize ang regla mo!" Singhal ni Cess.

"Hayaan mo bukas na bukas din magpapabuntis na ako. Makasalita ka akala mo naman ang bilis gawin ng advise mo, noh?" Bumalik na ako sa upuan ko nang masigurong kumalma na si Mama Sol.

"Mabilis lang, nabuo ko nga ung bunso ko in 5 minutes," humagikhik si Cess, binabasa pa rin nito ang files ni Sassy.

"Mama oh, bastos!"

Natawa ang Mama Sol. "May punto naman si Cess. Mag-asawa ka na."

"Ma!" Protesta ko.

Biglang nagningning ang mga mata ni Mama Sol. "Imbitahan ko kaya ang slave driver na boss mo dito. Bistahan ko kung papasa sa akin bilang asawa mo."

"Ma, naririnig mo ba ako? Lalaki ang turing sa akin ng mga boys sa office. Magkakaibigan kami lahat dun. Hindi kami talo." Dahan-dahan kong sinabi ang huling pangungusap na parang inuulit ko sa batang hindi makaintindi.

"Eh, saan ba nagsisimula ang lahat? Hindi ba sa pagkakaibigan?"

"Ay, sus si Mama!" Pinalo ko ang noo ko. Ang kulit talaga.

"Ano ba itsura nitong boss mo? Gwapo ba? Aba'y papuntahin mo nga dito para ma-assess namin," si Cess na nag-thumbs up na sa akin tungkol sa files ni Sassy.

"Pangit! Sobrang pangit ng boss ko!"

"Ayyayamo!" Nagulat si Mama sa lakas ng sigaw ko. Ang kulit kasi.

"Basta, gusto ko mag-asawa ka na," pilit pa rin nito.

"Eh paano kung binubugbog ako, sige...sige..."

"Ikaw, sa sungit mong yan at galing umamoy ng lalaki, makakahanap ng mambubugbog sa iyo? baka ikaw ang mambugbog," putol ni Cess sa sasabihin ko.

"Basta tuloy-tuloy lang ang pagdadasal ko. Kukulitin ko ang Diyos na ibigay na ang lalaking para sa iyo, kahit yang pangit na boss mo!"

"Haaay naku!" tinuloy ko na lang ang pagtatrabaho. Hindi madaling mawalan ng pag-asa si Mama Sol. Ayaw pa rin nyang tumigil sa pangangarap. Pinabayaan ko na lang sya, pasasaan ba at mapapagod din ito. Basta ang alam ko, kung anong pagkakakilala ko kay Dean noon ay walang nagbago hanggang ngayon. Even possibility? Tanong ng isip ko. Na sinagot ko naman ng buntong hininga. I noticed that I was touching my bracelet again.

<><><>

Dalawang araw lang ang lumipas ay nakatanggap na agad ako ng tawag mula kang Manang Melba dahil kailangan na ako ulit sa opisina. Dumaan lang ako saglit sa condo para ayusin ang aking monthly bills. I miss my house terribly. Halos hindi ko na natitirahan ang bahay ko. In between my work and Haven, it's difficult to juggle my schedule. Ligo at bihis lang, takbo na naman ako sa trabaho.

Tahimik sa opisina nang dumating ako. Andoon sina Mike at Martin, tumingin sila sa akin ng makahulugan.

"What?" I mouthed.

"Mainit ang ulo." Bulong ni Mike.

"Oh." Kinabahan naman ako bigla.

"Punta ka sa loob, sabi pagdating mo daw pumunta ka sa kanya agad," si Martin ang nag-nguso ng opisina ni Dean.

Wala naman akong kasalanan pero ano ba at parang natakot ako bigla. Naalala ko nung nagalit ito kay Dionne sa harapan ko, ganun din kaya ang level ng galit nito?

"Andito na ako." Binuksan ko ang pintuan matapos kong kumatok ng dalawang beses. Tumingin sa akin si Dean, wala ang ngiti nito. Galit nga.

"These are the revisions that I noted. May gusto pa ang client na additional animation, hindi ko na mabigay kay Chicco yan dahil ang dami na rin nyang ginagawa. I hope to get it as soon as possible." Utos ni Dean. He's all business this morning.

"Okay..." susunod ko sana ang salitang 'boss' kaso baka masigawan ako.

"Billy..."

Oh-Oh. Palabas na sana ako ng office niya, nasilat pa. "Yes, boss?"

Matalim ang tingin nito sa akin.

"Yes, D-Dean?" Nyay! Hindi ako kumportable, feeling ko wala akong respeto sa mas mataas sa akin.

"May nasabi ba sa iyo si Dio nang magkape kayo before sya umalis for America?"

Ah, so si Dionne pala ang dahilan ng sumpong ni boss.

"Er...depende...ano ba dapat? I mean we talked a lot that day," ayaw ko namang i-betray si Dionne. Although hindi yun ang huling usapan namin. Nagkatawagan pa kami dahil binalita nitong officially engaged na sila ng kanyang boyfriend.

"About a guy she's seeing." Diretso si Dean, mukha pa ngang nag-aakusa. Bakit kasalanan ko ba? I feel trapped. I have to tell the truth. Siguradong may alam na rin ito kahit papaano.

"Ah...si Jerry."

"You should have told me," medyo tumaas ang boses ni Dean. Yun pala ang dahilan kung bakit mainit ang ulo nya. Nagsabi na pala si Dionne sa kanya.

"You know it's girl talk, right? And... you're supposed to know it from her not from me." Hindi ako nagtaas ng boses, pero ginamit ko ang authoritative voice ko sa Haven. Hindi ako okay taasan ng boses ng taong nag-po-project lang ng anger.

Nakita kong pinilit niyang pakalmahin ang sarili, saka bumuntong hininga. "You're right. I'm sorry for snapping at you like that," binalik na nito ang attention sa trabaho. I know na sign ko na ito para umalis, but my heart wanted to stay. Ugh! Billy, wag kang makialam!

"Boss...I mean... Dean..." umpisa ko.

Nag-angat ito ng tingin sa akin. Hindi ko mabasa ang expression ng gwapo nitong mukha.

"Never mind," tumalikod ako. Bigla akong naduwag. Nagulat na lang ako na nakaharang na si Dean sa daraanan ko, preventing me to leave his office.

Hindi siya nagsalita, nakatitig lang sa akin. He was too close that I smelled him again. Napalunok ako, understanding now na mali akong bitinin siya. Muli na lang akong umupo sa silya malapit sa kanyang lamesa.

"If it's about my sister...I want to know...I need to know." Umupo na din ito sa harapan ko.

"I can see how happy Dionne is about him. She's in love," I blurted out.

"Love? Anong alam nya sa love. Billy, sampu-sampera ang mga naging boyfriend ni Dio. All of them were products of her selfishness. She wants people to adore her. Love is just a game to her. Most of the time people pursue her for her beauty and not for who she really is. How can she be sure this time that this man is not the same?"

Pagdating talaga kay Dionne, naha-hype ang emotion ni Dean. He loves her sister that much. "Dahil hindi siya gusto ng lalaki na ito for her physical appearance." Sinabi ko kay Dean ang sinabi ni

Dionne sa akin kung paano nabuo ang relasyon nila ni Jerry. "You see? Maybe this guy is for real. Bigyan mo lang ng chance si Dionne, malay mo..." I kept my sentence hanging.

Hindi agad kumibo si Dean. "She should have told me."

"I think she's waiting for a perfect timing. This can be her most grown-up decision. I know how protective you are of her, but you may want to give her a chance this time." Ito ang basa ko base sa kwentuhan namin sa bagong app na ang tawag ay Facebook. It was a newly developed social medium to make people connect with each other anywhere in the world. Ang balita ay sisikat daw ang app na ito sa buong mundo. We'll see, only time can tell.

"I just don't want to see her hurt," worried pa rin ang boses ni Dean.

What happened with this siblings? Sa isip-isip ko. May backstory ang magkapatid na ito kung bakit naging overprotective si Dean. Gusto mong malaman? Nope. Marami na akong iniiisip sa Haven, wala na akong oras maki-tsismis pa sa buhay ng may buhay.

"If it happens, you will be there to hold her hands like all big brothers do." Nginitian ko siya. Kung counselling session ito, I will hold his hand, pero our gender differences prevent me to go that far.

"You know her more than I do."

"Nope. I think I know your heart too, lalo pagdating kay Dionne. Also sa area lang na ito, naging very open sa akin ang sister mo. Trust me, kapag ipinakilala nya na sa iyo ang kanyang fiancé, mag-o-open up na din sya sa iyo." Confident na sabi ko.

"FIANCE!?"

20

Wedding Bells

"May the true love shared grow stronger with age"

Napatayo si Dean sa upuan nito. Opps! Lagot.

<><><>

Iniwan ko si Dean na alam kong galit na galit habang sinusubukan kong tawagan si Dionne. The reception was bad, dahil sa CR ako nagtago.

"Hello?" Lalaki ang sumagot sa kabilang linya.

Napangiwi ako sa static ng phone, hindi ko maintindihan "Hi, Dionne pls. This is Bil..." bago pa ako natapos, nakarinig ako ng sigawan sa kabilang linya.

"Hey, what's up!" Masayang sagot ni Dionne at sinabing si Jerry na ang kausap ko. Dahil hindi pa rin kami magkaintindihan, nag-message na lang ako sa kanya tungkol sa nadulas kong dila.

Don't worry. I sent him an email, hindi pa lang niya nababasa. Okay na rin na sinabi mo, message nito sa akin.

Nakahinga ako ng maluwag. Medyo hindi ko lang gusto yung tono ng boses ng fiance ni Dionne. Kinabahan ako because he sounded violent. Sana naman... sana naman hindi! Bigla akong nagsisi na ang lakas ng loob kong i-vouch ang lalaki kay Dean, baka mamaya... wag naman sana.

◇◇◇

Gabing-gabi na ako nakalabas ng opisina. I could see that Dean was still pissed off but he managed to meet us and talk about our new projects. Nang uwian na ay sumilip pa ako sa opisina nya para magpa-alam pero may kausap sya sa telepono kaya nauna na akong umalis.

Halos konti na lamang ang mga sasakyan sa parking lot. I was dead tired, all I could think about was going home and sleeping all day. Hindi ko tuloy napansin ang taong nakatayo sa puwitan ng aking sasakyan.

"Ikaw!" Sigaw nito.

Namukhaan ko agad si Mayor Rolly, nilinga ko ang paligid, meron namang roving guard sa hindi kalayuan pero naging maingat pa rin ako sa pagsagot. "Yes...?"

"Nasan si Trisha?!"

Ramdam ko ang pagpipigil nito ng galit. The master became the slave of the slave. Kailangan niya si Trish para maging powerful pa rin ito. By preying on the weak nakakalimutan nitong talunan siya sa pulitika at laos na rin siya sa showbiz industry kung saan kilala rin siya. Trish gained her power back and he was losing his mind for it.

"Kung alam ko man, wala akong intensyong sabihin sayo," matapang na sagot ko.

"Tell her to talk to me," mayabang na utos nito. Nairita ako, hmmm... so iniisip niya na weak na babae rin ako, that he has power over me. Ang kapal!

"I don't think I can do that," diretsahan kong sagot, managing to open my car to get in. Sa isang iglap ay nasa tabi ko na sya. Nahablot nya ako bago pa ako tuluyang makapasok sa loob ng sasakyan.

"Let go of me!" Nilakasan ko ang boses ko. Bigla ang bugso ng damdamin ko. I felt my heart pumping so much blood. My adrenaline shoots up and my emotion is now a mixture of resentment and fear.

"Hindi ako aalis dito hangga't hindi mo susundin ang gusto ko!" Sigaw nya, naamoy ko ang alak sa kanyang hininga.

Pumalag ako sa pagkakahawak nya sa akin pero lalo lang itong nagalit. Itinulak nya ako sa gilid ng aking kotse. He trapped me in the dark side of my car and put his hands around my throat. I could feel his strong grip. Hindi na ako makasigaw sa pagkakataong ito kahit pa tanaw ko ang gwardyang nakatalikod sa amin. Kapag naipasok ako ni Rolly sa loob ng aking kotse ay tiyak na tuluyang hindi makikita ng gwardya ang nangyayari sa akin. I struggled with so much effort against him. I wasn't able to nudge him even a little. *Pray...pray...pray...*ito ang nasa isip ko. Is this the end?

One of these days, may isa sa kanila ang mamamatay. Naalala ko ang sinabi ni Pason tungkol kina Rolly at Trisha, ako pala ang tinutukoy niya. Wag kang matakot, sabi ng maliit na tinig sa loob ko. Sa pagkakataong iyun ay tila nawala ang takot ko, hindi na ako nanlaban pa. I closed my eyes and felt the tears rolling down my cheeks. *Lord, bahala ka na po sa akin.* "Akkk!"

Tapos ay biglang lumuwag ang aking paghinga. Bigla ang pasok ng hangin sa aking baga kaya napaubo ako. Masakit ang pag-ubo ko. Parang tinatambol ang ulo ko sa sobrang sakit, epekto ng tila nakakalunod na pasok ng hangin sa aking dibdib. Pagmulat ko ay nakita kong nasa sahig si Rolly.

Pagkatapos ay dinampot ito ng dalawang gwardya. Sa akin pa rin ito nakatingin. Galit na galit ang mga mata nito habang nagwawala. Puro mura at kung ano-anong pananakot ang binitiwang salita ni Rolly sa akin. Napansin kong putok ang labi nitong dumudugo. Kahit kinakaladkad na ito ng gwardya ay nagpupumiglas pa rin ito.

"Shut up!" hinawakan ni Dean sa kuwelyo ang mayor at pwersahang itinayo para makalakad ng maayos. "Take him to the nearest police station at susunod kami doon to press charges." Galit na galit ang tinig nito. Nakita kong may sugat sa kamao si Dean, dumudugo din ang balat nito. Noon ako napasalampak sa sahig hindi kinaya ng tuhod ko ang mga nangyayari. Naramdaman kong pinangko ako ni Dean.

"Mabuti na lang sinundan kita. Kung hindi..." Inangat nito ang mukha ko para tingnan ang aking leeg. "Dadalhin kita sa ospital, it looks bad."

"No...I'm fine...Just give me a minute." Abot-abot ang paghinga ko, pakiramdam ko kasi ay baka kapusin na naman ako ng hangin. Ang sakit magsalita pati ang lumunok.

"Hindi na. Pupunta tayo sa ospital ngayon." Mariin nitong sabi. Binuhat niya ako pasakay sa kotse nya. Hindi na ako nakapagprotesta pa.

Sinuri lang ako panandalian sa emergency room. Tiningnan kung may fracture or internal damage sa lalamunan ko. Bukod sa swelling at inflamation, thank God, I'm fine. Nilagyan ng doctor ng malamig na ointment ang aking pasa sa leeg at iba pang galos. Medyo gumaan ang pakiramdam ko pero ramdam ko pa rin ang kirot at konting sakit.

"It will bruise...pero mawawala rin after two weeks or so...continue mo lang ang pag-apply nito," sabi ng doctor.

Kinuha ni Dean ang reseta. Two weeks? So much for hiding this from Mama Sol. Ugh! Siguradong malalaman din nito ang nangyari dahil hindi ko kayang magsinungaling.

"You want to press charges? Kaya mo pang pumunta sa police station?" Tanong ni Dean noong nasa kotse na kami.

Tumango ako.

"Good. That bastard deserves to be punished." Tiim bagang nitong sabi.

<><><>

Pinikit ko ang aking mga mata nang nasa kotse na kami. The doctor gave me a pain killer laced with sedative. Unti-unti ko nang nararamdaman ang epekto nito.

"You followed me?" Nilalabanan ko ang pagbigat ng aking talukap.

"Nakausap ko si Dionne sa phone. Everything is okay now." maikling sabi lang nito.

"Good. I'm happy it turned out okay." Humihina na ang boses ko sa pandinig ko.

"I can't say the same for you. I heard na bigatin ang kalaban mo. Sino ba yun sayo?" may something sa tone nya na hindi ko ma-figure out.

"Long story." I can't speak, masakit ang lalamunan ko.

"Kung hindi dumating ang mga guards, I could beat that man blue," nagmura si Dean, first time ko itong marinig. "Who would hurt a woman like that?" nakatingin siya sa road habang nagmamaneho pero kita ko ang paninigas ng panga niya.

"Don't get worked up over him, it's not worth it."

Bigla itong nagtaas ng boses at muling nagmura. "Pati sa ganitong sitwasyon, manhid ka pa rin? You're crazy!"

"I'm angry. can't you tell? Kaya nga ako magpi-press ng charges. To you, though, I'm extremely grateful. Thank you," tinapik ko siya sa braso, hoping na kumalma siya. Lumilipad na ang utak ko sa samo't-saring emosyon at epekto ng gamot. Inalis niya ang isang kamay sa manubela at pinisil ang kamay kong nakapatong sa kanyang braso. There's something in the way he squeezes me. Oo nga pala, he's very protective of everyone and for that I feel grateful.

Hindi ko na namalayan kung paano pa kami natapos sa presinto. Lawyers na ang kaharap ko at nakikipag-areglo, nakikiusap to make things quiet. Dean settled the matter by calling a friend to represent me, tapos sya na ang nag-asikaso lahat. Hindi na ako makapag-isip. My tolerance level to alcohol or any medication with sedatives is very low. Para akong bangag habang nasa presinto.

<><><>

"Billy...saan kita ihahatid?"

Pilit kong minulat ang mga mata ko. Nasa EDSA na kami. Sinabi ko sa kanya ang address. I was barely coherent when I introduced him to Pason. Pinapasok nito ang kotse ni Dean para gumarahe sa parking space ko. Binitbit na ako ni Dean sa elevator.

Hindi ko na kayang maglakad pa. Kahit antok na antok ako ay ramdam ko pa rin ang pagtitinginan ng mga taong nakasabay namin sa elevator. Karga ako ni Dean na parang bata. I opened my eyes briefly and realized how magnificently good looking he was. Ugh! What's wrong with me, the medication and trauma are triggering emotions that I don't have and shouldn't have for Dean. Hindi kami talo. No. Never!

Hindi sa akin nakatingin ang mga tao sa elevator. They were looking at him -- the Prince Charming who saved me. Parang may kung anong damdaming nagkapulso sa aking dibdib. Hindi ko masyadong dama ito pero alam kong andoon ito. *It's the pills...it's the freakin' hormonal pills,* sa isip-isip ko.

Automatically, I let my guard down and hugged him tighter, smelling his neck and snuggling closer to him. Naramdaman kong bumuntong hininga siya, nahiya ako dahil baka nabigatan siya sa akin.

Ang huling naalala ko ay inihiga ako ni Dean sa aking kama. Tapos ay tuluyan na akong binalot ng dilim.

<><><>

Amoy ng masarap na pagkain ang nagpagising sa akin. Ilang sandali bago rumihistro sa kagigising kong utak ang mga nangyari. Pagkatapos ay bigla kong hinawakan ang aking leeg. Ramdam kong may makirot at maga sa aking lalamunan. Nasaktan ako sa sarili kong hawak.
"Good morning."

Nilingon ko si Dean, naghahanda ito ng almusal sa maliit kong dining area.

"You stayed here the whole night?" Garalgal ang boses ko, buti na lang hindi ako singer. Mukhang affected ang vocal chords ko sa pagkakasakal ng hinayupak na mayor na yun, ugh!

"Yup. Nice place you have here."

"Thanks." Tumayo ako at nagbanyo. Nangangasul ang mga marka ng daliri sa aking leeg. Masakit pa rin ang aking lalamunan hanggang ngayon. Nag-half bath ako sandali at saka lumabas ng naka-bath robe lang. I ignored his stare, frankly I don't care right now how I look in front of him. I know I look like a mess either way so why bother?

21

Life And Death

"It is said that your life flashes before your eyes just before you die"

Kinain ko ang hinanda nyang almusal, masakit pa ring lumunok, kahit mainit na sabaw ito. Parang pati ang tonsil ko ay namaga sa pagkakasakal sa akin. Pagkatapos ay inabutan ako ng gamot ni Dean. Hindi ko maalalang nagpunta kami sa drug store kagabi para bumili ng gamot. Sabagay wala talaga akong masyadong maalala sa mga nangyari kagabi.

Ilang sandali lang at antok na antok na ako ulit. Pero bago ako patulugin ni Dean ay nilagyan nya muna ako ng ointment sa leeg. His fingers were smooth and cold against my bruises. They lingered on my skin longer than necessary. Pero masarap naman ang pagmamasaheng ginagawa nya sa leeg ko kaya hindi ko na sya sinaway. I closed my eyes, the massage made my body relaxed so I gave in.

"Go ahead and sleep. You need rest." Sabi nito sa masuyong boses.

"Thanks...this is too much. Leave the mess..." malabo na ang boses ko, garalgal na sa sobrang antok. Hindi ko sigurado kung naintindihan nya.

Nang mamulat ako ay gabi na, wala na rin si Dean. He left a note that he bought lunch for me. Pero parang pang hapunan ko na iyun. Gutom na gutom ako kaya naubos ko lahat ng binili niya. Gumaan ang pakiramdam ko matapos muling uminom ng gamot. I texted him to say thanks again, then I slept until morning.

<><><>

Mabilis na lumipas ang mga araw. Wala akong magawa kundi ipagtapat kay Mama Sol ang nangyari. I settled the matter para hindi na dragging, pero I demanded na hindi na dapat i-bother ni Rolly si Trish or I will make everything public. Ramdam ko ring natakot si Mama Sol sa nangyari sa akin pero naintindihan nyang bahagi iyon ng trabaho namin. Hindi sa ganoong bagay madaling masindak si Mama Sol. Hirap lang dahil malaking tao nga ang nabangga ko. Trish learned about the matter at mas lalo siyang naging resolve na iwasan ang ex niya.

"Sorry ha, dahil sa akin..." sabi nito nang magkita kami sa Haven.

"Wala yun. You're worth it. Lalo at nakikita ko sa iyo na lumalakas ka na bilang independent woman na hindi masyadong umaasa sa pagmamahal ng lalaki para mabuhay ng masaya."

"I know. I'm still weak in that area but I'm learning. Thanks to you at dito sa Eve's Haven," sabi lang nito.

Matagal pa si Trisha sa road to recovery, nasanay rin kasi itong gawing investment ang status at ganda, kaya iniiisip niyang she has nothing to offer aside from them para totoong mahalin siya ng lalaki.

Dean and the rest of the team were annoyingly careful and nice to me. Tinatakpan ko ng scarf ang aking leeg para hindi makita ng mga tao ang maitim na pasa dito at isiping nagtangka akong magbigti. Nang tuluyan ng mawala ang epekto ng gamot sa akin at pinayagan na ako ng doctor na tumigil na sa pag-inom ng pain medication ay saka pa lang tila luminaw sa akin ang lahat.

Delayed reaction on my part. I realized that I should have been dead, if not for Dean. I couldn't help but felt extremely grateful to him for being there and taking good care of me.

Mabuti naman at makalipas ang dalawang lingo ay unti-unti ng nawawala ang mga pasa sa aking leeg kaya nakatrabaho na ako nang walang discomfort. We worked for two more successful projects after the incident.

Masasabi kong naging malapit na magkaibigan kami ni Dean dahil sa nangyari. I feel safe when he's around me. Pero hindi ko gusto ang mga iniisip ng ibang tao tungkol sa amin sa tuwing makikita nila kaming magkasama. Kung tingnan kasi nila ako ay para bang tumama ako sa lotto at ang swerte-swerte ko naman. It's not that I mind, because I know that we have nothing special going on. Ang ayoko lang ay yung pakiramdam na parang minamaliit nila ako -- na para bang hindi swerte si Dean sa akin, kung saka-sakali. Ugh! Kaya hangga't maaari ay ayoko sanang laging kasamang solo lang si Dean.

Tuwang-tuwa naman si Mama Sol ng makilala nya si Dean. Minsan ko kasi itong isinama sa office para maghatid ng aking natapos na trabaho. Niyakap ni Mama Sol ng mahigpit si Dean na para bang ang tagal na nilang magkakilala. Halatang nagulat si Dean pero mukha namang natuwa rin ito sa pakikitungo sa kanya ni Mama Sol. Ako pa nga ang nahiya eh, pero ganoon naman talaga si Mama Sol, sabi nya matanda na sya para magsikil pa ng totoo nyang nadarama. Spread the love, that's one of her principles.

Nakakatuwa rin si Dean dahil naging magalang at mabait ang pakikitungo nito kay Mama Sol.

Alam nila Manang Melba ang tungkol sa trabaho ko sa Eve's Haven, pero ngayon lang nila nalaman yung gravity ng advocacy kong tumulong sa iba. Minsan nagtatanong sila pero hindi ko naman pwedeng sabihin lahat, lalo na yung mga sensitive cases na hinahawakan ko.

"I never thought you to be that emotionally invested in helping people," sabi ni Mike, katatapos lang ng meeting namin at kumakain kami lahat, courtesy ni Dean na palagi kaming nililibre. Nasa conference room lang kami at masayang nagkikwentuhan. Na-relax na rin si Dean sa amin, syempre team niya kami at ramdam naming lahat ang alaga niya.

"Kaya pala...ang sungit mo sa amin kapag nagbibiruan kami tungkol sa mga babae," Obserba ni Martin.

"Hindi ka pala robot," inakbayan ako ni Manang Melba. Ewan pero nagtawanan silang lahat, pati si Dean ay nakisama. Sumimangot lang ako. Mga bwisit!

*** <><><>***

"Do I really need to call you everytime?" Sumbat ni Dean. Kanina pa ito nagrereklamo pagkakita sa akin.

Pwede namang si boss Chics ang tumawag, gusto kong pilosopohin si Dean. "Eh waiting lang din po ako sa utos nyo, bo...utos nyo." Inosente kong sabi, kakatapos lang ng huling project namin at wala pa namang bagong naka-line up na trabaho. Gusto kong i-remind ang boss ko na project-based employee pa rin ako, pero baka lalong mag-init ang ulo, wag na lang.

"Alright then, you will accompany me to client meetings from now on. We are growing leaps and bounds. Pati si Melba, pinagagawa ko na ng work na hindi naman kasama sa job description nya. I remember you promised to help."

Hindi ito sa akin nakatingin, hawak nito ang celphone habang panay ang type nito sa computer.

Kunwari ay umirap ako sa kanya. "Like I said...we can hire additional staff," bulong ko.

"On it, pero maganda ang dynamics ng grupo natin. I can hire for Melba's assistance pero yung creative side, wala akong mapili."

Ayii, narinig pala. "Fine. I'll help out, your majesty," at yumukod pa ako, sya naman ang tila sumimangot. Magkaibigan na talaga kami nito, madali na para sa amin ang magbiruan.

"She's here you know...Dionne," tinupi nito ang flip phone at tumingin sa akin.

"Really? Kailan pa?" I have an idea. Nabanggit sa akin ni Dionne nang huling i-message ako nito days ago.

"Yesterday."

Patlang.

"Kasama si fiance?" tinatanya ko ang itsura niya. Relax naman ang expression nito at hindi mukhang naha-hype. He murmured some words. "Well, how do you find him? Pasado po ba sa inyo?" biro ko ulit.

"He's alright," hindi ito interesadong mag-detalye.

"Alright, as in approved?" Napakatipid naman sumagot, haynaku! Ayun, buntong-hininga lang ang sagot sa akin. I still loiter around, though.

"Don't take me as a gossiper, Billy. She's dying for you to meet him, anyway." Sabi ni Dean in a dismissive voice, sa computer na ulit ito nakatingin. End of discussion.

Fine. Nagpaalam na lang akong mawawala for two days, and promised to come back from Haven to help out Dean.

<><><>

Sa Haven ay nagkaroon kami ng konting salo-salo para sa send-off ni Sassy kasama ng nanay nya pabalik ng probinsya.

"Natatakot ako, ate." Sabi nito.

"Wag. Basta pag kailangan mo ako, madali mo naman kaming matawagan dito. Isa pa chance nyo na ito ng Mama mong mabuo ang pamilya nyo." It's a bitter-sweet feeling, kasi si Sassy ang unang case ko na pakiramdam ko ay successful naman. Pinabaunan ko sya ng maraming paalala, pagmamahal, at konting financial support. Kasama ang panalangin na sana...sana ay maging maayos ang bagong simula na bubuin nya para sa kanyang kinabukasan.

22

Matchmaking

"Never get married in the morning, you'll never know who you'll meet that night"

"Kelan ang balik mo sa work?" Tanong ni Mama Sol na hinahagod ang buhok ko habang nakahiga ako sa kandungan niya. Nasa sofa kami ng office, nakahilata ako at nanlalata nang matapos ang mini-party namin para kay Sassy.

"I can stay here for a few days," napapikit ako dahil minamasahe ni Mama Sol ang ulo ko.

"You can go. Kaya naman namin nila Cess at Erika dito."

Napamulat ako, nagtataka. Dati-rati ay gusto na ako nitong pag-resign-nin.

"Oi! Grabe ang reto ni Mama Sol sa boss mo. Sabi mo pangit, eh susme sobrang gwapo pala!" Sumingit na naman si Cess sa usapan namin, kanina lang ay busy ito at hindi kami pinapansin.

"Sus, nagpapaniwala ka kay Mama..aray!" Binatukan ako ni Mama sa noo.

"Oo, sya na ata ang sagot sa panalangin ko para kay Billy. Ang gwapo siguro ng mga magiging apo ko."

"Mama!" protesta ko habang pilit tumatayo pero ayaw niyang pumayag. So yun pala ang dahilan kung bakit ako pinagtutulakan nitong pumasok sa work.

Patuloy na nagkwento si Mama kay Cess tungkol sa pagkikita nila ni Dean. Ewan pero biglang may kakaiba akong naramdaman. Hindi na ako naiinis sa tuwing Mama Sol is thinking ahead of herself, na akala mo kung makapagkwento ay may relasyon kaming higit sa pagkakaibigan ni Dean. Shocks, ano yun!? Gusto ko na ba ang teasing ni Mama Sol? Confused, napakapit ako sa bracelet ko. No. Effect ito ng pills, sigurado ako.

"Expect withdrawal issues lang, lalo yung emotional roller coaster ride. Kakaiba kasi ang hormones ng mga babae. Kapag bago mag-regla at we are in heat, gustong-gusto natin ng mga bad boys ala Jude Law or Chris Evans. Pagkatapos naman nating mag-regla, gustong-gusto natin yung mga executive good boy type gaya nila Paul Rudd or Bradley Cooper. In heat kasi, we want passionate lovemaking, we want guys na i-sasatisfy tayo in bed kahit hampas lupa ito. Kapag bumaba na ang init ng katawan natin at nag-release tayo ng progesterone, we want to be impregnated by a secured, boy next door guy na handa tayong i-provide economically. In short, hindi gwapong guys pero maraming pera," mahabang paliwanag ng OBGYN ko nang huling nagpa-check-up ako sa kanya at ngayon nga ay mahigit isang buwan na akong hindi nagpi-pills.

Loko itong OBGYN ko, anong gusto nyang ipunto sa sinabi niya? Haynaku! Basta, maganda naman ang nakaraan kong regla.

Hindi masyadong malakas at hindi rin masyadong nagtagal. Weird nga lang ang emotion ko, minsan umiiyak ako ng walang dahilan kahit simpleng commercial lang sa TV o kaya naman ay kinikilig ako kahit wala namang particular na lalaki. Ugh! Ano ba ito? Ayokong magkaroon ng emosyon para kay Dean. Hindi pwede, basta! Ayoko!

<><><>

Kasabay ng pagiging malapit namin sa isa't-isa ni Dean ang pagiging kampante naming makapag-usap ng tungkol sa kahit na ano. Nagagawa na rin naming biruin ang isa't-isa. He is particularly intrigued by the idea that I'm not attracted to him. Syempre, dinaldal ni Manang Melba ang tungkol sa isyu ko sa hormones, haynaku!

"Kaya pala, may artificial shield ka lang pala against my charm. Oras na mawala yun...you will surely droll all over me," biro ni Dean out of the blue nang minsang nagbibiruan kami ng grupo habang nasa conference room. Pati ang ibang boys ay nakisali na rin sa biruan.

"Masyado kang next level, boss Dean. Sa amin muna magiging patay na patay si Billy Girl once naging totoo na siyang babae," sabi naman ni Carl na mas bata sa akin.

"Mga buseeeet!" sigaw ko sa kanila na pinagtawanan lang ng lahat. Sumimangot ako kay Manang Melba na nagsabing, "Sorry..." pero mukhang hindi naman sincere. Haynaku!

Ako na ang madalas kasakasama ni Dean sa mga client meetings. Napromote si Mike na assistant creative director niya to handle smaller accounts, kasama naman nito si Carl sa bawat lakad. Nag-hire naman ng bagong IT assistant si boss Chics na kapalit ko.

<><><>

"Good, you're here."

Uupo pa lang ako para kausapin si boss Chics, animo batang binitbit ako ni Dean sa braso para tumayo at maglakad palabas ng office.

"Ayyy...may meeting po kami ni..." tumingin ako kay boss Chics na nagkibit balikat lang.

"Later. Melba, we need this," kinuha ni Dean ang blazer ni Manang Melba na nakasampay sa upuan, bago pa ito nakasagot. Agad na parang batang binihisan ako ni Dean ng blazer. Para naman akong robot na hinayaang i-guide ang kamay ko sa kung saan niya gustong isuksok. Ang lapit niya sa akin, nakaka-distract. No, Billy, control your emotion. Labanan mo ang epekto ng pills withdrawal na yan.

"Wait, ako na...ako na..." lumayo ako kay Dean at inayos ang sarili. Nakatingin lang siya sa akin, assessing may jeans, blouse, and blazer get up.

"I suggest updating your wardrobe next time." Huminga siya ng malalim na parang may gusto pang sabihin pero bigla nitong hinablot ang kamay ko at kinaladkad palabas ng opisina. "Nagmamadali tayo. Let's go!"

Ugh! He's giving me a whiplash sa kakaibang actions niya lately. No, he's the same. Sa iyo ang may nagbago. Ikaw ang nagbago. Napatingin ako dahil sa bracelet ko nakahawak si Dean, for the first time, biglang kumabog ang puso ko. No! Stop it, Billy.

Sa Quezon City kami nakarating. Sa headquarters ng pinakamalaking TV network ng bansa.

"Anong ginagawa natin dito?" Bulong ko nang makapasok kami sa lobby at pinaakyat sa floor kung saan may appointment si Dean. Weird, back-end kami. May ibang tao ang Chase para makipag-usap sa networks at ibang agencies for ad placements. Bakit kami andito?

"Quiet," sabi nito at saka ako pinilit umupo sa tabi niya habang naghihintay kami sa mas maliit na lobby leading to a conference room. Nakakalula ang ganda ng opisina ng network, sabagay kilala naman kasi ito sa buong Pilipinas at multi-billion industry na ito. Nakita ko kung paano kiligin ang receptionist kay Dean at kung paanong tingnan ako nito mula ulo hanggang paa.

Ugh! the blazer did not help, mukha pa rin akong taga timpla ng kape ni Dean.

Nang pinatawag kami sa conference room ay nakita kong mga network executives ang kausap namin. Dean is pitching for a campaign na gagawin ng network para sa kanilang summer station ID. Wow, first time naming gagawin ito kung sakali, malaki at ambitious ang project na ito. I take down the minutes of the meeting and listen to what the network wants. Excited ako, kaya ko ang mga animation na gusto nilang gawin.

"Thank you for giving us a chance to present, sir. We will not disappoint you," kinamayan ni Dean ang head ng committee na kausap niya nang matapos ang meeting namin.

"I expect something new, Dean, pero competition is tough…ako na ang nagsasabi," sabi ng balbas saradong executive na halatang may dugong dayuhan pero matatas nang managalog.

"I understand, sir." Dean sounded happy and I was happy for him.

"No promises, alright?" Yun lang at iniwan na kami nito.

<><><>

"Congratulations, boss," bulong ko nang palabas na kami ng conference room.

"Dean!" angil nito. Natawa kami pareho.

"Hey, bro! Small world."

Nawala ang ngiti ni Dean nang makita ang lalaking palapit sa amin. Naka-suit ito, may makapal na salamin at mas matanda sa amin ni Dean ng ilang taon. Mukha itong bigating CEO at sa itsura ni Dean na naging pormal ay mukhang kilala niya ito.

"So, you're the new player in town that they're talking about. Magkalaban na naman tayo. Well, goodluck, insan. May the best man win." Tinapik lang nito ang balikat ni Dean at pumasok sa opisina ng committe chairman. Nakita kong nagtiim ng bagang si Dean tapos ay hindi na ito nagsalita. Trouble, naisip ko.

Hindi nga ko nagkamali, papalakad pa lang kami sa elevator ay may natanggap na syang message na cancel ang aming presentation.

Napamura si Dean "I knew it! That bastard won't play fair."

Napakagat ako sa labi. Ibang mukha na naman ni Dean ang nakilala ko.

"You think na yung lalaking kausap natin kanina ang reason for cancellation?" ang dami kong gustong itanong pero I don't want to pry.

Tumango si Dean. "As kids, we competed in everything." halatang pigil na pigil ang inis ni Dean.

"Does this mean...hindi na tayo tutuloy?" Nalungkot ako for Dean. I can tell that he really wants this job.

"I can play dirty, matuloy lang tayo," napindot na niya ang button para maghintay sa pababang elevator.

"Don't do that. Don't go down to his level. It's...It's not worth it," I told him boldly.

Huminga siya ng malalim. "Billy, you're so naive. Sa cut throat business na gaya ng sa atin, you need to fight back tooth and nail to get what you want," ni-lecture-an ako nitong parang bata.

"Not at the expense of your soul and values. If God meant for us to have this project He will make it to happen," matigas na sabi ko. Tinitigan ako ni Dean at saka pilit na ngumiti. I know what he is thinking, pero kapag kinuha niya ang project sa maduming paraan, I will say no to it. Kahit tanggalin pa niya ako sa trabaho.

"I really love...like that you have so much faith. I wish I can be the same pero..."

"Wanna bet?" Bago pa makasagot si Dean ay tumingala ako sa langit, "Lord, if sa amin ang project you will give it to us clean because we will fight fair and square." Ngayon na alam na nitong faith-based ang Eve's Haven, hindi na ako nahihiyang ipakita dito ang pagiging fanatic ko sa prayer.

Humalakhak siya. At least napatawa ko siya kahit alam kong disappointed siya sa nangyari.

"Billy!"

Si Trish ang bumulaga sa amin nang bumukas ang elevator. Excited akong sumakay dahil pababa din ito sa lobby.

"Hi!" Oo nga pala sa network na ito sya connected, importanteng talent siya dito. Pinakilala ko sina Dean at Trish sa isa't-isa. Not surprisingly, obvious ang degrees of serapartion exisiting between them. Connected sila through relatives, common friends, and acquiantances. Of course, galing silang pareho sa old-rich families, imposibleng wala silang connection.

"So, you're from the rebellious Araneta clan na madalas kong marinig growing up," sabi ni Trish in a flirtatious way. Kakatwang naging formal naman si Dean, bagay na nakakapanibago para sa akin. He became detached somehow -- civil, polite, but nothing more, a defense mechanism to protect himself against unwated attention. The relaxed and boyish guy, na kaya kong biruin, was gone

Tumingin sa akin si Trish in the middle of being cute and overly girly, noon niya bigla inayos ang sarili. Maybe she realized that part of her healing was not involving herself romantically with anyone for at least a year or two. Coming from a broken relationship and a traumatic one at that, she's not fit to start a new one without understanding what it means to love herself first.

23

Bet On Heaven

"Every person is a miracle, that's why it happens everyday"

"Oh, I know about that project," naikwento ko kay Trish ang naging sadya namin sa network nang bumalik na ulit ito sa tamang head space at hindi na masyadong excited sa presence ng napak-agwapong lalaki sa harapan niya. Dean seemed to not mind me telling. Hindi ko naman sinabi na nasabotahe kami. Nag-raise lang ako ng question kung bakit na-cancel, kahit may conclusion na si Dean about it.

"Sayang, nakaka-excite pa naman kung magkakatrabaho tayo," sabi ni Trish.

"Oo nga!" Bigla ko ring naisip. Naghiwa-hiwalay na kami pag-dating sa lobby.

"Nice meeting you, Dean. Hope this is not the last time," ngu-miti si Trish, pigil ang pagiging flirtatious. Tumingin ito sa akin, na para bang sinasabing "ngayon lang...pagbigyan mo na ako."

Gusto ko namang matawa. Aliw na aliw ako, bakit di ko kaya yung pagpapa-cute ni Trish. Bagay sila, in fairness, sa isip-isip ko sabay biglang may pumitik sa dibdib ko. Napasimangot ako. Ano yun?

Papasakay na kami ng sasakyan nang biglang tumawag si Trish sa akin, asking to talk to Dean.

"Alright, thanks. We will." Ang laki ng ngiti ni Dean nang tingnan ako at muling ibalik ang phone sa akin.

"We got in, thanks to your friend."

Nanlaki ang mga mata ko sa tuwa. Apparently, hindi lang talent si Trish ng network, isa rin siya sa shareholders na malaki ang investment sa kumpanya. Kaya may say siya sa mga major decisions.

"Yay! Thank you, Lord." I blurted out loudly.

Natawa si Dean, driving the car out of the parking lot.

"I don't think God has..."

"You want to bet and jinx it?" I dared him. Napalunok siya sabay ikot ng manubela. I thought so, hindi pwedeng walang handprint ni God ang nangyari, maniwala man si Dean dito o hindi.

Bumuntong hininga ako.

"Bakit? I didn't say anything, don't jinx it," sabi niya.

"Naisip ko lang, sigurado aalilain mo na naman kami sa project na ito," kunwari ay nagmaktol ako.

Natawa sya. "Exactly. The jinx is yours, baby."

Natawa ako. He sounded pathetic, namula ang tainga nya, realizing how he sounded juvenile. Sa huli ay nagtawanan na lang kami.

<><><>

Gaya ng dapat asahan, puyatan na naman ang inabot namin sa boss naming slave-driver. We were given only ten days to produce a competent concept presentation. Kahit ako ay gumawa na ng trabahong wala sa job description ko pero okay lang dahil enjoy naman. Nang mabigay namin ang end product kay Dean ay tatlo na sila nila Boss Mike at Carl na pumunta para sa malakihang presentation kasama ng iba pang agencies na nakiki-compete for the contract.

"Are you worried? What if gapangin na naman ng pinsan mo?" Tanong ko matapos nya kaming pakainin ng marami bilang reward sa aming pagpapagod. Masaya ang naging bonding namin over food, lalo at naging madalas ang sama-sama naming pagkain.

"It's okay. Like you said, we just have to fight fair and square. Besides, I was able to present with other TV execs there and made our name known. Malaking bagay na yun for future projects."

"Oh, wow! What happened to 'don't be naive, Billy. Cut throat business ito. Gagawin mo ang lahat manalo ka lang'?" tanong ko habang ginaya ang boses niya. Muntik na niyang mabuga ang iniinom na coffee sa pagtawa.

"Well, it's nice to go the right path with it. Baka ma-jinx ako ng Lord mo." Medyo sarcastic na sabi nito.

Sumimangot ako. Agnostic si Dean pagdating sa paniniwala sa Diyos kaya...sayang. Sayang saan? Tanong ko sa sarili ko. Wala.

"Also, medyo makulit yung friend mong si Trish. I don't mix business with monkey business," makahulugang sabi nito.

Tumango ako. Kaya pala tinanong ako ni Trish kung boyfriend ko si Dean or kung may girlfriend ito.

"Hindi...He's just a good friend," sagot ko kay Trish noong time na yun.

"Really...the way he looked at you that time...I sensed...Anyway, mukhang ang sarap lang maging kaibigan, malay natin in two years from now kapag ready na ako..." makahulugang sabi nito.

May kung anong pumitik sa puso ko. Selos? Ugh! Hindi. Ewan, I used to be an expert in naming my emotions pero ito iba eh. The pills withdrawal is causing havoc in my heart and mind, maggamot na lang ulit kaya ako? Gaga! Para akong tangang nakikipag-usap sa aking sarili habang kumakain ng pizza.

"Bakit na naman?" Napansin kong nakatitig si Dean sa akin. Ngumiti lang ito at saka umiwas ng tingin. He's really an Adonis. I can't exactly define how ridiculously attractive he is when he does that - look at me like I'm the most beautiful woman in his eyes. Buti na lang sanay na ako sa kanya. desensitized na kumbaga. Alam ko, sure ako...hindi ang itsura niya ang nag titrigger sa akin ng kakaibang emosyon. You get to know people at hindi maiiwasan na magkaroon ka ng bonding lalo kapag marami kang nalalamang gusto mo tungkol sa mga taong nakakasalamuha mo. Tumingin na naman itong pilyo ang ngiti sa mga mata. Nakita ko sa peripheral vision ko kaya sinimangutan ko ito pero hindi ko siya tiningnan.

"Quit it, okay? I'm not falling into your charm, Mr. Vera!" Bulong ko na rinig niya.

"Really? Okay lang sa iyo na tintetext ako ni Trish?" Patuloy ang pagbibiro nito.

Ugh! Ang kapal talaga! "Please...look at you. You're just like the rest of them. So ordinary. Hindi ko nga alam why Trish even bothers."

Napahalakhak siya kaya napatingin naman sa amin sina Mike at Melba na katabi naming kumakain pero abala sa kanilang mga ka-text.

"Hindi pa ba living proof yung mga babae na nakakasalubong natin? They were dying to have me hold them in my arms...hindi lang si Trish." Patuloy nito nang bumalik na ang attention nila Mike sa ginagawa nila.

"Sure...but you see I was more concentrated on making sure that they wouldn't slit my throat open just to have you. Hindi mo ba alam na mas delikado ang buhay ko sa tuwing kasama kita, kesa ang sakalin ako ni Mayor Rolly?"

Alam na ni Dean ang tungkol kay Trish at Rolly bago pa nya na meet si Trish. Hindi raw mapapagkatiwalaan ang babae kung ganoon ito pumili ng lalaki. Grabe naman maka-judge. Nakumpirma ko na na ayaw ni Dean na ino-objectitfy siya or pinangungunahan pagdating sa possibility ng romance.

"Don't joke about that," dumilim ang itsura ni Dean ng binanggit ko si Rolly. Kaya ko nang magbiro ng tungkol dito, pero hindi pa si Dean. I saw a flicker of anger in his eyes for a moment. I knew that he's remembering the incident.

"Sorry." At totoong nagsisisi akong binuksan ko pa ang usapan tungkol sa nangyaring pag-atake sa akin. Dean is really overprotective as Dionne described him to be. Hindi pa rin kami nagkikita nito. Nasa out of town pa rin sila ng fiancé nya. Sa text at phone calls lang kami nakakapag-usap. We promised each other that we will meet as soon as she's back in Manila.

"So you acknowledged that I'm not like the rest of them, dahil sa reaksyon ng mga babae sa akin sa tuwing makikita nila ako? Come on admit it!" Bumalik na ang kapilyuhan nito at patuloy na nagbirong muli.

"Sa kanila, pero sa akin. Ugh!" Umiling-iling pa ako kunyari.

"You know, without your meds… I have the power to make you feel something for me. Hindi ko lang ginagamit sa iyo dahil I don't like you to drool all over me."

Sinimangutan ko sya saka ako muling umiling-iling.

"Ang yabang…" bulong ko. Buti hindi nila alam na I'm off my pills for over three months na.

Tumawa lang sya, kaya alam kong narinig nya.

"Seriously though…" Tumigil sya sandali. Tumingin ako sa kanya, wala na nga ang pilyong ngiti nito. "Mas madali sa akin kapag hindi ka kagaya ng ibang babae."

"Bakit mo naman nasabi?" Nagulat ako na may dessert na dumating, naku nataranta si Manang Melba, gusto namin ng dessert na ice cream. Pinagkaguluhan tuloy nila si Carl na may dala nito.

"Because with you, I can put my guard down. I can be real. So far, sa iyo at kay Dio ko lang nagagawa yun."

Na-touch ako sa sinabi ni Dean. "Ganoon kahirap ang sitwasyon mo?" Naisip kong kahit sinong lalaki ay gugustuhing makuha ang itsura ni Dean. They will take advantage of every opportunity to bed any woman they like. Walang kahirap-hirap. Pero si Dean, parang ang kagwapuhan pa nya ang nagiging dahilan kung bakit hirap syang makakilala ng babaing totoong mamahalin nya at magmamahal sa kanya.

24

Dreams And Nightmares

"A night terror so beautiful you don't want to wake up"

Nagkibit-balikat si Dean bilang sagot sa aking tanong. "I just hate when women expect more from me. I'm just like any other normal guy."

Naintidihan ko ang gustong sabihin ni Dean. Nakakalungkot lang dahil marami pang magagandang bagay ang meron kay Dean bukod sa kagandahang lalaki nito. If only women will look underneath the façade and see the good soul behind it. Pero hindi lang naman ang mga babae ang may kasalanan. Masyadong walang tiwala si Dean sa mga babae. Hindi ko lang masabi sa kanyang minsan talaga ay may pagka-prejudice sya sa mga babae. Hindi pa nga nya kilala ang isang babae ay wala na agad syang tiwala dito. Swerte lang dahil naging kaibigan at katrabaho ko sya, nagkaroon ako ng pagkakataong makita ang totoong Dean na hindi pa nagagawa ng ibang babaeng gustong mapalapit sa kanya.

We stared at each other for a while. Lost in our own thoughts.

"Hey! You're wearing my bracelet." Bigla nitong hinatak ang kaliwang braso ko. Doon ako naging balisa. Hindi dahil sa hawak ng mga kamay nya sa aking kamay kundi ayaw kong may humahawak na ibang tao sa bracelet ko kapag suot ko ito. Binawi ko ang kamay ko sa kanya ng dahan-dahan.

"Sexual harassment yan, boss!" Biro ko sa kanya para ma-ialis ko ang atensyon nya sa kamay ko.

"Hawak lang sa kamay namalisyahan ka na! Tapos sasabihin mong wala kang nararamdaman sa akin?"

Nilabas ko ang dila ko na parang batang nambe-belat ng kalaro. Saka ako nakigulo sa pagkuha ng ice cream. Napahalakhak na naman ito na narinig ng lahat.

"Bakit tuwang-tuwa yun?" Tanong ni Melba.

"Ewan ko dun, nabuwang na," sabi ko na lang. Nakitawa ang mga ka-opisina namin. Cool na boss si Dean as far as everybody is concerned.

<><><>

Si Dean ang naging laman ng utak ko ng gabing bago ako matulog. Nakakapagtakang biglang naiisip ko sya ngayon. Ugh! Siguro dahil lagi kaming magkasama at kapag nasa Antipolo naman ako ay walang ginawa si Mama Sol kundi ipaalala ito sa akin. Ayan hanggang sa gabi ay bitbit ko pa rin ito. Ano ba yan! Bakit hindi? Masama bang isipin sya? A small voice asked from within me. Hindi naman. Sagot ko. Siguro oras na. Sabi ulit nito. Hindi pa, pagtanggi ko. Bakit hindi? Tanong ulit ng tinig. I shut my thoughts off, preventing the answer from ruining my night. Nakita ko ang bracelet na suot ko at tinakpan ito ng kumot para hindi ko muna makita.

<><>

Napanganga sina Erika at Cess nang makita akong papasok sa office namin matapos ang aking group session sa mga teens.

"Oh, wow! Bongga," Si Erika na pinaikot pa ako mula sa aking pagkakatayo sa harapan nila.

"Ang blooming mo, teh! Anong meron?" Si Cess na mukhang ready na namang mambuska.

"Nag-ayos lang blooming na." Simangot ko sabay flip ng hair.

Ewan pero pagkagising ko ay nasa mood akong mag-dress bigla at mag-high heels. Naglagay din ako ng konting make-up at nilugay ang palagi kong nakataling buhok.

"Kung may asawa ka, iisipin kong may nangyaring nakakaganda sa inyo kagabi," hagikhik ni Cess.

"Ikaw talaga, ang dumi ng utak mo!" kinurot ko si Cess pero nakatakbo ito. Tawanan kami.

"Speaking of…"

"asawang nakakaganda?" Si Erika na nakisali na rin.

"Blooming! Isa ka pa," nahampas ko siya ng mahina sa braso, "Four months nang maayos ang regla ko and I have a feeling na regular na ako this month."

"Good. Ilang araw na lang?"

"Three days." Umupo ako sa sofa, gandang-ganda sa sarili.

"Si Billy? Umalis na?" Sumilip si Mama Lota, nakita na ko nito kanina at binating maganda.

"Bakit, Ma?"

"I'm planning for a Sunday brunch, tayo-tayo lang," tumabi sa akin si Mama.

"Great, I'll be here kahit Saturday pa lang."

"Fantastic! Bring Dean, okay?"

Narinig ko ang sinabi ni Mama pero hindi ako makakibo.

"Ayun, makikilala na rin namin ang boss mo," si Cess na tinigil ang ginagawang trabaho.

"Pogi yun sabi mo, Mama, di ba?" nakatalikod si Erika dahil may kinukuha ito sa cabinet niya.

"No!" Sigaw ko.

"Tama, hindi pogi si Dean. Sobrang pogi ng batang yun." sabat ni Mama.

"I mean, no…hindi siya pwede pumunta dito," sabi ko, in panic.

"Aba'y bakit?" Nagulat si Mama sa bugso ng emosyon ko.

"Uhm.. o-out of town siya, kasama ng kapatid niya." totoo naman. Mukha kasing magtatampo si Mama kapag wala akong dahilan.

Halatang duda pa rin ito, pero alam niyang lying is not my thing. "Ah, sige sa susunod na Sunday na lang," tumayo na ito para umalis

"Huh? So, ano yun? Walang brunch?" Takang tanong ko

"Wala!" siya naman ang sumigaw sa akin na ikinagulat ko.

"Ma! Hoy! San ka pupunta?" Kunwa'y hahatakin ko siya pero tinakbuhan lang ako nito palabas ng opisina. Pambihira? Yung brunch dahil kay Dean? Ano yun, ha!? Sino ba siya? Ang reason kung bakit ka maganda, bulong ng tinig sa loob ko. No!

<><><>

Ewan ko ba, dahil siguro madalas naming mapagkwentuhan ang Chase, wala naman akong schedule sa office pero doon ako dinala ng mga paa ko.

Where is everybody? Sa isip-sip ko. Walang katao-tao sa office tapos ang dilim pa. May lungkot akong nadama. Sino ang hinahanap mo? For sure hindi si Manang Melba. Tumalikod na lang ako para umuwi nang mabangga ko si Dean.

"Whoa, akala ko bukas ka pa pupunta dito?" binuksan nito ang ilaw at pinasunod ako sa opisina nito.

"Where is everybody?" tanong ko. Hinubad ni Dean ang blazer niya at niluwagan ang necktie, napalunok ako. Bakit biglang kumabog ang dibdib ko, watching him.

"Nasa field, inaayos namin yung nangyari kahapon..."

"Yun ang dahilan kung bakit ako nagpunta dito ngayon. Nahihiya ako. How can I help? Dahil sa akin...pumalpak tayo." Napahiya kami sa presentation na tinapos ko sa bago naming client. Hindi ko alam kung anong nangyari, napakapangit ng animation na ginawa ko. Nakita kong napahiya si Dean at ang buong team.

"Okay lang yun." Huminga ng malalim si Dean, sumandal lang ito sa lamesa niya habang nakikipag-usap sa akin.

"Sorry, kasi sabog ako lately. May sakit kasi ako and I was taking pills tapos..." humagulhol na ako. Nilapitan ako ni Dean at inalo. Niyakap niya ako ng mahigpit. Ang bango-bango niya at napakatipuno ng dibdib niyang iniiyakan ko. Niyakap ko rin siya, sobrang higpit. Dibdib sa dibdib, ramdam ko ang pag-akyat ng kakaibang init sa aking nangangatog na katawan.

Billy, anong nangyayari sa iyo? Get away from him. Don't touch him! Pinilit kong ayusin ang utak ko at kumalas sa kanya.

"Babawi ako, boss... pangako hindi na kita papahiya..."

Inangat ni Dean ang mukha ko para titigan siya. Yun na naman, yung titig niya na parang gusto niya ako. Bago pa ako nakapagsalita ay hinalikan na niya ako sa labi. *No, Billy, stop! Yes please...yes!*

Kahit ngayon lang baka naman pwedeng magkasala ako, mawala sa sarili at...

Grabe ang kuryenteng dumaloy sa katawan ko na nagdulot ng kakaibang sakit sa aking sinapupunan. Without a care in the world, ginawa namin ni Dean ang dapat sana'y ginagawa lamang ng mag-asawa. Noon ko naramdaman ang mainit na likidong umagos sa aking hita, sabay guhit ng kakaibang pintig sa aking sinapupunan. Noon ko naisigaw ng malakas ang pangalan ni Dean. Ito ang gumising sa akin.

"Crap!" Pawis na pawis ako at hingal na hingal nang bumalikwas sa kama ni Nhate. I'm in Haven, safe and sound. Sobrang pasalamat ko dahil panaginip lang. Hiyang-hiya ako sa sarili ko. Inangat ko ang kumot at nakita ko ngang dinudugo na ako.

I should be happy, regular na talaga ang mens ko. Kaya lang, why this rated SPG dream with Dean in it? Ugh! The pills really ruined how my hormones work. Inayos ko ang sarili at muling nahiga sa kama. As expected hindi ako pinatulog ng kakaisip sa panaginip. This has to stop, I don't want him! Are you sure about that? Sabi ng maliit na tinig. Yes, pero mahina na ang boses na lumalaban dito.

<><><>

Nang mga sumunod na araw ay hindi ako makatingin kay Dean kaya iniwasan ko siya. Pumupunta ako sa office kapag alam kong wala siya dun para hindi niya ako mabitbit kung saan. Mahirap na, masyadong fresh ang panaginip. may ugali pa naman akong ganun, yung magkakaroon ako ng attachment sa napanaginipan ko. Dati ay napanaginipan ko si Johnny Depp, sus ginoo, nagmarathon ako bigla ng mga pelikula niya. Kainis!

"Looking good, Billy girl!" komento ni Boss Chics sa suot kong corporate attire.

"Ni-require ni boss na mag-ayos siya, buti naman." sagot ni Manang Melba.

"Boss, will like you looking like that," kumindat pa si Mike. Sumimangot naman ako. I just changed my jeans to slacks, what's all the fuss?

<><><>

Katatapos lang ng meeting namin at nagmamadali akong lumabas para mauna na akong umalis sa kanila nang sinabihan ako ni Dean na puntahan siya sa opisina nito.

Grabe ang tension ko sa katawan nang kumatok ako sa pintuan ng office niya. Lord, please keep it brief, abot-abot ang dasal ko.

"Is it okay if I take you out for dinner, tonight?" Diretsong tanong nito kahit hindi pa ako nakakaupo. Dumagundong ang puso ko. Stop it, Billy! Hindi ito panaginip, umayos ka!

"M-may problema?" Despite my reaction, I can sense na walang playfulness sa mga mata ni Dean habang nakatitig sa akin.

"P-personal, ang hirap lang pag-usapan dito sa office."

Umupo ako, "We can talk about it now. M-mahirap sa public place kasi…alam mo na, di ba? Pinagtitinginan ang ganda ko ng mga tao," Nagbiro ako pero nakakabingi ang kabog ng dibdib ko. Naimagine ko kasing maka-dinner date si Dean, kami lang dalawa. Kinilabutan ako. Iimbitahan ko na lang siya sa brunch gaya nang pangako ko kay Mama Sol.

Napangiti siya at saka tumango. Naiinis ako na may lungkot sa mga mata ni Dean. Ano bang paki mo? "Walang monkey business ang pag-uusapan natin, ha. Hindi ka naman magpo-propose sa akin or something kasi uulitin ko wala akong nararamdaman sa iyo." Lies! Sigaw ng tinig sa loob ko. It's the pills, pag nag normalize ang hormones ko mawawala rin itong kabaliwan kong ito, pag-alo ko sa aking sarili. Or baka yan na ang normal mo kasi magaling ka na. No. To be honest, Dean is not my type. Sakto lang na naging malapit kami na parang kagaya ni Nhate dati. I'm channeling Nhate through him.

Natawa na siya na may saya sa mga mata.

"Someday I will make you fall in love with me," ganting biro nito. Napalunok ako dahil kinilig ang puso ko. Stop it, Billy!

25

A Bite From The Past

"Let go of the past but keep the lessons it taught you"

"So, dahil hindi ka magtatapat sa akin ng pag-ibig, si Dionne ito, noh?" Alam kong sister lang ni Dean ang nakakatrigger sa kanya ng ganito.

"I'm worried, she's acting out lately." Sinuklay ng mga daliri nito ang buhok na biglang gumulo.

"What do you mean, acting out?"

"She has episodes of extreme emotions. Minsan sobrang lungkot, minsan naman sobrang hyper na hindi mo ma-control. Ganito sya kahit noong mga bata pa kami, kaya mahirap syang magkaroon ng stable na relationship."

Listening to Dean's description of Dionne, I think that he's describing her as bipolar. Isang mood disorder na extreme ang saya at lungkot kapag umatake. Nahiya naman akong itanong kung diagnosed ito at kung gaano ang degree o frequency ng episodes ni Dionne. Is she taking medication for it? Lumaki sa America sina Dean, most of these westerners rely on meds at bukas sila sa pagpapatingin sa mga psychiatrists. Unlike dito sa Pinas na may stigma ang masabing nagpa-konsulta ka.

Looking back, it clicked. May something kay Dionne na hindi ko ma-pinpoint noon. Ngayon, it makes sense. Ibang-iba si Dionne sa babaing tinulungan ko sa CR, sa babaing in-love sa fiance niya, sa kaibigang open sa akin, at sa kapatid na reliant kay Dean.

"I still don't understand it, medyo worried lang ako," Dean sounded lost.

"What triggered it?"

"Trigger?" kumunot ang noo niya.

"Usually yung pagbabago ng mood swings to exagerrated degree ay may nag-ti-trigger, it can be someone or something in the past o kaya..."

Napamura si Dean sabay sabing, "my mom..." interrupting me. "She resurfaced after a long absence. She must have heard about Dionne's fiance and..." ang lalim ng isip ni Dean, unable to finish what he's saying. "Great! Talking to you always gives me a sense of clarity. Salamat! Salamat talaga." Nakita kong lumiwanag ang gwapong mukha ni Dean.

"Maliit na bagay," kunwa'y pinagpag ko ang hindi makitang dumi sa aking balikat. Hindi ko alam kung saang banda ako nakatulong pero natuwa ako sa sarili ko. Kaya ko naman palang hindi mabaliw kay Dean kahit napanaginipan ko siya. Hindi na ako nai-ilang. Ako lang ang nakakaalam ng madumi kong panaginip so wala akong dapat ikahiya dito.

"So...you're mom?" Curious ako kasi, hello...may mommy issues din ako, noh.

"Growing up, they didn't have the best relationship. Our mother always favors me...so..." matipid magkwento si Dean pero

I get it. My heart went out for Dionne. Ngayon alam ko na kung saan galing ang layers of insecurities na meron ito sa kabila ng maganda nitong mukha.

"That's why you're very protective of her." Ngayon, alam ko na rin.

"Because I know...no weak man can handle her."

"Pero nakilala mo na ang fiance niya, di ba?" Ito ang dahilan ng out-of-town vacation ni Dean last week.

"He seems solid but...I still has my doubts."

Tahimik kami pareho, savoring the trust that we have developed for each other. Then he reached out for my hand at hinawakan ito saka tumitig sa akin. Napalunok ako. The robot, pilled Billy would pull her hand away, pero hindi ako gumalaw at sinalubong lang ang titig niya.

"Do I need to fire you to have dinner with you so we can keep talking like this?" ngumiti ito pilyo.

Ang bilis kong nag-isip sabay hatak sa kamay ko. "But I like working for you, boss. Kahit slave driver ka." Sabi ko habang kinikilig. Billy, umayos ka!

Natawa siya.

"You're fired!" Sigaw nitong parang galit.

"For what? Refusing to have dinner with you?" protesta ko.

"For calling me 'boss', you're fired!"

Noon bumukas ang pinto at narinig ni Mike ang huling sinabi ni Dean. Natulala ito at napatingin sa akin.

"Ah, sorry, boss...magpapa-alam lang," tapos sinara nito ang pintuan na hindi kami nakapagpaliwanag. Nagkatinginan kami ni Dean at saka nagtawanan.

Hinabol nito si Mike at sumunod naman akong lumabas sa office nito. Overall it was a good night.

<><><>

Pabiling-biling na naman akong matulog. Why not? Baka oras na, pwede na ulit. I'm scared. I can't. Ayaw kong balikan ang nakaraan, okay na ako sa lessons na natutunan ko sa aking mga pagkakamali noon. Pumikit ako at umusal ng dalangin. I'm no longer the unloved woman, Lord. Bahala ko na...Psalm 32:8, susunod lang ako kung saan mo ako papapuntahin at gagawin ko lang ang lahat mong utos. Yun lang at nakatulog ako ng mahimbing.

Kaya kinabukasan ay nasa mood akong mag-ayos. Naka tight-fitting dark slacks ako partnered with body-hugging blouse na medyo mababa ang cleavage, pero nagsuot na ako ng blazer over it para medyo formal pa rin ang dating. I wore a sexy high heeled shoes para naman mas appealing pa ang dating ng buong attire ko. Namili ako ng mga damit dahil kailangan ko nang i-retire ang aking jeans at rubber shoes sa utos na rin ni Dean.

I feel great while I appreciate my looks in the mirror. Nakaka-confuse ang emotions ko pero kaya ko pa ring mag-control with so much effort na nga lang. The pills did me good. At ngayon na mukhang okay na ang PCOS ko ay nagno-normalize na rin ang hormones at emotions ko. So, papapasukin mo na sa puso mo si Dean? Hindi ako sumagot, ngumiti lang ako sa salamin at umalis na para ibigay lang kay Dean ang bagong video editing na pinatapos niya sa akin.

<><><>

Nang makarating ako sa opisina ay lunch break na kaya walang tao sa outer office. Napilitan akong kumatok sa pinto ng opisina ni Dean. A part of me wants him to see me, pero a part of me wants to also avoid him again. Kailangan ko ng time, para lang makasiguro ako sa nararadaman ko kung pwede na ba akong magtry ulit buksan ang puso ko para mapalapit sa isang lalaking gaya ni Dean. Sana lang talaga buhay si Nhate. Sa kanya lang ako pwedeng makapagsabi ng mga bagay patungkol sa ganito.

"Come in..." sabi sa kabila ng pintuan. Binuksan ko naman ang pinto. I was surprised to see Dionne.

"Billlllllllly!" Ang saya ng bati nito sa akin, gulat pero nakabawi agad para hatakin ako papasok sa office ni Dean, "Oh, my goodness... you're so pretty," sabi nito. Hindi ako makatingin kay Dean, nagustuhan kaya niya ang itsura ko?

"Hi! Welcome back!" I was equally happy to see her. Ang ganda-ganda talaga nito. Mas lalong gumanda kesa noong huling magkita kami. Mas namamangha ako sa ganda nya kesa sa kagwapuhan ng kanyang kapatid. Hiyang ito sa pagkakaroon ng fiancé. Ang huling balita ko kay Dean ay umalis na ang mommy nila pabalik ng Europe, kaya siguro good mood na si Dionne.

"Finally! Nagkita na tayo sa wakas!" Sabi pa nito.

"Dapat tinawagan o tinext mo ako na andito ka na pala sa Manila."

"I was planning to...you know...to talk about... stuff..." malahulugang sabi nito.

A disgruntled sound came from Dean, "She just like to show off..."

"Ay oo nga! Nasaan ang iyong future husband? Excited na akong makilala sya," pinutol ko ang sasabihin ni Dean dahil mukhang magsusungit na naman ito.

"He stepped out for a bit..."

"We're having lunch," Dean interrupted. "Join u!" Utos ito. "Please..." na sinundan ng pakiusap. Ayaw ni Dean maging 3rd wheel.

It's my chance to torture him for all the nasty dreams "Oh...I love to but...rain check? May super important errand lang kasi ako ngayon, pasensya na talaga." Kay Dionne ako nakatingin. Ayokong makita ang reaksyon ni Dean, baka maging marupok ako.

"Sayang naman..." Nalungkot si Dionne. "Anyway, all is not lost because you will still meet him." Biglang lumiwanag ang mukha nito. "Eto na pala sya!"

Napangiti na rin ako nang nilingon ko ang bumubukas na pintuan ng opisina ni Dean. It was instant, almost like an out of body experience. Hindi...hindi...hindi...sabi ng utak ko ng paulit-ulit habang papalapit sa amin ang fiance ni Dionne.

Nakita kong unti-unting kinikilala nya rin ako. Gulat na gulat din ang expression nito. Agad kong inayos ang aking sarili, malamang na pareho kami ng itsura. Pareho kaming na-shock sa pangyayari. Pinilit kong kalmantehin ang sarili ko, pero ang totoo unti-unting nalalasog, napupunit, at nagpipira-piraso ang kaloob-looban ko.

26

Awakening

"I fear all we done is to awaken the sleeping giant and fill him with a terrible resolve"

His familiar deep dark eyes seem to look into the depth of my soul. Mukha syang hindi pa nakakapag-ahit ng ilang araw. Magulo pa rin ang ayos ng buhok nito, pero alam kong yun ang paborito nyang hair style. He was wearing a neat striped long-sleeved polo. He rolled the sleeves a little below his elbow. Bukas ang dalawang butones nito mula sa kwelyo kaya kita ang puting Hanes T-shirt na nakapaloob sa kanyang polo. He partnered it with faded maong jeans. His rugged looks gave him a sexier appeal.

Lamang ay muling bumalik ang aking mga mata sa kanyang mukha, para tingnan ang mga mata nyang hindi umalis ang pagkakatitig sa akin. Sinara ko ang mga mata ko sandali, sa ganoong paraan ay mabilis akong makakapag-isip ng susunod kong gagawin. Mas lalo ko nga lang narinig ang ingay...Bog! Bog! Bog! Only to realize that it's my heart.

Napalunok ako, masakit na tila may bikig sa aking lalamunan. He was with us now. I could see that he made his decision already, same as mine. Hindi kami nananaginip, totoo ang nangyayari, naniniwala kami sa nakikita namin.

Ang palitan namin ng tingin ay nangyari sa loob lamang ng ilang segundo. Alam kong nakatayo pa rin ako ng matuwid, hindi ako nagpakita ng kahit anong indikasyong may nangyayaring kaguluhan sa loob ko. The only thing that I need to concentrate on now is to keep my poker face intact.

All the training of will power came rushing in on me. I willed myself to act normally, at least while I was still standing here with them. Hold on, Billy. Just hold on.

"Hi sweetie...this is the friend I was telling you about who works for my brother. Kung di dahil sa kanya...well...you know she helped put sense into my brother's head." Masayang-masayang nagsasasalita si Dionne. Pero mahina ang dating ng sinasabi nya sa akin, wala akong ibang marinig kundi ang dagundong ng puso ko. I could feel all my senses heightened. I could smell him, I could see him, I could almost feel the warmth of his touch against my skin. STOP!!!

"Did you two know each other?" Tanong ni Dean. Saka ko lang napansin na sa akin nakatitig ito tapos ay tumingin din ito kay Jake. Kung meron sa kwartong ito na dapat kong makubinsing mabuti ay si Dean iyun. Masyadong pre-occupied si Dionne sa kanyang pagkukwento kaya alam kong wala itong mapapansin. Niyakap nito si Jake ng makalapit ang lalaki sa kanya.

Mabilis akong tumingin kay Dean para hindi ko makita ang halik na ibinigay ni Dionne sa mga labi ng kanyang mapapangasawa.

"Y-yeah...I was trying to remember..." Thank God that my voice didn't betray me. "I think we went to the same school in college. J-Jericho Pacia, right?" Pilit kong dinako ang tingin ko kay Jake or Jerry kung tawagin ni Dionne. Nagtindigan ang balahibo ko sa buong katawan ng banggitin ko ang pangalan nya. I never say his name even in my head. It is a taboo, a forbidden sin to even think about his name.

Tumango si Jake, titig na titig sa akin. "B-Billy Girl Pastor."

"Billy. She dropped her middle name, right?" Pagtatama ni Dean na sa akin nakatingin.

Ngumiti ako kay Dean saka tumango. Hindi ko nga lang maiwasang itanong sa sarili kung ang pagbanggit ba nya ng pangalan ko ay may kaparehong impact sa kanya gaya ng sa akin.

Napalunok na naman ako, pilit kong ginagalugad ang alaala ko para ikumpara ang boses nyang matagal na panahon ko ng hindi naririnig. Sya nga si Jake, walang duda.

Ang lalim pa rin ng tingin nya sa akin. Nakita kong lumambot at lumamlam ang tingin nya panandalian pagkatapos ay tila nagdilim ulit ito. His stare was piercing me in a weird way so I looked away reluctantly.

"Really!? Magkakilala kayo? What a small world...Were you classmates?" Napatili si Dionne. Her emotions are obviously hyperwired.

"M...more of schoolmates...actually..." Muntik na akong magkautal utal pero mabilis kong naiayos ang sarili ko.

"Si Grace ang classmate niya," Jake finished my sentence. This gave me goosebumps na napakapit ako sa bracelet na bigay sa akin ni Dean. Para namang may sariling utak ang mga mata ko at agad itong bumalik sa mukha ni Jake para tingnan muli ito. Titig na titig pa rin sa akin si Jake, madilim pa rin ang anyo nito. Ugh! I'm a sucker for torture. Wag mo na kasi syang tingnan.

"That's right!" The mention of Grace's name warms my heart. "I transferred... Actually we both transferred...I mean Grace and I...We lost touch so..." Ang bilis kong magsalita, tila gumagapang na ang nerbyos ko paakyat sa aking dila. I forced my way out of his hypnotizing gaze.

"Grace...really? Wow! She's here as well. I'll tell her about this reunion and maybe we can get together sometime. Tayong girls." Sobrang na-excite si Dionne sa nalaman.

Ako man ay na-excite din. Grace...my goodness! Dahil bawal kong isipin si Jake, pati siya ay... "That would be nice," I broke my icy demeanor and really got excited with the idea. Noon ako nakabawi, kinuha ko sa bag ko ang CD at inabot ito kay Dean.

"I really am running late...and I know you guys need to go as well. So mauna na ako."

Tumango si Dean. Iniwasan ko sya ng tingin, tila nananantya pa rin sya sa akin. I didn't want him to read too deeply into this meeting. Tiningnan ko si Dionne at saka si Jake.

"Congrats on your engagement, you guys!" Sabi ko matapos kong humugot ng malalim na hininga. "Nice meeting you again Ja..rry...Jerry." Mabilis lang na umikot ang mga mata ko sa kanya, kay Dionne ko tinuon ang atensyon ko.

"Coffee, one of these days?" makahulugang tanong ni Dionne. I got it, girl talk.

"For sure!" Pilit kong pinasaya ang mukha ko nang ngitian ko sya. Tapos ay lumabas na ako ng opisina ni Dean.

I felt like I was exerting all my effort to run, but my feet were moving slowly. Actually, I couldn't feel my feet as I walked out of Dean's office. Lord, kill me...please take me now! Abot-abot ang dasal ko habang pilit na pinatatatag ang aking sarili.

<><><>

Hindi ko alam kung paano ako nakapagmaneho ng maayos na hindi ko naibangga ang kotse ko. Hindi ko rin alam kung paano ako nakarating sa condo unit ko na nagawa ko pang makipag-ngitian sa mga nakasabay kong tenant sa elevator.

My hands are shaking badly as I try the key several times. Nang makapasok ako sa loob ng unit ay agad akong nilamon ng dilim. Sa kadiliman ng paligid ay tuluyan ko nang inilabas ang lahat-lahat. Bago pa ako makarating sa kama ay hilam na ako ng luha. Sa kama ay naihiga ko ang nangangatog kong katawan. I feel like I wake up from a really safe dream, then all of a sudden the reality punches me hard like a nightmare.

"Nhate...Nhate...kailangan kita..." sabi ko sa pagitan ng hagulgol at pagtangis. Kaya ko ang lahat ng problema, pagsubok, kahit ano... wag lang ito. Yung damdamin na parang bahang bumabalong sa puso ko ang pinakamahirap pakalmahin.

"Please don't do this...Wag po ngayon...wag po," I'm lying on the bed in a fetal position, hugging myself. Having a full blown panic attack, namimilipit ako sa sakit ng tiyan at dibdib kaya nagdasal ako, abot-abot ang dasal ko sa Diyos.

"Take this away please...please...God."

Ramdam kong lumalaban ang katawan ko, pero bigat na bigat na ang puso ko. Hindi na ako makahinga. Ang bigat na nakadagan sa dibdib ko ay hindi ko na kayang bitbitin pa. My mind is insisting, but my heart is doing all the work to resist it. Sa huli ay natalo ako sa laban. Sumuko na ako, matindi ang lakas ng puso ko na gustong-gustong maalala ang nakalipas kahit ang isip ko ay nagpupumiglas.

<><><>

"Mom, I'm scared..."

Tumakbo si Drew sabay yakap sa akin ng mahigpit. I am lying in bed, halfway in my sleep.

"What time is it?" I asked in a startled voice. "Oh, baby...you don't have to read it in one sitting..." sabi ko sabay cuddle sa aking anak on our bed.

"But I couldn't put it down. You've written it so well, parang andoon ako...kasama kita. Feeling everything you're feeling."

"...and you're scared because...?"

Sinabi sa akin ni Drew kung nasaang parte na siya ng aking memoire. Natahimik ako. Just like her, I got scared too. I prayed, hoping that Drew will handle better -- emotionally -- what she will soon learn about me.

27

1993

"If the love doesn't feel like the 90's R&B I don't want it"

Ito yung mga panahong para kang tanga kapag may cellphone kang Motorola dahil bukod sa kasing laki ito ng kaskasan ng yelo para sa halo-halo, eh sino naman ang tatawagan mo kung ikaw lang ang mag-isang merong cellphone sa buong klase nyo?

Ito yung era na, pag nag-apply ka ng landline para sa bahay nyo, uugatin ka na sa dami ng taong lumipas bago ka makabitan ng linya ng telepono. Kaya kung may kamag-anak ka sa abroad, kagaya ko, kailangan mo pang pumunta sa post office para lang maka tawag. Tapos may operator pang mag-a-assist sayo, kaya yung pag-uusap nyo ay hindi na pribado.

"Hello..." mahina ang boses ko, ang dami kasi naming nakapila para tumawag sa ibang bansa.

"Hello, anak...Ano? Kamusta? Handa ka na bang pumasok sa school? Anong oras ang klase mo?" Halatang nagmamadali na naman si mommy sa kabilang linya.

"This afternoon, mommy..." marami sana akong gustong sabihin sa nanay ko, gaya ng natatakot ako. Pero hindi na namin ganoon kakilala ang isa't-isa para maging kumportable ako sa pagsasabi ng totoong damdamin ko sa kanya.

"Nagpadala na ako ng pera kay ate Lilet mo ha. Sabi nya sa akin tamang-tama naman daw yung apartment na nakuha nyo dahil isang sakay lang papunta sa school. Kapag nakabitan na kayo ng telepono, sabihin mo ako agad para madalas tayong magkausap. May kailangan ka pa ba?"

Ikaw...ikaw ang kailangan ko! Gusto kong isigaw. "W-wala na po..."

"Oh sya, sige... mahal na itong babayaran ko. Babay, anak."

Yun lang at wala na akong narinig pa sa kabilang linya. Alam kong gusto lang ipakita ni mommy sa akin ang suporta nya, pero sa halip na sumaya ako ay lalo pa akong lumungkot. Umuwi akong parang wala namang nangyari sa usapan namin ni mommy.

<><><>

"Ano? Kabisado mo na, di ba? Wag kang maliligaw. Wag kang tatanga-tanga. Tingnan ko nga ang itsura mo? Baka mukhang promdi ka at maloko ka sa daan."

Ang pinsan kong si Lilet ang nagsasalita, anak ng kapatid ni Mommy na si tita Itty. Sa kanila na ako halos nag dalaga. After mamatay ni lola, sa kanila na ako tumira. Matanda si Lilet sa akin ng apat na taon at tapos na ng secretarial course. Naghahanap ito ng trabaho sa Maynila habang sinasamahan ako sa pag-aaral ko sa college. Dahil maliit ito at sobrang payat, parang ako ang ate at siya ang alaga ko.

"Bakit yan ang suot mo? Suot mo ang bonggang bigay na damit ng mommy mo? Dapat mag pakitang gilas ka sa school."

Nakaayos din si Lilet at sasabay sa aking umalis. Ang gulo-gulo pa ng apartment namin dahil bagong lipat lang kami, pero si Lilet, ayos na ayos. Ito ang halatang taga-probinsya. Makintab na damit ang suot nito sa kalagitnaan ng init ng araw at ang kapal ng kolorete sa mukha, ilang oras lang ay siguradong lusaw na ang ganda nito. Naka-schedule ito sa isang interview. Akala ata ni Lilet na ang mga tao sa Maynila ay nagsusuot ng mga damit na kagaya ng napapanood namin sa mga TV shows noong nasa probinsya pa kami. Kala mo ay magsasayaw at kakanta sa isang noontime variety show ang itsura nito. Pero gaya ng nakagawian, sinarili ko na lang ang opinyon ko. Ganoon naman palagi, eh.

"Okay na ito." Tinutukoy ko ang suot kong maong pants at T-shirt na Maui and Sons. simple but trendy. I particularly love my Bulldog shoes na hiyang-hiya pa akong ipabili kay mommy noong una. "Mag-u-uniform na rin naman kami next week," bitbit ko na ang oversized sackcloth bag ko na halos wala namang lamang gamit.

"Bahala ka," naglagay pa ng pulang-pulang lipstick si Lilet sa labi nito. Gustong-gusto nito ang mga make-up na padala sa akin ni mommy galing Japan.

Japayuki si mommy nung 80's pa, pero pinoy ang tatay ko na hindi ko naman nakilala. Teenager pa daw si mommy nang ma-gloko sabi ni Lola. Ngayon kasal na si mommy sa isang Japanese businessman kaya sa bahay na lang siya. Tuluyan na syang nanirahan sa Japan ng permanente at halos pitong taon na kaming hindi nagkikita. Lumaki akong pinapaalagaan ni mommy kung kani-kanino, lalo nung wala na si Lola. Mula sa mga tito at tita, ngayon naman pinsan ko na ang nagbabantay sa akin.

Kabisado ko na ang daan papunta sa bago kong school pero kabado pa rin ako. Nung nag-e-enroll kasi ako, kasama ko palagi si Lilet. BS Computer and Information Science ang kinuha kong kurso kahit hindi ko alam kung anong meron dito. Gusto ko lang kasi si DR. Doggie Howser MD, yung series sa TV. May diary kasi siya na sinusulat niya sa computer, ang astig lang. Kaya yun, computer ang kinuha kong kurso, para may high-tech akong taguan ng sekreto.

Pinilit kong makihalo sa dami ng estudyanteng pumapasok sa university gate. Grabe, kaya pala tinawag na university belt itong kahabaan ng Recto at Morayta, napakarami naming estudyante. Dikit-dikit ang mga universities at halo-halo ang kulay ng mga uniporme.

Bagong programa pa lang ang kurso ko sa university kaya hanggang sophomore pa lang ang highest year na kasama namin. Madali silang makilala kasi naka-uniform na sila kahit first day pa lang ng klase. Ang aangas nila, palibhasa alam nilang basta naka-washday attire eh freshman lang, kung bangga-banggin nila kami papasok ng technology building, ganun-ganun na lang.

Hanggang 7th floor ang tehnology building, pero ang access namin ay hanggang 3rd floor lang. Sa pinakataas naman nagkakaklase ang mga Engineers at Architects, pero hindi kami nagkakasalamuha dahil may iba kaming entrance at exit, at wala kaming access sa top floor. Sabi sa freshmen orientation, masaya pa daw ang batch namin kasi maliit pa ang populasyon ng kursong BSCIS (Bachelor of Science in Computer and Information Science).

Sa entrance gate ay nakita kong naghahanap ng registration card ang guard. Wala pa kasi kaming ID. Sa labas ay maraming naka-uniform na nagyoyosi, babae o lalaki. Muntik na akong tamaan ng upos ng sigarilyong biglang tumapon sa aking paanan. Mabuti at napaatras ako kaagad.

"Sorry..."

Tinig ng lalaki, hindi na ako tumingin para alamin kung sino ito, syempre dahil naka-civilian attire ako, alam nilang freshman lang ako na pwedeng pag-trip-an.

May mga tao na rin sa classroom nang dumating ako. Sa unahan ako umupo, lalo at wala pa akong kakilala. Gusto ko rin sa harap dahil naririnig kong mabuti ang teacher, ayaw kong may humaharang ng atensyon ko kapag sa hulihan ako uupo. The 1st class is Algebra, ugh! I hate math, but I like my teacher. The 2nd class is Computer Concept. I like both my teacher and the subject. My last class is Values Ed., I like the subject okay, but I hate the teacher. Mahilig kasi syang magdetalye ng mga topic na may temang bastos.

Hindi naman yung topic ang inaayawan ko kundi yung paraan nya ng pagtuturo nito, parang may malisya kasi sa kanya. Masyadong bulgar. Tapos grabe pa kung makapag-react ang mga kaklase ko. Panay ang harutan, tawanan, at tuksuhan nila.

Block section kami kaya hindi na kami nag palipat-lipat ng classroom pero merong mga irregular students na humahalo sa amin kada magpapalit ng subjects. Bago pa matapos ang 3rd period ay kilala ko na sina Cyril, Judith, Ruth, at Grace. Meron din akong namukhaan noong freshmen orientation. Sumama na sila sa grupo namin -- gaya nila Ricky, Jojo, at ang kambal na sina John at Harry. Hindi sila totoong kambal, binansagan na lang sila ng ganun dahil pareho silang mga mukhang sumo wrestlers.

Overall, I'm okay with my classes and classmates. My anxiousness fades away and I feel relaxed. Naglibot-libot kami sa facilities ng school at sa labas ng university pagkatapos ng klase. Kumain din kami ng meryenda sa sikat na food chains sa campus -- ang Papa Garios at ang Pinky Pops.

Nang umuwi ako sa bahay ay wala pa si Lilet, dumiretso na ako sa kwarto para mag-aral. Ganito ang naging routine ko sa araw-araw. School at bahay, bahay at school. Ilang linggo lang ay naging kampante na ako sa campus, sa mga kaklase ko, at sa kurso ko kahit ang hirap-hirap ng programming. Naisip kong mukhang kakailanganin kong humingi sa mommy ko ng sarili kong computer. Napakamahal pa naman nun. Naiilang kasi akong manghingi ng manghingi kay mommy, ang dami pa rin niyang sinusupport na kamag-anak, eh.

Nakilala ko rin unti-unti ang mga kaklase ko. Si Judith ay kagaya ko na taga probinsya. Nakatira sya sa inuupahan boarding house at umuuwi naman sa Bulacan tuwing weekend. Maganda ito at sobrang hinhin, matagal kumain, mabagal kumilos, at makimi sa lahat ng bagay. Para syang modernong si Maria Clara.

Si Ruth naman ay taga Marinduque, pero may sarili silang bahay na tinutuluyan sa Pasig. Kabaliktaran sya ni Judith, boyish ito na rocker chick. She's into alternative bands, nangongolekta sya ng mga CDs ng paborito nyang international rock musicians.

Si Cyril naman ay taga Bicol pero hanep ang tinik sa lalaki. Malikot ang mga mata nito at madaling makakita ng gwapo sa paligid. Mahilig itong mamansin at magpapansin. Si Grace ang pinaka-kasundo ko, taga Quezon City naman ito. Marami kaming pareho, at compatible kami sa lahat ng bagay. Pwede kaming magkwentuhan ng kahit anong topic at nadiskubre naming pareho pala kaming movie freaks.

Ang mga lalaki naman ay parang palitaw na lulubog lilitaw. Minsan nasa amin, minsan naman ay nasa ibang grupo. Kapag dumidikit ang mga lalaking kaklase namin ay naiinis ako kay Ricky, kaya mas gusto ko kapag sa ibang grupo sila humahalo. Nalaman ko kay Cyril na may balak pala syang ligawan ako kaya dikit ng dikit palagi ito sa akin sa tuwing may pagkakataon.

Noong una ay kinakausap ko sya, bilang kaibigan, huli na ng malaman kong iba pala ang intension nya sa akin. Mabuti na lang at nasabi ni Cyril dahil akala pala ng buong klase ay boyfriend ko na ito. Ugh! Ang aga ko namang lumandi! Nang nalaman ko ito ay umiwas na ako kay Ricky. Nang nag-drop ito halfway ng semester ay abot-abot ang kantyaw sa akin ng mga kaklase ko.

"Ano ka ba, Billy, dahil sa iyo nag-drop si Ric-Ric, binasted mo kasi," biro ni John habang ang gulo namin sa classroom dahil wala pang teacher.

"Oo nga, Billy Girl, babae ka ba talaga o tibo? Bagay sa iyo ang pangalan mo, takot tuloy mga lalaki sa iyo," Si Harry naman na biglang nakigulo sa amin. As usual tampulan ng tampo ang pangalan ko.

Sumimangot lang ako, mabuti at welcoming si Cyril, "Uy, mas tibo si Ruth. Siya ang susuntok sa inyo kapag inapi nyo si Billy."

"True, malakas akong manuntok," sabi ni Ruth na sa songhits nakatingin. Nginitian ko siya, kahit hindi niya nakita.

"Uy hindi tibo si Ruth, nakita ko na yang kiligin," si Grace na inabutan ako ng candy.

"Wag nyo na akong asarin, alam ko nagpapapansin lang kayo kay Judith." Sabi ko.

Si Judith kasi ang pinaka-type ng mga lalaki sa amin, dalagang pilipina talaga, mahinhin, at maganda.

"Akala namin nung lagi kang kausap ni Ric-Ric kayo na," si Jasper ang tumabi kay Grace at nanghingi ng candy.

"Kami na? Ilang buwan pa lang tayong magkakakilala," Grabe, ganito pagtingin nila sa akin? Easy? Ang dali ko namang lumandi. Nakaka-asar. Tsaka hindi ako nag-aral sa Maynila para mag-boyfriend, noh? Noon pa pinangako ko na sa sarili kong hinding-hindi ko gagayahin ang nangyari sa nanay ko. Naging determinado tuloy ako na lalong wag mamansin ng mga lalaki at naging reputasyon ko na ito hanggang hindi na nila ako inaasar pa. Ako na si Billy na masungit, okay na yun kesa Billy na malandi.

28

Boyband Feels

"The best thing about being in a band are the things that are unsaid"

Mabilis na natapos ang unang semester. Nang ikalawang semester ay maraming nawala sa klase namin, ang iba ay huminto na ng pag-aaral, at ang iba naman ay lumipat ng kurso o kaya ay paaralan. Pero marami din namang dumagdag na transferees galing sa ibang school o kurso. Isa na rito ang artistahing si Alex na kamukha ni Ian Veneracion.

Ewan, pero hindi ko type ang mga lalaking sobrang gwapo na tipong mas maganda at makinis pa kaysa sa akin. In-love na in-love dito si Cyril at halos lahat ng babae sa campus. Madalas na nagkakatinginan na lang kami nila Grace at Ruth sa tuwing nagpapapansin si Cyril dito. Sobrang halata kasi eh, pero wala talaga, hindi talaga sya mapansin ng hunk at campus heartthrob na si Alex. Sa huli ay naghanap na naman si Cyril ng panibagong lalaking matitipuhan.

"Billy, look, ang gwapo nung nasa 3rd floor, tingalain mo dali," siko sa akin ni Cyril. Yung building kasi namin ay parang SM mall, butas sa gitna para pumasok ang natural light at hangin kaya nakikita namin kung sino-sino ang mga naglalakad sa hallway ng bawat floor.

"Wag na, hindi naman ako interesado," tinuloy ko ang binabasa kong IT, ang bagong nobela ni Stephen King.

"Ano ka ba, Billy! Manhid ka ba? Si Ruth understandable kasi baby Ruth natin, pero ikaw, bakit di ka nagkaka-crush sa gwapo ha?" Nagsungit si Cyril.

"Nagkaka-crush yan, sa pangit nga lang."

"Grace!" Sigaw ko. Hala, makapanglait naman. Wag ganun!

Totoo naman kasi, isang lalaki lang ang nakapukaw ng atensyon ko sa campus. Si Bruce. Si Bruce ay kamukha ni Max Alvarado at kasing-laki ni Jimmy Santos. He looks scary and nerdy at the same time, but I like him for his brain. Kilalang-kilala sya sa campus na lalapitan ng mga estudyanteng nangangailangan ng tulong sa kahit anong subject. Sobrang talino kasi nito. Malakas pa naman ang dating sa akin ng lalaking matalino at tahimik kahit hindi gwapo. Binigyan ko sya ng code name na Barney, kinuha ko sa Barney and Friends, kasi para syang si Barney, a giant but huggable dinosaur. Wala akong nagawa nang sinabi ni Grace ang tungkol sa lihim kong paghanga kay Bruce.

"Yikes! Ano ka ba naman, Billy Gee, wala ka bang taste?" nilait lang ako ni Cyril, pero simula noon ay hindi na ako ang ginigisa niya pagdating sa tsismis tungkol sa gwapo.

Apart from Cyril and Grace, wala nang nakakaalam ng tungkol sa lalaking gusto ko. Kakatwang hindi naman ako ikinalat ni Cyril, ayaw raw nitong magka-boyfriend ako ng higante. Grabe naman!

Madalas tuloy na tinatanaw ko na lang si Barney ko mula sa malayo. Pero wala itong interest sa babae, parang syang si Ruth na wala namang kahilig-hilig sa lalaki. Ang hilig lang ni Bruce ay ang mag-aral, maglaro ng basketball, computer games, at kung ano-anong bagay na walang kinalaman sa babae. Hay, buntong hininga ko, sayang...

May mga sophomore din kaming naging ka-klase dahil may mga bagsak sila last semester na kailangan nilang ulitin. Isa na dito si Viktor. Si Vik ay kilala rin sa campus, sikat kasi ang barkadahan nila.

Kilala ang grupo nila sa pagiging magaling sa sayaw, tumutug-tog sa banda, at naglalaro ng basketball. Aktibo sila lalo na sa mga social events ng campus. Grabe kung magkandarapa ang mga babae sa kanila. Lalo na ang mga freshmen. Sabagay, grupo naman talaga sila ng mga gwapo at mapopormang lalaki. Hindi ko gusto ang grupo nila, pakiramdam ko kasi ay wala namang ginawa ang mga ito kundi ang pumarada sa campus na akala mo kung sinong mga sikat na artista. Sinasayang lang nila ang oras nila sa mga walang kwentang bagay sa halip na mag-aral sila ng mabuti.

Palibhasa ay maliit ang nasasakupan ng campus namin, madaling kumalat ang mga bali-balita dito. Gaya ng nililigawan si Carmen ng artista. Si Carmen ang pinaka-magandang sophomore sa campus. Natural na ang pinakamadalas na tsismis na kumalat sa campus ay kung sino ang boyfriend at girlfriend nino. Minsan nga ay nag-iikutan na lang sila ng mga syosyotain. May isang sophomore student nga na napabalitang naging syota ng lahat ng lalaki sa loob ng klase nila. Grabe, noh?

"Ang landi kasi..." "Ang kati kamo!"

Ganoon ka-harsh ang mga komentong kumakalat sa campus, kapag naging masyado kang angat sa mga lalaki. Kinikilabutan ako sa tuwing nakakarinig ako ng mga ganitong bagay. Abot-abot ang pasasalamat ko dahil simple lang at hindi pansinin ang grupo namin. Wala silang pwedeng i-tsismis o i-pintas patungkol sa amin. Well, maliban na lang kay Cyril na palaging nagiging sentro ng atensyon na gustong-gusto naman nito.

Sa tuwing vacant period o breaktime ay madalas kaming tumambay sa students lounge, doon kami naghihintay ng susunod naming klase. Tanaw namin ang hallways ng buong floor ng building kung saan kami naka-upo. Madalas na doon namin nakikitang pumaparada ang grupo nila Viktor na akala mo kung sino.

Dapat ay hindi isyu sa akin ang grupo nila, kundi lang dahil kay Cyril. Ugh! Natural na may natipuhan na naman si Cyril sa grupo nila. Kaya wala kaming choice kundi ang makinig sa mga bitbit nyang balita tungkol dito,

"Ay...ang gwapo talaga ni Arnold..."

Sabay-sabay kaming titingin sa grupo ng mga kalalakihang naglalakad sa di kalayuan. Bitbit ng mga ito sa likuran nila ang mga lalagyan ng gitara. Halatang-halata ang kayabangan ng grupo, feeling nila kasi ay sila ang susunod na RiverMaya o Eraser heads. Alam nilang pinagtitinginan silang parang mga royalty kaya kung umasta rin sila akala mo kung sinong sobrang gwapo. Syempre hindi lang kami ang mga babaing nakatingin sa grupo.

"Break na si Arnold at ang girlfriend nyang nag-aaral sa Lyceum. Yehey!" Buladas ni Cyril na para bang nakatanggap sya ng sobrang gandang balita.

<><><>

The highlight of my 2nd semester in college is the sports festival. Inutusan kami ng aming class adviser na bumuo ng grupo para sumali sa cheerdance competition. It will be the opening program of the festival. Dahil wala akong kahilig-hilig sa sports ay wala akong choice kundi sumali sa cheerdance. Exempted kasi kami sa midterm kapag may sinalihan kaming kahit na anong competition. Wala akong hilig sumayaw kahit alam kong graceful din kung seryosohin ko lang talaga.

Magaling kasing sumayaw ang mommy ko. Noong maliit pa ako ay ginagaya ko ang mga sayaw nyang napapanood ko sa mga Betamax tapes na pinapadala nya.

Syempre ang boluntaryo ay si Cyril para maging in-charge sa grupo. For the sake of a higher grade, I endure her crazy ideas and demands. Wala kaming magawa nila Judith, Ruth, at Grace kundi magkatinginan sa tuwing uutusan kami ni Cyril na gawin ang kung ano-anong nakakalokang steps ng sayaw tuwing practice. Suportado naman si Cyril ng aming class adviser kaya lalo kaming hindi makapalag kahit gusto na naming sapukin ang aming kaibigan.

"A...ano ito!?" Halos mapasigaw ako ng makita ko ang costume na dala-dala ni Cyril para sa amin.

Nanghingi siya sa amin ng perang contribution para sa costume, siya na raw ang bahala at kami naman ay nagtiwala. Ngayon nga ay dinala na nya ito at sinusukat namin. Nasa CR kami ng school gym. Bukas na ang competition at ngayon lang dinala ni Cyril ang isusuot namin. Magaling talaga ang loka, ginipit talaga nya kami para wala na syang maging alterations sa damit.

"Bakit? Anong problema?" Lumabas si Cyril sa cubicle ng CR suot ang kanyang costume. I have to admit that the costume looks good on her, though. Kung tutuusin mas daring ang sa kanya dahil sya ang nasa gitna at medyo konserbatibo pa pala ang costume namin kumpara sa suot nya.

Ang costume namin ay sobrang pulang-pulang napakaikling palda na may partner na spandex blouse na sando ang tabas. Sige na, patatawarin ko na sya sa palda pero ang sando namin ay mukhang sports bra, kaya labas ang mga tiyan namin dito. Ang palda naman, sige na pwede na yung tabas, pero yung kulay na dugo, sus, para kaming mga pokpok na nakawala sa hawla.

Nang makita ko si Cyril ay nakasuot ito ng knee high boots at kapa sa likod. Meron din syang accessories sa kanyang noo at braso na kopyang-kopya ang suot ni Darna. Nakuha ko na ang character na gustong gayahin ni Cyril. Ang costume ni Cyril ay kakaiba sa amin, sobrang iksi na short ang sa kanya na may extrang telang chiffon na nakasabit mula sa kanyang pusod pabagsak sa pagitan ng kanyang hita. Kahit papaano ay natatakpan nito ang kung ano mang pwedeng makitang nakabakat sa kanya.

29

Background Beauty

"There's no light without shadow, just like there's no happiness without pain"

"Hindi natin pwedeng isuot ito!" Buti naman at hindi ako nag-iisa, pareho kami ng pananaw ni Judith. Hahanap pa sana ako ng kakampi namin. Nakita ko si Ruth, pero tila siyang-siya ito sa suot nya. Sobrang boyish nito na para sa kanya eh cool ang maging superhero. Babae naman si Ruth, hindi ito tomboy, late bloomer lang talaga, kaya kayang-kaya nyang dalhin ang costume nya. Halos maging ang iba naming kaklase ay nagustuhan din ang suot nila. Si Grace naman ay tahimik lang. Ibig sabihin, wala rin itong reklamo. Ugh! Kami lang palang dalawa ni Judith ang nagpoprotesta laban dito.

"Ano ba? Bukas na ang competition, wag na kayong magreklamo!" Halos ipagtulakan ako ni Cyril sa loob ng cubicle para magpalit ng damit. Nang lumabas ako ay nagkatinginan silang lahat sa akin.

"B-bakit?" Sobrang naasiwa ako sa pagkakatitig nila.

"Wow! Tingnan mo, ang liit ng bewang mo kaya lalong na-emphasize ang boobs mo. Ang ganda! Inilabas ng costume na yan ang tinatago mong sexy figure at kinis, Billy. Akalain mo nga namang may lihim ka pala sa ilalim ng uniform natin!" Parang inggit na inggit si Cyril, kaya alam kong hindi ako niloloko lang nito. Sumang-ayon din ang iba pa naming kaklase.

Pero nang tiningnan ko ang sarili ko sa salamin, ang nakikita ko ay ang mangyayari bukas, kung paano ako mapapahiya sa harapan ng maraming tao. Pinilit ko ang sarili kong wag maiyak nang lumabas si Judith sa cubicle suot ang costume nya. She looked pretty as well, although her fidgeting made her even more noticeable than the rest of us. Yun pala ang susi, wag kang masyadong gagalaw o gagawa ng isang bagay na mas lalong makakapukaw ng atensyon ng mga manonood. Para sa akin, nagmukha lang kaming superhero prostitute na naghihintay ng kliyente namin para mamayang gabi.

<><><>

Kina-umagahan ng contest ay nagulat ako sa dami ng taong nagkalat sa gym. Nakasuot ang mga ito ng t-shirts na nagrerepresenta ng kulay ng kani-kanilang koponan. Red team kami, kaya sumali ako sa pila ng mga estudyanteng nakapula. Nakita ko si Cyril na nag-inspeksyon sa pila, gusto kong lumubog na lang sa lupa sa mga oras na iyun. Napakaraming manunood sa amin habang sumayaw suot ang darna costume, na-i-imagine ko na ang mangyayari kaya nag-umpisang mangatog ang mga tuhod ko, parang mahihimatay ako sa nerbyos at hiya.

"There you are! Tara na! Pangatlo tayo kaya dapat mag-ayos na tayo." Halos kaladkarin kami ni Cyril papunta sa dressing area na nakalaan sa grupo namin.

"Grace, hindi ko ata kaya..." nanlalamig ako nang hawakan ko si Grace.

"Wag ka nang mag-alala, matatapos din ito kaagad. Ang iba nga ay mas pangit pa ang costume kesa sa atin." Pilit akong kinalma ni Grace.

Ayoko sa maraming tao, ayoko na nagiging sentro ako ng atensyon. Kaya lang ako pumayag gawin ito ay dahil marami kaming nakasuot ng pare-pareho. Pipilitin ko na lang na mag-blend in sa aking mga kaklase para hindi ako mapansin ng kahit sino.

Nang lumabas na kami para mag-perform ay gusto kong malusaw sa hangin. Abot-abot ang sigawan at sipulan ng mga estudyante sa amin nang pumwesto na kami sa gitna ng court. Gustong-gusto naman ni Cyril ang atensyon kaya pakaway-kaway pa ito sa mga manonood. Ako, hindi ako tumingin kahit kanino. Ginawa ko lang ang parte ko at humiling na sana, sana matapos na ito kaagad.

Nang matapos ang number namin ay patakbo kaming sumugod ni Judith sa CR para magpalit ng damit. Kami lang namang dalawa ang ilang na ilang sa suot namin. Ang iba ay gusto pang iparada ang kanilang darna costume.

"Nice dance number, girls...", "encore!", "Woot! woot!"

Narinig naming komento ng ilang estudyante nang mapadaan kami sa grupo ng mga ito. Nang tingnan namin ay isa ang kaklase naming si Viktor sa mga nagsalita, syempre ay kasama nito ang kanyang buong barkada. Kay Judith nakatingin si Viktor, pero hindi naman napansin ito ni Judith.

Nang makapagbihis na kami ay nakahinga na ako ng maluwag. Gusto kong i-boycott si Cyril sa buong semester dahil sa kahihiyang pinagawa nya sa amin, pero nang tanghalin kaming champion sa competition ay napag-isip-isip kong magaling na leader si Cyril, luka-luka lang talaga ito. Kaya Masaya na rin ako at kinibo ko na sya. Sa ilang minuto kong paghuhubad sa harap ng maraming tao ay nakakuha ako ng 1.0 sa midterm period. Pwede na rin yun, para lang pinagputahan ko ang grade ko.

<><><>

"Uy, kilala nyo si Che? Yung nasa block 102?" Si Cyril ang may bitbit na balita nang sumunod na linggo. Kilala namin ito, tahimik lang na freshman na minsan ay nakakasama namin sa library na tumambay.

"Bakit?" Tanong ni Ruth. Break namin at nakatambay lang kami sa hallway malapit sa room namin.

"Grabe. Ang balita, pagkatapos ng cheer dance nila, sumama sa gwapong student referee na import ng school sa kabilang university."

"Sumama saan?" tanong ko. Nagtinginan sa akin ang grupo.

"Ano ka ba, Billy? Inuwi at pinulutan si Che nung lalaki buong magdamag. Dalawang araw nga daw hindi umuwi sa kanila kaya pinuntahan na ng mga magulang si Mr. Cordero."

Si Mr. Cordero ang guidance counselor ng school namin.

"Paano mo naman alam? baka tsismis lang," si Ruth na mas may alam pa kesa sa akin sa mga ganitong bagay.

"Eh si Che mismo ang nagkwento sa grupo niya. Ang wild pala nun, akala mo tahimik lang. Pinagtakpan na lang ng grupo niya na hindi sa bahay ng lalaki natulog si Che ng ilang araw," si Cyrill na parang inggit na inggit.

"Aba'y nagkaroon siya ng instant boyfriend dahil sa sportsfest," sabi ko na lang.

"Gaga! Hindi sila mag-boyfriend, tikiman lang. May longtime boyfriend si Che kaso nasa probinsya at yung referee ay may jowa at anak na, hiwalay nga lang."

"Hala!" sabi ko na lang. May ganun pala?! Naalala ko ang mommy ko, nabuntis din nang bata pa masyado. Ayaw kong maging kagaya ni mommy o ni Che.

"Hay naku, ito ang balitang totoo, nanliligaw si Viktor kay Judith?" Si Grace ang biglang sumingit at naging tsismosa na rin.

"Ano? Talaga!?" si Cyril.

"Ba't di mo alam eh mas dikit kayo ni Judith?" tanong ni Ruth na halatang nagulat din sa balita. Teka, bakit alam ni Grace? Sa loob-loob ko.

"Aba'y dapat itong sagutin ni Judith. Hindi nanliligaw si Viktor, siya ang nililigawan kaya kung totoo ang balita mo eh, especial si Judith kay Vik. Nasaan ba ang babaeng yun? Grabe nakakakilig naman!"

Sa sobrang excitement ni Cyril, akala mo ay siya ang nililigawan ni Viktor at hindi si Judith. Sinundan ko lang ng tingin ito habang papalayo para puntahan si Judith, na nasa National Book Store kasama ang pinsang nag-aaral ng Nursing sa kabilang campus. Nakikinikinita ko nang kawawa si Judith, siguradong hindi sya tatantanan ng pangungulit ni Cyril hanggang tuluyan na ngang sagutin nito ang manliligaw nya.

"Guys, narinig nyo na ba ang bagong CD ng Nirvana?" tanong ni Ruth na nawala na ang interest sa tsismisan namin.

◇◇◇

Simula noon ay madalas na maging bahagi ng kwentuhan namin ang grupo nila Viktor. Mahirap na para sa akin ang hindi sila pansinin kapag dumadaan sila sa corridor o sa hallway ng campus. Kung hindi si Cyril ang unang makapansin dito ay babatiin naman kami ni Viktor dahil kay Judith. Sa entrada ng campus kung saan madalas silang magtambay sa pagyoyosi ay laging nakaabang ang grupo ni Viktor sa pagdaan namin nila Judith. Alam namin na ilang panahon na lang ay sasagutin na ni Judith si Viktor. Halata rin naman ang pagkakagusto nito sa lalaki. Sa gitna ng mga ganitong pangyayari, nagkasya na akong maging shadow in the background, where I belong.

30

Body Image

"Feeling beautiful has nothing to do with how you look"

Sa tuwing ako lang mag-isa ang dadaan sa gate at andoon si Viktor kasama ang grupo niya ay tumutungo ako para hindi ako obligadong magbigay pugay sa kanya. Unang-una hindi ko sigurado kung i-a-acknowledge niya ako. Pangalawa ay hindi ko alam kung gusto ko siyang batiin. Hindi naman ako nakikipag-usap kay Viktor kung hindi ako direktang kinakausap. Sina Cyril at Judith ang madalas na nakaka-kwentuhan nito sa klase namin sa Trigo.

Isa pa, hindi ko sigurado kung imahinasyon ko lang ba, pero minsan kapag dumadaan ako sa harapan nila, pakiramdam ko'y nakasunod sila ng tingin sa akin. Ugh! Ano ka ba, Billy, bakit ka naman nila pagtutuunan ng pansin? Sino ka ba sa kanila?

Isang araw ay nauna na kami ni Cyril na bumalik sa school matapos naming kumain ng lunch sa Papa Garrios. Nagpa-iwan pa sila Grace dahil hindi pa tapos kumain si Judith. Kailangan naming mauna ni Cyril para paghandaan ang report na i-pi-present namin mamaya sa Cobol Programming. Kami kasing dalawa ang ginawang mag-partner ng prof. namin. Pagkapasok pa lang namin sa gate ng campus ay tila sinaniban na naman si Cyril ng masamang espiritu ng kapilyahan at kalokohan.

"Billy, alam mo, naiinggit talaga ako sa tiyan mo. Tingnan mo nga o wala kang bilbil. Flat na flat..." Hinaplos nito ang tiyan ko. Laking gulat at pahiya ko nang biglang piniga nito ang aking boobs. "At tingnan mo nga ang boobs mo ang laki-laki. Para kang si Betty Boop, sobra mong sexy!"

Ramdam ko ang init ng dugong umakyat sa aking pisngi. Hindi ako makapagsalita dahil andoon ang isa sa mga barkada ni Viktor. Paakyat dapat ito ng hagdan pero nakaharang si Cyril sa dadaanan nito. Hindi ko alam ang pangalan nya pero pamilyar na ang mukha nya sa akin. Nakatingin sya sa boobs ko habang hawak-hawak ito ni Cyril. I'm so embarrassed that I turn around and run up the stairs. Hindi ko masisi o magawang magalit kay Cyril, alam kong walang malisya ito sa kanya. Isa pa ay hindi nito alam na may tao sa likuran nya na nanonood.

Hindi ko makalimutan ang mukha ng lalaki. Tumingin sya sa akin na parang natutuwa sa napapanood nya. Pakiramdam ko ay pinagtatawanan nya ako. At ang pinaka-masama ay kabarkada ito ni Viktor. Siguradong ikukwento nya ito sa mga barkada nya at pagtatawanan nila ako. Kung pwede lang magpalit ng mukha para hindi na nila ako makilala pa ay gagawin ko.

Simula noon ay hindi na ako dumadaan sa gate na iyon kapag nakatambay sila. Naglalakad ako ng malayo hanggang sa magka-late late na ako sa aking klase. Doon na ako sa main gate ng university dumadaan. Pero sa liit ng campus namin ay hindi pa rin maiwasang hindi kami magkasalubong. Okay lang kapag kasama ko sila Grace kasi ay hindi nila ako mahahalata, madalas ay nagtatago ako sa likuran ng isa sa kanila. Kapag natyempuhan namang ako lang mag-isa ay tumutungo ako, nagtatago muna, o kaya ay hihinto sa paglalakad para mauna silang dumaan kapag nagkakasalubong kami sa hallway. Siguro ay napa-praning lang ako pero pakiramdam ko ay nakakarinig ako ng mahinang tawa buhat sa grupo nila. Hindi ko alam kung ako ba ang pinagtatawanan nila. Hindi ko rin magawang magtataas ng tingin sa kanila para alamin kung sino sa mga ito ang nagtatawanan.

<><><>

"Nakakahiya talaga!" reklamo ko kay Grace habang naglalakad kami sa hallway papunta sa next class namin.

"Ano ka ba? Tapos na iyon. Ang tagal na nun…Wag mo nang pahirapan ang sarili mo ng kakaisip," sabi nito sabay akbay sa akin.

"Oo nga, hindi ko naman sinasadya." Kahit ganoon kaharot si Cyril ay halatang sincere ito sa paghingi ng tawad sa akin.

"Maganda naman talaga ang boobs mo, kaya wala kang dapat ikahiya." Sundot ni Judith na para bang inggit na inggit pa ito.

Alam ko ang ibig nilang sabihin, lahat kasi sila ay walang dibdib. Sa grupo namin ako lang ata ang nagsusuot ng bra na cup B, lahat sila ay cup A. Kung alam lang nila ang nakakainis sa malaking boobs, masakit at namamaga pag magkakaregla, mabigat, at madalas doon nakatingin ang kausap ko sa halip na sa mukha ko. I rarely wear tight fitting blouses. Itong uniform lang talaga namin ay masyadong body hugging. Hapit na hapit tuloy dito ang hubog ng boobs ko.

"May nababanggit ba si Viktor sa iyo tungkol dito?" Tanong ko kay Judith

"W-wala naman..." Sagot nito. Parang biglang nalungkot ang boses ni Judith, nang nagtanong ako. Bakit kaya?

"Sino na nga yung nakakita sa paghimas ni Cyril sa boobs mo?" tanong ni Ruth.

"Shhh!" tumingin ako sa paligid dahil baka may makarinig na iba.

"Sorry..." bulong ni Ruth "Which one?"

"Yung lalaking bad boy sa grupo nila. Yung may hikaw na parang basagulero. Magulo lagi ang buhok nito at parang walang pakialam sa ibang tao."

"Huh?" Hindi nila makuha.

"Yung babaero, palaging may kasamang iba't-ibang babae."

"Ah, si Jake. Mukha lang bad boy yun pero mabait naman ," sabi ni Judith.

"Ewan ko, hindi ko alam ang pangalan nya. Sya ba yung dine-describe ko?"

Biglang natawa si Grace.

"Bakit?" Tanong ko, napapraning na naman ako.

"Wala...nakakatawa itong binabasa kong libro," sagot nito.

"Oo, si Jake. Malakas nga yun magpalit ng girlfriend," pag-ayon ni Cyril.

<><><>

Before I knew it, my first year in college was over. Nang pasukan ng 2nd year, medyo mayabang na ako ng konte dahil sophomore na ako. It's our turn to make fun of those scared freshmen entering the campus gate.

Operating system ang aking unang klase. Andoon si Judith na kagagaling pa lang sa pakikipaghiwalay kay Viktor, si Ruth na addict pa rin kay Kurt Cobain, at si Cyril na marami pa ring bitbit na balita.

"Asan si Grace?" tanong ko.

"Bagsak sya sa Data Structures kaya hindi nya makukuha ito Operating System," sabi ni Ruth.

Nalungkot ako. Simula kasi noong nagbakasyon ako sa probinsya namin ay hindi na kami nag usap ulit. Hindi ko alam na may bagsak sya dahil late ko na kinuha ang class cards ko. Pero alam kong nahihirapan ito sa ibang subjects namin noong nakaraang sem. Tinulungan ko pa nga sya sa final project namin sa Dastruc kaya akala ko ay okay na, yun pala ibabagsak pa rin sya ni Mr. Pascal.

Sabay-sabay kaming napatingin sa mga lalaking dumating. Tatlo sa mga barkada ni Viktor ang pumasok. Napayuko si Judith, kakilala nya kasi ng personal ang mga ito. Ang narinig kong tsismis ay si Viktor daw ang nakipag-break dito. Nakakagulat nga dahil isinama na ni Judith si Viktor sa bahay nila sa Bulacan at pinakilala sa mga magulang. Hindi ko tinatanong si Judith ng detalye tungkol sa kanila ni Viktor, dahil nahihiya akong mag-usisa sa kanya. Si Cyril lang ang nagbalita sa amin ni Ruth.

To my horror, Jake was one of the guys that came in. Sa likod sila umupo. Sa sandaling nagtama ang mga mata namin ay parang nakilala niya ako. Hindi ko alam kung imagination ko lang na parang nangingiti ito, napayuko na lang ako dahil sa hiya. Anak ng pitong tinapay talaga, oo! Ang dami namang pwedeng ibagsak na subject, bakit ito pa!

Sabagay, hindi naman talaga maiiwasan ito. Balita ko kasing palabagsak talaga ang grupo nila Viktor, kaya kahit hindi itong subject na ito ang ibinagsak nila last sem eh siguradong magiging kaklase namin sila sa ayaw at sa gusto namin. Nanigas ang leeg ko dahil hindi ako makagalaw sa buong oras ng klase. Pakiramdam ko kasi ay pinag-uusapan at pinagtatawanan nila ako.

<><><>

Kaklase na namin si Grace ng sumunod na subject. Ang saya-saya ko, pinangako ko sa kanya na tutulungan ko sya para hindi na sya bumagsak ulit. Gustong-gusto ko si Grace, sya kasi yung tipo ng kaibigan na hindi ka iiwanan sa ere. Naalala ko kasi dati na may usapan kami, tapos ay tatlong oras akong naipit sa traffic. Inaasahan kong wala na sya sa meeting place namin, syempre iisipin nyang hindi na ako sisipot. Yet, nang dumating ako ay andoon pa rin sya, matyagang nanghihintay sa akin.

"H-hinintay mo ako?" Tanong ko sa kanya, takang-taka.

"Syempre," ni walang bahid na galit sa boses nya.

"P-pero bakit?" Nakapag paliwanag na ako sa kanya kanina pa pero hanggang ngayon ay nagi-guilty pa rin ako dahil pinaghintay ko sya ng matagal.

"Dahil hindi ko naging ugaling mang-iwan ng kaibigan, lalo pag may usapan."

Tumanim sa akin ang tagpong iyun.

Nang weekend matapos ang aming departmental exam ay nagka-ayaan na naman kaming manood ng sine sa SM. Pareho kasi kaming movie freaks, kaya naming manood ng tatlong sunod-sunod na sine. Nasa mall na kami kapag nagbukas ito at aalis lang kami kapag pasarado na ito. Ito lang ang libangan namin parehong walang boyfriend. Maagang natapos ang aming theater tour, kasi naman wala na kaming mapanood dahil halos lahat ay napanood na namin noong nakaraang weekend pa.

"Gusto mong pumunta sa bahay? Malapit lang dito yun, maaga pa naman." Aya ni Grace. Isang sakay lang sa jeep ang bahay nila Grace mula sa SM North.

"Sige, bah!"

Malaki ang bungalow nila Grace sa Project 8. Sa Amerika nagtatrabaho ang daddy ni Grace habang plain housewife naman ang mommy nito. Nasa bahay ang mommy ni Grace at ang kanilang katulong nang dumating kami sa kanila.

"Mommy, mag-aaral lang kami ng kaklase ko sa kwarto." Paalam ni Grace matapos akong ipakilala nito sa mommy nya.

"Bahala ka," parang hindi naman nakikinig ang mommy ni Grace, ni hindi nga ako pinansin nito ng binati ko eh, mukhang masungit.

"Aalis ba kayo?" tanong ni Grace sa mommy nito bago kami pumasok ng kwarto.

"Oo, pupunta ako kina tita Liza mo."

Mahilig daw sa majong ang mommy ni Grace. Na-ikwento nya sa akin na aalis lang ang mommy nya kapag makikipaglaro sa mga kaibigan nito. Inaabot daw ng magdamag ito sa pagsusugal.

"Hapon na ah," sabi ni Grace.

"Doon na ako matutulog. Aileen handaan mo na lang sila ng pagkain ha," utos nito sa kanilang katulong.

"Opo, ate," sabi ng katulong na sumilip lang mula sa kusina.

Ay buti naman, sa isip-isip ko. Masosolo namin ang bahay at hindi ako maiilang. Yun ang malaking pagkakamali ko.

Sa kwarto kami ni Grace nagpalipas ng hapon. Nag-aral kami sandali dahil may quiz kami sa lunes tapos ay nanood kami ng ilang movie collections nya na nasa laser discs, sosyal! Nang magsawa kami ay puro kwentuhan na lang ang ginawa namin. Gusto ko sa bahay nila Grace, kasi siguro mag-isa rin sya na gaya ko. Sa inuupahang apartment kasi namin ni Lilet ay ako lang rin ang naiiwang mag-isa kapag nasa trabaho ito.

"Grace, nakahanda na ang hapunan," kinatok na kami ng katulong nila Grace.

"Tara, kain ka muna bago ka umalis."

"Okay." Gutom na nga ako.

Simple lang naman ang hapunan nila Grace, corned beef na ginisa sa patatas, bagay na bagay ito sa mainit na kanin.

"Si kuya?" tanong ni Grace nang makaupo na kami sa lamesa.

31

Joyride

"One thing I've learn in life is that if you really let go, it's just a joy ride"

Hindi ko alam na may kapatid pala si Grace. Sabagay hindi naman kami madalas magkwentuhan ng tungkol sa mga pamilya namin.

"Tinawag ko na," nilapag lang ng katulong sa lamesa ang pitsel na may malamig na tubig.

Mula sa labas ng bahay ay bumukas ang pinto. Kamuntik na akong mabulunan ng makilala ko kung sino ang pumasok.

"K..kuya mo sya?" Naibulong ko kay Grace matapos kong maka-recover sa pagkakagulantang. Natawa si Grace, nakuha nya ang dahilan ng pakataranta ko.

"Oh..matagal na iyon," sinabihan ako ni Grace. Syempre yung nangyari sa amin ng kuya nya noon ang tinutukoy nito. Paanong hindi man lang sinabi ni Grace sa akin na kapatid pala nya ang Jake na ito. Gusto ko syang sakalin. Isip ako ng isip, bakit hindi ko napansing pareho sila ng surname. I never really know this guy's full name because I don't care. Kung alam ko lang, hinding-hindi ako tatapak sa bahay nila. Never ever again!

"G-grace..." Parang gusto kong masunog sa kinauupuan ko nang dumaan sa harapan namin si Jake para maghugas ng kamay sa lababo. Kamukha ito ni Grace, malalim ang mga mata na parang sa bumbay at medyo mamula-mulang mistiso.

"Tange, wag kang aalis...mahahalata ka ni kuya," hinatak ako ni Grace pabalik sa upuan, nakaangat na kasi ang puwit ko para kumaripas ng takbo.

"Uy, may bisita pala tayo," ngumiti sa akin si Jake nang umupo na ito kasama namin sa lamesa. Ramdam ko ang dugong umakyat sa aking pisngi. Hindi ko alam kung paano ako natapos kumain. All along I feel like I'm eating a paper.

"Uwi na ako Grace..." bulong ko kay Grace matapos kong magmadaling kumain.

"Kumakain pa si kuya, bad daw iyun," kumakain pa rin si Grace, pero malapit na rin itong matapos. Alam ko yung superstition na sinasabi ni Grace. Masama daw umalis ng bahay na may kumakain pa dahil may maaksidente daw.

"Ikutin na lang nya ang pinggan," yun daw ang pangontra sa aksidente.

"Eh, di sabihin mo sa kanya," ngumuya si Grace nang mabagal pero hindi sa akin nakatingin.

"Grace!" gigil na bulong ko. Natawa lang si Grace habang gusto ko ng umiyak.

Ilang sandali pa ay pinayagan na ako ni Grace umuwi nang matapos na ang lahat na kumain. Kinakausap ako ng kapatid ni Grace, alam ko namang ayaw lang nyang maging bastos sa bisita. I'm grateful for his hospitality despite my obvious discomfort. Paki-ramdam ko naman ay tuwang-tuwa si Grace na makitang namim-ilipit ako sa hiya. Siguro iniisip nyang ang tanga-tanga ko. Kala ko ba kaibigan ko ang lokang ito, eh bakit gustong-gusto nya akong tino-torture? I want to scream at her from the top of my lungs.

"Kuya uuwi na si Billy."

Ugh! Hindi naman na ako kailangan ipag-paalam ni Grace, pwede naman akong umiskapo na lang na hindi napapansin ng kuya nito.

"S..sige po," na-obliga tuloy akong magpa-alam, niligpit ko ang pinagkainan ko at nilagay sa lababo.

"Ihatid na kita gusto mo?" Biglang sabi nito na parang wala lang.

"Ay...h-hindi...hindi na po..." ang bilis ng pagtanggi ko at pag-punta sa pintuan para umalis na.

"Oo nga, kuya, gabi na kasi. At saka pwede mong ma-test drive ang bago mong kotse," sabat ni Grace.

Tinitigan ko sya ng matalim pero hindi nya ako pinansin.

"Tama...sige ihahanda ko ang kotse."

Lumabas na si Jake bago pa ako nakapag-protesta. Pagka-alis ng kuya nito ay pinandilatan ko si Grace.

"Grace, ayoko!"

"Tanga! Tumigil ka nga! Ikaw na nga itong ihahatid eh," Seryoso si Grace saka inabot sa akin ang mga gamit ko.

"Sumama ka," pakiusap ko.

"Ayoko, gabi na...Pagod na rin ako," naupo ito sa sofa at nanood ng TV.

"Tara na!" sigaw ni Jake mula sa labas. Halos kaladkarin at ipagtulakan naman ako ni Grace sa sasakyan ni Jake.

◇◇◇

Para akong tuod na hindi makagalaw sa loob ng kotse ni Jake. Binabaybay na nito ang daan patungo sa amin. Halos pigil ang hininga ko, ayaw kong gumawa ng bagay na makakapukaw ng atensyon nya papunta sa akin. Kung pwede lang maging invisible, kung pwede lang hatakin ang oras para makarating na kami sa bahay ko. I keep quiet and pretend to be mute and stupid.

"Saan ka nga pala nakatira?" Bigla nyang tinanong.

"S-sa sampalok..." bigla akong may naisip, nagkapag-asa akong malulusutan ko ang sitwasyon na ito. "Pwede nyo po akong ibaba dyan sa malapit na kanto, may jeep po na diretso na sa amin." Medyo naging kumpyansa ako sa sarili ko kahit kaunti.

Nakita kong tila ngumiti syang may halong kapilyuhan. Parang may sinabi akong nakakatawa.

"Sobrang hiyain mo, no? Even more than Judith."

Halatang wala itong balak pakinggan ang suhestyon ko. Napabuntong hininga na lang ako, anong isasagot ko sa kanya? Kung alam lang niyang kaya lang ako nahihiya ay dahil naiisip kong iniisip nyang malaki ang boobs ko. Naiinis ako sa sarili ko dahil ang dali kong maapektuhan ng sasabihin ng ibang tao tungkol sa akin. Lalong-lalo na kapag may kinalaman sa aking physical na anyo.

"Magkaklase tayo di ba?" Nagtanong na naman ito. Ang kulit! Hindi ba pwedeng hayaan na lang nya akong manahimik?

"Sa OS..."

"Tamang-tama, sabi ni Grace matalino ka daw. Pakopyahin mo ako sa assignments natin ha." Nakatingin siya sa kalyeng binabaybay nya kaya hindi niya nakita ang paglukot ng ilong ko, ugali ko ito kapag hindi ko magawang maisaboses ang aking pagtanggi. Hindi ako matalino, masipag lang talaga akong mag-aral. I know that he is just trying to make a small conversation, just trying to be polite.

"Ronel will never believe this..." sabi nito sabay tawa ng malakas at hampas sa manibela, parang masayang-masaya ito na hindi ko maintindihan. Napatingin ako sa kanya, nagtataka. Kilala ko kung sino yung Ronel, kaklase rin namin ito sa OS at isa sa kabarkada nila.

"B..bakit?" Tinapangan ko ang sarili kong magtanong.

"Hmm?"

"Si Ronel? May sinasabi ka..." napalunok ako, kabado.

"Yung barkada, hindi sila maniniwala na naisakay kita sa kotse ko...Ipagyayabang ko bukas sa school," hindi pa rin ito sa akin nakatingin.

Samo't-saring bagay ang pumasok sa utak ko. Barkada? Syempre ang sikat na barkadahan nila Viktor ang tinutukoy nya. Pinag-uusapan ako ng barkada nila? Tama pala ako noon pa, sinabi niya dito ang tungkol sa boobs ko. Hindi ko alam na umiiyak na ako hangga't hindi ko napansing pumatak ang mga luha sa aking pisngi. Hindi lang hiyang-hiya ang nadama ko, awang-awa pa ako sa aking sarili. Pinagtatawanan nila ako? Hindi ako iyakin, produkto ng mahabang pagpa-praktis na pigilang lumabas ang totoo kong damdamin. Mula noong matapos ako ng elementarya ay walang sino mang nakakita sa aking umiyak. Pakiramdam ko ay may bikig sa aking lalamunan at ang bigat ng aking dibdib. Hirap akong lumunok, pero pinilit ko para hindi nya sana marinig ang kino-kontrol kong damdamin.

I keep quiet, wallowing in my own misery. Pilit kong iniiwasan ang tingnan siya para hindi nito makitang umiiyak ako. Ayokong malaman nya kung gaano ako ka-apektado sa sinabi nya sa akin. Ang tsismoso nya pala! Nilingon nya ako, alam kong alam na nya na umiiyak ako.

"B-bakit?" Takang-taka ito at waring natakot sa pag-iyak ko. Hindi ako makakibo. Hindi ko mapigilang hindi mapasinghot. "Anak ng..!" Biglang nag-hazzard si Jake ng kotse sa gilid ng kalsada "Umiiyak ka? Bakit? What's wrong...Please...anong...??? Wag kang iiyak...please baka isipin ng mga tao na may ginagawa ako sa iyo." Litong-lito si Jake, halatang nagpa-panic na ito.

"S-sinabi mo sa kanila?" Ang plano ko ay tanungin lang sya pero matalim ang boses ko kaya may halong pag-aakusa ang tono nito.

"A-ang alin?" Mukhang totoong hindi nito naintindihan ang punto ko. Mas nakakainis na kailangan ko pang ipaalala sa kanya ang tinutukoy ko.

"Y-yung...yung...tungkol...sa..." tuluyan na akong humagulgol ng malakas. Hindi ko na mapigil ang aking sarili sa pag-iyak. Hindi ko rin maintindihan ang sarili ko. Ang naalala kong umiyak ako ng ganito katindi ay noong grade 4 ako. Nilipat ako ng teacher ko mula section 2 papuntang section 1. Wala akong kakilala doon, kaya umiyak ako ng umiyak hanggang sa ibinalik na lang ako ulit ng teacher ko sa dati kong section. Hindi ako makapagsalita para ituloy ang sasabihin ko kay Jake.

"Babalik tayo sa bahay...Gusto mong kausapin si Grace?" halatang nag-aalala ito at naghahanap kung saan siya pwedeng mag-u-turn.

"W-wag..!" umiling ako, pilit kinalma ang sarili.

32

Betty Boop

"I wanna be loved by you, and only you! Boop-Boop-Be-Doop!"

Nahihiya rin ako kay Grace, ayaw kong malaman nya ang tungkol dito.

"Anong gagawin ko? Anong gusto mong gawin ko? Bakit ka umiiyak?" Kita kong gusto akong hawakan ni Jake pero nag-aalangan ito.

"Nahihiya kasi ako..." inamin ko na rin ang totoo.

"A-ano? Nahihiya ka, kaya ka umiiyak?" hindi makapaniwala si Jake. Lalo tuloy itong nalito. I know that to him I'm not making any sense.

"K-kasi alam rin pala ng barkada mo yung nangyari sa hagdan...Noong kasama ko si Cyril...nakita mo na hinawakan nya ang...ang...boobs ko," halos mamilipit ako sa pagkapahiya. Kung pwede lang bumukas ang lupa at lamunin na ako para mawala na ako sa ibabaw ng mundo. Wala akong magawa kundi ang umiyak ng umiyak na parang bata.

Patlang.

"Ah..."

Nakita ko sa mukha nyang naalala na nya ang tinutukoy ko. Bigla itong napatingin sa dibdib ko. Hinapit ko ang pagkakayakap ko sa aking dibdib at saka lalong lumakas ang pag-iyak ko.

"Anak ka nang...sorry...sorry...I didn't mean to...please wag ka na umiyak." Nakikiusap ito.

"Tapos ngayon na naman! You will tell your friends that Betty Boop is in your car," pinagbintangan ko sya. Tuloy-tuloy ang lagaslas ng malalaking luha sa pisngi ko kahit na nakiusap na sya sa aking wag nang umiyak.

"Betty w-what? Anong pinagsasabi mo? Of course not! Ni hindi nila alam yung tungkol dun," biglang sabi nito.

Napatingin ako sa kanya habang pinapahid ng panyo ang luhaan kong mukha.

"Hindi?" Biglang rumihistro ang gaan ng loob sa boses ko "Hindi mo sinabi sa kanila? T-talaga?" Abot-abot ang pasasalamat ko sa kanya.

"Oo. I never mentioned that incident to anyone. Hindi ko nga naiisip yun ngayon kung hindi mo nga lang sinabi." Mukha namang nagsasabi si Jake ng totoo.

"Hindi mo naiisip yun kapag nasasalubong ko kayong magkakabarkada?" suminghot ako, pero kalmado na.

"Well...hindi sa hindi ko naiisip... I mean don't get me wrong. You really have a nice..."

Tinitigan ko sya ng matalim. Nakuha nya naman ang ibig kong sabihin kaya hindi na nito tinapos ang sentence nya. Ngumiti na lang ito na parang nanghihingi ng paumanhin.

"Eh bakit kayo nagtatawanan kapag nakakasalubong ko kayo?"

"Kay Ronel kami natatawa, sa reaction nya...sa tuwing nakikita ka nya," nakita kong alanganin itong ngumiti. Anong konek? "He likes you a lot. Sobrang hiyain mo lang kaya hindi ka nya malapitan. Kung di lang nakipag-break si Viktor kay Judith, hihingi ito ng tulong kay Judith para mapalapit sa iyo. Kaso dyahe na eh...umiiwas pa rin sa barkada si Judith hanggang ngayon. Kaya ayun, Ronel is just happy admiring you from a distance and making a fool of himself sa barkadahan."

"At sasabihin mong nakasakay ako sa kotse mo dahil...?" Hindi ko alam kung anong i-re-react ko sa sinabi nya tungkol kay Ronel kaya nagtanong na lang ulit ako.

"Iinggitin ko ang loko. Ni hindi sya maka-first base sa iyo tapos heto at kasama kita ngayong gabi."

Matagal akong hindi kumibo, inisip ko ang mga sinabi nya. kalmante na ako, unti-unti ko nang inalis ang pagkakayakap ko sa aking dibdib at saka inayos ang aking sarili sa pagkaka-upo.

"So, okay ka na? Hindi mo na ako iiyakan?" nakangiti sya.

Napansin kong ngumingiti rin ang mga mata nya. He has this boyish happy-go-lucky look na parang ang dali-dali lang ng buhay sa kanya. Yung itsura niya ay parang batang pilyo na nakakaloko pero may itinatagong kabaitan sa loob kaya hindi mo magawang mainis. Hindi mo makikita sa unang tingin, pero ngayon, nung wala na ang kayabangan nya at hindi na rin sya napapaligiran ng mahahangin din nyang barkada, ay normal na lalaki lang rin pala sya.

Tumango ako bilang sagot sa tanong nya. Noon niya muling pinaandar ang kotse.

"So...yun pala ang dahilan kung bakit ka hiyang-hiya. Akala ko ay dahil alam mo ang tungkol kay Ronel at sya ang iniiwasan mo. All along pala ay..." humalakhak sya.

"Thank you at sorry na rin," bigla ay sinabi ko para tumigil sya sa pagtawa at baka maiyak na naman ako.

"Para saan?"

"Thank you kasi hindi mo sinabi sa kanila. Now hindi na ako mahihiya...at sorry kasi umiyak ako. Siguro iniisip mo nababaliw na ako."

"Nope, I'm actually enjoying myself," humalakhak ulit sya.

Sumimangot ako. Ano pang magagawa ko eh mukhang tuwang-tuwa naman sya sa nangyayari.

Nang makarating sa tapat ng aming inuupahang apartment ay tiningnan ko pa siya bago ako tuluyang bumaba.

"K-kuya...?" di ko kasi alam kung ano ang itatawag sa kanya. "Salamat ulit at...pwede po ba...wag nyo ulit ikwento yung nagyari ngayon kay Grace at sa barkada nyo?"

Ngumiti sya. Ayun may halong kapilyuhan na naman ang namumuo sa mga mata nito. His boyish smile touches his deep dark eyes.

"Sure...basta ba..." Huminto ito sandali. Tiningnan ko sya at naghintay sabihin ang kundisyon nya. "Wag mo na lang akong tatawaging kuya para your secret is safe with me," ang ganda ng ngiti nito.

Biglang kinilabutan ako. Tumango na lang ako saka binuksan ang pintuan ng kotse nya para bumaba na.

"Bye, Billy Girl D. Pastor..." narinig kong sabi nya sa akin.

Nanlaki ang mga mata ko. He knew my full name, down to my middle initial?! "B-bye po..." sabi ko na lang.

<><><>

Kinalunisan naandoon na ang barkadahan nila Jake nang pumasok kami ng tropa ko sa OS. Nasa likuran na naman ang mga ito. Nang magtama ang mga mata namin ni Jake ay nginitian nya ako ng makahulugan. Para bang malapit kaming magkaibigan na may lihim na itinatagong kaming dalawa lang ang may alam.

Ginantihan ko sya ng ngiting hiyang-hiya. Hindi nakalampas sa atensyon ni Ronel ang palitan namin ng ngiti ni Jake. Nakita kong rumihistro sa mukha nya ang pagkagulat. Tumingin ito sa amin ni Jake na para bang hindi makapaniwala. I sit at my place like a good girl that I am. Hindi napansin ng mga kaibigan ko ang nangyari.

<><>

Simula noon ay hindi na si Barney ang tinatanaw ko sa malayo. Si Jake na ang lihim kong inoobserbahan. Laging may kasamang iba't-ibang babae sila Jake at ang mga barkada niya. Minsan hindi mo na malaman kung sino ang girlfriend nino. Sino ang kaibigan at sino ang barkada lang. Napansin ko rin na magnet talaga si Jake sa mga babae, sa kanilang barkadahan, mas maraming lumalapit na kababaihan dito. There's something about him that appeals to women. Mukha syang mabait na barumbado, mapanganib na maginoo. In the end, I concluded that it was his bad boy façade mixed with that boyish smile that attracted the girls.

Hindi ko maintindihan kung bakit tila apektado ako, eh samantalang ni hindi ko nga sya napapansin noon. Pero simula noong magkasama kami sa kotse nya ay hindi na sya mawala sa isip ko. Sinarili ko na lang ang nadarama ko. Kapag nasa paligid sila, pilit kong iniiwasang bigyan sila ng pansin. Yet, I can't help but be affected by his presence when he is around no matter how far.

Minsan ay hindi ko na talaga mapigil ang sarili ko kaya tinatapunan ko rin ang grupo nila ng mabilis na sulyap. Kaso sa tuwing gagawin ko yun ay mga mata ni Ronel ang sumasalubong sa akin. Mabilis akong iiwas ng tingin kaya hindi ko tuloy matyempuhang makita si Jake.

<><><>

Tuwing weekend kapag may pagkakataon ay pumupunta ako sa bahay nila Grace para tumambay. Ang totoo ay nagbabakasakali akong magkita kaming muli ng kuya nito. Kaso ay lagi naman itong wala, kung hindi may date, may practice sa banda, sa sayaw o kaya ay nagbabasketball. Sus! Kaya pala laging bagsak ito eh, sobrang daming extra curricular activities.

"Kay kuya yan," sabi ni Grace, hawak-hawak ko ang isang medalya. Naka-display ito kasama ng iba't-ibang trophy ng samu't-saring kompetisyon. Maging ang mga medalya at trophy ng daddy at mommy nila Jake ay naka-display din. A family of achiever, sa isip-isip ko, pero kaisa-isahan lang ang medalyang ginto.

"Basketball?" tanong ko.

"Oo, MVP nya yan, tapos hindi na naulit. Pinakaka-ingat ingatan nya yan eh," sa TV nakatingin si Grace, paborito nito si MariMar.

"A-asan ang kuya mo?" Inosente kong tanong. Huminto ang tibok ng puso ko habang hinihintay ang sagot ni Grace.

"Eh, di ano pa, manloloko na naman ng mga babae."

Paulit-ulit na sinasabi sa akin ni Grace iyun, pakiramdam ko tuloy binabalaan nya ako o may gusto siyang ipahiwatig.

"Bakit hindi mo sinasabi na kapatid mo sya sa school?" ngayon ko lang natanong si Grace. Matagal ko nang gustong malaman pero lagi kong nakakalimutang usisain sa kanya.

"Wala lang...bakit pa? Alangan namang ipangalandakan kong kapatid ko si Jericho Anderson Pacia! Ano sa tingin mo ang gagawin ni Cyril kapag nalaman nya ang tungkol dun?" sumimangot si Grace.

Napaisip ako. Oo nga, siguradong hindi sya tatantanan ni Cyril. Gagamitin syang leverage nito para mas lalong mapalapit sa grupo ng sikat na barkadahan nila Viktor.

"So, ano? Uwi na ako," pag-iiba ko ng usapan. Mahahalata nya masyadong interesado ako sa kapatid nya.

"Sige...thanks sa pagtulong sa akin ha," magrepreport siya sa Lunes kaya tinulungan ko siyang gumawa ng outline.

"Anytime." Muli akong tumingin sa medalya ni Jake.

<><><>

Tumatakbo akong paakyat sa hagdan, ilang minuto na akong late sa 1st period class ko. Napakasungit pa naman ni Mr. Lopez. Kapag late ka at kahit nagtuturo na sya ay ititigil nya ito, patatayuin ang buong klase at saka pagdadasalin sa harap ang mga nale-late. Kapag super late na ako ay hindi na lang ako papasok. Ayokong mapahiya sa ganoong paraan. Mapa-praning ako na pinagtatawanan ako ng mga kaklase ko.

Sa kalagitnaan ng pagtakbo ko sa landing ng hagdan ay naramdaman kong biglang may tumalsik mula sa akin, kasabay ang tunog na "Plok!" Tumama ang butones kong tumilansik mula sa aking blouse sa taong nakasalubong kong pababa sa hagdan.

Mabilis ding tumalbog ang butones pababa sa ilalim ng hagdan na bahagi na ng madilim na basement. Walang nakakapasok sa basement kundi authorized personnel lang ng school. Isa pa ay palaging madilim sa lugar na iyun. Siguradong hindi ko na makikita at makukuha ang butones ko sa layo ng pinagbagsakan nito.

"Oh no!" Napatingin na lang ako sa butones kong tuluyan ng nilamon ng dilim.

"Aray! Muntik na sa mata ko ha. Bubulagin mo pala ako eh," hindi galit ang pamilyar na tinig, parang naaaliw pa nga ito.

33

Welcome Accident

"Accidents ambush the unsuspecting, often violently, just like love"

Hinawakan ko ang nakabuka kong blouse nang makilala kong si Jake ang nakasalubong kong tinalsikan ng aking pasaway na butones.

"Pangalawang beses ng nagkaroon kami ng aksidente ng boobs mo at…"

"Shhh!" sinaway ko sya, hiyang-hiya akong tumingin sa paligid para tingnan kung may nakakarinig sa amin. "S-sorry," sabi ko matapos masigurong walang taong sobrang lapit sa amin para makapansin ng nangyari.

"Don't be, I enjoyed it all the time," ngisi ni Jake sa akin.

Gusto kong magalit sa kanya, pero hindi ko magawa. Kunwa'y sinimangutan ko na lang sya. nakatayo pa rin kami sa hagdan, walang gustong magbigay daan.

"Gapos ka kasi ng gapos kaya ayan nagpupumiglas sila," natawa ito, wala na naman akong magawa. Maya-maya ay nakita ko ang humor sa nangyari, napatawa na rin ako. Hindi ko ugaling gawing tanga ang sarili ko, pero ewan ko ba, pagdating kay Jake parang ang gaan lahat ng problema. Ilang sandali pa kaming nagtawanan, pagkatapos ay pinilit kong maging seryoso.

"You want me to get it?" Alok nya sa akin matapos nyang tumigil sa pagtawa.

Tumingin ako sa kanya, hindi ako sigurado kung makukuha pa nya ito. Wala sa sariling ininspeksyon ko ang dibdib ko. Bumubuka ang blouse ko at nakikita ang baby pink kong wired-bra at ang cleavage ko. Bigla kong tinakpan ang dibdib ko nang maalala kong nasa harapan ko pa si Jake. Nakatingin ito sa ginagawa kong pag-iinspeksyon. Halatang may nakita sya, dahil napatungo siya nang tignan ko. Umakyat ang dugo sa mukha ko dahil sa hiya.

Noon may dumaang grupo ng mga estudyante kaya, tinabig ako ni Jake para tumabi. Ang sarap sa feelings ng dampi ng palad niya sa braso ko.

Focus, Billy! Pilit akong nag-isip. Late na talaga ako sa klase kaya hindi na lang ako makakapasok dito. Pero alanganing umuwi pa ako para magpalit ng damit. Hindi sapat ang oras para makaabot ako sa 2nd period class ko.

"Anong gagawin mo?" tanong ni Jake na parang nakikisimpatya sa aking problema.

"I don't know, I'm thinking..." nag-isip ako saglit. "Pwede mo po ba akong bilhan ng safety pin?" tumingin ako sa kanya, nakikiusap.

"Sure." Bumaba na sya ng hagdan palabas sa entrance gate. "Saan ko dadalhin?" nilingon nya akong muli.

"Sa CR ng girls sa 2nd floor, sisilip-silipin na lang kita," syempre hindi naman pwedeng pumasok si Jake sa CR ng babae para lang iabot ang safety pin ko.

"Okidoks!"

"Thanks...k-kuya," narinig kong may sinabi siya pero hindi ko maintindihan, nasa itaas na kasi ako ng landing ng hagdan papuntang 2nd floor.

Sa CR ay nakita kong hopeless ang situation ko. Ang pangit kasi, para akong bold star na nagpapapansin. Pasilip-silip ako sa labas ng pintuan, medyo natagalan si Jake o baka naman nakalimutan na ako nito. Nag-iisip na ako ng plan B nang makita ko siyang parating nang sumunod na silip ko.

"Here you go, my princess!" Lokong sabi nito sabay bigay ng isang bundle ng safety pins. Nagpanic buying?

"Magkano ang utang ko?"

"Kiss. Isang kiss," tinuro nito ang pisngi niya habang nakangiti, nanlaki ang mga mata ko. Ayoko! "Joke lang. Wala kang utang, ikaw pa! Malakas ka sa akin."

Nakahinga ako ng maluwag at nagpasalamat sa kanya bago ako pumasok sa CR. Inayos ko ang blouse na nasara ng pardible, pero lalong naging pansinin ang aking dibdib. I try other ways to make it less conspicuous but I give up and decide, the hell with it! Tatakpan ko na lang ng binder ko ang dibdib ko, bahala na!

Nang wala na talaga akong magawa ay lumabas ako ng CR para pumasok na sa aking susunod na klase. Nagulat pa ako dahil sa paglabas ko ay naandoon pa rin si Jake, waiting for me.

"Tingin..."

I felt awkward, but to my surprise, I allowed him to look at how I fixed my blouse. Even from a safe distance, conscious na conscious ako sa pagkakatitig nya dito.

Narinig kong huminga sya ng malalim at saka pilit na ibinalik ang kayang atensyon sa aking mukha. Parang sya naman ang nag-iisip. Maya-maya ay hinubad nito ang jersey jacket na laging nyang suot. Lahat silang magbabarkada ay may jacket na kagaya nito. Malamig sa airconed classroom namin kaya madalas naka-jacket ang mga estudyante. Nagkataong nakalimutan ko namang magdala, kainis!

Tinulungan nyang isuot ito sa akin, para naman akong batang pumayag suotan ng jacket. Naamoy ko ang pabango nyang nakadikit na sa jacket nito. Amoy lalaking-lalaki, gustong-gusto ko ang amoy nya. Ngayon ko lang naranasang may lalaking nag-aalala para sa akin. Pakiramdam ko ay alagang-alaga ako.

"Yan, mas okay, hindi na nila pagtitinginan," sabi ni Jake matapos akong inspeksyunin muli nito mula ulo hanggang paa.

"T-thank you." sobrang na-touch ako sa ginawa nya.

"Tara na...magkaklase tayo sa 2nd period OS, di ba?"

Oo nga pala, Wednesday ngayon.

Sabay kaming pumasok sa room. Ramdam kong sa aming dalawa ni Jake nakatuon ang mata ng lahat. May iba pa ngang tila napanganga sa amin. Andoon na sina Judith at Cyril, andoon na rin ang dalawa barkada ni Jake. Alam kong sa jacket na suot ko sila nakatingin, siguradong alam nilang kay Jake na jacket ito.

"I'll explain later," binulong ko agad kay Cyril bago pa ito magbuka ng bibig para magtanong. Halata namang atat na atat na itong malaman kung bakit ko suot ang jacket ng sikat na grupo.

Naghiwalay kami ni Jake, sa likuran pa rin sya umupo. Gusto kong lumingon sa likuran ko para makita kung anong reaction ng barkada ni Jake pero nahihiya ako, kaya pinigil ko ang sarili ko. *Eh, di wala! Anong magiging reaksyon nila sa palagay mo? Ano ka ba, Billy? You're putting too much meaning into this,* saway ko sa sarili ko.

Buong araw kong suot ang jacket ni Jake. Nakita ko ang mga mata ni Grace na tinititigan ako. Syempre alam nyang sa kuya nya ang jacket na suot ko, ang laki-laki ng Pacia -- na apelyido nila -- na nasa likuran ng jersey. Hindi ako komportable sa mga tingin ni Grace sa akin. Sana magsalita na lang sya kesa tingnan ako na para bang may ginawa akong kasalanan. Ilang beses ko ng ipinaliwanag ang nangyari sa kanilang lahat.

"Pasensya ka na, Grace, hindi ko naman...intention na..."

"Bakit ka nagpapaliwanag?" pero halata kong iritado sya. Buong araw nya akong hindi kinausap.

Hinanap ko si Jake pagkatapos ng huling klase ko para isoli ang jacket bago ako umuwi. Nakita ko sya pero ang dami nitong kasama, kaya nagpasya na lang akong hindi sya lapitan. Tumalikod na ako para umalis.

"Yo! Billy!"

Ang bilis kong nakabisado ang boses nya. Papalapit na sya sa akin nang humarap ako sa kanya. Alam kong nakatingin sa amin ang barkada nya, hindi kalayuan.

"Isosoli ko na ito, salamat..." akmang huhubarin ko na ang jacket nya.

"Wag na muna, para pag-uwi mo ay may pantakip ka pa," pinigil nitong hubarin ko ang jacket.

"Sure ka?" Gustong-gusto kong iuwi ang jacket at amuyin muna ng matagal para makabisado ko ito.

"Oo, bukas mo na lang isoli."

I wore the jacket again, gladly. "Sige, salamat ulit."

"You know, sabi nila it comes in threes." nakangisi na naman si Jake.

"Ang alin..." Gosh, ano ba ito, bakit parang ayaw kong tumigil makipag-usap sa kanya?

"Ang aksidente mo sa boobs mo..."

Napangiwi ako. Ayan na naman sya, sobrang prangka magsalita, lalo na pagdating sa boobs ko. *(Drew, remember this is the 90's, we didn't have a #metoo movement during this era, so don't overreact considering your generation is into 'sendnudes', ugh!)*

"Then, I really have to stay away from you before I hurt you badly," sabi ko na lang.

"Oh, no way! Kung magpapangatlo ka, sisiguraduhin kong andoon ako," ngumiti na naman itong may halong kapilyuhan. Hindi ko na naman magawang magalit kahit na dapat ay sampalin ko sya dahil sa madalas nitong pagpapahaging ng kabastusan.

Ewan ko ba! Hindi ko magawang magalit sa kanya, eh. Tumalikod na lang ako para umalis na. Nang gabing iyon ay katabi ko sa pagtulog ang jacket ni Jake.

<><><>

"Acquaintance party na sa Friday. Excited na ako!" Sabi ni Cyril, halatang kinikilig ito. Vacant period namin noon at nakatambay kami sa locker area ng campus habang hinihintay ang susunod naming klase.

"Attend ka ba?" Tanong sa akin ni Ruth.

34

Friends Forever

"Someone who knows me and still loves me - a rare gem indeed"

"Depende kay Grace." Kinakausap na ulit ako ni Grace, pero hindi pa rin namin napapag-usapan kung bakit sya galit sa akin noong suot ko ang jacket ng kuya nya. Hindi na rin nya ulit ako inaya sa bahay nila. Hindi ako sigurado kung may kinalaman ba yun sa nangyari sa amin ng kuya nya. Tiningnan ako ni Grace, makahulugan.

Wala pa namang 3rd incident sa aking boobs with Jake. Huling nagka-usap kami nang isinoli ko na ang jacket nya. Maikli lang ang naging usapan namin dahil tinawag na agad siya ng mga barkada nya.

Mula noon ay naging ugali na naming mag-ngitian ni Jake sa tuwing nagtatagpo ang aming mga mata, wala na kasi akong makitang dahilan para muling mag-usap pa kami kahit gustong-gusto ko. I watch him secretly and long for him from afar. Nagkakataon naman na sa tuwing dadako ang tingin ko sa barkada niya ay siya na ang nakikita kong nakatingin sa akin, madalas na nangyayari ito.

Minsan nahuhuli nya rin akong nakatingin sa kanya. Kapag nangyayari iyon ay agad akong tutungo dahil sa sobrang hiya at saya. Pero dahil ayoko rin namang may mamuong haka-haka sina Cyril tungkol kay Jake kaya hindi ko pinapansin ito sa klase namin sa OS.

"Pupunta ka ba, Ruth?" Si Grace naman ang nagtanong dito.
"Okay lang kung pupunta kayo, sama ako," sabi nito.

Hindi ako nagpunta nung isang taon na freshman pa ako. Medyo takot pa ako noon, pero ngayong sophomore na ako ay na-interesado na akong pumunta kahit pang freshmen talaga ang party.

Gaganapin ito sa Phil-Am Homes subdivision sa Quezon City. Taga doon kasi ang chairman ng student council na nag-organisa nito, si Efraim. Kaklase at kabarkada rin ito nila Jake, pero hindi ito kabilang sa grupo nila Viktor.

"Si Judith siguradong hindi sasama," halatang nalungkot si Cyril, silang dalawa kasi ang malapit.
"Anong suot daw ba?" tanong ni Ruth.
"Semi-formal," sabi ko.
"May live band daw na invited kaya gusto kong pumunta," sabi ni Ruth na certified rakista.

Si Grace na lang ang hindi pa kumikibo kung anong desisyon nya. Hindi ko sya inusisa pa. Buo na ang desisyon ko. Basta pag sasama sya ay sasama ako, pag hindi, eh hindi ako sasama.

Kapag pumunta ako na hindi kasama si Grace ay tiyak na iiwan lang ako ni Cyril dahil makipaghalubilo ito sa iba. Sobrang palakaibigan kasi ito kaya siguradong marami itong sasamahan. Si Ruth naman ay siguradong magiging tutok na tutok sa pakikinig sa banda. Being a social handicap like me, I will look out of place in the party without Grace. Yun lang, sigurado akong andoon si Jake. Tsk! Sayang. Gusto ko talaga sanang pumunta sa party, pero sinarili ko na lang ang isiping iyun.

<><><>

"Pupunta tayo sa party bukas." Biglang-bigla ay sinabi ni Grace sa akin. Dalawa lang kaming kumakain ng meryenda sa Pinky Pops. Maagang umuwi sina Cyril for a last minute shopping para sa acquiantance party.

"Bakit biglaan naman ata?" Tanong ko. Ilang araw kaming hindi nag-uusap tungkol sa bagay na ito, kaya inakala ko na lang na hindi na nga kami pupunta. Kinundisyon ko na nga ang utak ko na hindi ako pupunta, para bukas ay hindi na ako masyadong manghinayang.

"Si kuya kasi eh...sabi pumunta daw ako. Eh di pumunta," halata kong naiinis si Grace. Hindi ko lang alam kung kanino.

"Kung ayaw mong pumunta eh wag kang magpapilit sa kuya mo," bigla akong nabusog sa kinakain ko dahil sa possibility na pupunta kami sa party bukas.

"Hindi naman ako ang pinipilit nya eh."

"Ang labo mo naman kausap," kumunot ang noo ko.

"My brother wants me to be there so you can be there," binaba niya sa pinggan ang burger na kinakain niya.

Sana ay hindi masyadong napansin ni Grace ang biglang pagliwanag ng mga mata ko. Naririnig nya kaya ang dagundong ng puso ko? Nagkunwari akong nagtataka pa rin.

"Nalaman nyang pupunta ka lang kung pupunta ako. Kaya pinilit nya si mommy na bilhan ako ng damit. So, pupunta tayo bukas sa party," sabi nito na parang naiinis pa rin.

"No, Grace. Ayokong mag-away tayo. Hindi tayo pupunta, we will watch movies instead." Mariing sabi ko, kahit ramdam kong tila napupunit ang puso ko. Walang klase bukas, kinansela ito para nga sa gaganaping party sa gabi at social program sa umaga.

Huminga si Grace ng malalim. Lumambot ang kanina'y nakasimangot nitong mukha.

"Hindi naman ako sa iyo talaga galit," mahinahon na ang salita nito.

"Then why? You're acting weird around me...ilang araw na," ako naman ang kunwa'y nagmaktol.

"Dahil kaibigan kita at ayokong masaktan ka. Alam mo namang playboy si kuya, di ba? Ayokong masira ang pagkakaibigan natin dahil sa kanya," seryosong sabi ni Grace.

Patlang. Na-touch ako sa huling sinabi ni Grace.

"Sus, ang layo-layo ng iniisip mo. Kala mo naman papatulan ako ng kuya mo. Eh, di ba may girlfriend na yun?" hindi ako sigurado pero ang dami kasing babaeng laging naka-angkla kay Jake, hindi ko alam kung sino doon ang totoong girlfriend nito.

"Sa tingin mo papapigil si kuya sa girlfriend nya. Before you know it, he dumps her already."

Matagal kaming hindi nagkibuan. Hindi ko rin alam kung anong sasabihin ko. Matinik ang instinct ni Grace pagdating sa aming dalawa ng kapatid nya. As to how much she knows about my secret feelings for her brother, I don't have an idea. Maging ako ay confused pa rin sa sarili kong emosyon para kay Jake. Ugh, I'm barely 17... what do I know about these things. Sana lang...sana lang kasama ko si mommy para may mahingan ako ng advice.

Apparently mas magaling pa si Grace makatunog, she knows that there's something going on or there's a potential in the future. Sa ideya na ito ako nagha-hyperventilate. Hindi ko alam kung matutuwa ba ako o matatakot sa iniisip ni Grace tungkol sa amin ng kuya nya. Kinagat ko ang hamburger na order ko habang sya naman ay sumubo ng isang tinidor na spaghetti.

"Thank you," ako ang bumasag ng katahimikan. Hindi ko sinasadyang maging masyadong emotional ang boses ko. Ako man ay nagulat sa pagbubukas ko ng damdamin kay Grace. Tumingin siya sa akin, nagtataka. "Importante din sa iyo ang friendship natin," patuloy ko.

It also touches my heart that she shows concern for me. Hindi ko alam na ganito ako ka-importante sa kanya. Gusto nya lang pala akong protektahan laban sa kapatid nyang playboy.

"Syempre naman!" Tila nasiyahan din si Grace dahil sa pagbubukas ko ng damdamin sa kanya. Hindi namin kailanman nilagyan ng brand ang aming pagiging malapit, pero alam kong sa maikling panahong pagkakakilala namin, maituturing ko na siyang bestfriend ko.

Maya-maya ay huminga sya ng malalim. "Fine! Let's go to that stupid party," inubos nito ang iced tea niya.

"Wag na! Not if you don't want to. Not for me and certainly not for your brother," nagdesisyon na ako, hindi ko isasakripisyo ang pagiging magkaibigan namin ni Grace dahil lang crush ko ang kapatid nya. Sanay naman akong laging nagsasakripisyo ang puso ko, ano pa ba ang bago?

"I really like to go," inamin ni Grace sabay ngumiti. Binigyan siya ng mommy niya ng allowance para mag-splurge. "If my brother really likes you and you like him, I guess...just be careful, ok? I'd rather you hurt him than he hurts you."

Natawa ako sa sinabi ni Grace. Paano mangyayari yun? Saktan si Jake? Ang ganda ko naman! Ugh!

"Wag na muna tayong advanced mag-isip. Let's just enjoy, okay?" sabi ko sabay kibit balikat, pigil na pigil ako sa emosyong nadarama ko. Ang totoo ay nagpipyesta sa saya ang puso ko sa naging desisyon ni Grace.

<><><>

Marami akong collection ng semi-formal dresses kaya hindi ko na kinakailangang mamili pa. Pinapadala ang mga ito ni mommy mula sa Japan. Hanggang sa nagkaroon na ako ng koleksyon nito na wala naman akong mapag-gamitan. Hindi ito gaya ng mga damit na sinusuot nya sa trabaho nya dati noong entertainer pa sya sa Japan.

Binili talaga ito ni mommy para sa akin, tamang-tama ang mga ito sa edad ko. I chose an empire cut dress with a low bustline, it has an intricately braided strap. It is made from soft, flowing, silky chiffon cloth cut just right above my knee. Kulay navy blue ito, mas nakakapayat ang kulay pero hindi boring na gaya ng itim. I partnered it with golden strappy sandals that matched the gold piping around my neckline.

Nagpa-ayos ako sa parlor. Simpleng make-up at ayos ng buhok lang ang ipinagawa ko. Simple at natural na kulay lang ang pinili ko sa aking mukha para balansehen nito ang aking damit. Pakiramdam ko kasi, sa damit ko pa lang ay sapat na para mapansin ako, naglagay lang ako ng konting kulay sa pisngi para naman mapansin din ang aking mukha.

"Wow! Ang ganda-ganda mo," sabi ni Lilet nang bihis na bihis na ako.

Tiningnan ko ang itsura ko sa salamin. Kakatwang komportable ako sa aking itsura kahit na hapit na hapit ang aking dibdib sa suot kong damit. Pero nadala ko pa rin ang ayos ko, hindi naman ako masyadong bulgar at papansin. Dati-rati ay ilang na ilang ako kapag masyadong mababa ang leeg ng aking damit, pero ngayon ay nasiyahan ako sa aking boobs. Hindi kasi babagay ang damit na ito sa mga flat chested. Hindi ko alam kung saan nanggaling ang tapang at tiwala ko sa aking sarili. Alam kong maganda ako. I'm not drop dead gorgeous, but I know I have something pleasant to offer.

My face is beaming, I can feel it. My eyes are also sparkling bright. Hindi ko maitago ang totoong saya at excitement na nadarama ko. Alam kong may pinaghahandaan ako kaya ako nag-ayos ng ganito. Siguro kaya lalong tumingkad ang ganda ko ay dahil may pinaglalaanan ako nito. I feel beautiful inside, that's why it's showing outside.

Magkasabay kami ni Cyril dahil pareho kaming taga Maynila, kaya mas praktikal na magsama kami sa taxi papunta sa Quezon

City. Si Ruth at Grace naman ay ihahatid ng kani-kanilang mga sasakyan.

Nang papasok na ang taxi sa subdivision ay tila bulang unti-unting naglaho ang tiwala ko sa aking sarili. Napalitan ng takot at kaba ang damdamin ko. Kumakabog ang dibdib ko at alam kong dahil iyun sa antisipasyong makikita ko si Jake. I want to see the look on his face when he sees me all grown up. Ang kinatatakutan ko ay kung magugustuhan ba niya ang makikita nya. Buti na lamang at masyadong bulgar ang damit ni Cyril, ang haba ng slit nito sa harap at backless pa. I will fade away instantly just by walking beside her as we enter the venue. Mas gusto ko yun, kasi ayaw ko talagang maging sentro ng atensyon.

Eh bakit ka nag-ayos ng ganyan? Sumbat ng sarili ko sa akin. *You know why*, sagot ko dito.

35

Acquaintance Party

"Life is a party, and I'm the host of my own"

Sa clubhouse ng subdivision ginanap ang party. Malayo pa lang ay dinig na dinig na namin ang malakas na tugtog. Marami ng tao na nagkalat sa labas at loob ng entrance. Nagdesisyon kaming magpahuli ng isang oras, ayaw naman naming mauna sa party. Andoon na rin sina Grace na naghihintay sa amin. Sabay-sabay na kaming pumasok sa loob. Sinilip ko pa ng isang beses ang sarili ko sa salamin ng taxi bago ako bumaba kanina.

Kung malakas ang tugtog sa labas pa lang, dumadagundong ito nang makapasok na kami sa loob. The lights are warm which give a melodramatic and cozy mood in the place. Pero sobrang liwanag naman sa pool area kung saan nandoon ang sentro ng kasiyahan. Maraming bulaklak at lobong nakalutang sa swimming pool, ang gandang tingnan nito buhat sa malayo. Sigurado namang walang gagamit ng pool na ito ngayong gabi.

Nagkalat pa rin ang mga tao sa paligid. Merong nagsasayaw, ang iba ay nanonood at nakikinig ng tumutugtog na banda habang naka-upo sa kanilang lamesa, at ang iba ay nakapila sa buffet table para kumuha ng pagkain. Hindi na ako nag-ikot pa ng tingin, dinadaanan lang nga mga mata ko ang abot tanaw nito, nangangarap na sana ay makita nito ang gusto kong makita. Sa gilid ng aking mata ay nakita ko si Ronel, alam kong sa akin ito nakatitig, pero hindi sya ang gusto kong makita.

"Hello, Arnold!" narinig kong sumigaw si Cyril, sabay kaway nito. Tumingin kami sa lugar na tinitingnan ni Cyril. Humugot ako ng hininga, andoon si Jake. Mula sa entablado na nasa kabilang bahagi ng pool area ay nakita kong umaakyat ang grupo nila Viktor. Isang simpleng programa ang nagaganap. Pumuwesto sa gitna ng stage sila Viktor, Arnold, Ronel, Jake, at dalawa pa nitong barkadang hindi pamilyar ang pangalan sa akin. Sigawan ang mga tao. Huminto ang tibok ng puso ko. Sasayaw sila Jake. Marahan at malandi ang paraan ng pagsasayaw nila.

Saliw sa tugtog ng kanta ni Steve Perry na Foolish Heart ay gumiling ang mga katawan ng sikat na barkadahan. Tilian ang lahat, kanya-kanyang sigaw ng pangalan.
"Arnold! Ay!!!"
"Christian!!! I love you!!"
"Jake! Jake! Jake!!!"
"Nhel! Ronel!"

Sa tabi ko ay panay ang tili ni Cyril. Lalong-lalo na kapag tumatalikod ang mga lalaki at saka iginigiling ang puwet ng mga ito na para talagang nananadyang landiin ang mga babaeng nanonood.

I finally get it, ang dahilan kung bakit popular ang grupong ito. Akala ko noon ay walang basehan ang pagkabaliw ng mga babae sa kanila. I have been blind for a long time. Sa stage ay para silang grupo ng matinee idols. They are confident and talented. Hindi maiikatwang magaling silang lahat sumayaw. Walang tulak kabigin sa pagpipyesta ang mga mata ng mga tao sa paligid, lalong-lalo na ang mga babae at bakla.

Girls want to be with them, guys wish to be like them, and the rest wants to bed them. Kahit sino ay nagkakagusto sa kanila, maging si Arnold, na kahit kailan ay hindi ako na-attract physically dahil sobrang tsinito nito, ay nagmukhang heartthrob habang panay ang paggiling nito sa stage. I bit on the inside of my lips. Hindi na kailangang umikot ang mga mata ko sa kanila, sa isang direksyon lang naman ito laging nakatutok. Gusto kong isigaw ang pangalan ni Jake. Naiinggit ako at naiinis sa mga babaeng malayang naiisigaw ang pangalan nya.

Ilang metro ang layo namin sa entablado pero tapat namin ito kaya't kitang-kita ko si Jake. Masayang-masaya ito sa ginagawa nyang pagsasayaw. Kumportableng-kumportable itong pagtinginan ng mga tao. Kung ako ang nasa gitna ng stage, malamang na natunaw na ako sa hiya, pero hindi sila Jake. They love the crowd and the limelight.

Hindi ko maintindihan ang nararamdaman ko, sa tuwing makikita ko ang magandang ngiti ni Jake ay parang kumpleto ang ikot ng mundo. His boyish smile will haunt me forever. Ang lakas ng dagundong ng puso ko. Sa isang pag-ikot habang nagsasayaw ay nagtama ang paningin namin, ngumiti siya sa akin. His most famous boyish smile that makes the girls swoon over. Tila itutumba ako ng nangangatog kong tuhod. Gumapang ang kilabot sa buo kong katawan. *Paanong kaya akong patumbahin ng isang ngiti lang? It's just a smile for crying out loud! Ni hindi mo nga sigurado kung sayo sya nakatingin, Billy!* Mabilis kong binawi ang tingin ko para ayusin ang aking sarili. Halata kaya nya ang pagkatigalgal ko?

Matapos sumayaw nila Arnold ay agad umalis si Cyril sa tabi namin para pumunta sa grupo nito. Hindi ako nagkamali ng hinala, iiwan talaga kami nito. Si Ruth naman ay nabatu-balani na sa band na sumunod na tumugtog. Agad itong humanap ng pwesto malapit dito. Hindi ko alam ang gagawin ko. Ayoko nang tumingin pa sa lugar kung saan nandoon si Jake. Maraming babaeng sumalubong dito. Isa pa ay lagi na lang nya akong nahuhuling nakatingin sa kanya. *Ugh! You're a hopeless case, Billy!*

"CR tayo, Grace." Hinatak ko sya bago pa ito nakasagot. Ilan na lang kaming naiwang nakatayo malapit sa stage.

<><><>

Mas nakahinga ako ng maluwag sa CR. My heart is pumping wildly, I don't want to leave and go outside to see Jake. Hindi ko ata kaya.

"Matagal ka pa ba?" Tanong ni Grace. Kinatok nito ang cubicle kung saan ako nagha-hyperventilate.

"S-Sige, Grace, mauna ka na muna kasi mukhang nagkaroon ako," May stain nga, kaya naglagay na rin ako ng sanitary pad just in case. *Great! Of all the time in the world*, reklamo ko. *Nanood lang ako ng sayaw ni Jake, nagwala na ang matris ko, ugh!*

"Okay lang na iwan na kita dito?"

"Oo...susunod ako," nakapikit ako at pilit kinakalma ang sarili.

"Sige, doon lang ako kay Ruth ha. May nakuha na raw syang table natin."

"Okay, malapit sa band yun sigurado, kaya madali ko kayong makikita," kumalma na ako.

"Sige."

Narinig kong lumabas na si Grace. Ilang sandali bago pa ako tuluyang lumabas sa cubicle. May ilang mga babaeng nag-aayos ng kanilang sarili, hindi ko sila kilala. I look at myself in the mirror. I still look pretty, more than usual. Pero bakit ako natatakot? No. I think I'm super excited. I'm excitedly scared, gusto tuloy lumabas ng dugo ko ng wala sa oras.

Pagkatapos ay nalungkot ako, paano kung totoo yung sinabi ni Grace? Sa dami ng mga babaing tumitili para kay Jake sa labas kanina, paano ako makakahigit sa kanila? I'm just one of the girls that Jake wants to lead on -- one of his short term fling. Gusto nya lang ako dahil bago pa lang nya akong kakilala, pag nagtagal-tagal at nagsawa na sya sa akin ay hahanap na ulit siya ng bagong estudyanteng lalandiin. *Sure ka? Gusto ka ni Jake? Assumera! Tigilan mo na yang katangahan mo, Billy! Masasaktan ka lang.* Babala ko sa aking sarili. *Lumabas ka doon, pero wala kang dapat asahan sa kahit kanino.* Sa isiping ito ay nawala ang excitement ko. I walked out the door toward my biggest disappointment ever.

Nakatungo ako habang papalabas sa CR, hindi maalis ang lungkot sa aking magandang mukha. It's useless, even if Jake notices me tonight, so what? Afterall, I'm still a kid to him at seventeen. He will never fall for a sophomore, I'm just his little sister's friend. But the idea that he will not even give a damn about me, hurts me the most.

"There you are!" parang nakahinga ng maluwag si Jake. Napalitan ng gulat ang malungkot kong mukha. I can literally feel my eyes light up like a sparkling diamond. Sana lang ay hindi nya masyadong mahalata kung gaano nya binubuo ang araw ko makita ko lang sya.

Andoon sya, nakasandal sa pader malapit sa CR, naghihintay. Sa akin? He is equally handsome, with his deep dark eyes and that boyish smile that I love so much. Nag-alanganin akong lumapit sa kanya. Pakiramdam ko ay naglalakad ako sa ibabaw ng ulap. Nilampasan ko sya para kunwari ay hanapin si Grace. Inalis ko ang tingin ko sa masaya nyang mukha. Nagniningning din ba ang mga mata nya nang makita nya ako o imahinasyon ko lang iyun? Naaapektuhan ko rin ba sya kagaya ng apektong meron sya sa akin? Gustong supilin ng puso ko ang pag-asang namumuo dito pero hindi ko ito mapayagan. Sobrang saya ko, hindi ko maipaliwanag kung bakit.

"N-Nakita mo si Grace?" Inosente kong tanong.

"Sayaw tayo," bigla niya akong hinablot sa kaliwang braso at saka hinatak papunta sa dance floor.

36

Toxic Triangle

"All couples fall in love, only some can build a true relationship"

Ni hindi nito sinagot ang tanong ko. Mabagal ang tugtog at may mangilan-ngilan na couples na ring nagsasayaw sa gitna. Pinili ni Jake na pumwesto sa lugar na masyadong maliwanag. Nahihiya tuloy ako, pakiramdam ko ay maraming nakatingin sa amin. Sana sa medyo madilim na sulok na lang kami pumwesto. Itinaas nito ang dalawa kong nanlalamig na kamay sa kanyang balikat at saka hinapit nito ang aking bewang palapit sa kanyang katawan. We swayed left and right to the tune of the slow music. Titig na titig sya sa akin, napalunok ako sabay iwas sa pagkakatitig nya. Nakita kong kasayaw ni Grace ang classmate naming si Jasper.

Nang bumalik ang tingin ko kay Jake ay sa dibdib ko na siya nakatingin. Umakyat ang dugo sa pisngi ko. Alam kong namumula ako sa hiya. Mula sa taas ay hindi mo naman makikita ang cleavage. Pero yung ilusyon na meron kang makikita ay naandoon dahil sa mababa kong neckline. Bahagya akong lumayo sa kanya. I placed my right hand on my left shoulder. Kunwari ay may kinakamot ako sa aking leeg. Natakpan ng braso ko ang aking dibdib. My action distracts him.

"S-Sorry..." tila napahiya rin ito dahil nahuli ko sya. "Iniiwasan mo kasi ang tingin ko, so I have to look at the next best thing."

Kinuha nya muli ang aking kamay at saka ipinatong sa kanyang balikat. Hinigpitan nya ang pagkakahapit sa baywang ko kaya lalo akong napadikit sa katawan nya. Rinig nya kaya ang dagundong ng puso ko? Wag naman sana. Ramdam nya kaya ang nagtatayuan kong balahibo? Ang init ng kamay nya na nasa aking baywang ay tila nagdudulot ng kakaibang kuryenteng gumagapang sa buo kong katawan. Mainit pero bakit tila ngangangatog ang aking kalamnan?

"Kanina pa kita hinihintay. When I finally saw you, it's worth the wait. Ibang-iba ang itsura mo ngayon kesa noong una kitang makita." Sabi ni Jake, looking at me like I'm the most beautiful woman in the room.

"Let me guess. Sa hagdan with Cyril?" I'm trying so hard not to focus on his compliments. It will give me too much hope, and right now is more than enough to make me happy. No need to worry about tomorrow yet, when I'm no longer Cinderella, dancing with her Prince Charming. Kapag bumalik na ako sa pagiging ordinaryong sophomore, mawawala na rin ang kinang sa mata ni Jake na nakikita ko.

He smiles at me, his boyish smile that I love so much. Again, it touches his eyes. Alam niya ang tagpo with Cyril sa hagdan na tinutukoy ko, at binigyan niya kaagad ito ng malisya, kita ko sa pilyong paniningkit ng kanyang mga mata. Pagkatapos ay biglang lumamlam ang tingin niya, lumambot ang tila may kahulugang matang nakatitig sa akin. Napansin kong makapal ang pilik mata ni Jake sa tuwing kumukurap ito, iyun marahil ang nagbibigay ng ilusyon na sobrang itim ng kanyang mga mata.

"I saw you way before that," sabi niya, sabay ngiti sa akin ng sobrang tamis. Tiningnan ko lang sya, alam nyang nagtataka ako. "Nung pasukan. 1st year ka pa lang. You looked so scared, I wanted to help you find your way. I threw my cigar para mapansin mo ako. Kaso hindi ka naman tumingin sa akin."

Pilit kong inalala ang sinabi ni Jake na pangyayari, pero hindi masyadong malinaw sa akin ang memoryang tinutukoy niya.

"Oh...ikaw pala iyon," sabi ko na lang.

"You looked so cute," hinapit nya ako, lumapat tuloy ang boobs ko sa dibdib nya. Bahagyang naitulak ko sya palayo sa akin.

"Oops...sorry. I'm making you uncomfortable. I guess it's cause I'm expecting a 3rd accident to happen between me and your..."

Tinakpan ko ng kamay ang bibig nya para hindi nya ituloy ang sasabihin. Sa halip na alisin nito ang kamay kong tumatakip sa kanyang bibig ay hinawakan nya ito at saka idiniin pa lalo sa kanyang mga labi. He kisses my palm lovingly while looking deeply into my eyes. Huminto ang tibok ng puso ko. Alam kong pinagtitinginan kami ng mga tao sa paligid. Hindi maiwasang hindi ko maisip kung nasaan ang girlfriend nya sa mga oras na ito. Tapos ay tumigil na ang tugtog. Saka nagsimula ang panibagong kanta.

"Pare, may I?"

Nakilala ko si Ronel, nakalahad ang kamay nito kay Jake. Ibig sabihin ay hinihingi ako nito para isayaw naman nya. Nakita kong tila nag-alanganin si Jake sandali, pero binitiwan pa rin nya ako para ipaubaya kay Ronel. Kinuha ako ni Ronel mula kay Jake, iyun ang kauna-unahang pagkakataong nagkaharap kami ng malapitan. Ronel is also good looking, ang ganda ng hubog ng ilong at labi nito. It's too bad, my heart already belongs to someone else. Kung tutuusin ay mukhang mabait at matino pa si Ronnel kesa sa bad boy image ni Jake.

"Hello. I'm Ronel," gaya ni Jake ay itinaas din ni Ronel ang mga kamay ko sa leeg nya.

"I know who you are," nahihiyang sabi ko.

"Really?" Parang nagustuhan nya ang revelation ko.

"Nababanggit ka sa akin ni Jake," umakyat ang kilabot sa buo kong katawan nang banggitin ko ang pangalan ni Jake. Nasaan na kaya siya? Hindi ko maiikot ang mga mata ko para hanapin sya, masyado namang halata iyun.

"Really? Well at least he is not the traitor that I thought he was," mahina ito pero narinig ko. I can even hear the deep anger in his tone. We dance to slow music. I want to see if Jake is watching us, but I can't risk pissing off Ronel. Medyo nakaka-insulto naman ang dating noon sa kanya. Siguro nga ay may karapatan si Ronel kahit papaano na magalit kay Jake. Ang hindi niya alam ay nauna si Jake na makita ako, nagkataon lang na mas nauna nyang ipinaalam sa iba ang damdamin nya para sa akin.

"Sino ang kasabay mong umuwi?" Maya-maya ay tanong ni Ronel.

"Ahm..." inikot ko ang mga mata ko sandali, hinahanap ko si Grace. Bago ko pa maikot ng mga mata ko ang buong paligid ay nakita kong sa dibdib ko na nakatingin si Ronel. Hindi ko nagustuhan ang pagtingin na iyun ni Ronel, hindi kagaya kapag si Jake ang tumitingin sa akin.

I remove my right hand from his shoulder and put it on my left shoulder. Gaya ng ginawa ko kanina kay Jake, nagkunwari akong inaayos ko ang buhok ko. Napatungo ako dahil sa hiya, hindi ko naman masaway si Ronel sa ginagawa nya.

"Si Cyril ang kasabay kong uuwi, taga Manila rin kasi iyon," sagot ko sa tanong nya. Ni hindi nito napansin na naiilang ako sa tingin nya sa akin. Ni hindi ito nakahalatang tinatakpan ko ang dibdib ko dahil sa nababastos ako sa ginagawa nya.

"Well if you want I can take you home," saka lang tumingala ito para tingnan ang mukha ko. I wish for the music to stop, pero alam kong nangangalahati pa lang ang kanta. Pagkatapos na pagkatapos ng tugtog ay magdadahilan ako para tumigil na kami sa pagsayaw. Nag-iisip ako ng posibleng excuse ng biglang may tumapik sa aking balikat.

"Billy, uuwi na si Grace," sabi ni Jake na kay Ronel nakatingin.

Nagulat ako, maaga pa. Ayaw ko pang umuwi. "S-sasabay na ako. Gabi na rin eh," agad naman akong bumitiw sa pagkakayakap ni Ronel sa akin. Ayaw ko namang maiwang mag-isa sa party kahit gusto ko pang makasama si Jake nang matagal.

"Akala ko si Cyril ang kasabay mo pauwi?" naiinis na tanong ni Ronel.

"Kina Arnold na lang daw sasabay si Cyril, pre."

Bago pa ako makapag-salita ay sinalo na ako ni Jake sa usapan saka ako hinatak palayo dito. End of discussion.

Hindi ko na nagawang lumingon pa para magpa-alam kay Ronel nang maayos. Dinala ako ni Jake sa lamesa kung saan andoon sina Grace at Ruth, kasama nila ang iba naming classmates na lalaki.

"Grace, iuuwi ko lang si Billy ha, babalikan kita dito."

Nagulat ako sa sinabi ni Jake, akala ko ay uuwi na si Grace? Ayoko pang umuwi. Gusto ko sanang magprotesta pero hindi niya ako pinapansin. Mahigpit lang ang pagkakahawak nya sa kamay ko na para bang natatakot syang may humablot sa akin para agawin ako sa kanya. Halos maipit na ang daloy ng dugo ko sa aking kamay.

"Ang aga naman," si Grace ang nagsabi nang gusto kong sabihin.

"Basta. Babalikan kita dito. Hintayin mo ako," utos ni Jake.

"Okay." Sagot ni Grace.

"Okay lang, Grace...kung ihatid ako ni J..k..kuya mo?" tumingin ako sa kanya ng may kahulugan. Ayaw kong magalit siya sa akin. She smiled and nodded. Nakahinga ako ng maluwag. Hula ko ay nasisiyahan din sya sa party, binabakuran sya ni Jasper. This is turning out to be a memorable night for the both of us.

Hawak pa rin ni Jake ang kamay ko habang papalabas kami ng venue. There's a sense of ownership in his grip that I'm starting to like.

"Akala ko ba ay uuwi na si Grace? Bakit parang pwersahan mong iuuwi si Billy?" sabi ng tila galit na boses mula sa likuran ko.

Napahinto ako para tingnan si Ronel, sumunod pala ito sa amin. Kita kong nawala ang bait nito sa mukha, halatang galit ito. Huminto rin si Jake dahil sa paghinto ko. Nakita kong tila iritado na rin si Jake. Ayokong magkagulo sa venue dahil sa akin. Ayokong mag-away sila -- hindi dito, hindi ngayon, at hindi dahil sa akin. Mabilis akong pumagitna sa dalawa.

37

A Night To Remember

"You are a melody that fails to silence my soul"

"Actually, Ronel...ako talaga ang nag-aya umuwi," hinawakan ko ang braso nya ng isang kamay kong hindi hawak ni Jake. Ito lang ang naisip kong paraan para kalmantehen sya. It works, he gets distracted. Napatingin ito sa kamay kong nakahawak sa braso nya. "Goodbye. It's nice meeting you Ronel," nginitian ko pa sya ng matamis at saka hinatak ko na si Jake bago pa ito makapag-react.

◇◇◇

"Why do you have to entertain him?"
Nasa kotse na kami ni Jake, binubuksan nya ang pinto nito para sa akin. Halatang pinipigil nito ang inis sa boses nya.
"Galit sya sayo, eh. Ayaw kong mapa-away ka."
"Hah! I can handle myself, kung si Ronel lang. Kahit saan, walang atrasan!" seryoso si Jake, natakot tuloy ako sa kanya. Tingin ko ay sanay ito sa bugbugan.

"Don't," sabi ko, nasa loob na kami ng sasakyan. "Please," nakikiusap ang tinig ko. "Wag kang makipag-away. He just asked if he could take me home."

"Gusto mo ba na siya ang maghatid sa iyo?" galit pa rin na tanong ni Jake.

"No! Of course not," maagap kong sagot. Nasaktan ako sa isiping hindi si Jake ang maghahatid sa akin pauwi. Sya ang gusto kong kasama ngayon, kahit saan niya ako dalhin ay sasama ako. Lihim kong nakagat ang aking mga labi, nahihiya ako sa sarili ko sa pag-iisip ng ganoon.

"Good. Mabuti na ang nagkakaintindihan tayo," bigla nitong pinisil ang baba ko at saka ako kinindatan. Nawala na ang inis nya. He is smiling, that boyish smile that I love so much. I begin to hyperventilate again. Akala ni Jake ay giniginaw ako sa aircon ng sasakyan nya, wala syang ideya na siya ang dahilan ng pangangatog ko.

Hinubad nya ang suot nyang semi-formal black jacket. Nakaputing Hanes t-shirt na lang ito na fit sa kanyang maskuladong katawan. He untucks the shirt from his acid-washed jeans that he partnered with a pair of leather boots. The get-up gives him a rugged cowboy look na usong-usong fashion these days. I'm hopelessly addicted as I watch him start the car. Ayoko pang umuwi, ayoko pang matapos ang gabing ito!

Isinuot nya sa akin ang jacket. I closed my eyes, romanticising the moment. Halos magkayakap na kami. Naamoy ko ang kanang leeg ni Jake habang inaayos niya ang paglalagay sa likod ko ng jacket. Amoy lalaking-lalaki ito. Pinaghalong amoy ng pabango niyang nakatatak na sa memorya ko at usok ng sigarilyo. Pag gumalaw sya pakanan kahit konte lang ay tatama ang labi ko sa panga nya. I forget how to breathe.

"Bakit uuwi na ako? Ang aga pa," hindi ko mapigilang itanong, matapos kaming makaupo ng maayos. Bukas na ang makina pero hindi pa rin pinapaandar ni Jake ang kotse.

"Hindi ka titigilan ni Ronel. Sabi ni Efraim, desidido na raw si Ronel na gumawa ng move sa iyo." Hindi ako kumibo. Hindi ko alam ang sasabihin ko. "I'm sorry, hindi ko na itanong ang opinyon mo. I Assume that...well, would you like it?"

Halos tumagos na sa puso ko ang pagkakatitig niya sa akin, ang hirap huminga ng maayos.

"Like what?" my mind is in shambles, hindi ko siya ma-gets.

"To give Ronel a chance...to make a move on you."

Umiling ako. Hindi ko na kailangan magsalita. Ni hindi ko mahanap ang boses ko. Paano ko pa itatanggi ang bagay na alam kung alam na ni Jake ngayon? I'm too obvious. Jake knows he has that much power over me. Kahit saan ako dalhin ni Jake ngayong gabi, wala akong ka palag-palag. Mayabang itong ngumiti na para bang nagsasabing "mabuti naman!", saka nito pinaandar ang kotse.

<><><>

Inihinto ni Jake ang sasakyan nang nasa bandang West Avenue na kami.

"Bakit?" Tinanong ko sa kanya habang nagpa-park kami.

"Kain muna tayo, gutom ako."

Sa isang eat-all-you-can restaurant kami pumunta. Nakakapagtaka dahil ang huling kain ko ay kaninang tanghali, pero hindi pa ako gutom hanggang ngayon. What I feel is a butterfly flipping in my stomach, pero sumunod pa rin ako sa kanya. Wala naman akong magagawa dahil hawak-hawak niya ang kamay ko. Masaya ako kahit saan, basta wag lang muna kaming umuwi, basta magkasama pa kami ng matagal.

Ni hindi ko matandaan kung ano ang mga kinain namin ni Jake. Basta ang naalala ko ay ang panonood ko sa kanya habang kumakain sya. Hindi ko na maalala kung ano-ano ang pinag-usapan namin, basta ang naalala ko ay ang pagpigil nya sa aking umupo sa tapat na silya. Gusto nya ay magkatabi kami. Kung ano-anong pagkain ang pinatitikim nya sa akin, lalo na yung mga pagkaing hindi ako pamilyar.

Sinusubuan niya ako at ipinagbalat ng hipon. It is really a romantic night for me as he puts his arms around my waist and pulls me closer to him. Ramdam ko ang bolta-boltaheng kuryenteng gumagapang sa katawan ko sa tuwing magkakadikit kami. If I'm combustible, I can burst in flame right there and then.

Nang matapos siyang kumain ay nagsindi ito ng sigarilyo. Hindi ko gusto si Ricky noon dahil sa paninigarilyo nito, pero bakit gustong-gusto ko pa rin si Jake kahit na may bisyo pa ito? Ayaw kong maging tipikal na teenager na pinagbabawalan siya sa kanyang mga bisyo bilang tanda ng pagmamahal niya sa akin. Ugh! Such a childish act! I want to appear as a mature and grown woman that Jake deserves to love. Kaya hindi ako nag komento tungkol dito, kahit na nakakairita sa akin ang amoy ng usok ng sigarilyo nya. Hindi lang kasi usok ng sigarilyo nya ang naamoy ko, halos lahat ng mga taong nakapaligid sa amin sa ibang lamesa ay nagyoyosi rin. Nakapwesto kasi kami sa smoking area ng restaurant.

Medyo napagod ako ng kaunti dahil siguro sa unti-unting pagbaba ng adrenaline rush, na-relax ako ng bahagya. Grabe din kasi ang pagod ng puso ko sa walang tigil nitong pagtibok kanina pa. Kung hindi ito matagal na hihinto sa pagtibok ay titibok naman ito nang napakabilis, ganito mag-react ang puso ko dahil kay Jake.

Humilig ako sa kanya. He raises his arm to let me fit into his embrace. Walang salitang pwedeng makapag paliwanag sa nararamdaman ko. Hindi kami nag-uusap, basta parang naging automatic na lang ang lahat sa amin. Everything is assumed. Alam kong talo na ako sa laro na ito, kung laro man itong matatawag. Suko na ako. I declare defeat, I forfeit the game because I'm deeply, madly, and irrationally in love with the bad boy of the campus.

Nang magbabayad na sya ay bumagsak mula sa wallet nya ang isang bagay. Dinampot ko ito. Pamilyar ang butones na hawak-hawak ko, pambabae at may tatak ng university insignia namin. Sigurado akong ito ang butones kong tumalsik mula sa aking uniform.

"I-is this mine?"

"Nope, sa nakapulot na yan ngayon," binawi nya ito sa akin at muling inilagay sa kanyang wallet.

"H-how did you...?" hindi ako makapaniwala na bumaba siya sa madilim na basement para lang hanapin at kunin ang tumalsik kong butones. It's just an ordinary button for crying out loud! I can buy plenty of them anytime!

Hindi sya kumibo ngumiti lamang ito at saka pinisil ang aking baba. It's now a habit that he's forming and I'm beginning to love.

"Let's go?" hinawakan na naman ako nito sa kamay para umalis pero gusto pa ring mag-stay ng puso ko sa piling niya.

◇◇◇

Tahimik lang kami habang nagmamaneho siya, savoring the moment as he turns on his stereo. Listening to the music of Pearl Jam, he puts his arm around me. Humilig naman ako sa balikat nya. Hindi ko alam kung kumportable sya sa kanyang posisyon habang nagmamaneho kahit kaliwang kamay lang niya ang gumagabay sa steering wheel. Naamoy ko na naman ang pabango nyang naging pamilyar na sa akin ngayon. Ipinikit ko ang aking mga mata, habang patuloy kong ninanamnam ang nangyayari sa akin sa kasalukuyan.

<><><>

Ipinagbukas nya ako ng pintuan ng kotse. Naglakad na lamang kami hanggang sa makarating sa harapan ng pintuan ng inuupahan naming apartment ni Lilet.

"Thank you," ngumiti ako, yun lang ang alam kong paraan para maka-pagpaalam sa kanya. Sinusian ko ang pintuan para makapasok na ako.

"Wait..." Pinigilan nya akong buksan ang pinto. Sa relo ko ay pasado alas-dose na. Tahimik na ang paligid maliban sa paminsan-minsang tahol ng mga asong kalye. Ayoko siyang umalis hangga't maaari, pero ayoko rin siyang umagahin sa daan. Mahirap magmaneho ng puyat at pagod. I also want him safely home as soon as possible.

"I have something for you," may inabot sya sa akin.

Hinawakan ko ang pendant ng kwintas na bigay niya. It is not gold as in true gold na gaya ng mga bigay ni mommy na alahas sa akin. It is made of a heavy gold-plated metal shaped into half of a heart. Sa likod ay pangalan nyang "Jake" ang naka-ukit dito.

"Galing yan sa medal ko. I have it melted…Yung kalahati ay nasa akin."

Napanganga ako. "Y-yung MVP medal mo?"

Tumango sya. Alam kong importante sa kanya ang medal na iyon, base sa kwento ni Grace sa akin. "W-why? That medal is important to you."

Ngumiti sya, but there is no humor in his deep dark eyes. Seryoso ang kanyang mga mata sa kabila ng ngiti sa kanyang mga labi. Inayos nya ang kwintas at saka isinuot sa akin. Halos magkayakap na naman kami habang inaayos niya ang lock ng kwintas sa gawing batok ko.

Tinitingnan ko pa rin ang pendant habang inaangat nya ang buhok ko sa likod para matabunan nito ang chain ng kwintas. Iniangat ko ang aking mukha para tingnan sya, matapos niyang ikabit ang kwintas. Then…his lips are suddenly on mine.

He kisses me softly, it is brief but achingly lingering. I'm too stunned to speak, though.

"You are more important to me now," pinakita niya ang kalahati ng pendant at andoon ang pangalan ko. I'm choking with so much happiness. Hindi ko maiwasan ang titig nya, para bang tinitingnan na nya ang kaluluwa sa kaloob-looban ko. His eyes are full of emotions that I can't understand. Basta ang alam ko ay kakaibang kilabot ang gumapang sa kaibuturan ng aking pagkatao.

Niyakap ko sya. Yun lang ang alam kong paraan para maipadama sa kanya kung paano nya ako pinasasaya ngayong gabi. Niyakap ko sya nang mahigpit, na para bang ayaw ko ng humiwalay sa kanya. Niyakap nya rin ako ng mahigpit saka hinaplos ang aking buhok, para bang sinasabi nya ring pareho kami ng nararamdaman.

Nang magbitiw kami ay hindi na nya ako ninakawan ng halik. Itinaas nya ang baba ko at saka nilapatan nya ako ng mas mahabang halik sa labi. My pulses went haywire. Kung nakakabit ako sa heart monitor, malamang na nawasak ito sa lakas ng pintig ng puso ko.

He tried to kiss me deeply. Sa totoo lang ay hindi ako marunong humalik. Ito pa lang ang kauna-unahan kong maranasan mahalikan. Si Jake lang, siya lang ang unang lalaking gumawa nito sa akin. I pushed him slowly though, reminding him to go easy on me. Mabuti na lamang at medyo magkahiwalay na kami nang bumukas ang pinto.

"Billy...?" Halatang kakagising ni Lilet at inaantok pa ito.

38

First Of Everything

"The magic of you never ends"

"L-lilet...si Jake po...kuya ni Grace. Hinatid niya ako dahil gabi na," natataranta ako.

"Good evening po," kalmante naman si Jake, kahit ang totoo ay umaga na.

"Ah... okay, salamat kuya ni Grace," wala sa sariling sabi ni Lilet, halatang gusto na nitong bumalik ng kwarto nya para matulog ulit.

"Sige, susunod na ako sa iyo," sabi ko. Tumalikod naman si Lilet sa amin para bumalik sa kanyang kwarto.

"You have to go. Si Grace..." ipinaalala ko sa kanya.

Huminga siya ng malalim. Natutuwa ako na parang ayaw rin niyang umalis at magkahiwalay kami. He briefly brushes his lips against my cheek, bilang pamamaalam.

"Okay. Sleep well."

"Ingat sa pag-da-drive," I love you, gusto kong isigaw pero hindi ko magawa. I watch him drive away, aching for him instantly.

<><><>

Nang makahiga ay matagal pa bago ako nakatulog. Pa-ulit ulit kong nire-replay ang mga nangyari sa amin ni Jake kagabi. Tumitilaok na ang manok nang mapikit ako. Kalam ng sikmura ko naman ang gumising sa akin.

Nagmuni-muni ako sandali, habang hinihintay ang tuluyang paggising ng aking isipan. Napangiti ako nang maalala ko ang mga nangyari sa akin kagabi. Hindi na ako si Cinderella ngayon, pero inihatid naman ako ng aking Prince Charming sa bahay bago ako magpalit ng anyo at maging ordinaryong Billy ulit.

Hawak-hawak ko ang pendant ng suot kong kwintas habang tuloy ang pag-de-daydream ko sa aking kama. Kunwari ay puso nga ni Jake ang hawak ko. Nakita ko sa relo na pasado alas dos na ng hapon, grabe ang haba ng tulog ko.

<><><>

"Oi, buti naman gising na si Sleeping Beauty. Grabe! Akala ko namatay ka na sa higaan mo," sabi ni Lilet pagkakita sa akin, nasa sala ito at naglilinis ng kuko. Wala itong pasok sa opisina niya kapag sabado at linggo. Natanggap itong secretary sa isang construction company sa Paranaque.

"May pagkain?" ang kapal ng boses ko sa sobrang pagtulog.

"Oo, nagluto na ako. Buti nagpadala na ng pera si tita. Sakto wala na tayong pang-grocery."

Si mommy ang tinutukoy ni Lilet na tita. Minsan naiinis ako kay Lilet, kasi naman kahit may trabaho na ay kay mommy pa rin ito naka-asa. Mano bang makihati naman sya sa gastos sa bahay ngayong sumesweldo na sya. Ako na nga ang nagbabayad sa bahay, tubig, at ilaw, pati ba naman ang kakainin namin? Sana lang dumating na ang araw na hindi ko na kailangan makitira kasama alinman sa mga kamag-anak ko. Abusado kasi, eh. Porke ba nasa ibang bansa ang mommy ko ay gagawin nila itong cash cow? Parang tinatae lang ng mommy ko ang lapad ah! As usual, sinarili ko na naman ang inis ko.

"Wag mong kalimutang magpadala ng mga pictures sa mommy mo ha. Matutuwa yun kapag nakita kang nakaayos para sa school party nyo," sabi ni Lilet.

"Sige, papa-develop ko muna," noon ko naalalang wala akong picture with Jake. Nagamit ko lang ang camerang padala ni mommy dito sa bahay matapos akong ayusan sa parlor.

"Uy, yung naghatid sa iyo, gwapo ha...manliligaw mo? Naku, Billy ha, bata ka pa. Ayaw ng mommy mo yan."

"Malalaman lang nya kung isusumbong mo," puno pa ng kanin ang bibig ko. Bigla akong kinabahan paano ko ba sasabihin kay mommy? Dapat ba niyang malaman?

"Well, madali naman akong kausap," sabi ni Lilet na may kahulugan. Ibig sabihin suhulan ko ang kanyang katahimikan. Haynaku, lalo akong nainis.

<><><>

Tinapos ko na lang ang pagkain at saka ako pumasok sa kwarto para maligo. Init na init kasi ang pakiramdam ko. Habang nasa banyo ay hindi ako mapakali sa kakaisip kay Jake. Asan kaya sya?

Anong ginagawa nya? Sana lunes na para magkita na kami sa school. Pero napa-isip ulit ako, paano sa lunes? Hindi kasi malinaw ang usapan namin eh. Mag-ano ba talaga kami? He kissed me. Wow! Ano naman? Mabubura yan dahil naligo ka na. Biglang gusto kong umiyak.

Nahiga muli ako sa kama habang inaamoy ang jacket nya na suot ko kagabi. Ugh! I'm so pathetic! Buti na lang hindi ko sinoli ang jacket nya kagabi, magkakasya na lang akong amuyin ito buong araw. The memory of its smell is triggering other memories from last night.

Nakarinig ako ng ingay sa labas kaya nagising ako sa pag-de-daydream ko. Lumabas ako ng kwarto para tingnan kung anong kaguluhan na naman ang pinag-gagawa ni Lilet. Nakita kong may kausap siya sa labas ng bahay, hindi ko makita ito dahil nakaharang sya sa pintuan.

"Eto na pala sya, eh. Uy, may bisita ka," ibinukas ni Lilet ng malaki ang pintuan. Natulala ako sa pagkakatayo ko. Hindi ako makakilos nang tuluyan ng pinapasok ni Lilet si Jake sa loob ng bahay. Bigla kong nayakap ang sarili ko kasi naman ay naaalala kong nakasando lang nga pala ako na walang bra at nakasuot ng sobrang ikling maong shorts. Galing ito sa luma kong pantalon na ginupit ko ng halos malapit na sa aking singit. Mukha akong nagtatrabaho sa nightclub sa itsura ko.

"Hello," nakangiting bati nito na tinitigan ako mula ulo hanggang paa. Mukhang natuwa ito na ginulat niya ko. I'm still standing, feeling naked, in front of him for several seconds before I can restart my brain.

"Err..h-hi, wait lang," kumaripas ako ng takbo papasok sa aking kwarto. Sugod ako sa salamin. At least maayos ang aking mukha pero basa pa rin ang buhok kong nakalugay lampas sa aking balikat. Buti na lang at nakaligo na ako bago pa siya dumating.

I change my clothes into a decent one. A simple mini skirt with a loose blouse will not emphasize the size of my breast but still gives me an appealing look. Bagay din ito sa kwintas na bigay nya sa akin dahil mababa ang neckline nito. Sinuot ko ulit ang kwintas matapos kong maligo kanina. Hindi ko ito hinubad kahit kagabi ng natutulog ako. Hindi ako nasanay magsuot ng bra sa bahay pero hindi pwedeng hindi ako magbra ngayon. Siguradong hindi makakaligtas sa malikot na mga mata ni Jake ang dibdib ko kapag hindi ko ito nilagyan ng proteksyon.

Huminga muna ako ng malalim bago ako lumabas ng kwarto para harapin sya. Naghahanda naman ng meryenda si Lilet sa kusina, kahit papaano ay nawala ang inis ko dito.

Ngumiti ulit sya nang makita ako. Nakaupo na sya sa mahabang sofa namin, buti naman at nilinis na ni Lilet ang mga nagkalat nyang kuko.

"Ba't nagbihis ka pa?" kunway inosente nyang tanong pero halata naman ang kapilyuhan na rumihistro sa kanyang mga mata. Umupo ako sa armchair na katapat ng sofang inuupuan nya.

"Ang sagwa kaya ng suot ko."

"Hindi naman ah...Ang ganda nga, eh. Gusto ko yang wet hair look mo, ang lakas ng dating." Ayun na naman, ang lamlam ng titig niya sa akin.

Kinilabutan tuloy ako, iba ito kaysa sa titig niya sa akin kagabi. Kunwari ay sinimangutan ko sya. Deep inside though, kinikilig ako. Tumawa lang ng mahina si Jake, seeing through my pretensions.

"Meryenda muna tayo. Sino nga ulit ang pangalan mo?" buti at sumingit si Lilet. Ibinaba nito sa center table, na nakapagitan sa amin ni Jake, ang malamig na baso ng iced tea at sandwich na hinanda nya.

"Jake po," magalang na sabi ni Jake, pinigil ko ang ngiti ko. Hindi bagay sa kanya ang kunwari ay magalang at mabait.

"Sus wag mo na akong popo-in, halos magka-edad lang tayo. Yang si Billy nga eh hindi ako tinatawag na ate," mukhang kumportable na si Lilet kaagad kay Jake. Siguro kahit na nagpapaalala sya sa akin ay na-e-excite din sya sa panibagong yugto ng buhay pagdadalaga ko. O, baka nga naiisip na nya ang kikitain nya sa pangingikil kapalit ng pagkukunsinti nya sa akin. *Gosh, I'm changing, this is not me. Bakit ganito na ako mag-isip, I'm really willing to bribe her so I can keep Jake in my life.*

"Nanliligaw ka ba sa pinsan ko?" Walang ano-ano ay biglang tinanong ni Lilet.

39

If The Shoe Fits

"After midnight and you are no longer Cinderella, you'll still be mine"

"Lilet!" saway ko. Ugh! Ang tabil talaga ng dila nito.

"Sus...ang sensitive mo naman masyado. Oh, sya! Doon muna ako sa kwarto ko ha, pero behave!" saka tumalikod ito para iwan kami.

"P-pasensya ka na dun, ha. Kain ka muna," sabi ko kay Jake matapos kong masigurado na nasa loob na ng kwarto nya si Lilet. Alam kong mag-si-siesta ito, mabuti naman para magkaroon kami ng konting katahimikan dito.

"Ikaw?" kinuha nito ang baso ng iced tea.

"Kakatapos ko lang mag-lunch kasi kakagising ko lang. Anong oras ka na nakauwi?" uminom lang rin ako ng iced tea.

"Umaga na, pero pagkagising ko kanina naisip ko agad na puntahan ka." casual na sabi ni Jake.

Grabe ang puso ko. Dumadagundong sa sobrang saya. Ako rin ang una niyang naisip pagmulat ng mga mata?

"Oo nga pala yung jacket mo, nakalimutan mo kagabi. Kukunin mo na ba kaya ka napadaan dito?" Akmang tatayo ako para kunin ito. Ayaw kong isoli ang jacket, wala na lang akong masabi, at isa pa ay sobrang conscious na conscious na ako sa titig niyang kaluluwa ko na ata ang nakikita. He's really making me nervous in a good way and in a bad way.

"Di na, hayaan mo lang. Mamaya ko na lang kukunin pag aalis na ako," sinenyasan nya akong wag nang tumayo.

"Ah...aalis ka na agad?" bigla akong nalungkot.

"Hindi. Bakit nakakaistorbo ba ako? Gusto mo na akong umalis?" Nakangiti si Jake, halatang alam na nya ang isasagot ko.

"Hindi. I mean... okay lang. Dito ka muna. I mean...wag ka munang umalis." Ugh! Hindi ka talaga marunong makipag-usap sa lalaki, Billy!

"Lika. Dito ka sa tabi ko." Pinalo ni Jake ang pwesto sa tabi nya para tukuyin kung saan ako uupo. Nanlalamig ang mga kamay ko nang lumipat ako ng upuan. Sumandal sya sa sofa at saka ini-akbay ang kanyang kanang braso sa aking balikat. Bakit ang dali-dali lang sa kanya ng lahat. Alam na niya ang mga susunod na gagawin. Samantalang natataranta pa rin ako hanggang ngayon.

"You're so tensed, relax." Hinapit nya pa ako palapit sa kanya hanggang sa magdikit ang mga tagiliran namin. Mainit na naman ang katawan nyang dumampi sa katawan ko. Humilig naman ako sa balikat nya. At least, I can do this automatically already.

Mmm, the smell -- his smell -- my nostrils are having a feast. Maya-maya ay naging kumportable na ako. Kapag ganitong kasama ko si Jake pakiramdam ko ay wala akong dapat problemahin. I feel safe, I feel like I'm finally home. Pakiramdam ko ay meron na akong taong maituturing kong kakampi ko sa buhay.

"Anong sabi ni Grace pagbalik mo. Okay lang ba talaga sa kanya na inihatid mo ako?" I'm trying to make a small talk. Nag-aalala pa rin ako kay Grace, kung anong iniisip nito tungkol sa amin ng kuya niya. Hindi ako kay Jake nakatingin, mas malinaw kasi ang utak ko kapag hindi ko nakikita ang mga titig nya. Sa pagkakadikit namin ay kuntento na akong amuyin sya. Bago ang pabango nito, hindi ito ang pabangong gamit nya kagabi.

"Ayun, nablackmail ako kapalit ng paghahatid ko sayo."

"Blackmail?" Kumunot ang noo ko, pero hindi niya ito nakikita.

"Nang bumalik ako doon ay ayaw pa rin nyang umuwi. I think your classmate...Jasper? He's into my sister," hindi galit ang boses ni Jake. I feel happy for Grace too. I have no idea that Jasper likes her.

"So?"

"So, ipagbabawal daw niyang makipag-usap ka sa akin kapag hindi namin tinapos ang party. I waited for her in the car. Wala naman na akong interest sa party."

"Bakit naman? Eh, di nainip ka sa kotse. Andoon naman ang mga kabarkada mo sa loob, sana pinuntahan mo muna sila."

"Pero wala ka na doon, kaya wala ng kwenta ang party."

Tumingala ako sa kanya. Gusto ko ang sinabi nya pero pakiramdam ko ay binobola nya lang ako. Hinalikan nya ako sa labi pagkatingala ko, gaya kagabi, nakaw na halik na naman ito. Gumagapang ang bolta-boltaheng kuryente sa katawan ko. I push him away slightly when his kissing turns weird for me -- kapag pakiramdam ko, he wants more from me.

"Sorry...nake-carried away ako sa iyo," pinisil niya ang braso ko na akala mo ay gigil na gigil ito. Tapos ay pinisil naman nito ang baba ko, a gesture I'm loving about him more.

Tahimik lang akong humilig muli sa kanyang balikat. Sandaling hindi kami nagkibuan. Kinuha ko ang kanyang kaliwang kamay at saka hinawakan ito. I trace his fingers and intertwine my hand with his. Hinaplos naman ng hinlalaki nya ang ibabaw ng kamay ko. Ganoon lang kaming dalawa, walang usap-usap, pero parang ang dami na rin naming napag-kwentuhan sa pamamagitan lang ng paghawak-hawak at pagpisil-pisil namin sa kamay ng isa't-isa. Hinagod ko rin ng hinlalaki ko ang ibabaw ng kamay nyang hawak-hawak ko.

Naramdaman kong hinalikan nya ako sa ulo. Ngumiti ako. Totoo ba ang lahat ng ito? Posible ba akong maging ganito kasaya? Napabuntong hininga ako, kuntento.

"Anong iniisip mo? Magkwento ka naman," siya ang bumasag ng katahimikan.

"Wala akong iniisip. Okay na ako na kasama ka ngayon. Masaya ako," nagsabi na ako ng totoo kong damdamin, bakit ba magsisinungaling pa ako? What's the point of denying how I feel?

"Ako rin," pinisil nya ang braso kong naka-akbay siya, as if affirming what he said. "Bakit ka nga pala nagtatago sa CR kagabi?"

Napansin niya pala.

"Natatakot kasi ako..." bakit hindi ako nahihiyang magtapat kay Jake. Pakiramdam ko ay kaya kong sabihin sa kanya ang lahat-lahat. Gosh, I'm changing and I'm beginning to like the new me.

"Takot saan?"

"S-sa iyo."

Bigla nyang inalis ang pagkaka-akbay nya sa akin at saka ako hinarap nito. Pilit nyang tiningnan ang mga mata ko. I look straight into his deep dark eyes, my favorite part of his face.

"Bakit?" curiosity is burning in his glorious eyes.

"Naisip kong baka..." tumigil ako sandali. "B-baka hindi mo ako pansinin. Ikaw lang naman ang pinunta ko sa party eh." Sanay na sanay akong hindi magsabi ng totoong nararamdaman ko sa mga taong nakapaligid sa akin -- sa mommy ko, sa mga kaibigan ko, at sa pamilya ko -- pero kay Jake, para akong bukas na libro. Natawa sya na parang walang kwenta ang pinagsasabi ko.

"Ikaw, hindi ko papansinin? Pinilit ko ang kapatid kong sumama dahil sa iyo. Mukha akong tangang naghihintay sa labas ng CR ng babae para lang abangan kita sa paglabas mo. Alam ko kasing kapag hindi ako kumilos ay maraming asungot na aaligid sa iyo."

"Ang dami naman ni Ronel?" Pinaalalahanan ko sya.

"Hindi lang si Ronel..." biglang may inis sa boses niya. Tiningnan ko sya, nagtatanong ang aking mga mata. Huminga sya ng malalim. "Kasalanan ng superhero outfit mo nung sportsfest, masyado kang napansin dun," sumimangot ito. "Wag na natin sila pag-usapan. Hindi ko rin naman sasabihin sayo kung sino-sino ang na-seduce mo. Baka mamaya ay ipagpalit mo pa ako," Ngumiti ito. Aaah, his boyish smile that I love so much.

"You wish! Baka ako ang ipagpalit mo!" Reklamo ko habang nakasimangot. Ako? Seduce? Nyek!

"Ano? Saan? Kanino? Bakit?" Sya naman ang nagtaka.

"Ano ka ba, Mr. Pacia, wag mo nga akong gawing bulag! Alam ko ang reputasyon mo sa school. In fact, kilala sa buong campus kung sino ka talaga!"

"Reputasyon? You know gossip in our campus is rampant at mandalas exaggerated sila at hindi totoo."

Hmp! nagkukunwaring inosente ang mokong, alam ko.

"Basta! Ikaw lang naman ang playboy na bad boy sa buong campus kasi parang damit lang ang babae kung palitan mo." Feelingerong Robin Padilla, muntik ko nang idagdag.

Nakita kong nagbago ang itsura nito, parang halatang gulat na gulat ito sa tinutukoy ko. Para bang hindi nya alam ang reputasyon nya sa school.

"Yun ba ang pagkakakilala mo sa akin?" Seryoso sya.

Tumango ako, bigla ang lungkot sa mukha ko. Gusto ko kung saan pupunta ang usapan namin, kahit saan pa ito magtapos. Basta gusto ko nang malaman ang mga dapat kong malaman, kahit masakit. Dahil ang totoo, tanggap ko na siya kahit ano pa ang reputasyon niya. Hindi ko na kayang malayo pa sa kanya. "Yun ang totoong kinakatakot ko," pag-amin ko.

"Anong pinagsasabi mo? Bakit ka matatakot sa akin?"

"Dahil someday, gaya ng mga past girlfriends mo, iiwan mo rin ako kapag nagsawa ka na sa akin," Tumungo ako, takot na makita nya kung gaano kasakit sa akin ang ideyang ito. Ang dami kong napanood na mga drama sa TV para hindi malaman ang galawan ng mga lalaki.

"So, you're saying na girlfriend na kita?"

40

The Real Score

"It's the not knowing that gives me suffering"

Ako naman ang nagulat sa tinuran nya. Bahagyang tinulak ko sya para titigan ang mukha nya. Gusto kong mabasa kung anong expression nito. Nagbibiro ba sya? Pinaglalaruan ba nya ako? Seryoso ba sya? Anong ibig sabihin? Sa lahat ng nangyari sa amin, hindi pa rin nya ako girlfriend? Eh, ano ako sa kanya kung ganoon? Pero biglang napag-isip-isip ko, oo nga naman, tama sya. Niligawan ba nya ako? Hindi. Everything that's been happening to us is assumed. I'm assuming, even now, that he's already mine.

Bigla syang ngumiti at saka niyakap ako ng mahigpit. "Hindi ka na mabiro!" malamang na napansin nito na nasaktan ako. Buti na lang at napigil ko pa ang luha ko, malapit na talaga akong umiyak eh.

"But, you know what? You're right..." itinulak ko sya ng bahagya at saka tumingin sa kanya. Hindi ko tatapusin ang usapang ito. Kailangan kong malaman ang totoo.

"I don't really know what's going on. I'm new at this. What happened to me last night, when I was with you...I couldn't define...I mean...you never courted me...so how could I be your girlfriend...which made me even worse than your other girlfriends coz...I mean...at least you courted them...everything is clear between you and them...but for me...I mean...for us...what are we really?" halos hindi na ako huminga sa haba ng tanong ko.

"The truth?" Titig na titig pa rin si Jake sa akin.
Napalunok ako. Gusto ko ba talagang malaman ang totoo? Ttumango ako. I look at him hopelessly -- no more games.

Sya naman ang huminga ng malalim. Lumamlam ang tingin nya sa akin, kagaya kagabi. Malambot pero seryoso ang titig nito.
"Ang totoo..." tumigil ito sandali. "Hindi ko rin alam..."

Inangat nya agad ang mukha ko bago ko pa ito tuluyang ibaba, para itago ang sakit na gumuhit sa puso ko. Hindi nya alam? So, malabo pa rin pala kung ano kami sa isa't-isa.
"Wait...listen to me, okay?" Huminto sya saglit, tila pinag-iisipan niyang mabuti ang gusto nyang sabihin. The suspense is killing me.
"Hindi ako magaling sa ganito, pero pipilitin kong ipaliwanag the best way I know how, okay?"

Nakatitig lang ako sa kanya, naghihintay.
"I don't want to brand you as my girlfriend, 'cause you're not like any of them."
Ilan kaya yung "them" na tinutukoy nya?

"Siguro dahil may kapatid akong babae kaya it's easy for me to talk to girls. Sometimes nami-miss interpret nila ang pagiging malapit ko sa kanila."

Napalunok ako sa sinabi ni Jake, baka ako rin, possible na namisinterpret ko ang kabaitan niya.

"Pag nagustuhan nila ako at gusto ko sila...madali akong kausap."

Ugh! Jake is not the typical love interest na pwede mong basahin sa romance novels at mapanood sa romantic movies. He has too many flaws and imperfections in him, yet...what's wrong with me? Why do I like him a lot?

"Pero in a relationship...wala akong...wala akong alam. Hindi ako marunong, kaya wala lang. Tapos agad. Kaya akala ng lahat ay playboy ako."

Ramdam kong hirap si Jake aminin sa akin ang totoo, pero kagaya ko ba ay madali sa kanya ang mag-open up sa akin? I like him more kasi ramdam ko ang tiwala niya sa akin.

"Pero, ikaw...I mean...sa iyo...sa iyo...iba, eh. Ang hirap ma-explain," hinawi niya ang basa ko pa ring buhok at nilagay sa gilid ng aking tainga.

"Try. Please try. I'm listening," pakiusap ko.

"Unang kita ko pa lang sa iyo, there's something about you that pulled me in, kaya ako nagpapansin. Nang walang epekto sa iyo ang ginawa kong move, hindi ka na ulit pumasok sa isip ko."

Yung pagtatapon niya sa akin ng sigarilyo, lambing pala yun? Ugh! how to be unromantic 101 naman kasi.

"Sure, I see you around the campus, but you're just a familiar face. Nang makita namin kayong nag-perform noong cheerdance competition, doon napansin ni Viktor si Judith. Syempre nang umpisahang ligawan ni Viktor si Judith andoon ang barkada para suportahan sya. Ganoon naman kami eh..." tumigil ulit sya.

I smile at him, encouraging him to continue.

"Yung iba sa amin, ikaw ang napansin. You...you looked different that day...Napansin na kita noon pero..." napalunok siya na parang guilty sa mga sinasabi niya. Bakit, anong pansin ba ang tinutukoy nya? Kumunot ang noo ko, bastos ang iniisip nya palagay ko. He smiled apologetically, tama ako. "Sorry, it's just a guy thing. Wag mo na masyadong isipin yun."

Sumimangot ako lalo, pero hindi ako kumibo.

"Tapos nun, sinabi na ni Ronel ang plano nya sa iyo. Naging madalas na ikaw ang topic ng usapan namin. Lagi kasing binabanggit ni Ronel ang pangalan mo. Alam kong may iba pang may gusto sa iyo pero may respetuhan kasi kaming mga barkada, eh. Wala kaming pormal na usapan, basta automatic na dapat walang ahasan pagdating sa babae. It's sort of a silent code..."

"You broke the code," I reminded him.

"Oo nga, eh...ikaw kasi..." ngumiti siya na tila wala itong pakialam dahil ako pala ang may kasalanan.

"Sa tuwing napapansin ka ni Ronel, lalo kang nagiging pansinin sa akin. I started to see you in his eyes. Mysterious ka kasi...yung mga mata mo lalo, para syang may itinatago na gusto mong sabihin pero hindi mo masabi. It's like, there's some hidden secrets inside you waiting to be explored. Yung pagiging mahiyain mo, yung pagiging suplada mo, despite all that, you still look so vulnerable na para bang gusto kitang protektahan. Syempre hindi ko pinaalam sa barkada na may nararamdaman ako sayo," hinaplos nya ang pisngi ko, gumapang ang kilabot sa aking balat na hinahawakan nya.

"Naisip kong...kung magiging kayo ni Ronel, ayos lang. Lihim na lang akong magpapantasya sa iyo para kahit sa isip ko, akin ka lang...aray!"

Pinalo ko sya pero nagustuhan ko ang sinabi niyang sa kanya lang ako.

"Balak kong gawan ng paraan na maagaw ka sa kanya, just in case. Sa garapalan ng tsismis sa campus madali kayong gawan ng kwento para mag-break agad," pilyong ngiti nito, hinampas ko ulit sya pero hindi na siya umaray.

"Napansin din namin na hindi ka nagpapapansin sa amin. Yung ibang mga babae nagkakandarapa pag nakikita kami, pero ikaw...wala. Wala kaming dating sa iyo," bigla itong tumawa. "Well...except for one boy in particular. Lagi ka naming nahuhuling nakatingin kay Bruce. Pasekreto ka pa kung sumulyap sa kanya. Takang-taka kami, kaya lalo ka naming ino-obserbahan sa tuwing nasa paligid mo si Bruce, tapos tawang-tawa kami sa iyo."

Namula ang mukha ko. Crap! Bakit hindi ko napansin na may nakakakita na pala sa akin? Hindi ako kumibo, bahala na siyang isipin kung ano ang gusto nyang isipin.

"You looked at him as if meron kang gustong sabihin. Your eyes were full of secret longings. We wondered all the time, kung ano-anong panghuhula ang ginawa namin. Iniisip namin kung may diperensya ka ba sa mata at si Bruce ang tila napapag-trip-an mo. Yun na lang ang inisip namin, na nagti-trip ka lang. Wala na kasi kaming maisip na ibang explanation."

Ugh! Ang yayabang ng mga lalaking ito. Ano ba ang tingin nila sa mga babae, na sa gwapong lalaki lang nagkakagusto? Nabaling muli ang atensyon ko sa kanya, dahil tumawa na naman siya.

"Then nangyari yung sa hagdan...kay Cyril at sa iyong..." tiningnan nya ang boobs ko. Pinalo ko sya sa hita, kamay ko ang sumakit. "Alam mo bang doon ako nagsimulang pagpantasyahan ka gabi-gabi?"

Gusto kong mandiri sa sinasabi nya, pero ewan ko ba. I feel extreme pleasure knowing the effect that I have on him. Grabe, may sakit ba ako? I think there's something wrong with me!

"Pagkatapos nasa bahay ka namin. Ang swerte ko talaga. Alam kong kaibigan ka ni Grace, pero yung pumunta ka sa amin...sabi ko sa sarili ko – "Jake, pagkakataon mo na ito, itinadhana na ito para sa iyo. Pasensya na lang kay Ronel."" Kinuha nya ang kamay ko at saka hinalikan ang palad ko. "Tapos umiyak ka sa kotse ko, hindi ko malaman ang gagawin ko sa iyo." Sabay na kaming natawa

"Inisip mong nababaliw ako, ano?" Sabat ko.

"Inisip kong – didiskarte pa lang ako –silat na! Ang alam ko expert ako sa babae, pero niluma ako sa iyo. Nothing worked for you. Akala ko charming ako, pero pagdating sa iyo, walang epekto! Napaiyak pa kita. Lahat ng gawin ko mali!" Umiling-iling pa ito habang inaalala ang mga pangyayari. "Pero noong nalaman ko ang dahilan ng pag-iyak mo, okay na rin kasi it broke that ice between us. I felt that night, nagka-advantage ako over the others."

"Pero hindi ka pa rin lumapit sa akin noon..." bakit nga kaya? Sa isip-isip ko.

"Paano si Ronel, noong nakita nyang nagkangitian tayo, putsa! Kinulit na ako ng kinulit, kesyo ilakad ko daw sya sa iyo. Eh loko pala sya, hindi ko nga malaman kung paano ko ilalakad ang sarili ko sa iyo tapos tutulungan ko pa sya! Ano ako tanga? Hindi kita nilapitan dahil maaasar lang ako sa pangungulit nya."

"Pagkatapos yung butones ko..." nagblush ako ng konte.

"Walang halong biro...Totoo, muntik na akong mabulag dahil doon."

Nag belat ako sa kanya. Alam kong hindi totoo yun. Nagloloko lang sya.

"Pero alam ko na right at that moment, you're mine! Hindi magpupumiglas yang boobs mo sa tuwing makikita ako kung hindi ka para sa akin," ngumisi na naman ito.

Nilakasan ko na ang palo ko sa kanya this time, napangiwi sya. Buti naman, at least dalawa na kaming nasaktan, hindi lang ang kamay ko.

"Kinuha mo ang butones ko sa basement?"

"Inutos ko sa freshman na kalaro namin sa basketball. Binigyan ko na lang si manong guard ng pang-yosi para buksan ang pintuan."

"Siguro sa isip-isip nung inutusan mo, may sira ang ulo mo." I stroke his cheek, wanting to kiss it.

"Nakatunog na si Ronel, he was furious, syempre, pero everything about you points to my direction, kaya alam kong para sa akin ka," kunwa'y kakagatin nito ang daliri kong bandang labi na niya.

"Grace is worried though..." sumeryoso ako.

"I know. Binalaan pa nga nya akong layuan kita. Mas takot siya para sa iyo kesa sa akin. Sarili kong kapatid walang tiwala sa akin!" Reklamo nito. "So, sa lahat ng narinig mo ngayon, sa tingin mo ba may dapat ka pa ring katakutan sa akin?"

Patlang. Napalunok ako.

"I don't know…" sabi ko. Sya naman ang nakita kong sumimangot. Hindi niya nagustuhan ang sinabi ko.

41

Burning Desire

"Don't turn on the flame of love if you don't know how to taper it"

"Let me explain, okay?" maagap kong sinundan ang sinabi ko kanina. "Compared to you, I don't know anything about this. Sa dami ng experiences mo sa babae, hindi ko alam kung paano ako papantay sa kanila. I don't even know how to do this..." I sighed.
"To do what?"
"To make you happy. I don't even know how to kiss properly."
"But I'm happy! And about the kiss, no problem. I can teach you," ngumisi ito, ang pilyo.
"Sumeryoso ka naman!" kinurot ko siya sa hita.
"Aray! Seryoso ako...Wag mong ikumpara ang sarili mo sa kanila. Wala kang kapantay sa kanilang lahat dahil higit ka sa kanila. Nasa iyo ang puso ko."

Hinawakan nito ang pendant na nasa dibdib ko. Akala ko ay dadakmain nya ang boobs ko. Ang saya-saya ko sa sinabi nya.

Ngayon alam ko na. Wala talaga akong dapat ikatakot. Mahal ako ni Jake. Hindi ko alam ang sasabihin ko, kaya hinawakan ko ang magkabilang pisngi nya at saka ko sya ginawaran ng halik sa labi. Hinapit nya ako at saka niyakap ng mahigpit. Nang maging agresibo muli ang halik nya ay kumawala ako.

"Sabi mo gusto mong magpaturong humalik...Practice na tayo. Tuturuan na kita ngayon na." Mayabang na sabi nito.

Nagdidiwang ang puso ko sa pagkakatitig nya sa akin. His eyes hunger for me, he desires me. Pinalo ko sya sa balikat para itago ang saya ko.

"Puro ka biro, mamaya lalabas na si Lilet." Sabay tulak ko sa kanya.

Hindi nga ako nagkamali. Pagkasabi ko nito ay bumukas ang pinto ng kwarto nya.

"Magluluto ako, anong gusto nyong ulam? Dito ka na kumain, Jake," mukhang maganda ang gising ni Lilet.

"Sige ba!"

Tuwang-tuwa ako dahil hindi pa sya aalis. Pakiramdam ko sa sobrang tuwa ko ay gusto ng lumundag ng puso ko palabas ng aking dibdib.

◇◇◇

We were inseparable from then on. Magkatabi na kami sa OS class namin. Si Grace at ang iba pa naming kaibigan ay sinuportahan naman ang naging relasyon namin ni Jake. Syempre naging malaking balita kami sa campus. We became one of the hottest couples of the week. Hindi ko man naririnig o nalalaman ang mga pinag-uusapan nila tungkol sa amin ni Jake, ramdam ko naman sa bawat tingin ng mga tao sa paligid. Maging ang mga teachers at staff ng school ay halatang may alam na rin.

Nagkakahiwalay lang kami sa ibang klase at sa gabi kapag uuwi na sya. Tumatambay ako sa school para hintayin ang huling klase nya sa hapon tapos ay tumatambay naman sya sa apartment hanggang gabi. Sabay din kaming mag-lunch, kung minsan ay kasama sina Grace, kung minsan ay kasama ang mga barkada nya, pero madalas na humihiwalay kaming dalawa sa grupo.

Nakilala ko na rin ang mga barkada ni Jake. Ang daming pangalan na kailangan kong memoryahin lahat, syempre naalala ko yung pinakamalalapit kay Jake. Kilala ko na sina Arnold, Viktor, at maging si Ronel. Hindi ko alam kung anong totoong damdamin nya sa nangyari pero hindi na kami muling nag-usap pa matapos ang gabi ng acquaintance party. Madalas ko pa rin syang mahuling nakatingin sa akin, pero hindi naman sya nagtatangkang kausapin ako.

Nakilala ko rin ang iba pa nilang barkadang babae. Sina Gemma, Clarisse, at si Rica, ang bagong girlfriend ni Victor. Halos naging kakilala ko na ang buong junior class dahil kay Jake. Hindi ko man sila maalala sa pangalan, kilala ko naman sila sa mukha. Kapag nagkakasalubong kami sa hallway ng campus ay naging katanguan ko na sila. Pakiramdam ko ay ako si Judith noong sila pa ni Viktor. Hindi ako sanay na maging sentro ng atensyon, nakakailang kasi, pero alang-alang kay Jake ay kaya kong tiisin ang lahat.

<><><>

Dahil sa apartment namin sya madalas tumambay sa gabi, sabay na rin kaming nag-aaral. Unti-unti ay nakilala ko si Jake, matalino pala ito at sobrang galing sa programming logic. Hindi naman pala ito bumabagsak dahil mahina ang kukote nito kundi dahil pala-absent lang sa klase. Eh, sa dami ba naman ng pinagkakaabalahan nitong extra-curricular activities, apektado talaga ang academics nito. Mabuti naman dahil ngayon na lagi kaming magkasama ay bihira na itong lumiban sa klase.

"Oh, Mr. Pacia, I heard you're doing very well at your classes. Ms. Pastor must have been a great influence on you," minsan ay nakumento ni Mr. Cordero, ang aming kalbong Guidance Counselor.

Kapag nasa bahay kami ay tinulungan niya akong gumawa ng mga mahihirap na programming assignments ko. Nasanay na rin si Lilet na laging nakatambay si Jake sa apartment.

"Yan! Tumatakbo na," nakatutok si Jake sa computer kong Pentium ang microprocessor. Gamit nito ang MS-Dos para mapatakbo ang assembly program na pinapa-code ko sa kanya.

"Talaga? Wala ng syntax error?" sinilip ko mula sa kanyang likuran ang ginagawa nya. Ugh! Mas type ko mag-Cobol kesa assembly programming, hindi ko masyadong maintindihan ang computer language na ito. Kung bigyan ako ng professor ko ng grade na 3.0 dito ay masaya na ako.

"Oo, ako pa! Siguradong papasa ka na," ang yabang na sabi ni Jake.

"Wow! Thanks, my pogi." Niyakap ko sya mula sa likod "Genius ka talaga, alam mo ba yun?" ginawaran ko sya ng halik sa leeg "I'm so proud of you!"

Biglang tatahimik si Jake, ganun siya kapag pinupuri ko sya tungkol sa galing nya sa pag-aaral. Kapag ganito na halatang naiilang sya ay lalo akong tuwang-tuwang purihin sya.

"Now bilang premyo sa pagiging matalino at magaling mo ay ipinagluto kita ng paborito mong ulam." Adobong manok at baboy na medyo tuyo na may malapot ang sabaw, malutong ito dahil sa pinirito ko sa sarili nitong mantika. Yun ang gustong-gusto ni Jake na luto ko. Malinamnam ang matapang na lasa ng adobo, pareho kasi kaming mataas ang timpla ng panlasa.

"Actually, I have a different prize in mind..." biglang kinabig ako ni Jake pahiga sa aking kama, nasa kwarto kasi kami noon dahil andoon ang aking computer. Dinaganan ako nito pero hindi naman nya masyadong pinapabigatan ang katawan nyang nakapatong sa akin. Pagkatapos ay hinawakan nya ang aking mga kamay ng magkabila nyang kamay bago itinaas ito sa aking ulo.

Pinilit kong kumalas sa pagkakagapos nya sa akin pero masyadong malakas si Jake. Ilang sandali lang ay hindi na ako makagalaw pa. Ugh! Ito ang hirap sa pagkakaroon ng boyfriend na sobrang athletic eh.

"J..Jake...andyan si Lilet...bukas ang pinto."

Kapag nasa kwarto kami ay ibinubukas ko ang pintuan ng malaki. Madalas na isinasara ito ni Jake pero lagi kong binubukas. Kahit naman kunsintedora si Lilet, medyo konserbatibo pa rin naman ito at lagi nya kaming pinapa-alalahanang umayos sa relasyon namin. Ayaw ko namang isipin ni Lilet na hindi sya sinusunod ni Jake, kaya gusto kong alalahanin ni Jake na meron pa rin akong guardian.

"Isang kiss lang...I deserve it...Inaabuso mo na ako sa pagpapagawa ng program mo." Hirit ni Jake.

Hindi pa rin ako marunong humalik, dampi at mabilisang smack lang. Lagi niyang pinipilit na turuan ako pero hindi talaga ako matuto-tuto. Sabi ni Jake masyado daw kasi akong tensionado, dapat daw ay matuto akong mag-relax. Eh, nahihiya kasi ako.

Pinayagan ko syang halikan ako para lang tantanan nya na ako sa kakulitan at nang hindi na sya mag-ingay pa. Sigurado kasing sisilipin kami ni Lilet kapag nag-ingay pa kami pareho. Binitiwan nya ang mga kamay ko, kaya nakayakap ako sa kanya. Pumikit ako para namnamin ang halik nya sa akin, pero hindi na sapat ang basta halik lang kay Jake.

As he kisses me deeper, pinilit kong mag-relax at payagan sya sa ginagawa nya sa akin. Sinubukan kong sagutin ang halik niya. Parang nasiyahan naman si Jake sa unti-unti kong pag-open up sa kanyang physical na paglalambing. Soon we are both out of breath.
"See, ang dali lang, di ba? Ang bilis mong matuto, marunong ka na!" sabi nito nang kumalas saglit sa akin pero hindi pa rin umalis sa pagkakadagan niya.
"Yes. Thank you, teacher. O, halika na at lalamig na ang dinner natin," itinulak ko sya para makaupo na ako.
"Isa pa please...practice makes perfect," pinigilan ako nitong tumayo.

"Bakit ako magpa-practice sasali ba ako sa competition?" Biro ko.
"Hahaha...very funny," he kissed me again.

I closed my eyes, and this time I was more confident. Hindi pa rin ako masanay-sanay sa biglang paglikot ng kamay ni Jake. Masuyong dinama at pinisil nito ang dibdib ko. Napapaigtad pa rin ako, lagi naman sa tuwing ginagawa nya ito sa akin.

Noong una sa tuwing maglalambing si Jake sa akin, pakiramdam ko ay nakikipaglaban ako sa giyera. Lagi akong nakadepensa laban sa mga atake niya sa akin. Sa huli, hindi yung halikan namin ang nakakapag-papagod sa akin kundi yung walang katapusan kong pagpoprotekta sa katawan ko at pagpipigil ko sa mapusok na damdamin ni Jake.

Pinayagan ko nang hawak-hawakan ako ni Jake sa dibdib. Noong una ay ayaw ko pero ng lumaon ay napapayag na rin nya ako. Dibdib lang naman at isa pa ay may damit at bra naman ako, kaya pakiramdm ko ay meron pa rin akong proteksyon sa aking katawan. I concentrated on returning his kiss. Kaya naman hindi ko na namalayang mabilis na naipasok ni Jake ang kamay nya sa loob ng blouse ko.

Nalilis nito ang aking bra at saka malayang nahawakan nito ang aking dibdib. Ramdam ko ang init ng palad nito sabay ang kilabot na gumapang sa buo kong katawan. Bigla ko syang naitulak, bumalikwas itong pahiga sa kama ko. Umupo ako para ayusin ang aking sarili. Alam ni Jake na seryoso na talaga ako.

"S-Sorry..." umupo rin si Jake at saka niyakap ako nito.

"Hindi ko kaya, Jake...sorry," tiningnan ko sya, nag-aalala rin akong nasaktan ko ang damdamin nya dahil sa pagtanggi ko.

"No. I'm sorry, hindi ko gagawin kapag ayaw mo, okay? It's just that I got carried away. Sorry talaga."

Mukha namang nagsisisi talaga si Jake. Nginitian ko sya, gusto kong maramdaman nyang hindi naman ako nagalit sa ginawa nya. Nabigla lang talaga ako.

"Okay, kumain na tayo bago ka pa tuluyang ma-carried away at kung ano pang magawa natin na pagsisisihan natin sa bandang huli," hinatak ko sya patayo sa kama.

42

Playing With Fire

"The moth loves warming its wings, until its whole body burns like hell"

Gabi na ay hindi pa rin ako makatulog. Alam ko naman kung gaano nahihirapan si Jake. Hindi ako lalaki kaya hindi ko maintidihan ang sinasabi niyang physical pain kapag nabibitin daw sya sa akin. Meron naman siyang sariling paraan para maibsan ang physical pain niya, di ba? Hindi naman ako sobrang naive para hindi malaman ang tungkol sa ginagawa ng mag-asawa at magkasintahan sa panahon ngayon. Open naman ako dun, wag lang ngayon...kasi sobrang aga pa. Syempre, iniiisip ko rin ang nangyari kay mommy, pero pwede naman kaming maging maingat ni Jake. This is the 90's, hello! Liberated, modern, at maalam na ang mga Pinoy pagdating sa mga ganitong bagay.

Nung nasa high school pa lang ako, nautusan ako ng teacher ko na makipagdebate tungkol sa sex. Napunta ako sa pro-premarital sex na grupo. Talagang inaral ko ang gagamitin kong mga rason para manalo kami sa debate. Nalaman ko na sa Korea pala, mas importante ang selebrasyon ng engagement kesa sa aktual na kasal. Kapag engaged na ang magkarelasyon, aalis sila para mag-honeymoon. Kapag compatible sila sa kama ay matutuloy ang kasal, kung hindi naman ay pwede silang maghiwalay. They can break off their engagement.

Nagbigay pa ako ng ibang sitwasyon, isa na nga ang tradisyong meron tayo dito sa ating bansa. May mga tribo sa gawing hilaga ng Pilipinas na nagtatayo ng isang bahay kung saan nakatira ang mga kadalagahan. Pupuntahan sila ng mga binata ng tribo para mamili ng mapapangasawa. Iuuwi ng lalaki ang babae sa kanyang bahay at sisipingan. Kapag nabuntis ang dalaga ay saka lamang nya ito papakasalan, pero kung hindi naman ay isosoli nya itong muli sa dati nitong bahay tapos ay kukuha na naman sya ng bagong babaing susubukan nyang maanakan.

Noon pa man ang personal na pananaw ko sa sex ay walang kinalaman sa pananaw ko sa kasal. Para sa akin, pag mahal mo ang isang lalaki, ke kasal ka o hindi ay walang masama kung mag-sex na ang dalawang nagmamahalan. I argued that sex is an expression of your body's feelings about the person you love. Words are not enough, you need your hands, your lips, and your body to be together, uniting your soul in the form of sexual act. Sobrang tindi ata ng conviction ko sa mga sinasabi ko sa debate kaya nanalo ako. Hanggang ngayon ay hindi ko alam kung nanalo ba ako dahil magaling ako o dahil mahina lang ang argumento ng kalaban ko. Kasi naman ay nakakahon lang ang rason nila sa ideyang kasalanan sa Diyos ang sumiping sa taong hindi mo asawa.

Ngayon ako naman ang humaharap sa isang dillema. Ano nga ba ang tayo ko pagdating sa pre-marital sex? Bata pa lang ako ay mahilig na ako sa foreign movies. I was introduced in cultures different from our own. Dahil mas madalas ang pasok ng American movies sa ating bansa, nasanay na ako sa tema ng istorya ng mga pelikula nila na madalas ay may halong sex pero wala namang kasal. Sa pelikula kasi, kakakilala pa lang ng babae sa bida ay papayag na agad silang mag-sex.

Mahilig din akong magbasa ng English novels and pocket books. The stories will almost always center on love with sex. Madalas nga na nag-se-sex muna ang dalawang bida tapos ay sa huli na nila malalamang mahal pala nila ang isa't-isa.

Moderno rin ang pananaw ko sa isyu ng virginity. Para sa akin hindi nakasalalay sa virginity ng babae kung magiging tagumpay ang buhay may-asawa nya. Hindi ibig sabihin na dahil birhen ang babae ng ikasal ito ay siguradong-sigurado na silang mamumuhay silang mag-asawa ng maligaya habang buhay. Ang paniniwala ko ay basta't mahal mo ang taong pinagbigyan mo nito, ke maging asawa mo sya o hindi ay wala kang dapat na pagsisihan.

Despite this, nang tanungin ko ang sarili ko kung kaya ko na bang ibigay kay Jake ang virginity ko ay hindi ako makasagot. Mahal na mahal ko sya, sigurado na ako. Oo, bata pa ako, pero ako lang ang nakakaalam ng totoo kong damdamin. Oo, sya ang gusto kong maging una at huling lalaki sa buhay ko, pero ang totoong ikinakatakot ko ay hindi ko alam ang susunod na mangyayari sa amin ni Jake pagkatapos kong ibigay ang gusto nya. Gusto pa rin ba nya ako? Ano na ang kasunod pagkatapos na may mangyari sa aming dalawa? Ngayon kasi ay masaya na ako sa yakap, halik, at pahawakhawak ni Jake. Hindi pa ba sapat iyun? Sa akin ay oo, pero alam kong hindi para kay Jake. Siguradong hihiling pa sya ng higit pa. At ang totoo, gustong-gusto kong ibigay ang gusto nya para lang mapasaya ko pa sya sa piling ko.

Sa ganitong isipin, puyat na puyat ako.

<><><>

"Hello, honey..."
"Hi ma..."
"Kamusta ka na? How's school?"
"Okay naman po."

Ganito palagi ang usapan namin ni mommy. Gustong-gusto kong magtapat sa kanya at humingi ng payo tungkol sa kinakaharap kong dilemma, pero paano? Gusto kong tulungan nya ako, ang bigyan nya ako ng gabay, at linawin ang isip ko. Paano ko gagawin ito gayung hindi ko naman sya masyadong kilala? Maliban sa usapan naming ganito, wala na kaming deeper conversation pa.

"Mabuti naman. Nagdeposito na ako ng pera sa bank ha. May kailangan ka pa ba?"

Ikaw, mommy...ikaw, gusto kong isagot.

Ito lagi ang sentro ng usapan namin ni mommy, ang pagpapadala nya ng pera. Money was the be all and end all of our relationship. Para sa kanya kumpleto na ang pagiging ina nya sa akin kapag nabigyan nya ako ng pera at nagawa nya ang obligasyon nya sa akin. Pero paano naman yung iba ko pang pangangailangan na kagaya nito? Gusto kong isigaw ito sa mommy ko pero hindi ko magawa.

"W...wala na mom, okay na po."

"Sige, sabihin mo lang if you need anything, okay?"

"Opo."

Hanggang doon na lang yun.

<><><>

"Samahan mo muna akong kumain, wala pa si Jasper, eh." sabi ni Grace matapos ang 3rd period namin. Boyfriend na ni Grace si Jasper, gaya namin ni Jake ay produkto rin ng acquaintance party ang relasyon nila. Hindi man kami madalas na magkasama ni Grace alam namin pareho na magkaibigan pa rin kami, hindi man namin ito pag-usapan ay nararamdaman naman namin ito. Ganoon yata talaga kapag pumasok ang ibang relasyon sa buhay ng dalawang magkaibigan, nagiging pangalawang prioridad na lamang ang friendship sa boyfriend.

Pumunta kami sa Papa Garios, paborito naming kainan ng tanghalian ito. Marami kasi ang servings nila ng pagkain sa murang halaga. Dito magkikita sina Grace at Jasper. Sinabihan ko si Jake na sa Papa Garios na lang rin kami magkita, ala una pa kasi ang labas nito sa klase. Sasamahan ko na lang kumain si Grace habang hinihintay ko si Jake. Gutom na rin ako pero kaya kong tiisin ang gutom kasi gusto kong sabay kaming kumain ni Jake.

Naandoon na sina Judith, Cyril, at Ruth, kinawayan nila kami para sa lamesa na nila maupo. Nakumpleto na kaming muli na kami lang lima. Bihira na kasing mangyari ito. Wala pa ring boyfriend ang tatlo. Si Judith ay maraming umaaligid, pero nadala na ata ito kay Victor kaya hindi pa handa ang puso nitong magmahal ulit.

Minsan ay tinanong ko kay Jake kung bakit iniwan ni Vik si Judith, sabi lang ni Jake ay ayaw ni Vik ng masyadong old fashion na girlfriend. I wonder if it has something to do with sex. Sa itsura pa lang ni Judith ngayon, malamang na hindi nga nito pagbibigyan ang kahilingan ni Viktor, napakatino ni Judith para sa kanya. Hindi sya karapatdapat sa kagaya ni Judith na mabait at mahinhin. Medyo nainis ako kay Viktor dahil sa sinabi ni Jake, para iyun lang ay iniwan na nito si Judith, ang babaw naman ng pagmamahal nya dito.

Pero may takot din akong nadama sa loob-loob ko. Would Jake do that to me someday? Bibigyan ba nya ako ng ultimatum na iiwan nya ako kapag hindi ako pumayag na makipag-sex sa kanya?

Abot-abot ang kaba ko sa isiping iyun. Buti na lang at nagsalita si Cyril, nabaling ang atensyon ko sa kanya. "Guys...alam nyo na ba ang balita?"

Sa dami ng inaaligirang lalaki ni Cyril, kakatwang wala pa itong boyfriend. I guess boys find Cyril too strong for their taste. Gusto pa rin kasi ng lalaki yung naghahabol sila sa babae, kahit konting pakipot man lang. Kay Cyril kasi, hindi mo na kailangang maghabol, lagi syang bukas sa kahit sinong lalaking magpakita sa kanya ng motibo. Si Ruth naman ay parang babaing bersyon ni Bruce. Her focus wasn't love, but like a child she wanted something else -- music, art, movies, etc. Late bloomer si Ruth. Iniisip ko rin kung ano kayang magiging itsura nito kapag na-in-love na ito sa lalaki.

"Ano?" tanong ni Grace.

"Si Viktor, nabuntis si Rica...mag tatatlong buwan na ang nasa tyan nya..."

43

Test For Love

"I want you -- heart & body but not your soul"

Napatingin ako kay Judith. Tahimik lang ito. Malamang na alam na nito ang balita dahil hindi na ito nagulat. Ano kaya ang iniisip nya? Nagpapasalamat ba sya na hindi sya ang nasa kalagayan ni Rica?

"Oh no!" sabi ni Grace, "kaya si Jasper naku...never!"

Natuwa naman ako sa sinabi ni Grace, kasi hindi lang pala ako ang nag-iisa sa pagtanggi sa gusto ng mga boyfriends namin.

Nang dumating si Jasper ay lumipat ng lamesa sina Cyril pero malapit pa rin sila sa amin. Ilang sandali lang ay dumating na din si Jake.

Ah... my Jake. I can't seem to get over his effect on me everytime I see him. Nakikita ko naman sa mga mata nya na nasasabik din syang makita at makasama ako. Paano nangyayaring hindi kami nagsasawa sa isa't-isa kahit araw-araw kaming magkasama, gaano na ba katagal? Ah...tatlong buwan na.

<><>

"Punta tayo sa tambayan bago kita i-uwi mamaya, ha." Sabi sa akin ni Jake, papunta na kami sa huling klase namin pareho. Ito lang ang araw na sabay ang uwian namin. Hindi na namin kinakailangang maghintayan sa isa't-isa. Kulang dalawang oras lang ay magkakasama na ulit kami.

"Okay." Nginitian ko sya bago ako bumitiw sa kamay nya para pumasok sa classroom. Logic ang subject ko ngayon, wala pa ang prof. ko kaya hindi bumitiw si Jake sa kamay ko, hinatak nya ako pabalik sa kanya. Kinilabutan ako sa lagkit ng pagkakatitig nya sa akin. Umiwas ako sa mga mata nya at tumingin sa mga tao sa paligid. May mangilan-ngilang estudyanteng naglalakad sa hallway, pero hindi naman sila nakatingin sa amin. Naramdaman kong hinaplos ni Jake ang pisngi ko. Napabuntong hininga ako sa saya.

Jake has his way of making me feel special. Pag sya ang nakatingin sa akin, pakiramdam ko ay ang ganda-ganda ko. Alam kong gusto nya akong halikan, pero alam nyang naiilang akong maglambing sa kanya kapag maraming tao. Hinawakan ko ang kamay nyang nasa pisngi ko at saka pinisil ito.

"Later..." Pangako ko sa kanya.

Huminga ng malalim si Jake, bago ito tumango. Ganoon lang at nagkakaintindihan na kami.

<><>

Ang tambayan na tinutukoy ni Jake ay ang bahay ni Ysrael. Tambayan ang bahay nito ng mga junior students ng campus namin. Kaibigan ni Jake si Ysrael pero hindi ito talagang kasama sa grupo nila Viktor. Kasi naman ay maraming sinasamahang grupo si Ysrael, kahit sino ay kaibigan nito. Hindi ko alam kung anong meron sa bahay ni Ysrael at gustong-gusto nilang tumambay dito. Minsan pa lang akong nakakapunta dito, may inihatid lang si Jake noon. Hindi naman ako pumasok ng bahay dahil iniwan na ako ni Jake sa loob ng kotse.

Malaking lumang bahay sa Zapote ang tambayan. Ang alam ko ay mag-isa lang nakatira dito si Ysrael dahil nasa probinsya ang kanyang mga magulang. Pero malapit lang ang bahay ng mga kapatid ni Ysrael dito kaya paminsan-minsan ay binibisita at sinisilip sya ng mga ito.

May grupo ng mga nag-iinumang estudyante nang dumating kami. Punong-puno ng usok ng sigarilyo ang loob ng bahay. Halos hindi na ata ito nakakalabas kaya parang pumasok ako sa loob ng pugon. Sanay na ako sa amoy ng sigarilyo dahil kay Jake pero umubo pa rin ako nang pumasok kami sa loob.

"Jake, pare! Long time no see." Sabi ni Ysrael sabay fist bump kay Jake. "Yo, Billy baby! Welcome home!"

Ngumiti lang ako kay Ysrael, sanay na ako dito. Ganoon din kasi ang bati nito sa akin noong una kong makilala ito. Nakahanap kami ng pwesto sa kabila ng kapal ng usok na tumatabon sa loob ng bahay. Buti naman at hindi lang ako ang nag-iisang babae sa grupo. Pares-pares kami. Umiinom din ang mga ito. Inabutan ng bote ng San Miguel Pilsen ni Arnold si Jake. Kahit kailan ay hindi ko pinigilan si Jake sa mga bisyo nya. Pero palagi akong nagpapaalala na bawas bawasan nya ang mga bagay na masama sa kalusugan nya. Hindi ko pinipilit si Jake na iwanan ang bisyo nya kasi baka may ipilit din sya sa akin na hindi ko naman kayang ibigay.

"Dalawang bote lang, then uwi na tayo." Sabi ni Jake sa akin

"Ang sweet naman, nagpa-paalam pa kay kumander," biro ng isang nakarinig sa amin.

"Syempre!" Saka ako inakbayan ni Jake. Hindi ito nainsulto sa pangangantyaw sa kanya ng mga kaibigan nya. Ngumiti lang ako. Wala naman talaga sa akin kung uminom si Jake. Bahala sya kung anong gusto nyang gawin.

"Inom ka kaya," alok sa akin ni Gemma.

"Hindi umiinom to," si Jake.

"Sus, konting vodka lang ang halo ng juice na ito, mas matapang pa nga ang juice kesa sa alak," sabi ng isa pang babae na nakalimutan ko na ang pangalan pero kilala ko sa mukha.

"Ikaw, bahala ka," sabi ni Jake sa akin nang tumingin ako sa kanya.

"Hindi na...hindi ako sanay uminom...baka..."

"Baka malasing ka?" Tinapos ni Gemma ang sasabihin ko.

"Aba'y, Jake, dapat lasingin mo si Billy para masarap ang um!" Nag-akto itong may kalaswaan. Nagtawanan ang mga tao sa paligid, bigla akong nahiya. Napayuko ako, hindi ko alam ang naging ekspresyon ni Jake, hindi ko sya tiningnan.

Maya-maya ay dumating ang isa pang pares na barkada ni Jake pero galing ito sa kwarto, hindi sa labas. Tumahimik ang grupo.

"Um! Um! Um!" sabi ni Ysrael, ilang beses pa itong kumilos ng malaswa. Ang sagwa nya tingnan. Namalisyosohan talaga ako sa ginawa nya. Sana ay hindi nya nakita ang pagsimangot ko. Nagtawanan muli ang grupo, siyang-siya sila sa tila sekreto nilang joke na hindi ko naman maintidihan. Tumingin ako kay Jake, nagtatanong, pero ngumiti lang ito sa akin sabay akbay.

Ilang sandali lang ay tumayo si Gemma kasama ang boyfriend nito, pumasok sila sa silid na kanina lamang ay nilabasan ng pares na ngayo'y nakaupo na sa harapan namin ni Jake. Then it finally hit me. Alam ko na kung anong ibig sabihin ng "UM" ni Ysrael, para sa magboyfriend ang kwartong iyun. Medyo nagtaka na ako kung bakit ako dinala ni Jake dito. Tiningnan ko sya pero hindi sya sa akin nakatingin.

Maya-maya ay dumating si Ronel kasama ang isa pa nilang barkada. My relationship with Ronel never went beyond simple nod and smile. Minsan naisip ko, na kung hindi ko kasama si Jake baka nakapag-usap kami kahit bilang magkaibigan man lang. Halatang nagulat si Ronel nang makita nya ako doon, sa sobrang gulat nito ay hindi nya nagawang tanguan ako, bagay na lalo kong ipinagtaka.

Ilang sandali lang ay lumabas na sina Gemma at ang boyfriend nito, at muling sumama sa inuman. Napansin kong nakakatatlong bote na si Jake.

"Jake, tatlong bote ka na...magda-drive ka pa." Paalala ko sa kanya. Napansin kong tumingin si Ysrael at Arnold kay Jake, parang may kahulugan ang tingin nila. Ngumiti ang mga ito sa akin nang tiningnan ko sila. What is going on?

Hinawakan ni Jake ang kamay ko at saka tumayo, natuwa ako dahil uuwi na kami. Hinintay nya akong makatayo, pero sa halip na palabas sa pinto ay papunta sa pintuan na pinanggalingan nila Gemma ako dinala ni Jake. I stopped halfway. Suddenly everything became clear to me. Huminto rin sya nang huminto ako, hindi nya ako hinatak. Mabuti naman, dahil kung ginawa nya iyun ay malamang na nagwala na ako noon din.

Ramdam kong sa amin nakatingin ang lahat kahit na nakatalikod ako sa kanila. Tahimik lang sila, maging si Ysrael ay hindi kumikibo. Nag-iba ng direksyon si Jake, hinatak nya ako pakaliwa kung saan naandoon ang kusina ng bahay. May dingding na nakaharang dito, doon kami pumasok. Nang masiguro kong hindi na nila kami nakikita ay saka ko hinarap si Jake.

"Jake...?!" Umiiling ako bilang protesta sa gusto nyang mangyari, mahina ang boses kong nakikiusap sa kanya.

"Listen...ayoko rin ito. Trust me, all we have to do is stay inside the room. Wait for a while pagkatapos ay lalabas din tayo. Then uuwi na tayo, promise."

I was horrified with what I was hearing. Pulang-pula ang mga mata ni Jake. Yun ang unang pagkakataong nakita ko syang lasing. Para akong si Cinderella na sinikmuraan ng aking Prince Charming nang ang katotohanan ay biglang sumambulat sa akin at pilit nitong ipinapakitang hindi gaya ni Prince Charming, si Jake ay tao lang. That he's just like any other man with stupid impulses and bad judgement. Hindi! Nagsusumigaw ang isip ko, hindi magagawa ni Jake ito sa akin!

"Wag mo akong pahiyain sa barkada, Billy..." may tigas sa tinig ni Jake. Ngayon ko lang siya narinig ng ganito. Kahit kapag nagkakaroon kami ng mumunting pagtatalo tungkol sa paglalambing nya sa akin at ang pagtanggi ko naman kapag lumilikot na masyado ang kamay nya ay hindi naman sya ganito kagalit. "Kung talagang mahal mo ako..." dugtong pa nya.

Ramdam ko ang mainit na luhang malayang pumatak sa aking pisngi. There it is, the ultimatum that I have been waiting for. The one that I'm so terrified about. I will be another Judith, I know it!

Sino ang pipiliin ko, ang maging si Judith o ang maging si Rica? Medyo kumalma si Jake nang makita nyang umiiyak na ako.

"I swear, wala akong gagawin sa iyo sa loob. Trust me...please..." Nagsusumamo ang boses ni Jake, kahit papaano ay nawala na ang tigas ng tinig nito. Parang gustong sumunod ng isip ko pero ang puso ko naman ay duguang dinudurog at pinagpipira-piraso.

"Eh...bakit pa tayo papasok sa loob? Umuwi na lang tayo Jake...please."

"Putsa naman, eh!" Sigaw ni Jake sabay hampas ng kamay nito sa pader na malapit sa aking tainga.

Nagulat ako sa biglang silakbo ng galit ni Jake. Lumakas ang hikbi ko pero tinakpan ko ang aking bibig para hindi ako makagawa ng malakas na ingay.

Nagbubulungan pa rin kasi kami hanggang ngayon, maliban na lang nitong huli nang magmura na si Jake. Hindi ko kilala ang Jake na kaharap ko ngayon. Galit na galit ang tingin nya sa akin, hindi ko sya matingnan kaya sa sahig na lang ako tumingin. Hindi ko alam kung anong nangyayari sa labas, kung saan andoon ang mga barkada ni Jake na sobrang importante sa kanya. Kunwari ay nag-iisip ako pero ang totoo ay blanko ang aking utak. Narinig kong bumuntong hininga sya, kita ko ring tiim bagang ito. Ganoon si Jake kapag galit sya o kaya ay naaasar ng matindi o may gustong gawin at sabihin pero nagpipigil sa sarili.

Pumikit ako. May mali sa mga nangyayari. Bigla ay unti-unting nawala ang takot, pagkalito, at kawalang pag-asa sa puso ko. Napalitan ang pakiramdam ko ng pagkainis. Hindi ko alam kung saan nanggagaling ang galit ko pero nang makita kong nagalit si Jake ay unti-unting nagalit din ako. Bakit kailangan akong maipit sa ganitong sitwasyon? Hindi dapat ito mangyari sa akin!

"Importante ba sa iyo ang pumasok ako sa kwarto na yun?" tanong ko, medyo nagulat ako sa tapang ng aking boses. Tumigil na ako sa pag-iyak. Bata pa lang ako ay wala nang ginawa ang mga tao sa paligid ko kundi pasunurin ako sa lahat ng gusto nilang mangyari. I resented it! Ayaw na ayaw ko sa tuwing pinipilit ako ng mommy ko o ng mga kamag-anak kong gawin ang isang bagay na hindi ko gusto. Pinangako ko sa sarili ko na paglaki ko ay wala ng sinumang tao ang magdidikta sa akin. I will do things my way, in my own terms, and in my own time! Wala ng sinumang taong magmamando sa aking gawin ang isang bagay na hindi ko gusto.

"Yes." Tila nagkakapag-asa ang tinig ni Jake. Ni hindi nito napansin ang tigas ng tinig ko.

"Alam mo ba na nabuntis ni Viktor si Rica?"

44

Heartbreak

"The love lose its value when we risk it for others"

Hindi kumibo si Jake, pero sa reaction nya ay alam kong nagulat sya.

"Wala tayong gagawin sa loob. So, wala kang dapat ikatakot. Isa pa, hindi mangyayari sa atin iyun dahil marunong ako sa proteksyon. I will protect you." Siguradong-sigurado si Jake. For some reason, his words didn't give me an ounce of assurance. I felt violated now, not protected.

"Ito talaga ang gusto mo? Ang pumasok ako sa loob ng kwarto? Ang isipin ng mga kabarkada mo na may nangyari sa atin, tama ba?"

Tumango si Jake

"Even if my reputation will be ruined just to save yours?" Hindi sya kumibo. Titig na titig lang sya sa akin, nananantya.

"Mas importante ito kesa sa akin? Kesa sa relasyon natin? Mas importante ang iisipin ng barkada mo?" Medyo gumaralgal ang boses ko sa huli kong tinanong. Iniisip ko kasi ang posibleng isagot ni Jake. Ang ideya na magkakamali sya ng sagot ang nagbalik ng takot sa puso ko.

"Ano bang klaseng tanong iyan?!"

"Sagutin mo ako, Jake! Ang pagpasok ko sa loob ng kwarto, kapalit ng relasyon natin, tama ba?" *Please sumagot ka ng tama, please, please...*sa isip isip ko. Hindi ako relihiyosong tao pero abot-abot ang dasal ko na sana ay ako ang piliin nya.

I could see the hesitation in his eyes. Hinawakan ko ang mukha nya, hinaplos ko ito, haplos ng nakiki-usap -- ng nagmamaka-awa. Namuo na naman ang luha sa aking mga mata. Kinakailangang kumurap ako para lang makita ko syang mabuti. Agad namang tumulo ang luha sa aking magkabilang pisngi.

"Gusto mo talagang pumasok ako sa kwarto?"

Tumango sya "It's important to me that you do this, if you love me."

"More than me? You want me to do this?" Sumuko ang boses ko. I closed my eyes while I waited for his answer.

"At this moment. Ito ang pinaka-importante sa akin."

"More than me...?" Nabasag ang boses ko, nanatiling nakasarado ang mga mata ko. Hindi ko kakayaning makita ang katotohanan sa mga mata nya.

"Y...Yes."

Totoo ang narinig ko sa boses nya. He meant it. Ramdam na ramdam ko ang tuluyang pagkawasak ng puso ko. I looked at him for the last time and then I ran away from him as fast as I could.

<><><>

Nang lumabas ako ng bahay ay alam kong sa akin nakatingin ang mga kabarkada ni Jake. Sa reaksyon ng mga mukha nila ay alam kong nagtataka sila. Wala na akong pakialam kung ano pa man ang gusto nilang isipin. I want them to go to hell for all I care! Dumeretso ako sa sasakyan ni Jake para kunin ang mga gamit ko. Mabuti na lamang at hindi ito naka-lock. Iyak pa rin ako ng iyak.

"Billy!" galit na tinig ang narinig ko sa aking likuran. Sa halip na lumingon o huminto man lang, mabilis akong tumakbo palayo sa lugar na iyun para iwan si Jake. Bitbit ko pa rin hanggang maka-uwi ang sakit at kirot na dinulot ng gabing iyun sa buhay ko.

<><><>

Present. Napasukan ko si Drew sa kwarto nito, tutok sa pagbabasa.

"Hey, done with your assignment?" Pwede na siyang mag-gadgets, limited hours nga lang. Nang tingnan ako nito ay pugto ang mga mata.

"Mom…"

Agad ko syang nilapitan, alam ko kung saang parte na siya ng memoire ko nagbabasa.

"I know. Can you handle what you're learning about me?"

"Yes…I-I want to know more." Humikbi ito.

"Sige, bukas na ulit. I'll help you with your assignment first, okay?" Kinuha ko ang manuscript na hawak niya.

"I-I'm soooo stupid, mom!" Sabi ni Drew.

"Shhh. I love you." Hinalikan ko siya sa noo.

1994. Hindi ko na alam kung paano ako naka-uwi ng bahay. Mabuti na lamang at wala pa si Lilet, ayokong makita nya ako sa ganitong kalagayan. Nagkulong ako sa kwarto buong maghapon at magdamag. Noong una ay galit pa ako pero nang lumaon ay unti-unting naglaho ang galit. Gusto kong muling makita si Jake. Ang tanga-tanga ko talaga, mahal na mahal ko pa rin sya sa kabila ng nangyari at ginawa nya sa akin. Bakit ganoon? Wala na ba akong utak para mag-isip? Madali kasi kung galit pa ako, ma-iikatwiran ko sa sarili ko na kailangan kong lumayo kay Jake, pero kapag ganitong wala na ang galit, gusto kong makita si Jake at maka-usap, ang ayusin ang lahat sa aming dalawa.

Hinintay kong puntahan niya ako sa bahay. Nakikiramdam sa labas ng kwarto, baka kasi alamin ni Jake kung nakauwi nga ako nang maayos. Pero walang Jake na dumating, hanggang sa hindi ko na namalayang nakatulog ako dahil sa labis na pagod at puyat sa kakaiyak.

<><><>

Pugto ang mga mata ko kinabukasan. Napansin ito ni Lilet pero hindi ito kumibo. Tinapik lang ako nito sa balikat bago umalis papuntang opisina nya. Ayaw kong pumasok pero may mga exams akong naka-schedule at dalawang lingo na lang ay final exams na. Semestral break na namin, parang kailan lang ay pasukan at acquiantance party. Pinilit kong wag isipin iyun dahil iiyak lang ako. Kinontrol ko ang aking sarili, kailangan kong maging matatag. Hindi pa naman ako nakapag-review. Doon ko muna pilit idinako ang bakante kong utak, pero kahit anong pilit kong maipasok sa utak ko ang inaaral ko ay wala pa ring mangyari. Puro si Jake pa rin ang laman nito.

Nagkataong hindi kami magkaklase, hindi ko rin alam kung paano ko haharapin si Jake. Wala na ang galit ko, napalitan na lamang ito ng takot at pangamba kung anong kasunod na mangyayari sa amin. Nasaan na naman ako sa lugar na ito ng aming relasyon?

Alam kong napansin nila Grace ang mga mata ko. Hindi ako kumibo, pinilit kong maging maayos ang pakikitungo sa kanila na parang wala sa akin ang lahat. Kailangan kong maging matatag, ayokong isipin nilang hindi ko kayang harapin ang problemang ito.

Sa locker area kung saan madalas kaming tumambay ay nakita ko buhat sa malayo ang barkadahan nila Jake. Kunwari ay hindi ko sya napapansin, pero sa gilid ng mga mata ko ay alam kong andoon sya, kabisado ko ang tayo nya. Nakita ko rin na sa akin nakatingin ang barkada ni Jake, tila itinuro pa nito kay Jake kung nasaan ako. Pero ni hindi ako nilingon ni Jake o nagtangkang puntahan man lang. Natapos ang buong klase ko na hindi kami nagkita muli o nag-usap. Maging nang kumain kami ng lunch sa Pinky Pops ay wala sya. I secretly hoped that he would be there.

"Uuwi na ako..." paalam ko kina Judith, wala si Grace dahil kasama nito si Jasper

"Okay ka lang, Billy?" tanong ni Judith, kita ko na nakikisimpatya sya sa akin. Sabagay alam kong pinagdaanan na rin nya ang pinagdadaanan ko ngayon. Hindi kumibo si Cyril, pero may pakiramdam akong may alam sya. Malakas sa balita si Cyril. Ngumiti lamang ako ng pilit sa kanila at saka tumango.

◇◇◇

Pagdating sa bahay ay muli lamang akong umiyak ng umiyak hanggang sa sumakit na ang ulo ko sa kakapintig ng pulso nito. I long for Jake, I still love him so much. Gusto kong ayusin namin ang problema, pero paano? Naghintay akong muli na baka bumisita siya, pero wala. Naunahan naman ako ng kaduwagan para ako pa ang mauna. This is turning out to be the most painful days of my whole life.

<><><>

Kinabukasan ay kalat na sa buong campus ang pag-aaway namin ni Jake. Ang inisip ng iba ay naghiwalay na kami. It's official, ako ang bagong Judith. Nakita ko ulit sya mula sa malayo, pero ngayon ay napapaligiran na si Jake ng maraming babae, lalo na ang mga freshmen. Tila handa ang mga babaing ito na gamutin ang sugat sa puso ni Jake, yun ay kung meron sya.

Hindi ko alam kung kaya pa ng puso ko ang sakit na dinudulot sa akin ni Jake. Alam kong alam nya na nasa paligid lang ako, tahimik na nanonood at nagmamatyag sa kanya, nalulunod sa sarili kong pagkakalugmok. Kung mababalik ko lang ang oras, siguro ay pinili ko na ang pumasok sa kwarto gaya ng gusto nyang mangyari. Sinisisi ko ang sarili ko. Hindi ko mapatawad ang kagagahan at katangahan ko.

Stupid! Stupid! Billy!, pero kung pumasok naman ako sa kwarto na iyun hindi ba magiging miserable rin ang pakiramdam ko lalo pa't parang pinuwersa lang ako ni Jake? Would I be able to live with myself knowing that he forced me? Would the pain be less hurtful? Would I look at Jake and myself the same way ever again?

45

Too Broken For Love

"When pride comes between us -- we both lose"

Tuluyan na akong tumalikod sa selebrasyong meron sila. Mukha namang masayang-masaya si Jake sa piling ng maraming mga babaing nagkakandarapa sa kanya. Naisipan kong wag na lang pumasok sa huling klase ko, tutal ay kaka-long exam lang namin sa P.E. nung isang araw. At that moment, I just want to go home and cry my heart out. I want to be alone. Kapag mag-isa na lang ako, hindi ko na kinakailangang magkunwari na okay lang ako.

"Are you okay?" Muntik na akong bumangga kay Ronel nang tumalikod ako kina Jake para umuwi na. Si Ronel ang huling taong gusto kong makita at makausap sa ngayon. Wala akong pasensya para maging magalang sa kanya. Pero pinilit ko pa ring ngumiti kahit mapait. Kung hindi ko sya nakasalubong ay malamang na malaya nang pumatak ang luha ko, ngayon ay kailangan kong pigilin ito muli.

"I must say…I admire your courage, Billy." Makahulugang sabi nito. "You want me to take you home?" Alok nya sa akin. Nakita kong tumingin sya sa aking likuran, pero mabilis din nyang binalik ang tingin sa akin. Umiling lang ako, saka mabilis na lumakad palayo sa kanya.

Dahil sa halos walang katapusan kong pag-iyak ay nanakit na ang buo kong katawan. Pakiramdam ko ay pumipintig lahat ng pulsong meron ako lalong-lalo na sa aking ulo. Parang binibiyak na ito sa sobrang sakit. Tila buong katawan ko ay namamaga sa kakaiyak hindi lang ang mata ko. I was such a mess without Jake. Kung hindi lang nagsisikip ang dibdib ko ay hindi ako hihinto sa pag-iyak. Parang may adobeng nakadagan sa aking dibdib, hindi ako makahinga nang maayos. Sana pisikal na sakit na lang ang nararamdaman ko, hindi kagaya nito na wala namang masakit sa akin pero bakit ang hapdi-hapdi ng pakiramdam ko.

<><><>

"Hindi na healthy yan, Billy." Sabi ni Lilet kinabukasan "Obvious na nagka-problema kayo ni Jake, pero hindi na kita pipiliting magsabi dahil alam kong hindi ka naman magpapapilit, pero kailangan mong ayusin ang sarili mo. Lalaki lang iyan, marami pa dyan."

Hindi ako sumagot, iisang lalaki lang ang alam kong para sa akin. Ang lalaking nagpapabilis ng tibok ng puso ko sa tuwing magkikita kami. Ang lalaking nagpapasaya sa akin, isipin lang na mahal nya ako. Si Jake lang ang lalaking inaasam na makapiling ng puso ko.

<><><>

Hindi pumasok si Jake sa klase namin sa OS kahapon, wala rin sya buong maghapon. Hindi ko alam kung ano ang mas masakit, ang makita ko syang masaya sa malayo habang ganito ang sitwasyon namin o ang hindi ko sya makita at lalo kong isipin kung nasaan na sya o ano ang ginagawa nya. Hindi maiwasang hindi ako mag-alala sa kalagayan niya. *Stop it, Billy! Hindi ka nga nya maalala tapos aalalahanin mo sya?* Pinagalitan ko ang sarili ko. Sa ilang araw na iyon ay tila guguho ang mundo ko.

<><><>

Kinabukasan ay huling araw na ng lingo. Hindi ko alam kung paano ako makaka-survive ng weekend na wala si Jake sa bahay.

"Billy, kumain ka. Baka mapaano ka nyan." Sabi ni Grace, nasa Papa Garyo's kami para kumain ng tanghalian. Kahit minsan ay hindi ako tinanong ni Grace tungkol sa nangyari sa amin ni Jake, bagay na ipinagpapasalamat ko. Alam ko namang may alam din sya.

Hindi ako sanay umiyak sa harap ng ibang tao. Si Jake pa lang ang nakakita sa aking umiyak. Ganoon ata talaga kapag bata ka pa. Kaya mo pang magmatigas ng puso, kahit sa loob ay durog na durog na ito. Kasi pakiramdam mo lahat kaya mo at ayaw mong may makakitang tao ng kahinaan mo.

I thought I was fooling them, but I was just fooling myself. I was so miserable. Kulang na lang ay i-plaster ng lahat ng tao sa campus ang miserable kong kalagayan.

Even Judith was stronger than me. When she went through the same process I was going through right now, hindi ko nakitang naging ganito sya ka-miserable nung naghiwalay sila ni Viktor. Alam kong kapag tinanong ako ngayon ni Grace ay hindi ko na mapipigilan ang sarili kong hindi umiyak. Kaya humiling ako na sana ay hindi na ako pansinin pa ni Grace, wag muna ngayon.

Kami lang dalawa, wala si Jasper, hindi ko alam kung sinadya ba ito ni Grace, pero alam ko namang mamaya lang ay magkikita na sila at maiiwan na naman akong mag-isa. Sa sobrang litang ko ay wala naman na akong pakialam. Gusto ko rin namang mag-isa at magpakalunod sa sarili kong lungkot. Sumubo ako ng isa, ang sakit lumunok. Akala ko noon kapag brokenhearted ka at hindi ka makakain ay arte lang, yun pala totoo. Literally it was difficult to swallow. Bukod sa may bikig ka sa lalamunan ay ramdam mo ang pagbagsak ng pagkain sa iyong masikip na dibdib. I didn't even have a sense of taste.

"You're as miserable as he is, ang hirap nyong tingnan pareho." Sabi ni Grace. Nag-angat ako ng tingin sa kanya. Somehow, I wish that her words are true -- that Jake is miserable too. "Hmp! Ano ba kayong dalawa? Ang taas kasi ng pride nyo pareho. Itong isa, hindi makakain. Yung isa naman andoon sa bahay nagmumukmok kahapon pa hanggang ngayon."

"H...Hindi sya umalis sa bahay nyo?" Akala ko noong hindi sya pumasok ay nasa tambayan sya at may kasamang ibang babae.

"For the 1st time in history of all history. Hindi umalis ang kuya ko. Nasa bahay nagkukulong, nagpapatugtog ng malakas, buti na lang at nakabukod ang kwarto nya sa amin."

Pinagawaan kasi si Jake ng mommy nito ng isang maliit na kwarto sa bakanteng lote malapit sa bahay nila. Isang bakuran pa rin sila nakatira pero nasa kwarto na ni Jake ang lahat ng gamit nito -- drums, computers, guitars, components, at kung ano ano pa. Sa main house pa rin kumakain si Jake pero ang kwarto nito ay desenyong maliit na bahay na rin. Simula ng naging girlfriend ako ni Jake ay hindi pa ako muling bumalik sa bahay nila. Matagal na nya akong niyayaya para makita ang kwarto nya pero nahihiya ako sa mommy nito. Ngayon ay tuluyan ko ng hindi makikita ang kwarto ni Jake.

Hinawakan ni Grace ang kamay ko. "You know why I approved of your relationship with my brother? Nakita ko kasi na sa lahat ng naging babae ni kuya, sa iyo lang sya tumino. Alam ko, seryoso sya sa iyo. Mahal ka nya, Billy."

Yun na, tuluyan ng pumatak ang luha sa pisngi ko. Pinahid ko agad ito. Iniwasan ko ang tingin ni Grace. Nahihiya akong amining grabe ang epekto sa akin ng nangyayari sa amin ni Jake.

"Noong wala ka pa, sabog ang priority ni kuya, pero simula nang dumating ka, pakiramdam ko ay ngayong sem lang hindi mag-uuwi ng bagsak ang mokong. Ngayon, laging siyang present sa school at insperado mag-aral. Maging si mommy ay nagtataka pero natutuwa. I told her about you, alam mo ba iyon? I said you're a good influence on him." Patuloy pa ni Grace habang inaalala ang nakaraan namin ng kapatid nya. It was too painful for me to remember the past.

"N...noon yun. Hindi na nya ako gusto, I have to move on. Tapos na iyon." Napatungo ako. I couldn't help but pity myself.

"Hindi mo alam yan! He might be thinking of the same thing, pero looking at you now, I can see that you really cared for him. Mahal mo pa rin sya, ano?"

Humikbi na ako sa tanong ni Grace.

"H-he's my life, Grace." It's helpless to lie now. Huminga lang ng malalim si Grace, maya-maya lamang ay dumating na si Jasper.

<><><>

"Dahil wala namang pasok bukas, magkita tayong dalawa, manood tayo ng sine gaya dati." Sabi ni Grace, pauwi na kami noon. Sabado bukas at wala kaming pasok.

"Ayoko, Grace...wala ako sa mood. Next time na lang siguro."

"Anong gagawin mo sa bahay? Magmumukmok? Iiyak? Let's go out para makalimot ka kahit saglit."

"Magiging istorbo lang ako sa inyo ni Jasper."

"Hindi sya kasama. Tayo lang dalawa."

Nag-isip ako. I wanted to stay home and cry, pero tama si Grace, kailangan kong maglibang kahit saglit lang. Isa pa, gumaan ang pakiramdam ko nang umiyak ako kay Grace, siguro naman ay pwede ko uling gawin iyun. Manonood kami ng drama para malaya akong umiyak sa madilim na sulok ng sinehan.

"Basta! Magkita tayo sa SM City, 11am. Mag-lunch muna tayo tapos ay manonood tayo ng sine hanggang gabi. Okay?"

Tumango na lang ako. Hindi ka naman talaga makakatanggi kay Grace, makulit kasi ito.

46

Not A Fairy Tale

"All the world is made of faith, trust, and pixie dust"

Pasado alas-onse na nang dumating ako sa hintayan namin. Muntik pa akong hindi tumuloy, pero sa huli ay nabagok na rin ako sa katahimikan ng aking kwarto. I know how miserable I look. Paga pa rin ang mga mata ko, hindi na nga lang grabe dahil sobrang pagod na ako kagabi. Wala na akong luha at lakas na muling umiyak pa.

Nagtaka pa ako dahil wala si Grace sa hagdan kung saan usually kaming nagkikita. Madalas kasing ako ang late sa usapan namin. Papasok na ako sa mall para magpalamig muna nang makasalubong ko siya.

"Kain muna tayo, gutom na ako," sabay hatak ni Grace sa akin. Ni hindi ako nakapag-protesta na busog ako. Gusto ko nang manood ng sine para lamunin na ako ng dilim doon kung saan pwede na akong umiyak ulit.

Sa halip na sa Jollibee kami kumain, sa isang fine dining restaurant ako dinala ni Grace. Konte lang ang tao dito pero pinili ni Grace ang pinakasulok na area sa isang corner. Dimly lit din ito kaya ang somber ng atmosphere. Dahil fine dining, iba ang setup ng upuan nito. Ang mga lamesa ay napapaligiran ng dalawang leather sofa na may mataas na sandalan. Apatan lamang ang tao sa bawat lamesa. Parang napaka-intimate at pribado ng set-up ng restaurant para sa mabilisang lunch. Gusto kong ma-concern sa budget ko, pero I don't care anymore.

"Doon tayo."

Malapit na kami sa corner table nang dumungaw si Jasper mula sa silyang akala ko ay walang naka-upo. Nagulat ako, sabi ni Grace ay kami lang dalawa. Di bale pagkatapos ng lunch ay uuwi na lang ako. Ayoko nang manood ng sine.

"I'm back!" Sabi ni Grace. Tumayo si Jasper at noon naman ako mabilis na itinulak ni Grace sa dating pwestong inuupuan ni Jasper kanina. Tapos ay saka ito tumabi sa akin pilit na siniksik ako nito.

Bumangga ako kay Jake na nakaupo na pala. Napagitnaan ako ng magkapatid. Hindi naman makakilos si Jake dahil nahaharangan ito ng dingding. Nagkagulatan kami ni Jake, kay Grace agad kami unang tumingin.

"Grace?"

"Grace!"

"Haynaku! Manahimik kayong dalawa dyan. Naka-order ka na Jas?" tanong nito sa boyfriend nyang kumportableng naka-upo sa tapat namin. Maluwag ang pwesto nito samantalang kaming tatlo ay parang sardinas sa sikip.

"Pasensya ka na, kuya...napag-utusan lang." Humihingi ng paumanhin si Jasper kay Jake.

Ramdam ko ang init ng mga balikat at braso naming magkadikit. Halos mabakli ang leeg ko sa pag-iwas ng mukha ko sa kanya. Pilit kong itinutulak patagiliran si Grace pero talagang nagpapabigat ito para lalo kaming masiksik ni Jake. Sa huli ay bumuntong hininga na lang ako, sumuko na ako na pilitin pa si Grace.

"Wag kayong maarteng dalawa, dyan! Lunch lang. Mag lunch lang tayo. Kapag after lunch at ayaw nyo pa ring mag-usap. Manonood na tayo ng sine at aalis na ang dalawang mokong na ito para bigyan tayo ng privacy. Deal?" Sabi ni Grace sa bossy niyang boses.

Sumabay na si Jake sa buntong hininga ko, mas kilala nya ang kapatid nya. Kapag may naisipan si Grace na gusto nitong gawin ay hindi mo ito mapapagbago ng isip ng ganoon-ganoon lang. Ayoko rin namang mag-iskandalo. Naisipan kong hindi na lang ako magsasalita. Titiisin ko na lang ang saya at sakit na dulot ng pagkikitang ito, dahil ang totoo? Ang saya-saya ng puso ko sa pagkakadikit naming muli ni Jake, kahit alam kong ayaw nya ang nangyayari. Kahit sa lahat ng ito ay ako lang ang masaya. Sa isiping ito naman ako nasaktan. Sa aming dalawa, malamang na mas gusto ko ang nangyayari kesa sa kanya. I was pathethic and hopelessly stupid for being in love this crazy with Jake.

Nang dumating ang waiter para ibaba ang order ni Jasper ay napilitan akong ilagay ang aking mga kamay sa ilalim ng lamesa. Kasi naman ang daming order na pagkain ang dumating, halos wala na ngang mapagpatungan nito sa ibabaw ng lamesa. Pinatong ko na lang ang nanlalamig kong mga kamay sa ibabaw ng aking mga hita. Mabuti na rin yun dahil ayokong makita ni Jake na nangangatog ang mga ito dahil sa epektong meron sya sa akin.

Tahimik kaming dalawa, habang parang may sariling mundong biglang nag-usap sina Grace at Jasper. Tila wala kami sa paligid, nanakit na ang leeg ko kakapanood ko sa kanila, kaya dineretso ko ang aking leeg at saka tumingin sa mga ulam na ibinababa sa aming lamesa. Sa dami ng pagkain ay malamang na gusto ni Grace na magtagal pa kami dito. Ilang beses kong nakitang nakatingin ang waiter sa aming tatlo nila Grace, siguro naiisip nyang bakit kami nagsisiksikan sa upuan samantalang meron pang pwesto sa tabi ni Jasper, pero hindi naman ito nagkumento.

Sa tagiliran ng aking mata ay nakita ko ang katawan ni Jake pero hindi ang kanyang mukha. Matangkad ito sa akin kaya mataas pa rin ito sa aming pag-kakaupo. I was glad that I couldn't see his face. Dahil baka tuluyan na akong umiyak. Pinipigil ko ang damdamin ko, pilit kong pinatatatag ang sarili ko. Outside I appeared unaffected but inside my whole body was trembling.

Huminto ako sa paghinga ng bigla akong makaramdam ng tila isang bagay na tumama sa gilid ng aking kamay. Wala rin sa ibabaw ng lamesa ang mga kamay ni Jake. Malamang na kamay nito ang hindi sinasadyang tumama sa gilid ng kamay ko. Bigla kong kinuyum ang aking palad. Sa ganitong paraan ay hindi ko masasakop ang lugar nya sa ilalim ng lamesa. Ayokong isipin nyang sinadya kong tamaan ang kamay nya. Kausap naman ni Grace ang waiter dahil may kulang pa itong order. Gusto kong sikuhin si Grace para tigilan na ang kaka-order pero hindi ako makagalaw. I couldn't move an inch.

Ilang sandali pa ay naramdaman kong may dahan-dahang dumampi sa aking nakatikom na palad. Alam kong kamay ito ni Jake. Biglang bumilis ang tibok ng aking puso mula sa paghinto nito kanina. Hindi na ako makagalaw, ngayon naman ay hindi ako makahinga. I felt my head spinning so fast. Nablanko ang isip ko. I tilted my head opposite his direction. Ayokong makita nya ang namumuong luha sa aking mga mata. Nang tuluyang pumatak ito ay alam kong imposibleng hindi nya ito mapansin. Kahit anong iwas ko ng mukha ko sa kanya, alam kong kita nya pa rin ang bahagi ng aking pisngi kung saan gumuhit ang mainit na luha. I felt his thumb caressing the top of my hand, slowly and gently. Parang ito ang paraan ni Jake ng paghingi ng sorry. I felt my heart suddenly stop. Hindi ko alam kung ramdam nya ang pangangatog ng aking kamay.

Slowly, I opened my hand, then my fingers found his, one by one. Fitting each spaces with one another. Parang yung puso ko ay binabarahan ang mga sugat at puwang na iniwan ng aming pagkakaagalit ng bawat daliri naming unti-unting nagyayakap. Nang sa wakas ay magtagpo ang aming mga palad ay sabay kaming huminga ng malalim. The tide was over for now, my heart was suddenly well, my Prince Charming came back.

Pinahid ng libre kong kanang kamay ang luha sa tagiliran ng aking kanang mata para hindi mapansin nina Grace at Jasper. Pero sa kaliwang pisngi ko ay bakas pa ang patak ng luha, alam kong nakikita ito ni Jake. I caressed the thumb that continuously caressing me. It's my way of saying I'm sorry too kahit hindi ko pa rin sya tinitingnan.

Nagsimulang mag-ayos si Grace ng pagkain, ipinagsandok nya si Jake at ako, saka iniharap sa amin ang aming mga pinggan.

"Kain na." sabi nito, tapos ay si Jasper naman ang inasikaso.

Nakakatuwa dahil parang hiyang-hiya si Jasper, parang ipit sya sa nangyayari. Halatang napipilitan lang si Jasper na samahan si Grace sa ginagawa nito. Ramdam ko ang tension nya dahil kapag pumalpak ang plano ni Grace baka lalong magkagulo at madamay pa sya. Pinigil ko ang mapangiti. Kung alam lang nilang tagumpay ang plano ni Grace.

Nakita kong nagsimula na si Jake kumain sa kaliwa nyang kamay. Alam kong hirap sya kaya unti-unti kong binitiwan ang kanan nyang kamay. Nang maramdaman nito ang balak kong gawin ay mahigpit nitong hinawakan ang aking kamay. It's his way of saying NO. Natuwa ako dahil ang totoo ay ayokong bumitiw sa kanya. I ate using my right hand which was easier for me. Wala pa rin akong gana dahil sa mga nangyayari pero kakatwang nawala ang bikig sa aking lalamunan, pati ang sikip ng aking dibdib sa pagbagsak ng pagkaing nginunguya ko.

Si Jake lang talaga ang gamot na makakapagpagaling sa akin. Tahimik kaming kumain, walang usap-usap. Sina Grace at Jasper lang ang patuloy na nag-uusap. Ni walang kamalay-malay si Grace sa mga nangyayari sa pagitan namin ni Jake. Nang matapos kaming kumain ay hinarap na kami ni Grace.

"Okay, now here's the deal..."

47

The Seductress

"When a demon looks like an angel, all hell breaks lose"

"Another deal?" putol ko sa mga sasabihin pa niya. Napansin kaya ni Grace ang saya sa boses ko? Ugh! Ang hina nya naman.

"Last chance. Kapag hindi pa kayo nag-usap after dumating ang bill, I will take Billy away. You will pay for everything! Kapag nagka-ayos na kayo, libre ko na ito."

Si Jake pala ang kausap ni Grace, akala ko ay ako. Narinig kong tumawa ng mahina si Jake. Siguro kung titingalain ko sya ay makikita ko ang boyish smile nya na gustong-gusto ko.

"Fine!" Halatang asar na si Grace. Akala nya kasi ay hindi sya sineseryoso ng kapatid nya. "Billy, let's go. Jas...usap tayo mamaya." Tumayo ito at saka ako hinatak para tumayo na rin. Pero hindi ako makagalaw, hinigpitan lalo ni Jake ang hawak nya sa kamay ko.

Nang lingunin kami ni Grace ay nakita nito ang nangyayari, gumuhit ang pilyang ngiti nito. "Aha! Sabi ko na nga ba di nyo matitiis ang isa't-isa." Tuwang-tuwa si Grace, hindi ko na mapigil ang aking saya kaya ngumiti na rin ako. Si Jasper naman ay takang-taka. Dumating ang waiter para ibigay ang bill namin. Noon tumabi si Grace sa kanyang boyfriend para bigyan na kami ng space sa aming kinauupuan ni Jake.

Nagulat pa si Jasper nang si Grace ang nagbayad ng bill.

"Talo tayo?" tanong nito.

Nagtawanan kami ni Jake, saka ako inakbayan nito. Humilig naman ako sa kanyang balikat gaya ng dati. "Ano sa tingin mo?" mayabang na tanong ni Jake sa boyfriend ni Grace.

"Haynaku!" Pinabalot ni Grace ang natirang pagkain at saka mabilis nang nagpaalam sa amin ang dalawa. "Bye! Be good... both of you."

Nang maka-alis sina Grace ay muling hinawakan ni Jake ang aking kamay. Nag-angat ako ng tingin sa kanya. I saw his eyes, my favorite deep dark eyes. I could tell that he also suffered sleepless nights. He got dark circles under them that were not there before.

"I...I'm sorry..." naiiyak na naman ako.

Niyakap nya ako ng mahigpit gaya nung dati, humilig ako sa dibdib nya. I smelled his familiar perfume. My senses were heightened, cataloguing everything -- his smell, his touch, his looks, everything! Pati yung dagundong ng puso ko sa sobrang saya ay bumalik na muli.

"I'm sorry too. It was stupid. Hindi dapat kita nilagay sa ganoong alanganing posisyon. Mas importante ka, kahit ano pa ang sabihin ng ibang tao. All I care about is you."

He's my Jake again. The loving, caring, and wonderful Jake that I love so very much!

<><><>

Instead of watching movies, we went to Antipolo where we found a place to see the view from the top. Malakas ang malamig na hangin sa hapon, dahil walang jacket na dala si Jake ay nagkasya na ako sa yakap at akbay niya bilang panlaban sa lamig. Sa sobrang pagka-miss ko sa kanya, nagpapasalamat ako sa malamig na hangin dahil may dahilan kaming magdikit.

"It was the worst week of my life," inamin ko sa kanya nang naka-settle na kami sa aming pagkaka-upo malapit sa overlooking cliff.

"Let's forget about it." Maikling sabi ni Jake. Tipikal na lalaki, ayaw pag-usapan ang bagay na mahirap balikan. Ang hindi nya alam, kapag hindi kami nagkalinawan ngayon ay patuloy kaming mumultuhin ng away na ito. Once and for all I want to get it over and done with. Kung ibabaon namin sa limot ang nangyari sa amin, dapat tapusin muna namin ito ngayon pa lang.

"We can't. Kailangan nating pag-usapan para maintindihan natin ang nangyari, para hindi na tayo umulit sa ganoon. I can't bear to lose you. Not like that," naiiyak na naman ako.

"Shhh...it will never happen again." Niyakap nya ako ng mahigpit as his way of assuring me.

"Plinano mo ba akong dalhin doon para..." Gusto kong malaman ang totoo.

"Hindi. Usapan lang sana...may balita daw tungkol kay Viktor," biglang natawa sya sa kabila ng seryoso naming usapan. "I should have asked you instead, mas nauna ka pang malaman sa akin ang balita."

"Si Cyril..."

"Ah..." Naintindihan na nya kung saan ko nasagap ang balita ko.

"T..then why? Bakit tayo umabot sa ganoon?"

Huminga ng malalim si Jake, tumingin ako sa kanya pero umiwas sya sa akin. Tumingin sya sa magandang tanawin sa ibaba namin. Tiim bagang si Jake. Yun ang madalas nyang expression kapag meron syang pinipigil na emosyon o may bagay syang pinagiisipang sabihin.

"Please...tell me..." pakiusap ko.

"Si Ronel, nainis ako nung dumating siya. Sinamahan pa ng pangangantyaw nila Arnold. I felt like I have to prove something...Wag na nga nating pag-usapan."

Kita ko kung gaano kahirap para sa kanya na aminin ang pagkakamali nya. Ngayon ay naintidihan ko na. It's a man thing. Ugh! Why do they have to be so territorial? They are always trying to prove that one is better than the other. Hindi ko masabi kay Jake na ang babaw naman ng dahilan, pero kailangan kong intidihin dahil hindi ako lalaki, hindi ko alam kung gaano kalaking bagay sa kanila ang isyung ito.

"Jake...Ronel is nothing. He has nothing to do with us. You don't have to prove anything. I'm yours always."

"I know. It's just that..." tumingin na syang muli sa akin. "Ang hirap kasi hindi mo alam kung anong iniisip nila sa iyo."

"What do you mean?" Hindi maiwasang hindi ako ma-paranoid, ano na namang ginawa ko?

"Bulag ka kasi, hindi malikot ang mga mata mo na gaya ng ibang mga babae. Diretso ka tumingin, nakayuko ka maglakad. Parang wala kang paki-alam sa nangyayari sa paligid mo."

"So? Masama ba iyon?"

"Yun na nga, eh. Men are going crazy because they can't figure you out. Feeling ko nga naging popular ako sa campus nang maging tayo. Hindi nila akalaing mapapasagot kita."

Kita ko sa mga mata nya kung gaano sya kayabang. He is proud of himself for having me love him. Ako naman ang hindi makapaniwala sa sinabi nya. Baligtad kasi, ako ang naging kilala sa campus dahil sa kanya. Hindi sa hindi ko gusto ang makilala, mas gusto ko lang talagang wag masyadong mapansin, nakaka-conscious kasi. Tapos sasabihin ni Jake na sa kabila ng pag-iwas kong mapansin ay lalo pa pala akong naging pansinin, paano nangyari iyun? Ang labo naman! Nakita ni Jake ang expression ng mukha ko na hindi ako naniniwala sa sinasabi nya.

"We crave for attention more than you know. I mean, kaming mga lalaki kumpara sa inyong mga babae. Sa panahon ngayon, ayaw na naming lumapit sa babaing mahihirapan kami. Gusto namin yung nagpapakita na ng motibo para diretso na kaagad, wala ng paligoy ligoy pa."

"Eh, di all the more na ayaw nila dapat sa akin coz like you said, I don't give them motive…"

"Oo sana, kung hindi lang ganyan ang itsura mo." Putol niya sa sasabihin ko pa.

Umakyat ang dugo sa mukha ko, isa ito sa pinaka-sensitive na topic sa akin. What's wrong with the way I look? Kumunot ang noo ko, naghahanap ng paliwanag mula kay Jake.

"Naalala mo nung sumayaw kayo last semester sa sportsfest?"

Tumango ako, pero hindi pa rin iyun sapat na paliwanag para sa akin. Sabi lang ni Jake, doon ako simulang napansin ni Ronel.

"Well…nung mapansin ka namin doon…Alam mo yung expression na santa santita?" Umiling ako. "You have the face of an innocent angel and a body of a seductress demon."

Ewww! Gusto kong mapasigaw sa sinabi sa akin ni Jake. Kung yung iba ay matutuwa at mapa-flatter sa impression na iyun, ako ay hindi. Ang pinakahuling gusto kong maging dating ko sa mga tao ay maging sex object. Nakakadiri naman! I felt violated. Nakita ni Jake ang expression ng mukha ko. "It's the boobs right? The stupid boobs?" Niyakap ko ang sarili ko para takpan ang aking boobs. Yun ang madalas kong reaksyon sa tuwing nahihiya ako tungkol dito.

Alam ko kasi ang gustong sabihin ni Jake. I was twelve when my body started to develop. Lahat ng kaklase ko nakasando pa, ako naka-baby bra na. Madalas akong ligawan ng mga binata sa amin sa probinsya dahil akala nila eh dalaga na ako, sa huli ay malalaman nilang nasa elementary pa lamang ako. Ang bilis daw kasing mahubog ang katawan ko sabi ni tita Inda, kaya mukhang dalagang-dalaga na ako kaagad.

Inangat ni Jake ang mukha ko, nakahalukipkip pa rin kasi ako dahil ayaw kong makita nya kung gaano ako hiyang-hiya. Itong katawan kong nagugustuhan nila ang madalas na dahilan kung bakit ako laging napapahiya.

"No. Well, partly..."

Tiningnan ko sya ng matalim, alam nyang ito ang normal na ginagawa ko kapag nagagalit ako. Kasi naman sa boobs ko na naman sya nakatingin at hindi sa aking mukha.

"S...sorry, but really it's all of you. The way you walk, the way you sway your hips, the way you look na para bang may gustong sabihin ang mga mata mo. Minsan parang may kapilyahang nagtatago sa iyo na gustong-gustong lumabas. There's something erotic and sesual inside you, just waiting its time to come out. Just waiting to be explored. Then there's also your innocent and shy smile, your gentleness, pati lambing ng boses mo, everything!"

Nang pinaliwanag na ni Jake sa akin ang gusto nyang sabihin, parang naging musika sa akin ang naging papuri nya. The way he regarded me was ridiculous. Lalo tuloy ako na-conscious sa sarili ko.

"Anong gagawin ko?" Bigla kong tinanong. Paano kami hindi mag-aaway ulit kung ako pala ang dahilan kung bakit kami nagkagalit?

"Hindi ikaw! Wala kang dapat gawin. Ako ang may problema doon at wala kang magagawa. I love everything about you, just don't change."

"P...pero sabi mo, it's causing problems for us."

Ngumiti sya. "Hayaan mo silang mamatay sa inggit."

"Gusto mo lang akong lituhin! Ikaw nga itong napapaligiran ng mga babae. Ilang araw pa lang tayong nagkakahiwalay, hayun at parang mga nagpepyesta sila sa tuwa dahil malaya ka na. Akala ko nga nung nawala ka ng ilang araw ay kasama ka na ng isa sa kanila." Pinagbitangan ko sya.

"Kung sumama ka kay Ronel nung nakita kong kinakausap ka nya. Papatulan ko talaga ang isa sa kanila."

Pinalo ko sya ng malakas.

"Aray!"

Lalo ko pa syang pinag-papalo sa balikat pero parang ang kamay ko ang sumasakit sa kakapalo hindi ang balikat nya. Pinigilan nya ang kamay ko at saka niyakap nya ako ng mahigpit, tawa lang ito ng tawa. Pati halakhak niya ay na-miss ko. Gustong-gusto kong napapasaya ko sya.

"Selosa! Ummm!!!" Tila gigil na gigil ito sa pagkakayakap sa akin.

"Jake..." sabi ko matapos naming manahimik panandalian.

"Hmm?"

"About the sex thing..." tumingin ako sa kanya "Please understand me. Bata pa tayo, ayaw kong mangyari sa atin yung problema nila Viktor...At least si Viktor nakakapag-aral pa, pero si Rica...ayaw kong matulad sa kanya." Sa sobrang hiya ay huminto muna sa pag-aaral si Rica.

"I told you marunong ako...poprotektahan kita..."

"It's not that. Hindi ko pa kaya. H...hindi pa ako ready." Pinutol ko ang sasabihin ni Jake.

Tumango sya. Alam kong naintidihan na nya ang ibig kong sabihin.

"Mahal kita. I love you so much, if only I can have ways to let you know how I feel aside from telling it to you gagawin ko, pero you have to be patient with me. Please...can you do that...for me?" nakiki-usap ang boses ko.

48

Young Love

"When love is young, the fire is hot but the flame doesn't last"

Huminga lang sya ng malalim, nakahalukipkip pa rin ako sa kanya. Halos hindi na ako makahinga sa higpit ng yakap nya sa akin na lalo pa nyang hinigpitan.

"Naintindihan kita. I will be patient, at least I will try my best. Hindi pa rin naman ako handang maging kagaya ni Viktor pero...sana maintidihan mo na kaming mga lalaki...Meron kaming panganga-ilangan. Well...ang iba ko kasing naging girlfriends, hindi issue sa amin ito."

Tumingin ako sa kanya, sasabihin ko na sanang "Hindi ako kagaya ng ibang naging girlfriends mo!" pero hindi nya ako binigyan ng pagkakataon.

"But... like I said, iba ka sa kanila, I will respect you. I will wait hanggang maging handa ka na." patuloy nya.

"Thank you." Sa sinabi nya ay naalis lahat ng takot ko. Tila nabunutan ako ng tinik at nakahinga ng maluwag.

"And I love you too, my Betty Boop." Nakangiti sya sa akin. Ito ang unang pagkakataong sinabi nyang mahal nya ako kaya hindi ko magawang magalit sa binigay niya sa aking pangalan. I saw his boyish smile that I love so much. "Just one thing, wag mo na lang akong masyadong se-seducin, okay?"

Tumango ako, kahit hindi ko naintidihan ang sinabi nya.

<><><>

The semester ended well for the both of us. Wala kaming bagsak pareho at matataas pa ang aming grades. I should have been in the Dean's list, kundi lang ako nagka-dos sa isang subject. Matataas din ang nakuhang marka ni Jake, alam ko naman kasing matalino rin ito, tamad lang talaga minsan at kailangan pang i-push ng todo para mag-concentrate sa kanyang academic obligations.

Sa halip na sumama akong umuwi sa probinsya namin para sa dalawang linggong semestral break ay nagpaiwan na lang ako sa apartment. Si Lilet na lang ang umuwi para bisitahin ang pamilya nya sa probinsya, halos isang lingo rin kasing bakasyon ang binigay ng opisina nila sa mga empleyado. Inaya ako ni Lilet na sumama sa kanya pero ang totoo ay ayaw kong mapalayo kay Jake ng ganoon katagal. Isa pa ay wala naman talaga akong gustong balikan sa probinsya namin, pamilya nya ang naandoon, wala naman na akong pamilya. Nung una ay ayaw nyang pumayag pero sa huli ay iniwan nya na rin ako matapos nyang masigurong hindi naman ako mag-iisa sa apartment.

Sinabi ko kay Lilet na sasamahan naman ako ni Grace dahil hindi naman uuwi ang mga ito sa probinsya. Wala na rin kasing probinsya sina Grace. Taga Quezon City na sila noon pa man.

Lalong naging matibay ang relasyon namin ni Jake. Masarap din pala yung nagkakagalit ng matindi dahil mas nagiging malapit sa isa't-isa kapag nagkabati. Halos ayaw na naming magkahiwalay kaya sa lahat ng bagay ay nagkakasundo na kami. Parang nagka-phobia na kaming mag-away ulit. Syempre malaki ang partisipasyon ni Grace sa pag-aayos namin. Hindi ko makakalimutan ang ginawa nyang ito para sa amin ng kuya niya.

Sa tulong ni Jake ay pinayagan ng mommy nila na sa amin muna magbakasyon si Grace ng limang araw para may kasama ako. Dahil paalis-alis din ang mommy nila ay wala naman itong naging pagtanggi sa hiniling nilang magkapatid. Napansin kong mas pinapaboran ng mommy ni Jake ang anak nitong lalaki kesa kay Grace. I never commented about it because I didn't want to hurt Grace's feelings. Syempre pa, madalas ring tumambay si Jasper sa amin para bisitahin si Grace. Minsan, umiinom sila ni Jake habang kami naman ang bahala sa pagluluto ng makakain at mapupulutan nila. Kaming apat ang magkakasama sa buong dalawang linggo ng aming semestral break.

<><><>

Dahil araw-araw kaming magkasamang apat sa bahay, marami kaming naging moments ni Jake. We talked about his dad at ang petisyon ng pamilya nila sa Amerika.

"Sa totoo lang ayaw kong sumama. Mas gusto ko dito sa Pinas, kaso dad is insisting na mas maraming opportunities for us overseas."

"Are you close to him?" Tanong ko. Wala akong tatay growing up kaya wala akong ideya.

"Sakto lang. Si Grace ang favorite nun, pero we bonded over sports. He's a good dad, tolerable sa mga issues ni mom. Kaya he got my respect."

I talked about my mom.

"When she left, I had nightmares of seeing her dead at hindi na nya ako mababalikan kailanman. Hanggang ngayon may occasional nightmares pa rin ako. Sabi nya para sa kabutihan ko raw ang ginawa nya. Hindi ko maintindihan..." Kay Jake lang ako nakapag-open ng hinanakit ko sa paglaking walang nag-aalagang mga magulang.

We talked about future plans.

"Gusto ko ng malawak na bahay bakasyunan sa probinsya, yung masarap ang simoy ng hangin at tahimik ang paligid. Doon na tayo maninirahan pagka nakaipon na tayo sa pagtatrabaho sa abroad. Doon na tayo tatanda..." sabi ni Jake, palibhasa ay lumaki ito sa syudad sabik ito sa simpleng buhay sa probinsya. Samantalang ako naman ay sawang-sawa na sa amoy ng baboy, kambing, at baka doon. Hindi ko naman syempre masabi sa kanya, kaya nakikinig lang ako.

Dahil nasa sala kami, sa terrace ng inuupahan naming apartment nakatambay sina Grace at Jasper. This way, nasosolo namin ang isa't-isa. We created a world where only the two of us exist.

Habang tumatagal kami ay lalo kong nakikilala si Jake. Alam ko ang mood nya kapag naka-inom o kapag nalalasing. Bihira namang uminom si Jake at alam nito ang kanyang limitasyon pagdating sa alak. Talagang ang paninigarilyo lang nito ang hindi nya maiwasan. Hindi ko sya pinagbabawalan dito, pero panay naman ang paalala ko sa kanyang masama sa katawan nya ang sigarilyo.

Between our serious and not so serious conversation, Jake would kiss me gently. I've gotten used to the smell of cigarette on his breath. Minsan ay napapanaginipan ko pa ang amoy ng sigarilyo at pabango ni Jake. As usual, kapag sinagot ko ang halik niya ay lalalim ito, kasunod ng paglilikot ng kamay niya sa aking katawan.

I allow him to explore half of my body. Tolerant na ako sa aming skin to skin contact. Expert na si Jake na magkabit at magtanggal ng bra ko kahit walang tinginan. We fool around for just a bit but then I have to put an end to it.

"Beth..." reklamo ni Jake nang itinulak ko siya. From Billy, naging Girl ang tawag niya sa akin - para maiba naman, sabi niya. Tapos ay naging Betty, dahil ako daw ang kanyang Betty Boop. Ngayon ay naging Beth na ang term of endearment niya sa akin. When people asked about it, magtatawanan kami. It's an inside joke na kami lang ang nakakaalam.

"You promised!" Paalala ko.

"Hmmm..." Hinahalikan ako nito sa leeg, nakakakiliti, pigil na pigil ako sa paghagikhik lalo't nasa malapit lang sina Grace. Gumapang ang kilabot sa buo kong katawan nang hindi pa rin ako tantanan ni Jake.

Ngayon kasi hindi lang yung pagnanasa nya ang pinipigilan ko kundi maging ang pagnanasa ko na rin. The more that Jake exposes me with the pleasures of necking and petting, the more my desire to know more heightens. It takes an enormous effort for me to stop him now.

"Andyan ang kapatid mo, ano ka ba?" Muli ko siyang itinulak pero agad ko din namang niyakap. Pasaway din ako, I can't help it. Ugh!

"Doon tayo sa kwarto mo," sobrang lambing talaga ni Jake kapag nakainom ito.

"Bad example for your sister."

"Beth..." nakikiusap ito, naglalambing, nanunuyo... kumakabog ang puso ko, parang ang sarap pagbigyan ng hiling ni Jake.

Gustong-gusto ko syang pasayahin. Ang problema, kilala ko ang sarili ko, alam kong hindi ko pa kaya na ibigay ang lahat-lahat sa kanya. Sa huli ay mabibitin lang sya at magagalit. Ayaw kong pagtampuhan namin ito.

Of course, Jake remains true to his word. Hindi naman nya ako pipilitin, yun nga lang bigla na itong susumpungin. Biglang hindi na lang ito kikibo na parang batang hindi nabilhan ng candy. Tapos ako naman itong sobrang guilty. He knows how to play his cards on me and I hate it.

So from then on, I start to be careful not to push him to his limit. I know that I am causing him extreme physical discomfort. Bago pa ako muling papakin ni Jake ay lumabas na sa terasa sina Grace, nakahinga ako ng maluwag. Saved by the bell...for now.

49

The Muse

"Lovers must push each other to the best of who they can be"

Nang pasukan ay hindi na kami magkaklase ni Jake kahit sa isang subject man lang, nonetheless halos sabay pa rin ang schedule namin. We make sure that we eat lunch together kahit minsan ako ang naghihintay or vice versa. Ganun din sa pag-uwi. Ihahatid niya muna ako sa apartment, gagawin namin ang mga projects and assignments namin para pag-uwi ni Jake ay tutulog na lang siya. Mahirap pagsabayin ang pag-aaral at pag-ibig, pero Jake and I are determined to make it work.

Mahirap ang subjects ni Jake dahil malapit na syang mag 4th year, meron na syang Thesis research na series ang pre-requisites. Ibig sabihin, kapag bumagsak ka sa isa ay hindi mo na makukuha ang susunod na subjects nito. Tapos ay grupings pa ang thesis. Kapag hindi ka napunta sa matinong grupo ay malamang na mahihirapan kang maipasa ang subject. Kaya kailangan talaga ng group effort at teamwork para masigurong papasa ang mga myembro.

Mahirap kasi kapag bumagsak si Jake, malamang na wala na syang masasamahang ibang grupo, kakailanganin nyang maghintay sa mga lower level na kukuha ng thesis sa susunod na semester. Ayokong maka-apekto ang relasyon namin sa tyansa ni Jake na makatapos sa pag-aaral.

Ang unang kailangang gawin ng grupo nila Jake ay gumawa ng research proposal. Kapag nakapasa na ito ay gagawin nila ang project a loob ng isang taon, humigit kumulang. Madalas na nag-me-meeting ang grupo ni Jake tuwing uwian. Kapag alam kong gagabihin sila ay hindi na ako nagpapahatid kay Jake. Hindi ko na rin sya papatambayin sa bahay hanggang gumabi, gusto ko kasing mag-concentrate sya sa paggawa nila ng proposal. Kapag ganito ay sobrang na-mi-miss ko si Jake. Mabuti at nagka-landline na rin kami sa wakas, kaya kahit papaano ay nagkaka-usap kami sa telepono. Mahirap, pero ang importante ay balanse ang relasyon namin ni Jake sa pag-aaral namin.

Nang matapos ang huling klase ko ay naghanda na ako para pumunta sa library, doon ko na hihintayin si Jake. Mga dalawang oras pa bago matapos ang klase nya. Naisipan kong sa library na rin gawin ang mga assignments ko para pag-uwi namin ni Jake sa bahay mamayang alas singko ay ang assignments na lang nya ang gagawin namin.

Kaya naman nagulat ako ng makita ko syang naghihintay sa akin sa hallway malapit sa classroom ko. Huminga ako ng malalim, ganito naman lagi ang reaksyon ko sa tuwing makikita ko sya kahit ilang oras lang kaming nagkakahiwalay. Sabagay nakakasabik talaga, halos tatlong araw na kasi kaming sa school lang nagkikita. Marami kasi syang ginagawa pagkatapos ng klase kaya hindi na ako nagpapahatid sa kanya sa bahay. Hanggang ngayon ay hindi pa rin ako makapaniwalang sa akin nakasentro ang ngiti ni Jake. Alam kong maraming babaing inggit na inggit sa akin. Pareho kaming nagniningning ang mga mata sa tuwing makikita namin ang isa't-isa.

"Hey..." Pinipigil ko ang kiligin habang inaabot ang kamay na kanina pa nakatuon sa akin. Nahihiya pa rin akong magpakita ng sweetness kay Jake sa pampublikong lugar. Mahawakan lang nya ang kamay ko ay ayos na, pero sobrang lambing ni Jake na talagang yayakapin at aakbayan pa nya ako. Parang walang tao sa paligid na nakakakita sa amin. Hindi kasi si Jake yung macho image na lalaki na nahihiyang magpakita ng affection sa babae. Sa kabila ng bad boy façade nito ay talagang mapagmahal ang aking Jake.

"Tara na, uwi na tayo." Inakay ako nito papunta sa exit gate ng campus.

"Teka, eh di ba may Rizal ka pa?" Alam kong may ilang minutong break si Jake, akala ko naman ay ihahatid lang nya ako sa library.

"Tinatamad akong pumasok... Doon na muna tayo sa apartment nyo."

"Jake..." Gusto ko yung idea nya at talaga namang hindi na ako papayag na hindi nya ako ihatid sa bahay ngayon dahil alam kong wala na syang gagawin mamayang gabi. Pero hindi ko gustong aabsent sya sa klase.

"Nakaka-antok kasi eh..."

Ang dahilan kung bakit maraming back subjects na babalikan si Jake ay dahil sa madalas nitong pag-absent sa klase hindi dahil hindi nya maintidihan ang subject. Napansin kong kapag hindi nga challenging ang subjects para kay Jake ay binabalewala nya ito. Lalo na ang mga minor subjects. Noong nakaraang sem lang ay binalikan pa nya ang Values Formation kaya kaklase nya ang mga freshmen students.

"Pero, Jake... importante pa rin ang Rizal, mabuti na nga na maubos na ang mga minor subjects mo para mas makapag concentrate ka na sa mga major subjects, di ba?" Sabi ko.

"Maghihintay ka pa ng matagal."

"Okay lang...Marami akong magagawa sa library."

"Nakakabanas kasi si Mr. Castro magturo, boring."

"Tiisin mo na muna...Ilang buwan lang naman yan."

Ang daming palusot ni Jake. Pero determinado akong hindi sundin ang gusto nyang mangyari.

"Beth..." nakikiusap ito na payagan ko na syang um-absent. Pinigil ko ang ngiti ko, ang cute kasi ni Jake kapag naglalambing ito.

"Ganito na lang, kapag hindi ka tinamad pasukan ang mga minor subjects mo ngayong buong sem na ito ay bibigyan kita ng gift." Sabi ko. Hindi ako makapaniwalang kaya kong gawin ito para lang itulak si Jake na ayusin ang pag-aaral nya.

"What?" Wala pa ring interest si Jake.

Tumingkayad ako para maabot ko ang kanyang tenga at saka binulong ang regalo ko sa kanya. Nang marinig ay natigilan sya panandalian. Muntik na akong matawa ng malakas sa naging itsura nya. Para syang batang pinangakuan ng candy, namimilog ang mga mata nito sa pananabik.

Kung tama ba ang gagawin ko ay hindi ko alam. Basta! Bahala na! Ang gusto ko lang ay lalong ganahang mag-aral si Jake. He's already doing so well, I don't want him to give up on me now. Inumpisahan na nyang magtino sa pag-aaral dapat ay tapusin na nya ito.

"Sigurado ka?" Gulat na tanong ni Jake, pero halata ang excitement nito. Ako naman ang ninerbyos sa kanya. Sigurado na ba ako?

"Of...course..." napalunok ako.

"Walang bawian, ha."

"Oo na, pumasok ka lang sa Rizal...At kailangan pumasa ka ha."

Kulang nalang ay sipain ko sya papasok sa classroom nya. Tuwang-tuwa naman ang mokong na hinalikan pa ako sa pisngi bago tuluyang pumasok sa loob. Wala siyang kamalay-malay na may naiisip na akong way para bawiin ang promise kong gift mamaya pag-uwi namin. Haha, the joke is on him, sa isip-isip ko.

Hindi problema ni Jake ang utak nya. Kung tutuusin, if nasa momentum siya at gusto niya ang ginagawa niya, grabe ang accomplishment ni Jake. Madali lang talaga siya ma-distract dahil hindi niya rin gusto ang I.T. Daddy niya ang nagsabing mataas ang demand sa abroad ng kurso namin.

<><><>

"Drop ko na lang kaya ang thesis writing." Minsan ay nasabi nya sa akin. Sakay ng kotse niya ay ihahatid lang niya ako tapos ay pupunta siya sa bahay ni Arnold para mag-overnight.

"Hindi pwede!" Halos mapasigaw ako. "Kapag hindi mo ito kinuha at tinapos ngayon, matagal ka bago maka graduate. Marami kang maiiwang subjects..."

"Eh kung hintayin na lang kita. Ayaw mo noon para magkagrupo tayo." Putol niya sa sasabihin ko. Ramdam kong medyo napag-isipan na ni Jake ng matagal ang sinabi nya, seryoso ito.

"Jake...I love too, but...I can't be selfish like that."

"Mukhang hindi ko kakayaning pumasa."

Grupo naman ito, alam kong maraming katulong si Jake sa paggawa ng document. Hindi kasi gusto ni Jake ang pagsusulat ng document, mas gusto nito ang programming, pero alam kong dalawa sa kasamahan ni Jake ang magaling sa documentation, kaya hindi dapat ito nag-aalala.

"Kaya mo yan! Hindi ba sabi ko sa iyo, magaling ang logic mo? Eh, yun naman ang kailangan sa thesis, kaya wala ka dapat alalahanin."

Minsan kasi madalas magduda si Jake sa kakayahan nya lalo na pagdating sa pag-aaral.

"Isa pa, inaasahan ng dad mo na ga-graduate ka on time. Paano na lang pag nag-extend ka ng isang taon pa? Paano ka nya makukuha sa states para magkasama na kayo?"

"Gusto mo ba akong umalis? Paano, magkakahiwalay tayo? Dito na lang ako para pag sabay tayong natapos, hindi kita iiwan."

"Hindi ko gustong magkahiwalay tayo. Kaya pagkatapos ko ay pupunta ako doon para sundan ka." Hindi ko pa sigurado iyun, pero matagal ng naglalaro sa isip ko na kung kinakailangang humingi ako ng tulong kay mommy para makapunta sa Amerika para sundan si Jake ay gagawin ko.

Ang totoo ay natatakot akong umalis at iwan ni Jake pero ayaw ko ring masira ang pag-aaral nya at ang pangarap nyang mabuo ang pamilya nila.

Huminga lang sya ng malalim. Hinaplos ko ang mukha nya, assuring him. Maya-maya ay pilyong ngumiti ito sa akin. "May gift ba ako bago pumunta kina Arnold?"

Pinalo ko si Jake sa hita. "Puro ka kalokohan!"

Tumawa lang sya ng malakas. Na-relax ako knowing that he dropped the subject of giving up.

<><><>

"Kala ko may pupuntahan tayo?" tanong ni Jake. Sabado noon at dinalaw nya ako sa bahay. Tuwing weekend kasi ay lumalabas kami.

"Oo, pero pwedeng tulungan mo muna ako sa project ko sa Graphics and Manipulation?"

"Anong gagawin?" Sumalampak din si Jake sa tabi ko. Nakaupo ako sa sahig habang inaayos ang mga gamit na nagkalat sa center table. Naabutan nya akong inuumpisahan na ang assignment ko. Pagkaupo ay naamoy ko agad ang paborito kong pabango ni Jake. Huminga ako ng malalim para amuyin ito. I kiss him lightly on the lips, I can't help myself, pero gaya ng dapat asahan, hindi kuntento si Jake sa ganoong halik. He kissed me deeper. I pushed him gently when we were both out of breath.

"Focus, Jake..."

"Hmmm...Pwede mamaya na yung assignment?"

Sabi ko na nga ba dapat hindi ko inumpisahan si Jake, eh. Ang dali nya kasing madala. Kinurot ko sya sa tagiliran bago ako lumayo ng konte sa kanya.

"Hindi ako masyadong magaling mag-drawing, pero may ideya na ako sa story board na gagawin ko. Tapos tutulungan mo akong i-program ang mga ito para gumalaw at mag-animate." Ito ang pinakapaborito kong subject. Gustong-gusto ko ang pagde-design ng mga objects at makitang gumagalaw ito sa computer screen.

Tuluyan na kaming hindi umalis ng bahay nang araw na yun. Tinapos ni Jake ang lahat ng pinagagawa ko sa kanya. I could see that he was enjoying his tasks. Jake was so creative, I had this feeling that he should have been an architect rather than a programmer. I.T. was too technical for an artist such as him. His attention to the background of my drawing, his landscape design, and his eye for details were so keen that he made my simple concept grand. Inamin nya namang noong high school sya ay architecture o engineering ang pinangarap nyang kuning kurso sa college.

Ilang araw pa naming ginawa ang project. Mali, ilang araw nyang ginawa ang project. Sa tuwing pupunta kami sa apartment ay ito agad ang aasikasuhin nya. Paulit-ulit nya itong pinaganda. Mabuti naman kasi ay nalibang sya at hindi na sya nakaka-isip ng kung ano-ano sa tuwing kami lang dalawa ang naiiwan sa bahay. Napahinga na rin ang utak nya kung paano ako mapapa-payag na mag-level up sa aming physical intimacy, at napahinga na rin ang utak ko sa kakaisip ng dahilan para tumanggi. Tapos na kasi si Jake sa subject na animation kaya ang galing na nito sa programming. Sa huli ay naging project na nya ito at hindi na sa akin.

50

The Champ

"Win or lose in life, just don't quit"

"Anong meron dito?" Tanong ni Jake. Nasa multi-purpose hall na kami. Si Mr. Rodrigo, ang aming graphics instructor ay nag-host ng isang programa para sa D'Artistic club. Sya kasi ang club adviser nito at ngayon nga ay nakalaan ang araw na ito para sa activities ng club.

Kaninang umaga pa nagsimula ang mga events pero ngayong hapon ang pinaka-highlight. Marami nang estudyanteng nagkukumpulan para manood. Nasa isang sulok kami kasama ko sina Cyril. Umuwi na si Grace kanina pa, wala kasi syang graphics na subject dahil hindi nya naipasa ang pre-requisite nito. Kakadating lang ni Jake mula sa huling klase nya, dapat ay uuwi na kami pero inaya ko muna siyang umattend sa school event. May kasama rin syang iba nya pang barkada.

"Contest ng animation design, sinali ni Billy ang project nya." Sabi ni Ruth.

"Panoorin lang natin sandali bago tayo umuwi ha. Hindi naman ito aabutin ng isang oras." Sabi ko.

"Sige, doon muna ako." Tinuro nya ang lugar kung saan nakatambay ang mga barkada nya. Nakatayo lang ang mga ito na parang hindi naman interesado sa nangyayari.

"Sige. Pero wag kang aalis ha. Panoorin mo ang ginawa mo. It will be fun." Kinikilig ako.

Nang mamatay ang ilaw ay isa-isang ipinakita ang mga entries. Merong commercials, merong skits, merong MTV ang style, at merong halo-halo. Ang entry ko na ginawa ni Jake ay skit na inspired ng Fido Dido character from 7Up commercial. Stick figure nga lang ito na gumagalaw, hardcoded kasi ang animation na ginawa ni Jake dahil wala naman kaming animation tool na pwedeng gamitin. Regardless, astig naman ang kwento. Tungkol ito sa isang lalaking hindi popular sa campus. Dahil sa kanyang kalungkutan ay naisipan nitong magpakamatay sa pamamagitan ng pagtalon sa tulay, pero nailigtas ito ng isang misteryosong babae. Umikot ang istorya sa paghahanap ng lalaki sa babaing nagligtas sa kanya. Naging adventure, comedy, action, at konting drama ang takbo ng istorya. The edge of my entries was the several scenes with objects moving in complexity. The details of the movement were well timed and the transitions from one move to another were flawless.

I can't help but be proud of Jake. Magaling talaga ito. Pinanonood ko ang reaksyon nya habang pinanonood nya ang ginawa nya. He seems proud as well. It was all his works -- the drawings, the movements, and even the story. Inumpisahan ko lang pero sa huli ay sya na ang tumapos ng lahat. Maganda ang naging reaction ng mga manonood sa skit. Tawa sila ng tawa. Nang matapos ay malakas na palakpakan ang narinig ko. They obviously like our project better than the other entries.

Maya-maya ay umakyat na sa entablado si Mr. Rodrigo, tinawag nito ang Dean para i-abot ang gold medal sa winner. Una munang tinawag ang mga consolation prizes.

"This entry surprised me. I can see a bright future for our winner, specially in the field of art design, and even engineering. Keep it up!" Tiningnan muli ni Mr. Rodrigo ang papel na hawak nya. Naandon nakasulat ang pangalan ng nanalo. Hindi ako makahinga, alam kong panalo ang entry ko. "Our winner will receive this special edition medal given only to academically excellent students and a cash prize of P500.00..." tumigil pa sandali si Mr. Rodrigo sa pagsasalita, prolonging the suspense "...and the grand champion for the open animation exhibition is Mr. Jericho Anderson Pacia!"

Palakpakan ang mga nanonood. Nakatayo lang si Jake sa sulok, hindi makapaniwala. Kinakailangan pa syang itulak ng mga kaibigan nya para umakyat sa stage. Niloloko at kinakantyawan sya ng mga ito, parang sila man ay hindi rin makapaniwala sa nangyari.

Pinaghandaan ko talaga ang araw na ito, may dala pa akong camera para kuhanan ng picture si Jake kasama ang College Dean. Nakakatawa ang itsura nya, nerbyos na nerbyos at hindi mapakali. Paano ba naman ay hindi nya akalaing makakatabi at mapapaligiran sya ng mga academic personnel, lalo yung matataas ang katungkulan sa school. Kilala ko si Jake, madali sa kanya ang tumaggap ng award. Gusto nya ang pinararangalan sya. Sobrang competitive kasi ang spirit nito, maliban sa academic. Mas mahihiya pa syang tumanggap ng award dahil sa academic achievement kesa ang paulit ulit na bumagsak sa kanyang mga subjects.

"Pare...congrats! I didn't know you have it in you," sabi ng isang kaklase ni Jake.

"Magaling ka pala sa graphics, bro...hindi mo sinasabi." Sabi naman nang isa pa. Nakababa na si Jake ng stage at ngayon nga ay napapaligiran siya ng mga gustong bumati. Sa isang sulok ay nakatingin lang ako sa kanya, happy sa achievement ng aking pinakamamahal.

"Mr. Pacia..."

Nalingunan kong papalapit kay Jake si Mr. De Leon, ang thesis adviser ng grupo nila.

"I have an idea kung paano kayo makakapasa sa thesis proposal. It has something to do with your skill sa animation and design." Sabi nito.

Matyaga kong hinintay matapos si Jake at ang grupo nito sa kanilang meeting. Kita kong nagustuhan ni Jake ang ideya ng adviser nila. Imposibleng i-drop ni Jake ang thesis niya from now on.

"You have a knock for computer engineering...pag nagawa nyo ang idea ko, you will surely ace the thesis." Sabi ni Mr. De Leon.

"Kakayanin namin yan, coach!" Mayabang na sabi ni Arnold, sabay tapik sa balikat ni Jake.

Panay pa rin ang bati ng mga kakilala ni Jake sa kanya, hanggang sa makaalis kami ng campus. Puro tango at ngiti lang naman ang sinasagot nya sa mga ito.

<><><>

Sumasayaw-sayaw pa ako habang papasok ng bahay. Suot-suot ko ang medal na napanalunan nya. I don't care about the cash prize, nakantyawan na si Jake ng mga barkada niya ng balato.

Basta sa akin ang medal dahil hindi madalas mamigay nito ang campus. It was specially made for the occasion. Its front design was exactly that of our college seal. Talagang pinasadya ang medalya. Sa likod nito ay nakalimbag ang pangalan ng competition na sinalihan ni Jake at ang salitang Champion. Wala pa itong sulat ng pangalan nya, pero bukas na bukas din ay magsasadya ako sa Recto para palagyan ito ng pangalan. I'm so happy and proud of my Jake.

"Hindi mo pa ako sinasagot, Beth, paano ako nanalo eh hindi naman ako sumali? Hindi sa akin ang medal na yan!"

Kanina pa reklamo ng reklamo si Jake, mula sa kotse nya hanggang dito sa apartment. Akala mo ay ginawan ko sya ng masama kung makapamaktol ito. Dapat sana ay maiinis na ako sa inaasal nya pero hindi ko magawa. Ang ganda-ganda ng mood ko para magalit sa kanya. Kung kaya ko lang kanina ko pa binigwasan ng isa si Jake eh, ang kulit kasi!

"Of course, sayo ang medalyang ito! Wala po kaming project sa graphics, nakita ko lang ang open competition at naisip kong sumali tayo...Este ikaw pala. Well, hindi nga ikaw ang nagpasok ng entry pero sa iyo naman ang lahat ng trabaho. Ikaw ang gumawa ng lahat, kaya ikaw ang nanalo. Kaya pwede ba, please lang, wag ka ng negative dyan, okay?"

Hindi nya ako pinansin, nilampasan lang ako nito at nauna pa syang pumasok sa apartment pagkabukas ko ng pinto. Bago sya makalayo ay mabilis kong nasunggaban ito. Hindi naman lumaban si Jake ng bigla ko syang isinandal sa pader, malapit sa sala namin. Tinitigan ko sya ng may paglalambing. Hindi ko mabasa ang expression ng mukha nya.

"I'm proud of you, Mr. Pacia. You're the best, you just don't have enough confidence in what you can do academically. Alam kong alam mo na tama ako. Kung seseryosohin mo lang at ilalagay mo sa puso at sa utak mo ang pag-aaral, alam kong makakatapos ka. I saw you when you were doing the project. Alam ko kung gaano mo pinag-ubusan ng panahon at atensyon ang project na ito. So don't you dare deny or even refuse to accept this honor because you deserve it!" Pinupog ko sya ng halik sa mukha, sa mata, sa ilong, sa pisngi, sa noo, sa baba, at syempre hinuli ko ang pinakamasarap halikan sa bahagi ng kanyang mukha, ang kanyang labi. Tsup! Tsup! Tsup! Tsup! Tsup!

51

Love & Dreams

"The future belongs to those who believe"

Maraming-maraming halik ang gantimpala ko sa kanya para mawala na ang pagmamaktol nito. Gusto ko lang namang patunayan sa kanya na kaya nya at may abilidad syang matapos sa kursong pinasok nya kahit hindi nya ito gusto. Pagkatapos ng lahat ng ginawa ko, yun pala ay sa akin pa rin mauuwi ang pag-aamo sa kanya. Alam kong hindi naman magagalit si Jake sa akin, at siguradong sa ginagawa ko ay mapapatawa ko na ulit sya.

Ang hindi ko inaasahan ay ang magiging reaksyon ni Jake sa ginagawa ko sa kanya. Bigla ang pagkaladkad nya sa akin, at saka ako pwersang inihiga nito sa sofa. Sobrang lalim ng halik na iginawad niya sa akin. May halong kakaibang pwersa at pagiging agresibo pati ang paghawak niya. Natakot ako dahil seryoso si Jake. Alam kong libong beses ang lakas ni Jake sa akin, kami lang dalawa sa bahay, kapag hindi tumigil si Jake sa ginagawa nya ay baka tuluyan ng hindi sya tumigil. Wala akong lakas physically at maging emotionally na pigilan pa sya.

"J..Jake...?!" Nagpupumiglas ako. Naitulak ko sya ng kaunti palayo sa akin, gusto kong makita ang expression nya. Takot na takot na ako sa kanya. Alam kong narinig ni Jake ang rehistro ng takot sa boses ko. Tumingin sya sa akin at saka lang ako nakahinga ng maluwag. May pilyong ngiti si Jake sa kanyang mukha, alam ko na nagbibiro lang sya.

"Natakot ka, ano?" Natatawa sya, tapos ay tinuloy nya ang paghalik sa akin. Wala na ang pwersa at pagiging agresibo nito. Siguro yun ang paraan ng pagganti nya sa akin, ang takutin ako.

Pinalo ko sya bago ko muling itinulak, pero hindi pa rin ito natinag sa pagkakadagan sa akin.

"Di ba palagi akong nakikiusap sa iyo na WAG na WAG mo ako ng SE-SEDUCE-IN?" Sinasabi nya ito sa pagitan ng mga halik nya sa akin sa labi, sa pisngi, at sa leeg. "Naalala mo na halos magmakaawa pa nga ako sa iyo...I beg and even warn you..."

"Grabe ka naman, para kiss lang, eh...seduce na yun! Bakit, bawal na bang humalik sa iyo?" Kiliting-kiliti naman ako sa ginagawa ni Jake sa akin. I gasped with pleasure in between his kisses.

"Yun na nga, hindi mo ba alam kung gaano ako ka-affected sa bawat hawak mo lang, yun pang halikan mo ako ng sunod-sunod. Naghahanap ka talaga ng ikakapahamak mo ano?"

Nag belat ako sa kanya na parang bata. Ngumiti lang sya saka ako hinalikan ulit, pero ngayon, sya na ulit ang aking Jake, malambing at kontrolado, hindi yung halimaw na tumakot sa akin kanina.

Tinulak ko ulit sya palayo sa akin kasi naman ay baka madala na naman ito, pero hindi pa rin sya patinag. He started kissing me again -- taunting me, teasing me. Siguradong ilang sandali lang ay madadala na ito sa ginagawa nya. Ramdam ko na kasi ang init ng katawan nya sa pagkakapatong sa akin. Tapos mag-uumpisa na naman kami ng usapan tungkol sa intimacy hanggang sa mauuwi na naman ito sa tampuhan. Kailangang pigilan ko na si Jake bago pa magbago ang mood nito.

"J..Jake..." Seryoso akong naglagay ng pwersa sa tulak ko sa kanya. Noon biglang bumukas ang pinto. Mabilis na tumayo si Jake at saka biglang parang kidlat na naka-upo na itong parang santo at mabait na bata sa pinakamalayong bahagi ng sofa. Kinuha nito ang throw pillow para itakip sa ibabaw ng kanyang mga hita.

"Hello, kiddos!" Sabi ni Lilet, hindi ko alam kung napansin nya kami kanina. Mabilis kong naayos ang sarili ko, lalo yung blouse ko na nabuksan na pala ni Jake ang butones. Kumuha rin ako ng throw pillow para itakip sa aking katawan. Magkalayong magkalayo kami ni Jake, sa makakakita sa amin, iisipin nilang nag-aaway kami. "Kanina pa kayo? Nakaluto ka na ba?" patuloy ni Lilet.

Tumingin ako kay Jake. Kinagat ko ang labi ko para pigilan ang tawang biglang gustong kumawala sa akin. He looked so guilty. Halos nawalan ng kulay sa mukha si Jake sa pamumutla. The monster Jake was all gone. Naging parang maamong tupa ito, parang anghel ang mukha sa bait. I wanted to grab him and assure him all over again that it's alright.

Tumingin din sya sa akin, nakita kong dumako ang mga mata nya sa buhok ko. Nang kapain ko ang buhok ko ay gutay-gutay ito, naayos ko nga ang damit ko pero may ibedensya pa rin pala akong hindi ko naayos ng mabuti.

Nakita kong pigil din ang pagtawa nya. Sa huli ay hindi namin kinaya, sabay kaming tumawa ng malakas. Ang tagal naming nagtatawanan na halos maubo na ako sa kakatawa. Pareho kaming natakot at na-guilty sa ginawa namin. Jake was so cute. Hindi pa natapos sa tawanan. Ilang minuto pa at naghahagikhikan pa rin kami. Nakatingin naman si Lilet sa amin na para kaming parehong baliw.

<><><>

The academic achievement fuels the fire inside Jake. Nag-iba talaga ang pananaw niya sa pag-aaral. Ginanahan pa sa paggawa ng thesis dahil umayon ito sa passion at galing niya. Ako man ay nahawa sa positive vibes niya kaya naging Dean's lister ako nang matapos ang semester.

As a reward, nag-allot kami ng oras sa paglilibang at pamamasyal. Mahirap kasi kapag palagi kaming indoors, nauuwi sa necking at petting ang downtime namin. Ramdam ko kasing nanghihina na ako sa pagsaway kay Jake at pagpipigil dito. Ang galing-galing na ni Jake na tuksuhin at palambutin ang puso ko. Natatakot na rin ako sa sarili ko dahil may mga pagkakataong gustong-gusto ko nang bumigay. Kung hindi lang may takot pa rin akong mangyari sa akin ang nangyari kay mommy at baka iwan ako ni Jake kapag ibinigay ko na sa kanya ang lahat-lahat.

Minsan kasing masyado kong nabigyang laya si Jake sa paghalik at paghawak sa aking katawan, sabay pigil sa kanya at the last minute, grabe ang naging mood swing nito. Hindi kinaya ng usual lambing ko na mapatawa siya o maalis ang topak niya. Days bago siya bumalik sa dati. Hindi kami magkaaway per se, pero sobra ang guilt ko sa pagkawala niya ng gana sa lahat ng bagay. Muntik pa nga siyang hindi umattend sa unang panel defense nila. Kaya pinangako ko sa sarili ko from then on, never ko na talaga siyang papayagang ma-carried away sa lambingan namin.

Para lang maibalik ko siya sa dating mood niya ay nagbayad pa ako ng singing telegram na nangharana sa kanya. Usong-uso kasi yun kaya pinaharang ko siya sa labas ng campus. Ayun, puro kantyaw at biro ang inabot nya sa barkada. Alam kong nahihiya sya pero gustong-gusto nya naman dahil lumalabas sa mga kaibigan nya na naghahabol ako sa kanya ng husto. Kaya ang yabang-yabang ng mokong.

Ang hindi alam ng mga kaibigan nya ay kung gaano ko saktan at pahirapan si Jake physically and psychologically. Talaga namang sagad-sagaran ang pasensya nya sa akin na halos mabaliw na rin siguro ito. Kaya naman lalong napapamahal sa akin si Jake, kahit ganoon ang ginagawa ko sa kanya ay hindi pa rin nya sinisira ang pangako nyang igagalang ang gusto ko. Kaya naman pagdating sa ibang bagay ay sya ang nasusunod sa relasyon namin.

<><><>

Isa sa mga naging libangan namin ay ang pumunta sa mga sikat na lugar sa Maynila at kalapit na pook. We visited museums, national parks, and tourist spots in the morning and restobars in the evening. Yun ang kagandahan ng may sariling sasakyan, pwede kaming umalis ano mang oras namin gustuhin. Nagpupunta rin kami sa mga malls. Pero wala naman talagang pwedeng gawin sa mall kundi manood ng sine at kumain. Sa huli, mauuwi kami sa madilim na lugar, at iyun na naman puro kalaswaan na naman ang mapupunta sa isip ni Jake. Kaya simula noon iniiwasan kong magpunta kami sa mall kung wala rin lang naman kaming bibilhin.

Sinisigurado kong pupunta kami sa matataong lugar. We attended local plays. Sa CCP madalas ganapin ang mga ito. Tinutulugan ni Jake ang mga plays na pinanonood namin pero okay lang basta magkasama kami. We also attended local and international concerts. Napaka musical kasi ni Jake kaya alam kong magugustuhan nya ang panonood ng mga local at international bands na nagpe-perform sa bansa. Hindi mura ang naging mga libangan namin, pero nagtitipid talaga ako sa baon ko para lang maka-ipon ng pang-gala namin. Syempre nakadagdag din ang pagkakaroon ko ng nanay na tinutumbasan ng pera ang bawat pagkukulang nya sa anak.

Jake was also spoiled rotten by his mom. Kaya naman madalas na marami rin itong allowance. Bukod pa sa extra na pinadadala ng daddy nya para sa kanila ni Grace. Tinuruan din akong maggitara ni Jake, alam kong nami-miss nya ang makipag-tugtugan sa barkada nya kasi lagi kaming magkasama, kaya nang matuto akong tumipa ng gitara ay dalawa kaming nagja-jamming sa musika ng Eheads, Introvoys, After Image, River Maya, Side A, pati ang papasikat pa lang na Grin Department. Haynaku, napaka-green kasi ng utak ni Jake. Minsan naman ay nakikisama ako sa pagja-jamming nila ng banda nya. Sa kwarto ni Jake kami madalas mag-practice, meron kasi itong drumset doon.

Ilang beses na rin akong nakikitulog sa bahay nila, sa kwarto ni Grace syempre. Hindi naman nagagalit ang mommy ni Jake kahit alam nito ang relasyon namin kaya lang naiilang pa rin ako dito. Ang sungit kasi ng mukha at hindi nagsasalita. Hindi ako kinakausap, tinitingnan lang ako pero ni ngitian ay hindi nito magawa.

52

Not A Quitter

"Failure is inevitable, but giving up is unforgivable"

Isang mamahaling gitara ang regalo sa akin ni Jake noong debut ko, simple ko lang ginanap ang aking 18th birthday. Ayoko ng maraming taong iistimahin at ayoko ng party. Hindi naman makakauwi si mommy kaya bakit pa ako maghahanda ng sobra-sobra? She just gave me cash as a birthday gift. Sabi nya bilhin ko na lang daw kung anong gusto ko. Pinakain ko lang sa labas ang mga kaibigan ko, pero si Jake ang pinaka-highlight ng aking celebration. Kumain kami sa isang fine dining restaurant at saka nanood ng Bon Jovi concert.

"You are officially an adult." Sabi sa akin ni Jake matapos ang gabi at pauwi na kami.

"Akala ko big deal maging 18, the same lang ang pakiramdam ko as any other day. Kagaya lang ito noong nag-birthday ako ng 17, anong big deal sa debut? Mas big deal pa na ako ang pinaka-matagal mong girlfriend, sa totoo lang." Hinimas ko ang batok ni Jake. Nagda-drive ito kaya hindi ko mahawakan ang kamay nya.

"Thanks for my gift, alam mong nag-eenjoy ako sa guitar mo ano? Para mabawi mo na sya sa akin, kaya binilhan mo ako ng sarili ko."

Nang nag-uumpisa akong mag-aral ng gitara, pinahiram muna ako ni Jake ng gitara nya. Alam kong importante sa kanya ang gitara nya kahit luma na ito. Si Jake kasi yung lalaking mahilig maglagay ng sentimental value sa mga materyal na bagay. Kaya alam kong kahit luma na ang gitara nya ay hindi nya ito ipagpapalit sa bago.

Tumawa ng malakas si Jake. "Buti naman at nahalata mo." Hinawakan nya ang kamay ko, habang ang isa nyang kamay ay nasa steering wheel. Hinalikan nya ang palad ko, habang nakatingin pa rin ito sa kalsada.

"Naiisip ko lang...Now that you're officially an adult...baka naman pwedeng..."

"Oi..sa ibang bansa lang officially adult ang 18, dito sa atin teenager pa rin ako." Pagpuputol ko sa sasabihin nya.

"Hindi mo pa nga alam ang sasabihin ko."

"Sa tono mo pa lang parang alam ko na."

"Pambihira ka talaga!" napakamot na lang ng ulo si Jake.

Natawa naman ako. Ibig sabihin nito wala na kaming dapat pag-usapan pa.

<><><>

"Teka! Jake! Teka muna... – No! Hindi ko na maabot ang sahig, Jake! Balik mo na ako! Balik mo na ako, ngayon na!" Wala akong pakialam kung maiskandalo ang ibang tao sa pool. Takot na takot na talaga ako. Hindi naman ako pinapansin ni Jake, tuloy-tuloy pa rin ang paghatak nito sa akin papunta sa malalim na bahagi ng tubig. Ang higpit ng yakap ko sa likod nya, alam nitong hindi ako marunong lumangoy. "J..Jake...please..." Naiiyak na ako, having a full blown panic attack.

Gusto kong maglangoy, nakakasisid naman ako pero dun sa abot ko dapat ang sahig. Sa mababaw ako lagi nagtatambay dahil hindi ako natatakot, pero oras na hindi ko na maabot ang sahig ng pool ay umaatake na ang nerbyos ko.

Nagka-trauma kasi ako noong bata pa ako, muntik akong malunod sa dagat. Yung takot na naramdaman ko noong naghihingalo ako sa ilalim ng tubig ay bumabalik sa oras na sinusubukan kong mag-aral lumutang sa malalim na tubig. Pero lagi nilang sinasabi na matututo lang daw akong maglangoy kung sa malalim na tubig ako magpa-practice.

"Beth...ano ba? Wag ka ngang maingay! Andito lang ako, di kita iiwan." Pilit nyang tinatanggal ang pagkakahawak ko sa kanya pero hindi ako matinag.

"Please...wag mo akong iwan Jake." Pakiusap ko.

"Hindi sabi. Trust me. Tuturuan kita ng basic, andito lang ako sa tabi mo." Tinitigan nya ako sa mata, alam kong seryoso sya sa sinasabi nya. Wala ang pilyong ngiti nito na madalas manahan sa kanyang mga mata.

"Doon mo na lang ako turuan." Tinuro ko ang gilid ng pool na pinanggalingan namin.

"No."

"J..Jake..."

"Beth..."

Niluluwagan nya ang hawak ko sa kanya, pero nanlaban ako. Hindi nya ako pinuwersa noong una, lumutang-lutang na lang sya habang naka-angkla ako sa leeg nya.

"Alam mo na kapag pinulikat ako dahil sa bigat mo ay lulubog tayo, di ba?"

"No!" Ang lakas ng sigaw ko, tumingin ang ibang tao sa amin. Bagong bukas na resort ito kaya naisipan kong ayain dito si Jake. Kung alam ko lang na ganito ang mangyayari sana pala ay sa iba na lang kami pumunta.

"Shh! Wag kang maingay, ano ba!"

"Then let's get out of here now!" Binulong ko sa kanya. "No."

"Jake naman, eh."

"Billy, ano ka ba! Kaya mo ito. Learning how to swim is a life saving skill."

Tinawag nya akong Billy, ibig sabihin seryoso na talaga ito at nagagalit na sa akin. Naluluha na talaga ako. Hinalikan nya ako ng masuyo sa labi.

"Trust me, okay? Hindi kita iiwan...ever."

Hindi tumuloy ang luha ko. Unti-unti ay niluluwagan nya ang hawak ko sa kanya. Parang naglalaro lang kami sa tubig. May mga inuutos sya sa akin, nang unti-unti ko itong sundin ay nakakaya ko naman. Mahirap sa una na talunin ang takot ko. pero sa tuwing susunod ako sa sinasabi ni Jake ay nakikita ko kung gaano sya kaproud sa akin. Lalo pa nya akong pupurihin at papalakasin ang loob. Kapag lulubog ako ay matatamaan ko ang sahig ng pool. Ilang talampakan din ang lalim nito, pero sa tuwing sisipain ko ito ay aangat ako at makakahinga na ulit. Unti-unti ay natututo akong lumutang para hindi ko na kinakailangang lumubog ng tuluyan, pero kapag nasira ang bwelo ko at bigla akong magpa-panic, andoon si Jake para iahon ako. Ilang sandali lang ay natuto na akong lumutang mag-isa, takot pa rin pero hindi na masyado na gaya nung una.

"Wow!" Sabi ko ng sa wakas ay makabitaw ako sa kanya at hindi na ako lumubog. Nakangiti ako sa kanya, gulat na gulat na madali lang pala ang paglutang. Ngayon marunong na akong lumangoy sa mababaw o sa malalim man.

"See. I told you." Lalangoy na dapat sya palayo sa akin pero pinigilan ko sya.

"Hep! Sinunod na kita, wag mo naman akong biglain. Baby steps, okay? Wag mo akong iwan, dalhin mo na ulit ako sa gilid ng pool."

"Bakit di mo gawin mag-isa. Here, let me show you."

Takot pa rin akong maiwan sa gitna ng malalim na tubig mag-isa, kahit marunong na akong lumutang. Sumunod ako ng lumangoy sya, hawak nya ang kamay ko. I felt a sense of pride when I did it. Niyakap at hinalikan ko si Jake ng makarating kami sa gilid ng pool. Maraming tao ang nagkakasiyahan, at alam kong hindi na nila kami pansin. Isa pa ay hindi naman namin sila kilala kaya hindi ako nahiyang maglambing kay Jake kahit andoon sila.

"Thank you." Sabi ko. "That was great." Inamin ko ulit.

"You're welcome, Beth." Hinalikan nya ako ng malalim.

"You didn't leave me." Sabi ko matapos nyang pakawalan ang labi ko. Yung ibang sumubok magturo sa akin noon ay madalas akong iwan. Hindi pa nga ako handa ay iiwan na nila ako. Kaya nagpa-panic ako, hindi tuloy ako matuto-tuto.

"Hindi ako nang-iiwan."

Tiningnan ko sya, naalala ko si Grace.

"Bakit?" Tanong ni Jake dahil kakaiba ang tingin ko sa kanya.

"Alam mo, sinabi rin sa akin ni Grace yan. Sabi nya hindi sya nang-iiwan." Kinuwento ko sa kanya ang nangyari sa amin ni Grace sa mall nang naghintay siya ng tatlong oras sa akin.

"Isa yun sa mga tinuro sa amin ng parents namin, especially my dad. We don't leave a friend, we don't leave or quit a relationship."

"Pero wala dito ang daddy nyo, malayo sya. Iniwan nya kayo."

"No, hindi yun ang ibig nyang sabihin. He will never be the one to leave my mom. He will stick to her no matter what." Sinabi ni Jake na high maintenance ang mommy niya sa relasyon nito sa daddy nila.

"Oh..." Nagustuhan ko ang sinabi ni Jake na iyun. "Pero di ba ang dami mong girlfriends na iniwan noon?"

Natawa sya.

"Sila ang nang-iwan sa akin."

Nagulat ako sa sinabi nya. "Wee! Hindi nga? Totoo? I mean, kahit ayaw mo na halimbawa, hindi ka pa rin nakikipag-hiwalay?"

"There are a lot of ways to make a girl leave you. Nakakaramdam naman sila, kaya kusa silang nakikipag-break sa akin."

"Ganoon lang, hindi ka nasasaktan?"

"Madali namang makalimutan ang relasyong hindi seryoso, pero pag seryosong relasyon hindi ako talaga mang-iiwan."

"Does that mean you will not leave me?" Pabiro ang tono ko pero seryoso ang tanong na ito para sa akin.

"Depende...seryoso ba ang relasyon natin?"

Napahiya ako kaya tinalsikan ko sya ng tubig sa mukha at saka akmang lalayo sa kanya. May konting tampo akong naramdaman, pero mabilis na dinakma ako ni Jake at saka kiniliti. An overwhelming sense of security washed over me. Alam kong seryoso sa akin si Jake, at alam kong hindi nya ako iiwan.

◇◇◇

"Try mo ito masarap," nasa isang restaurant kami ni Jake sa Malate. Nakakain na si Jake dito, pero unang beses pa lang para sa akin. Kakagaling ko lang sa CR at naka-order na si Jake pagdating ko.

"Masarap, ah." Sabi ko matapos kong kainin ang sinubo nya sa akin.

<><><>

"So what do you think of the meal na kinain mo?" Naglalakad na kami pauwi sa bahay.

"Okay lang, medyo kakaiba ang luto nila, no? Bakit mo gusto sa restaurant na iyon?"

"Exotic kasi ang mga meals nila." Mahilig kaming mag food trip ni Jake, pareho kasi kaming matapang manlasa ng pagkain. Gusto namin yung pag maalat eh maalat talaga, ang matamis, matamis na matamis. Basta dapat mataas ang lasa ng pagkain. Talagang na-gre-restaurant hopping kami para lang maghanap ng masasarap na food.

"Exotic?" Tumigil ako malapit sa pintuan. Hinarap ko sya, para kasing may kahulugan ang sinasabi nya. Kanina ko pa ito napa-pansin sa kotse na parang ngingiti-ngiti.

"Well...yung kinain natin ay, adobong palaka, pritong bayawak, at inihaw na sawa." Mayabang na sabi ni Jake.

Napanganga ako, pakiramdam ko ay mawawalan ako ng ulirat. Kinilabutan ako sa pandidiri. I felt my eyes water then I ran inside the house to puke.

"Ang sama mo! Ang sama-sama mo talaga!" Galit na galit na ako kay Jake bukod sa diring-diri pa. Sinisigawan ko sya sa kabila ng pagsusuka ko. Tawa ng tawa si Jake, nasa likod ko ito. Sinubukan nyang himasin ang likod ko pero pinalo ko ang kamay nya.

Inakala ni Lilet noong una na buntis ako kaya nasusuka. Nang pinaliwanag ni Jake ang totoo ay natawa na rin ito. Naiyak tuloy ako sa inis.

53

Life To The Fullest

"You only live ones - enjoy it beyond measure"

"Sorry na..." kanina pa ako inaamo ni Jake. Hindi na ako galit, masarap lang na inaamo nya ako. Ayaw rin ni Jake na tahimik ako.

"Ang salbahe mo kasi."

"Gusto ko lang ma-try mo ang lahat. Ang hirap kasi sa iyo napaka..."

"What?" Tumigil kasi si Jake sa pagsasalita.

Niyakap nya ako, assuring me. "Ikaw kasi...You're so uptight minsan." Halatang alanganin si Jake magsalita, alam kong ayaw nyang masaktan nya pa ako ulit.

"What do you mean?"

"Masyado kang safe. Masyado kang straight. Try to loosen up once in a while."

Alam ko ang ibig sabihin ni Jake. Lagi nya akong binibiro na duwag daw ako. Takot kasi ako na maging sentro ng atensyon ng ibang tao. I am so insecure and unsure of myself. Ngayon alam na nya na hindi ako totoong suplada, mahiyain lang talaga ako lalo na kapag napapansin ako ng ibang tao. Mas kumportable kasi ako na parang anino lang sa isang sulok. I am most comfortable if I can just slip by unnoticed. Mas gusto ko na hindi na lang ako pansinin ng mga tao.

Si Jake naman ay kabaliktaran ko. Gusto nyang subukan ang lahat. Even if it would mean risking anything. Kung mas delikado pa nga ang gagawin nya ay mas gusto nya itong subukan. He is also playful and a jester. Kapag sobrang napipikon na ako sa mga kalokohan nya, talagang nagagalit ako sa kanya, pero kikilitiin nya naman ako hanggang pareho na kaming tatawa ng tatawa. Hindi ko talaga kayang magalit ng matagal kay Jake. Gustong-gusto ko na marinig ang tawa niya, nakakahawa kasi ito. It's nice to know that we have more laughs than cries in the times that we spend together.

"Please learn how to laugh at yourself. Kasi kapag matampuhin at balat sibuyas ka, ikaw ang talo. Kaya ayaw mo ng large crowd kasi feeling mo pagtatawanan ka nila. Kapag nasa company ka ng maraming tao at pakiramdam mo ay gumawa ka ng isang bagay na katawa-tawa, unahan mo silang tawanan ang sarili mo. Try to laught at yourself and eventually malalaman mo na okay lang palang lumabas sa kahon mo paminsan-minsan. People will warm up to you. Get out of your comfort zone, Beth... it's fun."

Alam kong tama si Jake. Kaya naman hindi ko magawang magalit sa kanya. Kahit na nga gusto na nya akong lasunin para lang mapatunayan ang punto nya. Ang totoo, kung aayain nya akong kumain ulit sa exotic restaurant na iyun ay sasama pa rin ako sa kanya. Masarap naman yung pagkain, binigla nya lang kasi ako kaya naisuka ko ang mga ito.

<><><>

Nang mga sumunod na araw ay naging abala na kami sa Sports-Fest. Gustong-gusto ni Jake ang buwan na ito dahil nakakapaglaro sya ng basketball. Pati sa sports ay magkabaligtad kami ng gusto ni Jake. Takot ako sa kahit anong uri ng bolang gumagalaw. Ang bola lang na hindi ako natatakot hawakan ay ang bola ng jackstone. Kahit yun na nga lang ay hindi pa ako magaling, pero syempre lagi akong andoon para sa kanya tuwing nagpa-practice sya at tuwing may laban sila. Hindi pa rin ako sanay sa mga babaing sumisigaw para i-cheer sya. Yung iba nga ay sumisigaw pa ng "I love you" sa kanya, sa tuwing makaka-shoot sya. Minsan ay nagrereklamo ako sa kanya dahil sa mga babaing ito, pero ngingiti lang sya na para bang nagyayabang pa. Lalo tuloy akong naiinis sa kanya, pero alam ko namang hindi nya kasalanang maging lapitin ng mga babae. Sobrang ma-appeal kasi sa kanila ang bad boy image ni Jake, tapos basketbolista pa. Haynaku!

Wala akong maintidihan sa larong basketball. Pinilit kong matutunan ito sa tuwing sinansamahan ko syang manood ng laro sa TV man o live sa Araneta. Pero sa oras na marinig ko ang mga salitang center, forward, defense, free throw, etc. hindi na kayang i-proseso ng utak ko ang sinasabi nya. Kaya sa huli, sisigaw na lang ako sa tuwing makaka-shoot ang team nila Jake.

I am so proud to be his girl. Tumatalon ang puso ko sa tuwa sa tuwing hahanapin nya ako sa grupo ng mga manonood kapag nakakakuha sya ng pagkakataon. Ang yabang-yabang ko sa tuwing ako ang hahanapin nya pag tapos na ang laro. Nakakalimutan ko ang mga babaing pinagseselosan ko sa sandaling yakapin nya ako ng pawisan nyang braso. Alam ko kasing sa pagitan ng pag-aaral namin, ng relasyon namin, ng Thesis nya, at ng mga extra-curricular activities nya ay wala na syang panahon para makapambabae pa. Ako lang ang babae sa buhay nya. Ako lang!

◇◇◇

Naglalakad ako papunta sa bench na nasa gilid ng covered court habang kumakain ng binili kong ice cream. Hinanap ng mga mata ko si Jake, nakita ko syang naglalaro ng basketball. Tumango lang sya sa akin ng kawayan ko ito at saka nagpatuloy na sa pagpa-practice. Nirentahan nila ang gym ng dalawang oras para makapag-practice. Malapit na kasi ang championship playoffs. Wala pang talo ang team nila Jake kaya siguradong mapupunta sila sa winner's bracket.

Tapos na ang klase ko, hinihintay ko na lang sya para iuwi ako sa bahay. Makakapaglaro sila Jake mula 4pm hanggang 6pm, may mga ibang tao rin sa court na nagpa-practice ng iba pang larong may kinalaman sa sports fest. Wala naman akong masyadong kakilala sa kanila para makakwentuhan ko. Naisipan ko na lang na bumili muna ng ice cream dahil baka gutumin naman ako ng kakahintay. Sa isang sulok ng bench na lang ako magpapalipas ng oras habang hinihintay ko sya. Ingat na ingat akong wag mapansin ng ibang tao. Sa pinaka-gilid ng court na ako dumaan para hindi ako maka-istorbo sa mga naglalaro.

Kung kailan malapit na ako sa bench ay saka naman ako nakarinig ng mga taong nagsisigawan. Tumingin ako sa grupo ni Jake na naglalaro, doon ko nakita ang mabilis na bolang lumilipad papalapit sa akin. I acted too fast, quite too fast. Nataranta ako sa pag-atras kaya napatid ako sa sarili kong mga paa. Bumagsak ako, una ang puwit, saka tumama ang ulo ko sa sahig. Napapikit ako, ni hindi ako makatayo mula sa aking pagkakahiga. Pinapakiramdaman ko ang sarili ko kung may masakit ba sa akin. Hindi ko na alam kung nasaan ang ice cream ko o kung nasa ere pa ang bolang sasapak sana sa mukha ko. Sa isip-isip ko ano ba ang mas grabe ang tamaan ako ng bola sa mukha o ang kalagayan ko ngayon? Palagay ko pareho silang grabe, siguradong nakatuon na ang pansin ng lahat ng tao sa akin. Ugh! Kung ano pa ang pinaka-ayaw kong mangyari ay yun pa talaga ang nangyari sa akin. Kung pwede lang bumuka ang lupa at lamunin ako para hindi ko na salubungin ang tawa nila sa akin.

Nakarinig ako ng ingay papalapit sa akin. Hindi ako gumalaw, nanatili akong nakahiga habang nag-iisip ng susunod kong gagawin.
"Beth! Crap! Crap! Crap! Beth..."
Naramdaman kong may lumuhod sa tagiliran ko, alam kong si Jake iyun kahit hindi ako nakamulat.
"Pare, sana sinalo mo na ang bola nung binato ko sa iyo!" Pinagagalitan ni Jake ang isa sa mga kasamahan nya.
"Pasensya na, tol, ang bilis ng bola hindi ko talaga mahabol."
Hindi ko mabosesan kung sino ang kausap ni Jake.

Binuksan ko ang mga mata ko. Noon ko nakita ang iba pang kaibigan ni Jake na nakatanaw sa akin. Hindi nila ako ginagalaw sa takot na may bali ako, kailangan muna nilang makasiguro sa kalagayan ko. Alam kong maghihintay sila ng professional na pwedeng tumingin sa kalagayan ko. Hindi sa akin nakatingin si Jake, sa kasamahan nyang hindi nakasalo ng bola ito nakatingin, pero nakita ko sila Vik, Ronel, at Arnold. Tila nakahinga sila ng maluwag ng mamulat ako, kinindatan ko sila bago ako muling pumikit.

"Beth? Beth...anong masakit? Crap! Anong gagawin ko?" halata ang pag-papanic sa boses ni Jake. Narinig kong pigil ang tawa ng mga kaibigan ni Jake. Kuha nila ang biro ko. "Pare, tulungan nyo ako, buhatin natin sya sa clinic."

Binuksan kong muli ang mga mata ko, sa barkada nya nakatingin si Jake. Ngumiti ako sa kanila, hindi na nila napigil ang pagtawa. Doon biglang tumingin sa akin si Jake kaya nahuli nya ako bago ko pa tuluyang naipikit muli ang aking mga mata.

"Got yah!" sabi ko. Nagtawanan ang barkada nya.

54

Loosening Up

"You never know what you can do until you try"

"Anak ng..." umulan ng mura mula kay Jake, pero mas lalo lang kaming natawa pare-pareho. Despite his anger, I can hear relief from his voice, kaya alam kong okay lang ang ginawa ko.

Nagtangka akong umupo pero medyo nahihilo pa ako. Hinawakan ko ang ulo kong nauntog. Hindi naman malakas ang bagok ko kanina kaya alam kong wala lang ito. Gusto ko lang masigurong hindi ako magkakabukol, pero masakit ang puwit ko dahil iyun ang unang bumagsak. Doon din napunta ang buong pwersa ng bigat ko. Sigurado akong bukas ay mararamdaman ko ang epekto ng pagkakabagsak ko. I would be all sore in the morning.

Nang makita ni Jake na kinakapa ko ang ulo ko ay tumigil itong magmura. Alam kong hindi na ito masyadong galit. Inalalayan nya akong umupo. "Anong masakit? Beth, sabihin mo sa akin."

Gustong-gusto ko ang lambing ng boses ni Jake ngayon. Ang cute nya kasi, nawala ang pagiging brusko nito at napalitan ng mapagmahal na higante na inaalagaan ako na parang bata.

Tumingin ako sa kanya at hindi ko mapigilang halikan ito sa labi. Nagulat si Jake, alam kasi nitong hindi ako kumportableng magpakita ng affection sa harap ng mga kaibigan at kakilala namin. Abot-abot naman ang kantyaw ng mga barkada ni Jake sa kanya.

"Kakainggit!"

"Ang sweet naman!"

"Yahooo!"

"Finally, naka-score na ang bata namin!"

Natawa na rin si Jake, alam kong gustong-gusto nya naman ang ginawa ko. Ang yabang-yabang ng loko.

"You owe me an ice cream." Sabi ko nang maitayo na nya ako. Nakita kong natutunaw na sa lupa ang ice cream na binili ko.

"Okay, wait here. Ibibili kita." Tumakbo naman si Jake papunta sa ice cream stand malapit sa court. Naupo na ako sa bench para hintayin sya. Tiningnan ko ang damage ng pagkakabagsak ko sa aking uniform. Wala namang nasira, nadumihan lang. Pinagpag ko ang dumi at alikabok na maaalis ko pa. Napansin kong papalapit si Ronel sa akin.

"You're cute, kanina. Very funny," sabi ni Ronel sa akin. Ngayon lang nya ako kinausap ulit simula noong isinayaw nya ako sa party.

"Thanks." Maikling sagot ko.

May sasabihin pa sana ito pero nakita nitong papalapit na si Jake sa amin. Tumingin na lamang ito sa akin, saka ako kinindatan habang papalayo.

"What's that all about?" Kay Ronel nakatingin si Jake.

"You said I needed to lossen up and learn how to laugh at myself. You're right, it was fun. Noong una nakakahiya, kaso narealize ko andoon na, eh. Ano pang magagawa ko? Nakasalampak na ako sa sahig. So, dahil binato mo ako ng bola, I would rather do something about it. Didn't you have fun? Sorry ha. Am I forgiven?" Ang dami kong sinabi, nag-iba kasi ang mood ni Jake.

"Si Ronel, bakit sya nakikipag-usap sa iyo?" Sa akin na sya nakatingin, halata sa mga mata nyang naiirita ito. Kasi naman pakindat-kindat pa si Ronel, eh. Bwisit na lalaki, pahamak pa sa akin.

"Oh…" hindi ako makasagot dahil may ice cream pa ako sa bibig. I waited for him to let it go, but he wouldn't budge. Hinintay nya talaga akong makalunok para malaya na ang bibig kong magsalita at sagutin sya. Kaso anong sasabihin ko? Eh, wala naman talaga yun, hindi nga lang maniniwala si Jake.

"Jake…come on! Naghahabol tayo ng oras." Sigaw ng barkada nyang naglalaro na ulit ng basketball.

Dahil hindi na mahihintay ni Jake ang sagot ko ay bigla na lang akong hinatak nito at saka hinalikan ng matagal. It was a deep kiss. His kiss was a shouting statement saying "You are mine!". I answered back just to pacify him. Alam kong madali syang mapika kapag tungkol kay Ronel. Typical man, he had to show Ronel who I belonged to. Kaya kinakailangan nya akong halikan ng ganito sa harapan ng barkada nya. Pagkatapos noon ay bumalik na sya para maglaro. Napakaseloso talaga ni Jake. I could see though, how proud he was to show everyone that I was his.

<><><>

Nasanay na rin sa amin ang mga tao sa campus. Ibang tsimis at ibang couples na ang pinag-uusapan nila, laos na kami. Natapos ulit ang semester ng maayos para sa amin ni Jake. Nakapasa ang proposal nila sa Thesis. Mauumpisahan na nila ang paggawa ng program tungkol dito bilang paghahanda sa susunod na semester. 4th year na si Jake, pero may mga naiwan pa rin itong minor subjects na naibagsak nya noong mga panahong nagloloko pa ito sa pag-aaral. Hindi ko pa rin sya magiging classmate, dahil irregular senior sya samantalang regular junior naman ako.

The semester was worse for Grace, though. Apat ang bagsak nya sa pitong subjects namin.

"Grace, totoo ba?" Nasa bahay nila ako. Hinihintay ko si Jake dahil sasamahan ko siyang mag-enroll for summer.

"Oo."

"Dahil ba kay Jasper?" Nag-break sila ni Jasper bago matapos ang semester. Hindi masyadong dinetalye ni Grace ang dahilan. Wala lang, parang lagi lang kasi silang nag-aaway. Si Jasper ang nakipaghiwalay sa kanya.

"Medyo, at saka bagsak-bagsak na ako. Ayaw ko ng ulitin ang COBOL ng pangatlong beses."

"Paano? Paano na tayo?" Hindi maiwasang hindi ako malungkot.

"Ano ka ba? Andito pa rin ako. Lagi ka namang andito dahil kay kuya."

"Pero, I will miss you sa school."

"Ako rin naman, pero nakapagdesisyon na ako at pumayag naman si mommy na mag-transfer na ako ng ibang school. Magshishift na lang rin ako ng kurso, yung mas madali. Ayaw ko talaga ng computer. Basta andito lang ako kapag kailangan mo ako, okay? Hindi naman kita iniwan."

Huminga ako ng malalim. She just did. She did leave me on my own, pero kilala ko si Grace, kapag nakapag-desisyon na ito, hindi mo na pwedeng ipilit na magbago pa ito ng isip. Nang bakasyong iyon ay inubos ko ang summer ko hanging out with Grace habang abala si Jake sa summer classes, basketball tournament, at thesis. Sa kanilang dalawa, nahanap ko ang pamilyang matagal ko nang kinasasabikan.

<><><>

Nang pasukan ay binalita ko kina Cyril ang naging desisyon ni Grace. Nalungkot din sila para dito, pero hindi kasing lungkot ko. Ako kasi ang super buddy ni Grace. Gusto ko tuloy sisihin si Jasper sa nangyari pero alam kong kahit ano pang gawin ko ay hindi na magbabago ang pasya ng matalik kong kaibigan. Sa huli ay hindi ko na kinibo si Jasper kahit kailan.

Naging memorable sa amin ni Jake ang sumunod na acquiantance party, kahit hindi na kami freshmen, we celebrated our anniversary dancing like we did a year ago. It's official, ako ang pinakamatagal na karelasyon ni Jake, at determinado akong ako na rin ang pinakahuli.

Mas pinaghandaan ko ang birthday ni Jake, sakay sa kotse kung saan kami unang nagkaroon ng encounter ay napangiti ako.

"Hoy, anong nginingisi-ngisi mo dyan?"

Hindi ko napansin na nasa driver's seat na pala siya. Nakapark kami malapit sa 7-11 dahil bumili siya saglit ng Gatorade. Tiningnan ko lang sya at saka mabilis na hinalikan sa labi. Ayokong malaman nya ang laman ng isip ko, hindi naman sya nagpumilit, pinaandar niya na lang ang kotse para ihatid na ako sa apartment.

May party si Jake sa ika-20th birthday nya. Sa bahay nila ito ginanap at andoon ang lahat ng mga kaibigan nito. Bumaha ng inumin at pulutan. Gusto ko sanang kaming dalawa lang ang mag-celebrate ng birthday nya, pero kilala ko si Jake, hindi ko sya kagaya, mas gusto nito ang napapaligiran sya ng maraming tao.

Sobrang busy ni Jake sa pag-aasikaso ng kanyang bisita kaya naman si Grace ang naging kasama ko buong araw. Maayos naman daw ang bago nyang school. Business management na ang kinukuha nyang program, mas nadadalian sya dito at malamang na makatapos din sya kasabay ko kahit naging irregular sya. Ipinakilala nya rin ako sa mga bago nyang kaibigan na inimbitahan nya rin sa party ni Jake.

Hindi maiwasang hindi ako mainggit kay Grace, pero natutuwa na rin ako na masaya sya. Lasing na lasing naman si Jake nang iniwan ko syang natutulog na.

◇◇◇

Nang sumunod na araw ko inabot ang regalo ko sa kanya -- CD walkman at ilang CD ng paborito nyang band. Tuwang-tuwa ang loko, mahilig kasi sa gadget ito. Ito ang hiling ni Jake sa daddy nya pero CD component ang ipinadala nito. Nalito ata sa sinabi ni Jake.

"Thank you, Beth." Niyakap at saka ako hinalikan ni Jake.

"Twenty ka na, hindi ka na teenager." Komento ko sa kanya pagkatapos nya akong bitiwan para huminga ng maayos.

"Oo nga, naubos na ang teenage hormones ko nang wala pa ring nagyayari sa atin."

"Ayan ka na naman..." kinurot ko sya, pero nakailag naman ito. "Anyway, next week alis tayo." Sabi ko.

"Bakit anong meron?"

"Nakalimutan mo na ano?" Inirapan ko sya.

"Ang alin?"

"Next week?"

"Ano yun?"

Sumimangot ako "Manood tayo ng concert ng The Corrs."

"Naku, nakalimutan ko. May overnight kami nila Arnold sa thesis..." napakamot siya ng ulo.

Inirapan ko sya sabay lakad sa hallway papasok sa classroom ko. Hinabol nya ako at saka pahatak na iniharap sa kanya. Pinisil nya ang baba ko, ginagawa nya ito kapag inaamo nya ako.

"Uy, nagtampo agad ang mahal ko. Joke lang." Tatawa-tawa ito.

"Umayos ka kasi!"

Kunwari ay maamong bata itong inayos ang sarili. Natawa ako. Tumingin ako sa paligid, nang masigurong walang taong makakapansin ay hinalikan ko sya sa labi bago ako pumasok sa classroom ko. "I love you..." bulong ko pa. Ang laki ng ngiti ni Jake. Pagtalikod ko naman ay pinalo nya ako sa pwet.

"Aw!" sabi ko pero hindi ko na sya nilingon.

<><>

"Wow! You look...nice." Sabi ni Jake pagkakita sa akin. Sinundo nya ako para sa aming date. Dual celebration in a way, anniversary namin at birthday niya. Hindi kasi ako satisfied sa nakaraang ginawa namin. I want him all by myself this time. Buti na lang at long holiday this weekend, umayon talaga ang tadhana sa mga plano ko.

On our anniversary he gave me a nice promise ring. Tuwang-tuwa ako dahil hindi nya nakalimutan ang actual date. Hindi kasi ito tumama sa araw kung kailan ginanap ang acquaintance party ngayong taon. Akala ko ay gagamitin nyang palatandaan ang araw na iyun bilang anniversary date namin. Bihira sa lalaki ang nakaka-alala ng saktong date ng mga importanteng pangyayari at hindi naman ako binigo ni Jake. He got the date right.

"Hangga't suot mo ito ay akin ka lang." Sabi ni Jake habang isi-nusuot nya ang singsing sa daliri ko. Akala mo simple at mumu-rahin lamang ang white gold na singsing, pero alam kong malaki rin ang ginastos ni Jake para dito. Sa loob nito ay naka-emboss ang pangalan naming dalawa at ang date ng aming anniversary. He lifted my hand and kissed the ring that solidly placed in my ring finger.

"I love you, Beth."

"Ikaw ang buhay ko." Totoong-totoo ito sa puso ko.

55

The Gift Of Love

"Lust rushes but love waits"

Kaya naman naghanda talaga ako sa gabing ito, gusto kong higitan ang nangyari sa amin a year before. I wore a revealing spaghetti princess cut dress. Nakita ko ito sa catalogue na pinadala sa akin ni mommy galing Japan, nang tumawag ako sa kanya ay hiniling kong bilhan nya ako nito. Hindi talaga ako palahingi kay mommy, kinapalan ko lang ang mukha ko para kay Jake. Tuwang-tuwa naman si mommy sa pabor na hiningi ko. She likes buying me stuff. Kadarating lang nga ng damit last week -- perfect timing for our date. I had the satisfaction of seeing his eyes popped when he saw me.

"You said, dress up, pero hindi mo sinabing formal. Di kaya masira yang ayos mo kapag nakipagsiksikan na tayo mamaya?" Kapag concert kasi ang pupuntahan namin, naka jeans lang ako. Para sa ganoon madali akong mabitbit ni Jake sa gitna ng madaming tao.

"Ay nakalimutan kong sabihin sa iyo, dinner concert ang pupuntahan natin."

"Ah...okay. Ganito lang itsura ko." Sabi ni Jake na naka-plaid polo with white T-shirt underneath, maong nga lang ang pantalon nya pero naka leather shoes naman sya. Para sa akin walang kwenta ang damit ni Jake, as in wala! Hindi sya importante sa okasyong ito. For me, he looks adorable, cute, and wonderful. I sigh in satisfaction. He's mine. "You're perfect!"

Special event sa Manila Hotel ang dinner concert ng The Corrs kasama ang Neocolours bilang opening act. Pre-concert nila ito para sa nalalapit nilang malaking concert sa Araneta.

"Konti lang ang inom, Jake, magda-drive ka pa." Alam kong nag-e-enjoy si Jake sa music. Favorite niya ang Neocolours, love na love ko naman ang The Corrs.

"Last ko na ito, ginto ang presyo masyado." Shot ng hard liquor ang order ni Jake, hindi kasi available ang beer sa bar ng hotel.

Ngumiti ako. "Don't worry about it." Pinag-ipunan ko talaga ang araw na ito.

"No, ako ang magbabayad. You bought the tickets."

"Hati tayo." Hindi naging issue sa amin ang pera. Pag meron sya at wala ako, sya ang nagbabayad, ganoon din naman ako sa kanya. Pag pareho kaming may pera, hati kami. Kapag wala naman ay hindi na lang kami lalabas.

"Okay, pero mahal pa rin ang alak na ito."

"Then don't order anymore." Tumayo ako

"Saan ka pupunta?"

"Sa powder room, sandali lang."

"Matatapos na, dalawang kanta na lang." Sabi nito na ayaw magpa-iwan.

"Naririnig ko naman eh..."

Ilang sandali lang ay bumalik na ako, kampante. I checked everything. Maayos naman ang lahat. Narinig ko pa ang dalawang kanta ng banda bago sila nagpa-alam.

"Let's go?" Sabi ni Jake, pagkabayad nya. Nagdagdag na lang sya ng binayaran dahil nauna ko nang nabayaran ang dinner.

"Kung alam ko lang na hindi mo na ako pagbabayarin sana umorder pa ako ng alak."

Inirapan ko sya. Ayaw kong nalalasing si Jake ng sobra. Sumakay kami ng elevator, nagtaka siya dahil paakyat ang pinindot kong button samantalang pababa ang papuntang parking lot.

"Saan tayo pupunta?"

"I made an arrangement for a fanmeet sa Neocolors, sa room nila, papa-picture lang tayo at pa-sign ng autograph tapos uuwi na tayo. Baka gusto mong magtanong ng tips about sa pagtugtog nila."

"Nice one!"

"Mahal masyado ang The Corrs meet and greet kaya sa local na muna tayo," sabi ko pa.

Pagkalabas ng elevator ay binagtas namin ang mahabang hallway. Kabilaan ang mga pintuang nakasarado dito. I stopped at one of the doors and got my key card out of my bag.

"May susi ka?"

"Oo, binigyan ako ng gate pass...binayaran ko yung handler nila, eh."

"Hanep ka rin talaga, ano?"

"Syempre!" Kinindatan ko pa sya.

Pinigil kong matawa sa naging reaction ni Jake nang makapasok kami sa loob ng kwarto. The expression on his face was priceless.

Dapat pala nagdala ako ng camera para nakuhanan ko sya ng litrato.

"This is my gift to you. Happy Anniversary & happy birthday, Jake." Sabi ko matapos kong isara ang pintuan ng kwarto.

The room was empty of course, except for my bag that I already kept in the room when I checked in after lunch.

Tumingin sya sa akin, halatang nalilito. I waited for everything to sink in. Medyo matagal bago nya nakuha ang pinapahiwatig ko. Epekto kaya ito ng brandy o iba pa? Sa isip-isip ko. Then I saw it, I could almost hear the click in his head when he finally understood. Napuno ng kakaibang expression ang mukha ni Jake. From confusion, understanding, unbelieving, believing, happy, excited, to finally ecstatic.

"A...are you sure?"

Ako naman ang natakot pero tumango ako.

"Wow!" sabi nitong hindi pa rin makapaniwala.

Pumasok sya sa inner room at saka nilibot ang buong kwarto. I picked a suite overlooking the Manila Bay. Mas pinili ko ang lugar na ito kesa sa mga cheap motel rooms na narinig kong may mga hidden camera na inilalagay ang mga roomboys kung saan-saan. Gusto ko kasi na kung talagang gagawin ko na ito, sa paraang gusto ko -- sa paraang pinangarap kong mangyari ito sa akin. This will be in my terms, in my way, and in my time. The room was perfect, the view was perfect, the timing was perfect, everything was perfect for this night.

"This is mind blowing...you surprised me...ako naman ang hindi ready." Sabi ni Jake sabay upo sa kama.

"Ganoon ba? Eh, di umuwi na tayo..." tumalikod ako, pero alam kong hahabulin nya ako.

"Oh no, hindi yan ang ibig kong sabihin. Walang bawian ng regalo! Ni hindi ko pa nga...nabubuksan eh." Tiningnan nya ako mula ulo hanggang paa. Napalunok ako, bigla akong nakaramdam ng matinding kaba. Ang lakas ng kabog ng aking dibdib. "I'm ready, surprised but definitely ready." Nakaharang sya sa pintong dadaanan ko palabas.

Ngumiti ako. Pero bigla akong sumeryoso. Nakita nya ang pagbabago ko ng mood. Nilapitan nya ako at saka niyakap ng mahigpit.

"I'm really scared..." inamin ko sa kanya.

Lalo pa nyang hinigpitan ang yakap sa akin. Parang natatakot din syang bawiin ko nga ang regalo ko sa kanya.

"Don't be...hindi mo pagsisisihan ito pangako ko." Itinaas nya ang mukha ko para tingnan nya ako sa aking mga mata. Pinisil nyang muli ang baba ko, kinakampante nya ako.

"Alam ko." Ilang linggo kong kinundisyon ang utak ko tungkol dito. Sigurado ako sa regalo ko at wala akong balak bawiin ito. Physically, I am ready. Emotionally, hell! I am more than sure of my Jake. Yung utak ko ang tila natatakot pa rin hanggang ngayon kahit alam kong hindi ako magsisisi. Siguradong-sigurado na ako kay Jake.

Inakay nya ako papasok sa pinakaloob ng kwarto. The bed was enormous. Nangangatog ang kalamnan ko. It must be my nerves, pero hindi ko ipinahalata kay Jake. Umupo ako sa gilid ng kama. Dumeretso naman si Jake sa portable CD player na dinala ko kaninang nag-check in ako sa hotel. Wala kasing ibang appliances sa suite maliban sa cable TV. Dahil gusto ko ngang maulit ang nangyari noong nakaraang acquaintance party kaya naisipan ko itong dalhin.

Nakalimutan ko na ito kundi lang pinatugtog ni Jake ang music ni Kenny G. na nakasalang na kanina pa. Puro instrumental ang tugtog nito dahil kilala ito bilang manunugtog ng saxophone. Parang natatawa naman si Jake nang marinig ang tugtog. I guess I overdo it this time, I can see the cliché now.

Tiningnan ako ni Jake halatang pinipigil nito ang pagtawa, natatakot na baka magtampo ako. Nagkibit-balikat lang ako na kunwari ay wala lang ito sa akin. Pero maya-maya ay natawa na rin ako. He taught me to laugh at my own stupidity, right? Pareho na kaming natawa ng malakas, mabuti na rin dahil medyo nawala ang nerbyos na kanina ko pa nararamdaman.

Kinuha nya ang kamay ko at itinayo ako mula sa pagkaka-upo ko sa gilid ng kama. Itinaas nya ang mga kamay ko at iniyakap ito sa kanyang leeg. Napakalamig ng kamay ko. He shivered against the cold when my hands touched the back of his neck. Suminghap din sya ng hangin na para bang kinakapos din sya ng hininga. Humihinto din ba ang tibok ng puso nya na parang nakakalimutan nyang huminga? Did I have the same effect on him as he did with me?

56

The Forbidden Fruit

"You are remembered for the rules you break"

Nilagay ni Jake ang kamay nya sa aking baywang at saka kami sumayaw sa tugtog ng music ni Kenny G. Nakuha ni Jake ang gusto kong mangyari. It amazes me how much we are so attuned with each others thoughts. Ni hindi na namin kailangang mag-usap. Isinayaw nya ako kagaya noong nakaraang taon.

Hindi ko mabasa ang expression sa mukha nya. Masyado syang seryoso. I want his boyish smile right now! His eyes have soft edges around it as he looks at me deeply as if he is trying to read inside my soul. Kapag ganoon sya tumingin sa akin, hindi ako makahinga. All his roughness and bad boy façade are gone. What remains is a man, my Jake, I can also see through his soul when he removes all defenses of his manly disguise. Yun ang gusto kong laging nakikita sa kanya -- yung totoong Jake. I love him so much. Unti-unting nalulusaw ang lahat ng takot at pangamba sa aking isipan. Handa na ako. Tama, handang-handa na ako sa gabing ito -- ang katawan ko, ang puso ko, at ngayon pati ang isip ko ay isusuko ko na sa kanya.

Ako ang unang humalik sa kanya. Inaasahan kong hahalikan nya rin ako ng agresibo, pero marahan din ang halik na isinagot nya sa akin. His kiss is warm, soft, and pleasant. The way I always like it -- clean and pure. Tinandaan kong mabuti ang lasa ng kanyang mga labi na may hint ng alak at sigarilyo. Bumitaw ako sa halik nya para makahinga ng maayos. Hindi nya inalis ang pagkakatitig sa akin habang inaalalayan nya ako pabalik sa kama.

Umupo kami pareho sa gilid nito, paharap sa isa't-isa. Tinanggal nya ang tali ng aking buhok, bumagsak ito sa aking balikat. Naramdaman ko ang mga daliri nya sa aking leeg habang lalo nyang nilulugay ang aking buhok. Grabe ang kilabot ng kuryenteng gumapang sa buo kong katawan. Ramdam kong nagtaasan ang balahibo ko. I can't help but make a sound -- laboring my breath. Napapikit ako, hiyang-hiya sa inaasal ko sa tuwing hinahawakan nya ako. Ngingisi-ngisi si Jake nang magmulat ako ng aking mata. Para bang proud na proud sya sa kanyang sarili dahil sa epekto nya sa akin. Hinubad nya ang kanyang polo, naiwan ang t-shirt nyang puti. Gumagana naman ang aircon pero bakit parang gusto kong pagpawisan. Tiningnan nya ako mula ulo hanggang paa. Para bang masarap na ulam ako na ninanamnam nya muna bago nya tuluyang tikman.

He kissed me gently, I closed my eyes. I have no idea what will happen. I know the mechanics -- the theory -- but how to apply what I know...I have no clue. Tuturuan naman ako ni Jake, alam kong alam nya ang ginagawa nya. I kiss him back. Again, I expect him to kiss me deeper. Yung Jake na agresibo kung humalik at humawak, pero ako pa ang nabitin ng bumitiw sya sa akin. Pakiramdam ko ay sinasadya nyang lituhin ako. Tinanggal nya ang sapatos nya, tapos ay inangat nya ang legs ko at ipinatong sa kanyang hita. Isa-isa nyang inalis ang strap ng sapatos ko sa magkabilang paa. There is something sexy with the way he removes my sandals.

He leads me to the center of the bed. While caressing me, he asks me to turn his back on him. He then plants kisses on the neck near my nape, then he inhales deeply underneath my skin. Bolta-boltaheng kuryente ang gumapang na naman sa buo kong katawan. Slowly he unzips my dress, I don't flinch, not even when I feel his fingers move up and down my almost naked back. Ramdam ko ang lahat ng galaw ng mga daliri nya sa aking balat.

Humarap ako sa kanya, itinaas ko ang kamay ko na para akong batang hinuhubaran nya ng damit. Bumuntong-hininga sya. Satisfaction fills his eyes. Namula ako sa sobrang hiya, mabuti na lamang at malamlam ang ilaw ng silid kaya hindi masyadong halata ang pag-akyat ng dugo sa aking pisngi. Kahit hindi nya ako hawakan, titigan nya lang ako na para bang ako ang pinakamagandang bagay na nakita nya ay sapat na para muli akong mangatog dahil sa kuryenteng gumagapang sa buo kong katawan.

Hinalikan na naman nya ako ng marahan. He is so careful, namiss ko bigla ang pagiging agresibo niya. Hindi naman sa nagrereklamo ako sa halik nya. It's just that the suspense is killing me. Handa na ako. Gusto ko na sya, ngayon na. Ano pa ang hinihintay nya?

Gusto ko na sanang magprotesta pero walang salitang makalabas sa bibig ko. I'm so mesmerized by what he is doing to me.

He is kissing me all over my face, my neck, my chin, my ears, my cheeks, my eyes, and my forehead. Ngayon naintindihan ko na yung sinasabi nya na tinutukso ko sya -- When he complained that I seduced him a lot. Now, it's his turn, and he is driving me insane!

"I'm so happy. Hindi pa rin ako makapaniwala..." sabi ni Jake sa pagitan ng mga halik nya sa akin. His voice is so thick and his breathing is labored. "...It's worth all the waiting and the pain you have caused me."

Natawa ako. Huminto sya, narinig kong huminga sya ng malalim. "B...bakit?" Nalilito ako, may mali ba sa ginagawa ko? Ayaw ko syang tumigil.

"I have no idea...I've been with others before but...with you...right now... I want to make you happy. I want to make it right with you. I want it perfect, but..." Napailing sya. Ngayon naintindihan ko na kung bakit nawala ang pagiging agresibo nya. Unti-unting nawala ang nerbyos ko. Hindi lang pala ako ang takot, takot din si Jake. My perfect and claimed expert Jake, scared?

"I love you. Yung mahal mo lang ako sapat na yun para maging masaya ako. This is perfect. Ikaw lang ang lalaking gusto kong makasama sa ganitong pagkakataon. You're the only one I trust with this. I know you will take good care of me," encourage ko.

This time I kiss him gently, assuring him that it's okay to be aggressive now. Tinulungan ko syang hubadin ang kanyang T-shirt. Hinaplos ko ang hubad nyang katawan. Mainit ang balat nya sa pakiramdam ng malamig kong kamay. He shivered to my touch. Hindi ko sigurado kung tama ba ang ginagawa ko, but suddenly I feel confident that I can do this. I am affecting him the way he is affecting me. I kiss him all over his face, his neck, his body. It's his turn to make a sound. Then I feel it, the aggressiveness coming out of him. He stops me from what I'm doing. I look at him, there's a fire and hunger in his eyes that I have never seen before.

"Ikaw ang buhay ko." Sabi ni Jake at saka nya ako inihiga sa kama. He finally takes charge of the situation.

<><><>

"My God, Billy! Anong nangyari sa iyo, anak!? Are you sick?" Rinig ko ang pag-aalala sa boses ni Mama Sol. She mustn't see me like this, this is too much for her to bear. It's Nhate I need, not her. Tumalikod ako sa silaw ng liwanag na nagmumula sa labas dahil binuksan ni Mama Sol ang kurtina ko. Mataas na ang sikat ng araw. Akala ko ay gabi pa rin, palagay ko ay katanghaliang tapat na. Hindi ko na alam kung anong oras o araw na ngayon. How long have I been like this? I have no idea. I have no sense of time and space -- only pain. Only excruciating, untolerable, untreatable, and intangible pain.

"I kept calling and calling...Sa landline, sa office mo, sa celphone mo. Nang hindi ka sumipot nitong weekend, I know something is wrong. Nang wala ka pa rin sa simbahan, I panicked..."

My eyes are still closed, I know what she's seeing -- the mess of my house, the disconnected phone, the dismantled celphone. I have been a zombie for how many days. I sleep, cry, sleep, cry, cry, cry. I move around the house in daze then go to my bed and cry myself to sleep again. Remembering...remembering. Siguro kinatagpo na talaga ng Diyos si Mama Sol para puntahan ako, kailangan ko sya ngayon, aminin ko man o hindi. Hindi ko kaya itong mag-isa.

"I talked to Dean, he's worried too. I told him I will give him an update as soon as I know what's going on. Sabi nya he will try to visit you here, to check up on you. Hindi lang nya magawa immediately dahil nasa out of town silang magkapatid."

I cry again. trying to stop but it is hopeless. I want to shut all my senses, to isolate the sound of my breathing and nothing more. It pains me to think.

"What's wrong, anak?" Narinig kong umiiyak na rin si Mama Sol. I find strength in her cry. Hindi ko sya pwedeng pahirapan ng ganito. Hindi magugustuhan ni Nhate kapag mahihirapan ang mommy nya dahil sa akin.

"M..ma...get me out of here now." Garalgal ang boses ko pero alam kong naintindihan nya ako.

<><><>

Now I know why sex is often referred to as the forbidden fruit. It woke up all my senses. Making love to Jake was indescribable. I couldn't seem to get enough of him. My appetite for sex became insatiable. It didn't even help that Jake was so eager to teach me the art and science of it. I had no experience apart from him but I could safely say that he was as good as he claimed to be. He was eager to please me, he was so unselfish that he would put me first before his satisfaction.

57

Addicted To Love

"Obsessed with you, and I aint sorry"

Sex brought us closer together. All inhibitions gone. All our defenses and pretensions stripped away in front of each other. He saw through the very core of my soul as I saw his. If words were not enough to describe how much I felt for him, sex seemed to do the rest.

We couldn't wait to do it over and over again -- anywhere, anytime, anyhow. Even our movements towards each other became different. Our bodies moved in synchronization that even in public places we could find ways to insinuate how much we desire each other. We might not be touching, we were simply looking in each other's eyes and we already knew what each other was thinking. A simple touch could send my senses in chaos.

Para kaming nagkaroon ng sarili naming mundo -- sarili naming paraiso. Punong-puno kami ng sekreto na kami lang ang nakaka-alam. Hindi na ako masyadong masaya sa simpleng hawak kamay lang o pahalik-halik. I wanted all of him, at lahat ng paraan ay gagawin ko makuha ko lang sya araw at gabi.

Pinabayaan na kami ni Lilet simula nang magkaroon na rin ito ng sarili nyang boyfriend. Nang minsang nakita kong pinatulog ni Lilet ang boyfriend nyang si Mark sa apartment ay hindi ko na rin pina-uwi si Jake. Gabi-gabi kaming magkasamang natutulog na parang mag-asawa.

Our relationship centered on exploring each others's bodies. Hindi kami makapaghintay na masolo ang isa't-isa. Minsan ay tumatakas pa kami sa klase para lang paulit-ulit naming lasapin ang sarap ng pagsisiping.

"Hmmm...you're driving me crazy!" Minsang nasabi ni Jake sa akin. Gustong-gusto ko kapag sinasabi nya sa akin na sa akin nya naranasan ang best sex sa buong buhay nya. Sabi nya ay dahil mahal na mahal nya ako. Ang mga dati nyang naging girlfriends kasi ay puro pisikal na pangangailangan lang nya ang napupunuan at hindi ang emosyonal.

"You're truly an epitome of santa santita. You're a devil in bed."

"Well I had an equally devil in bed teacher," saka ko siya pupupugin ng halik.

Dahil dito ay inaral ko pa ang tungkol sa sex. Pinag-aralan ko kung paano ko pa sya mabibigyan ng matinding kasiyahan sa tuwing magsisiping kami. My satisfaction depended on satisfying him, yet I couldn't seem to catch up with him. When I did something new, he would do something better.

Wala na ang mga araw na lumalabas kami ng bahay para mag-date, manood ng sine, kumain sa labas, at mag-explore ng mga bagay-bagay. Lagi kaming nasa loob ng bahay ko o sa kwarto nya, kung hindi man mag-quicky sa motels near the campus. His mother disapproved, of course, but just like always she wouldn't say anything about it.

One of Jake's foreplay was to drink a bottle or two of beer before making love. He said that it prolonged the pleasure that he felt. He didn't go beyond two bottles because by that time he was too drunk and numb to feel anything.

"Gusto mong i-try?" alok nya sa akin.

"Sure..." Mababa ang tolerance level ko sa alak dahil hindi naman ako sanay uminom nito. Wala pang kalahating baso ay sobrang tipsy na ako. Nadiskubre namin na kapag lasing ako ay may nagagawa akong mga bagay na hindi ko magagawa kung hindi ako naka-inom ng alak. We discovered a different pleasure when we were both tipsy during our love making.

Simula noon ay kasama na ang alak sa foreplay namin ni Jake, pero pinagbawalan nya akong uminom kapag hindi sya kasama. Ayaw nyang makita ng iba kung ano ang epekto ng alak sa akin. I also discovered that I enjoyed smoking if I was drunk, so I learned something new again.

Pinagmasdan ko ang sarili ko sa salamin. Wala namang nagbago sa aking pisikal na anyo. Sabi nila lalaki daw ang boobs ko, eh ganoon pa rin naman ang size nito para sa akin. Sabi nila masasakang daw ako maglakad, sus hindi naman totoo. Ako pa rin ang dating Billy, kung may nagbago man yun ay mas naging sensual ako para kay Jake. Ngayon ay alam ko na kung ano ang gamit ng mga bahagi ng katawan kong madalas kong ikinahihiya noon. If there's any changes, I could only attribute it to my newfound view of myself. I was no longer the uptight, shy, and insecure Billy. I finally able to get out of my shell and try life outside of my comfort zone.

Ngumiti pa ako habang pinagmamasdan sa salamin ang hubad kong katawan. Inilabas ko ang bagong lingerie na binili ko kaninang tanghali. Marami na akong koleksyon ng iba't-ibang kulay at desenyong bra at panty. Ewan ko ba, tinatanggal din naman ni Jake ang lahat pero bakit ba nag-aabala pa akong bumili ng bumili nito? Kasi naman nakakadagdag ng thrill sa akin kapag para akong prutas na unti-unting tinatalupan ni Jake.

I slipped a seductive black see-through night dress on. Jake loves me in black undies. Hawak ang isang bote ng red wine, mayamaya ay lumabas na ako ng banyo para magpakita sa kanya.

He was already comfortably lying on the bed. He stared at me lustfully as I walked towards him. My heart was filled with satisfaction at his reaction. Umupo ako sa tabi nya sa kama, akmang susunggaban agad ako ni Jake pero pinigilan ko sya.

"Shhh...Teka muna...Wag kang gagalaw, okay?" Dinakma ko ang dalawa nyang kamay at inilagay ito sa kanyang ulunan. I kissed him deeply. Habang nakatuon ang atensyon nya sa paghalik sa akin ay nilagyan ko ng posas ang kanyang mga kamay at saka sinusian ito sa headboard na bakal ng kama.

"A...ano ito?" Pilit nyang kinakalag ang kamay nya sa posas na nababalutan ng malambot na balahibo. Alam kong hindi sya masusugatan nito kahit manlaban pa sya. Tiningnan nya ang nakaposas nyang kamay. I smiled wickedly at him when he turned his attention back at me.

"Relax, okay? Meron lang akong gustong subukan..."

Tumigil sya ng kakakawag sa posas pero halatang nagdududa pa rin sya sa akin. Binuhusan ko sya sa dibdib ng white wine.

"B..Beth.?!"

"Shhh..." Sinigurado kong hindi malamig ang alak. I started tasting the wine flowing all over his body. Enjoy na enjoy naman si Jake sa mga ginawa ko sa kanya.

"Grabe, ang wild mo na," sabi nito matapos nyang makawala sa pagkakaposas after I tortured him with so much pleasure.

"I know, right?" mayabang kong tugon. "Ayaw mo ba ang Billy version 2.0? tanong ko pa.

Umiling si Jake sabay yakap sa akin. "Basta sa akin mo lang ipapakita ang pagiging wild mo." Saka ako kiniliti nito bago ipinosas rin sa kama.

<><><>

"Beth, kailangan ko palang pumunta sa bahay nila Arnold, overnight kami dahil sa thesis...Baka hindi ako makadaan sa bahay nyo mamayang uwian." Sabi ni Jake.

I was so disappointed. Tatlong araw na kasi kaming hindi nagtatabi matulog sa gabi. Sobrang miss na miss ko na sya. Pumayag ako kahit na gustong magprotesta ng puso ko. Kaya tuloy buong maghapong ang sungit-sungit ko sa klase. Napansin nila Ruth ang pangit na mood ko, hindi na lang sila nag-komento pa tungkol dito, pero ilang sandali lang bago matapos ang klase ko ay sinundo ako ni Jake.

"Bakit?" Tanong ko. Medyo masungit ang pagkakatanong ko. Hindi ko mapigilan maipakita ang totoo kong nararamdaman, pero alam kong alam ni Jake na hindi ako sa kanya nagagalit. Ngumiti pa nga ito sa akin ng may halong kapilyuhan.

"We all agreed na sa bahay na lang ni Ysrael mag-overnight. Kaya isasama kita."

Parang magic na naglaho ang inis ko. Simula noon kasama na ako lagi sa thesis overnight nila.

Our relationship turned into a different direction now. We always find ways in making sex exciting for us. We started doing it in the school grounds, just to add pleasure and thrill in it. Ang sarap kasi na kabado at takot ka habang gumagawa ng bawal. Sa CR ng babae, sa CR ng lalaki, sa bakanteng classroom, sa parking lot, sa gym, sa kotse nya, at sa locker room -- basta kung saan kami abutan ng desire namin sa isa't-isa. Kahit saan basta makatyempo kami ng lugar na walang tao. Minsan kahit may mga tao sa paligid ay hindi na ako nahihiyang makipaghalikan kay Jake. Lagi kaming magkayakap, naghahawakan, at naghahalikan kung hindi kami makatyempo ng lugar kung saan pwede kami sa mabilisan.

"Billy, medyo...parang ang clingy-clingy mo kay Jake ngayon," komento ni Ruth sa akin. Nasa hallway na kami malapit sa classroom namin. Inihatid lang ako ni Jake pero bago sya pumunta sa klase nya ay nakipaghalikan muna ako sa kanya. Andoon sila Ruth noon.

"What do you mean?" I growled.

"Konting control sa PDA, people are looking at you." Sabi ni Cyril

"Who? Kapag kayo lang naman ang kaharap namin." Ang defensive ko.

Nahuli ko silang nagtitinginan na parang may kahulugan.
"Ano yun?" Naiinis na ako.
"People are calling you names alam mo ba iyun?"
Nakatingin lang ako sa kanila, naghihintay ng paliwanag.
"Sabi nila parang ahas ka daw kung makalingkis kay Jake..."

58

Downhill From Here

"What goes up must come down"

Nagalit ako sa narinig ko. "At sino naman ang nagsabi nyan?" Tumaas talaga ang boses ko. Ang totoo biglang gumapang ang hiya sa sarili ko pero natabunan ito ng galit. Ano bang paki-alam nila?

"Cool ka lang, Billy...concern lang kami sa iyo." sabi ni Judith.

Kaya lang, nang tingnan nila ako ay parang hindi tingin ng kaibigang nag-aalala. Pakiramdam ko ay hinusgahan na nila ako. Simula noon ay iniwasan ko na sila. Kung hindi sila masaya para sa akin, pwes hindi ko sila totoong mga kaibigan.

****◇◇◇***

Halos pasang awa lang ako nung junior year -- 1st semester. May bagsak namang dalawang subjects si Jake. Alam kong kasalanan namin pareho. Hindi kasi kami natutulog sa gabi kaya lagi kaming puyat. Sa araw kami nagbabawi ng tulog kaya nadalas ang hindi namin pagpasok sa klase. Nung huling buwan ng semester ay tumatakas pa kami at nag-ka-cutting classes. I even failed to review during final examination period.

The following semester turned out to be difficult for the both of us, academically. Nag-uumpisa na ako sa thesis samantalang pat-apos naman si Jake sa thesis nya. Parehong kritikal ang subject na ito sa aming dalawa. Kapag bumagsak si Jake, hindi sya makaka-graduate at babalikan nya ang Thesis ng isang taon. Uulit ulit sya mula sa umpisa. Kapag bumagsak kasi si Jake sa thesis pero naka-pasa ang grupo nya ay kasamang papasa ang kanilang project kaya mapipilitan si Jake sumali sa ibang grupo o gumawa ng bagong grupo. Kung bagsak naman silang lahat pati ang project nila, bibi-gyan sila ng isang semester para ayusin ang kanilang project. Kaya lang, pag nangyari ito, parang limang taong kinuha ni Jake ang kurso nya. Kasi naman marami pa ring minor subjects na binagsak si Jake noon kaya late na sya ng isang semester, siguradong mag-agalit ang daddy nya kapag naging dalawang semester pa ang ba-balikan nya. Their visa was already approved. Anumang oras ay maaari na silang ipatawag para sa interview sa American Embassy.

Importanteng-importante kay Jake ang thesis ngayon, hindi ka-gaya dati na ako pa ang nagpupumilit sa kanyang tapusin ito. Ngayon halos ayaw ko ng pag-usapan namin ni Jake ang thesis nya. Marami kasi silang problema hanggang ngayon tungkol sa thesis. I knew Jake was under a lot of pressure, but the moment we started talking about thesis, I couldn't help but be reminded of his im-pending departure. Noon parang okay lang. Ang tapang-tapang kong pag-usapan ang paghihiwalay namin pero ngayon...paano na kapag tuluyan na nya akong iwan? Paano na ako? Anong mangya-yari sa akin? Ganun na lang ba iyun? Natatakot ako sa maaaring maging sagot sa mga tanong ko kaya tinago ko na lang lahat ng tanong at damdamin ko sa pinakamalayo at pinakamadilim na bahagi ng aking isipan.

Yung thesis ko rin ay malaking pabigat sa akin. It was also pressuring me. Inalok ako noon nila Cyril, Judith, at Ruth kung gusto kong sumama sa grupo nila. Kailangan kasi ay apat sa isang grupo, pero pakiramdam ko ay inalok lang nila ako pero pakitang tao lang. Isa pa ay galit pa rin ako sa kanila kaya tinanggihan ko ang alok nila, halatang para silang nabunutan ng tinik ng tumanggi ako.

Eh ano ngayon? Kung ayaw nila sa akin, ayaw ko rin sa kanila! This move turned out to be a very big mistake. Napasama tuloy ako sa grupo ng mga estudyanteng hindi ko masyadong kakilala. We were like misfits who were forced into each others company because we had no groups to be with. Parang walang ibang pwedeng maging leader ng grupo kundi ako. Kaso sabog na sabog ako at wala akong interes na seryosohin ang project namin. Puro si Jake ang laman ng utak ko kaya halos nablanko na ang isip ko para pagtuunan ng pansin ang aking pag-aaral.

****<><><>***

"Beth, may battle of the bands kami mamayang gabi...wag mo na akong hintayin ha."

"Sama ako." pakiusap ko kay Jake.

"Wag na, aabutin kami ng madaling araw doon. May meeting pa kayo sa thesis nyo bukas, di ba?"

Pilit ko syang kinumbinsi na isama ako. Pwede ko namang i-cancel ang meeting ko sa grupo ko. Pwede rin naman akong magpuyat o kaya ay matulog sa isang sulok habang hinihintay sya.

Hindi ko mapilit si Jake, umalis sya na nag-aaway kami, hindi tuloy ako nakatulog ng maayos ng gabing iyun.

****<><><>***

"Bakit ngayon ka lang?" Umiiyak na ako, inis na inis ako dahil late sya ng dalawang oras sa usapan namin.

"Na-traffic lang ako, alam mo namang malayo ang bahay nila Arnold dito."

"Lagi ka na lang ganyan! Wala ka na bang ibang maisip na alibi!?" I would throw a hysterical fit on him. Hanggang sa magsigawan na kami.

"Babalik na lang ako kapag maayos na ang utak mo."

Kapag iiwan na naman nya ako ay para akong binuhusan ng malamig na tubig na matatauhan. Tapos ay magpa-panic na ulit ako.

"No!" Sigaw ko. Tapos ay hihinga ako ng malalim, para kalmantehen ang aking sarili. "I'm sorry, please...stay...please..." nakikiusap ang boses ko. Then Jake would stay, we would end up having a make-up sex. It was fabulous, kaya worth it din ang mga away namin.

Sa tuwing hinahawakan, hinahalikan, at niyayakap ako ni Jake, tsaka lang parang unti-unting naglalaho ang pagdududa ko sa pagmamahal nya sa akin. Simula ng lagi na kaming nagse-sex ay hindi na malambing at romantic sa akin si Jake. Kaya nararamdaman ko lang na mahal nya ako sa tuwing aangkinin nya ako. Kasi kapag gusto nyang makipag-sex sa akin, pakiramdam ko ay hindi pa rin nya ako pinagsasawaan, na gustong-gusto nya pa rin ako ng paulit ulit.

<><><>

"Nagsasawa ka na ba sa akin?" Minsan ay tanong ko.

"Ano bang klaseng tanong yan?"

"Eh, bakit hindi tayo nagtabi kagabi?"

His hold gave me assurance of his love. Nasa mood man ako o wala na makipag-sex sa kanya, hindi na iyun importante basta hawakan nya lang ako. Kasi kapag hindi nya ako hahawakan o hahalikan man lang ay nawawala ang kumpyansa ko sa sarili ko. Susunod ay magdududa ako, tapos maya-maya ay matatakot na akong mawala sya sa buhay ko. Ito ang mga alalahaning hindi nagpapatulog sa akin sa gabi.

"Beth...magkatabi tayong natulog."

"You know what I mean!" Hindi kasi kami nag-sex.

"Gusto ko ring magpahinga, Beth...Hindi ka ba napapagod?"

<><><>

I knew that the pressure to graduate was putting a toll on Jake. Dapat ay naiintidihan ko ang pinagdadaanan nya, pero ang takot na mawala sya sa akin ang nagpapahirap sa aking suportahan sya. Madalas ay galit sa akin si Jake. I frustrated him a lot lately, I couldn't help it.

"Ano ba, Beth!? Kada uuwi ako dito umiiyak ka! Sa halip na mapahinga ako lalo akong na-aasar sa iyo!" Sigaw nito.

"Sorry na...I feel lang na kulang na ang oras mo sa akin." Pagmamaktol ko, pero pinipigil ko ang maiyak, ayaw ko na kasing magalit pa si Jake sa akin kasi baka hindi na naman sya sa tabi ko matulog.

"Ano pa bang gusto mo? Halos dito na nga ako nakatira, hindi na ako umuuwi ng bahay. Ilang araw na? Linggo at buwan na nga ata, eh! Ano pa bang gusto mo sa akin, kaluluwa ko? Putsa namang buhay talaga ito!" Tiim bagang si Jake, alam kong ginalit ko na naman sya. Iiwan nya ako kahit na magma-kaawa pa ako, pero susunod naman ako sa kanya kahit sobrang lalim na ng gabi at wala na akong masakyan.

<><><>

"Billy? Gabing gabi na, ah...Anong ginagawa mo dito?" Si Grace ang magbubukas ng gate sa akin. Tatawagan ko sya sa landline kahit magising pa ang buong bahay nila.

"Grace...andyan ba si Jake?" Kanina ko pa hinahanap si Jake, sa bahay nila Ysrael, sa tambayan nila ng barkada nya, wala sya doon kaya sa bahay na nila ang pinakahuli kong pinuntahan.

"I think so...natutulog siguro...kamusta ka na?"

"Ayos lang..." tatapusin ko na ang usapan namin. "Puntahan ko lang si Jake, ha."

"Oh...Okay." Wala ng magawa si Grace kundi papasukin ako.

<><><>

Apart from our fights, we were okay. Kung wala naman kaming topak pareho ay magkasundong-magkasundo kami ni Jake. Alam ko na mahal na mahal ako ni Jake kagaya ng pagmamahal ko sa kanya. Hindi naman talaga mahilig sa away si Jake, ako lang naman ang laging nagsisimula ng gulo.

"Gusto mong i-try ito?" May nilalagay na maliliit na butil ng tila asin si Jake sa foil. Nasa kwarto nya kami.

"Ano yan? Saan mo nakuha yan?" Alam ko kung ano ang hawak ni Jake, minsan ko ng nakita ang mga gamit na nasa tabi nya sa bahay ni Ysrael. Yung ballpen holder na walang laman, yung foil, yung lighter, at kung anu-ano pa, alam ko lahat kung para saan ang mga iyun. "Masama yan Jake..."

"Masama kapag hindi mo ma-control. Occasional lang naman...Sa tingin mo saan ako kumukuha ng lakas para magpuyat tuwing thesis?"

Pinanood ko sya habang meron syang nilagay na maliit na tube sa mitsa ng kandilang nakasindi. Lumiit at pumayat ang apoy, halos hindi mo na ito makita. Pinadaanan nya sa apoy ang foil na may lamang butil ng shabu. Unti-unting natutunaw ang puting butil, pagkatapos ay lumabas ang usok mula sa nasusunog na droga. Ginamit ni Jake ang lalagyan ng ballpen para singhutin ang usok.

"Tara, tingnan natin kung anong epekto nito kapag nag-sex tayo." Aya ni Jake.

"O...okay."

The effect was heavenly. Kapag nakainom kasi ako o kaya ay lasing na lasing, manhid ang buo kong katawan. Kaya gustong-gusto ko yung masyadong wild at rough na sex. Masarap ang pakiramdam pero mabigat sa katawan. Kabaliktaran ng alak ang epekto ng shabu sa akin. Ang gaan-gaan ng pakiramdam ko. I felt so alive and vibrant. The sex was wonderful because I could feel everything. Bukod dito ay agresibo pa rin ako at wild dahil nawawala lahat ng hiya ko sa katawan. Marami kaming natutunan tungkol sa katawan ng bawat isa. We discovered pleasure that we didn't know existed.

Hindi lang sa droga ako nalulong, sa iba't-ibang bisyo rin gaya ng alak at sigarilyo, kasama na pati ang sex. Pakiramdam ko ay naging addict na rin ako kay Jake. Kakaiba nga lang ang bawal na gamot. The drugs liberated me, I felt like I could do anything. I could be anyone that I wanted to be. Naging matapang ako at mataas ang kumpyansa sa aking sarili. Meron ding masamang epekto ang droga sa akin. Kapag wala na ang tama nito ay ramdam ko ang panghihina at pagod na para bang magkakasakit ako. Mababa pa naman ang tolerance ko sa sakit, konting sama lang ng pakiramdam ay iniinda ko na ng husto. Sa sobrang pagod at sama ng pakiramdam ko matapos mawala ang tama ng shabu ay kaya kong matulog ng 24 hours ng walang kainan o puntahan sa banyo para lang makabawi ako ng lakas sa susunod na araw.

59

A Very Bad Girl

"I'm not a princess, I'm a queen"

"Anong ginagawa mo?" Tanong ni Jake, kakagising nya lang. Nakita nyang nagsisindi ulit ako ng kandila, handa na ang foil na gagamitin ko.

"Konti lang, Jake, pampalakas...Hinang hina pa ako, eh." Kailangan kong gisingin ang sarili ko dahil papasok pa ako sa school. Ilang araw na rin kasi akong hindi nakakapasok.

"Hindi pwede. Tiisin mo, malululong ka kapag lagi kang sumusundot ng tama."

Ano bang tingin ni Jake, hindi pa ako lulong ng lagay na ito? Sa isip-isip ko.

"Give it a rest for now, wait at least a few more days to take it again." Kinuha ni Jake ang mga gamit sa akin. Wala na akong nagawa kundi sundin si Jake. Pag sya na ang nag-utos sa akin, lagi akong sumusunod. Bumalik ako sa higaan, hindi na lang muna ulit ako papasok.

<><><>

Dahil sa drugs kaya nagagawa kong hindi awayin si Jake. Kapag late sya sa usapan namin o kaya ay hindi kami magkasama, drugs ang nagpapakalma sa akin. Natatanggal nito ang takot kong mawala si Jake sa akin. By the time he came to see me, I was too high to even care that he was late or that he didn't come as he promised he would.

"What are you doing?" Tanong ni Jake, nagulat pa ako sa bigla nyang pagsulpot.

"Naglalaba ng damit natin." Nasa banyo ako at sipag na sipag sa pagkukusot ng damit. May washing machine kami pero naisipan kong mag mano-mano na lang.

"In the middle of the night?!"

"Bakit anong oras na ba?"

"Alas dos ng madaling araw, hindi ka ba inaantok?"

"Hindi. Iniintay kasi kita eh, nainip ako kaya naghanap ako ng magagawa." Tamang sipag ako, pakiramdam ko ay kaya kong maglaba ng tone-toneladang maduming damit. Sa sobrang sipag at lakas ko, akala ko ay katanghaliang tapat pa lang.

Ang saya-saya ko nga na ni hindi ko na nagawang magalit kay Jake dahil sabi nya ay sabay kaming maghahapunan pero madaling araw na sya umuwi. Simula noon ay pinagbawalan na ako ni Jake na mag-drugs sa gabi. Maganda naman ang nangyari dahil kapag sa umaga ako nagsusunog ng shabu ay ang lakas at ang sigla ko buong araw. Nakakapasok na tuloy ako sa klase at marami pa akong nagagawa na kasama si Jake sa buong maghapon. Sa gabi naman ay may 'downer' pill na pinaiinom si Jake sa akin kaya malaya na akong nakakatulog ng mahimbing.

<><><>

"Hello, mom?"

"Billy, napatawag ka."

Halata kong parang alanganin ang boses ng mommy ko, tila nagtataka ito sa biglaan kong pagtawag.

"Mom, pwede padala mo ng mas maaga ang allowance ko kasi...kasi may project kami na-short ako." Ang lakas ng loob kong humingi. Nautal-utal nga lang ako dahil hindi ko agad naisip ang dahilan ko sa paghingi ng pera.

"S..sure...madalas ata ang projects nyo ngayon ah..."

"Opo, kasi graduating na ako." Pinigil ko ang mapahalakhak dahil siguradong madali kong mapapaniwala ang mommy ko sa kasinungalingan ko.

"Oh, I see...I'm happy. Sya nga pala, may magandang balita ako sa iyo..."

"Ano po yun?" I don't care, actually.

"I'm pregnant, magkakaroon ka na ng kapatid. Kahapon ko lang nalaman..."

Pakiramdam ko ay pinagbagsakan ako ng langit at lupa sa narinig ko. Masayang nagkwento ng nagkwento ang mommy ko tungkol sa pagbubuntis nya. Halos hindi ko na naintindihan ang iba pa nyang sinabi. Matapos naming mag-usap ay sobrang lungkot ang naramdaman ko. Biglang naisip ko na sana ay nasa tabi ko si Jake ng mga sandaling iyun.

Nagpaalam kasi ito sa akin kanina na magpa-practice ng basketball. Agad ko syang hinanap kung saan-saan -- sa tambayan, sa gym, at sa mga lugar na alam kong pupuntahan nya. Halos lahat ng pagtanungan ko ay hindi alam kung nasaan sya. I was freaking out when he came to see me.

"Ano na naman!?" Nauna na syang nagalit. Nakita nya kasi agad na umiiyak na naman ako habang inaantay siya sa kwarto.

Tinitigan ko sya ng matalim sa kabila ng paghikbi ko. "Nasaan ka ba? Hanap ako ng hanap."

"Naandoon lang ako kina Ysrael."

"Nagpunta ako doon pero wala ka!"

"Baka nagkasalisi lang tayo. Ano na naman bang problema mo?"

Sinabi ko sa kanya ang lahat tungkol sa mommy ko. "I hate her! Ang tanda-tanda na nya para mag-anak pa!"

"Ano bang ikinakagalit mo? Baby brother or sister, no big deal..."

"No big deal? Hindi mo ba alam ang implikasyon nito? She will never come back for me. Meron na syang pamilya doon, hindi na nya ako babalikan. Ngayon may dahilan na sya para mag-stay sa Japan forever."

Nang niyakap ako ni Jake ay gumaan ang pakiramdam ko. He made love to me all night long.

"You're all I have right now, Jake...ikaw lang...Promise me...wag mo akong iiwan?" Nakikiusap ako sa kanya, halos magmakaawa. Hahalikan lang ako ni Jake sa noo. Saka ko sya yayakapin ng mahigpit. Hindi na nya kailangang magsalita, alam kong hindi nya ako iiwan.

<><><>

"Frankly, Miss Pastor, I was horribly disgusted and disappointed with you. Sa opisina ni Mr. Lopez? Hindi na ba kayo nahiya?"

Nasa opisina kami ni Mr. Cordero, ang aming guidance counselor. Nahuli kasi kami ni Mr. Lopez na nasa loob ng opisina nya habang walang ilaw. Mabuti na lang at bihis na kami ni Jake nang pumasok at mapagbuksan kami ng ilaw nito. Wala naman itong nakita na may ginawa kami ni Jake kaya hindi kami umaamin. Wala silang ibedensya na may ginawa kaming krimen. Matigas ang pagtanggi namin sa akusasyon nila na may ginawa kaming masama sa loob ng opisina. Hindi man nila sabihing diretso na naghihinala silang nag-sex kami sa loob, halata naman na yun ang gustong tukuyin ni Mr. Cordero. Sabi namin na hinahanap namin si Mr. Lopez, sakto lang na nabuksan nya ang ilaw, pero kapapasok rin lang namin sa loob. I knew it was a lame excuse but we insisted on it anyway.

Nakatungo ako pero hindi ako nahihiya. Ramdam ko pa ang epekto ng drugs na tinira ko kaninang umaga. Pakiramdam ko lang ay nananaginip ako o kaya ay umaakting sa shooting ng isang pelikula. Artista daw ako at ang role ko ay mabait na babae, sa loob ng dibdib ko ay pigil ang aking halakhak. Matino pa rin pala ako. Iniisip ko na lang kung gaano kakintab ang ulo ng kalbong si Mr. Cordero para hindi ko marinig ang mga sinasabi nya. Lalo naman akong tawang-tawa.

Ako ang pumilit kay Jake na sa opisina ni Mr. Lopez kami mag-sex, kasi galit ako sa teacher na iyun. Pinahiya nya kasi ako sa harap ng mga kaklase ko. Nahuli ako ng kalahating oras, tapos pinalabas nya ako sa klase nya. Ni hindi na lang nya ako pinagdasal gaya nang madalas nyang ipagawa sa amin noong sophomore pa lang kami. Naisip kong babuyin ang lamesa nya bilang ganti. Ginawa naman ni Jake ang gusto ko kahit ayaw nya noong una. Ang saya kaya, parang adventure, yun nga lang nahuli pa kami kung kelan palabas na kami.

"Noong isang buwan ang harot nyong dalawa kaya nabasag ang salamin sa laboratory. Ngayon ito naman! Hindi na ba talaga kayo magtitinong dalawa? Ano pang kasunod? Sa mga classrooms naman? Kung hindi kayo maninira ng gamit ay mambababoy kayo ng facilities ng school natin?!" Medyo tumataas na ang boses ni Mr. Cordero, pero halatang pigil pa rin ang galit nito.

Noong nakaraang buwan kasi ay nagkukulitan kami ni Jake. Paano kasi kinikiliti nya ako, tumakbo ako palayo sa kanya pero nabangga ko ang salamin ng pinto ng laboratory namin. Mabuti na lang at naprotektahan ko ang sarili ko pero nagkasugat din ako sa daliri. Sa bigat ng kamay ko kasi ay pumutok ang salamin. Pagka-atras ko ay saka nagbagsakan ang mga bubog sa sahig, buti na lang at walang ibang taong nadamay. Pinagbayad kaming dalawa ni Jake ng mga nasira, tapos ay pina-alalahanan kami ni Mr. Cordero na tigilan ang paghaharutan. Ngayon nga ay nasa opisina na naman nya kami para sa bagong kaso. Pakiramdam ko ay isa na akong public enemy number one ng school. I don't care, though. It's fun!

"Sir, pasensya na po. Hindi na namin uulitin." Sabi ni Jake, matino ito at matapang. Alam kong maaasahan ko sya na ilalabas nya kami sa gulong ito ng maayos.

"Isa ka pa, Mr. Pacia, halos ga-graduate na ang mga classmates mo pero ikaw, marami ka pang back subjects na babalikan sa 3rd year!"

Syempre hindi totoo iyun. Mr. Cordero was just exaggerating. Isang semester lang late si Jake. Makakatapos din sya, Octoberian nga lang.

"I thought noong una, you're good for each other. Ngayon para kayong lason sa isa't-isa! What a waste!"

60

Justice And Crime

"The jealous are troublesome to others, but a torment to themselves"

Hindi na nagsalita si Jake, tahimik pa rin akong nakatungo.

"Since both your parents won't be able to come here today, claiming that you're both adults now, then I'm suspending both of you for a week. I think the school needs a break from the two of you."

"We understood, sir." Sabi ko sa mahinang boses. Kunwari ay ako ulit ang mahinhing si Billy.

"No, you don't. Look at me, Ms. Pastor. Wag mong sayangin ang buhay mo. Ang laki ng potential mo, pero anong ginagawa mo? Hindi ka ba nahihiya man lang sa pinag-gagawa mo? Ano bang nangyayari sa iyo? Ikaw, babae ka, si Mr. Pacia, lalaki yan. He can get away with anything but you…you used to be…" Huminga ng malalim si Mr. Cordero, hindi nito tinapos ang gusto nyang sabihin.

"You barely passed last sem, your midterm status doesn't look good. Your thesis proposals were all rejected. Ewan ko lang kung saan ka pupulutin kapag naka-graduate si Mr. Pacia at maiwan ka dito."

Sa huli nyang sinabi ako nawindang. Natakot ako sa kabila ng tama ng droga sa akin, dapat ay masaya ang pakiramdam ko. Kanina lang ang ganda ng trip ko na para akong artistang concentrated sa pag arte. Mr. Cordero ruined the high for me. Hindi ako pwedeng iwan ni Jake. Sya lang ang buhay ko, sa kanya lang umiikot ang mundo ko.

Gusto kong sa akin rin lang umikot ang mundo nya, na ako rin lang ang buhay nya. Tama si Mr. Cordero, kapag nawala si Jake sa akin, hindi ko alam kung saan ako pupulutin. Dahil sa epekto ng droga kaya nakaya kong pigilin ang damdamin ko sa harapan ni Mr. Cordero. Hindi muna ako nagre-react ngayon, pero alam ko mamaya, kapag nawala na ang epekto ng drugs, ay babangungutin ako dahil sa sinabing ito ng aming guidance councelor.

◇◇◇

"Andyan ba si Jake?" Tanong ko kina Ysrael, may mga kasama siya na nag-iinuman. Ang iba ay kilala ko kagaya ni Ronel, ang iba naman ay hindi.

"Wala sya dito eh...Hindi ko pa sya nakikita." Sagot nito.

"Sige." Tumalikod na ako para umalis. I felt hopeless. Kanina ko pa hinahanap si Jake. Sabi nya sa akin ay magkikita kami sa school bago ako umuwi, pero napanis na ako kakahintay ay hindi naman sya dumating. Nang magtanong ako sa mga tao sa school, sabi nila ay nakita nila si Jake na umalis sakay ng kanyang kotse at may kasamang grupo ng mga lalaki at babae. Akala ko ay sina Ysrael at Arnold ang kasama niya.

"Baka dumaan dito mamaya, gusto mo munang maghintay?" Si Ronel ang nalingunan kong nagsalita. Nag-alanganin ako, pero nilibot ko na lahat ng lugar na alam kong pupuntahan ni Jake kaso wala sya. Ayoko namang maghintay at magmukmok mag-isa sa apartment. Ako lang ang mag-isa doon, ayokong mag-iisa.

The empty apartment would get on my nerves and I knew I would freak out again if I waited for him there. Nakita kong hindi lang naman ako ang babae doon, may tatlong babaing kainuman sila Ysrael, hindi ko nga lang sila kilala, pero nakikita ko sila sa school.

"S..sige," umupo ako kasama nila.

"Kamusta ka na?" Tinabihan ako ni Ronel.

"Ayos lang," ngumiti ako sa kanya.

"Balita ko na-suspend kayo ni Jake." Parang may ibang ibig sabihin ang sinabi ni Ronel pero hindi ko na iyun pinansin pa.

"Last month pa iyun," sabi ko na lang.

"Ah...inom ka muna?" Inalok nya ako ng isang basong beer. Umiling ako. As a rule, I can only drink alcohol if Jake is around.

<><>

Hindi ko alam kung paano ako napasok sa kwarto ni Ysrael. Pamilyar sa akin ang kamang pula, nagamit na namin ni Jake ito noong nag-overnight sila ng barkada nya para lamayin ang thesis project nila. Dalawang basong juice lang naman ang ibinigay sa akin ni Ronel, pero bakit pakiramdam ko ay nalasing ako? Ang sakit ko kasi kapag nasosobrahan ako ng inom ay nagkakaroon ako ng short term memory loss. I could remember things while they were happening, pero pagkalipas ng ilang sandali ay hindi ko na maalala kung anong nagyari o anong ginawa ko. Kaya kabilin-bilinan sa akin ni Jake na hindi ako dapat uminom ng alak na wala sya sa tabi ko.

"Okay ka na?" Pumasok si Ronel sa kwarto, may dala itong isang basong tubig.

"Si Jake? Bakit ako naandito?"

"Wala pa si Jake...nagsuka ka kasi...Nahilo ka ata kaya dito na kita dinala para makapag-pahinga ka."

Pilit kong inalala ang sinabi ni Ronel, oo nga. Nahilo ako pagkatapos kong ubusin ang pangalawang basong juice na bigay nya. Tumakbo ako sa lababo at nagsuka dito. Tapos wala na akong maalala. Kung ano mang klaseng alak ang hinalo ni Ronel sa juice ay ang pangit ng tama nito sa akin. Niloko nya ako, sabi nya ay walang halong alcohol ang pinainom nyang juice sa akin. Ako naman si gaga na naniwala. Hindi ko rin kasi nalasahan ang alcohol sa juice.

"Basa ang blouse mo..."

Naalala kong nabasa nga ang blouse ko nang nag-toothbrush ako after magsuka. Baka dumating si Jake, ayaw kong maamoy niya ako. Kaso natalsikan ako ng malakas na tubig mula sa gripo. Sa manipis kong blouse ay bakat ang bra ko.

Hinubad ni Ronel ang T-shirt nya "Ito muna ang isuot mo para hindi ka sipunin."

Hindi ako kumibo o kumilos man lang. My brain was trying to register a rational answer. Parang may mali, alam kong may mali sa nangyayari sa amin ni Ronel. Nakabuti sa akin ang pagsuka dahil medyo lumilinaw na ang pag-iisip ko. Lumapit si Ronel sa akin sa kama.

"Here let me help you..."

Bago pa ako nakapalag ay isa-isang tinanggal ni Ronel ang butones ng blouse ko. No, gusto kong sabihin, pero hindi ko matagpuan ang boses ko. Instead, I tried to stop his hands.

"Don't worry...wala akong masamang intensyon sa iyo," kakaiba ang hininga ni Ronel. He sounded like he was aroused. Naamoy ko pa ang alak sa kanyang hininga. Lasing din si Ronel. Tumayo ako para lumabas ng kwarto pero maagap ito. Pwersa akong inihiga nito sa kama.

"No!" I finally found my voice, it was strong but my body was weak. "Stop! Help! Help!"

Malakas si Ronel, sobrang lakas. Mas lalo pa syang naging agresibo dahil sa pagpalag ko. Alam kong katapusan ko na, kapag may nangyari sa amin ni Ronel ay hindi ako mapapatawad ni Jake. Hindi ko rin mapapatawad ang sarili ko. Nahubad na ni Ronel ang blouse ko, pinatungan ako nito pero pilit pa rin ang pagpupumiglas ko. I scratched him, I kicked him, and I punched him, but to no avail.

Umiiyak na ako, hinang-hina at tuluyan nang nawalan ng pwersa ang bawat suntok at kalmot ko. Malakas ang sigaw ko, alam kong may makakarinig sa akin para tulungan ako. Nang akala kong tuluyan nang magagawa ni Ronel ang gusto nya sa akin ay naramdaman kong nawala sya sa pagkakapatong sa akin. Nakita ko syang nakabuwal sa sahig.

Mabilis akong dinakma ni Jake, sinipa nya pa si Ronel ng ilang beses bago kami tuluyang lumabas ng kwarto. Abot-abot ang pagkaladkad sa akin ni Jake palabas ng bahay. Pagdating namin sa nakaparada nyang kotse ay pwersang isinalampak ako nito sa passenger seat.

"Letse ka! Ang tanga-tanga mo kasi! Kung saan-saan ka kasi nagpupupunta! Hindi ka manahimik kung saan kita iniwan!" Galit na galit si Jake. Hindi ko pa sya nakita na ganoon katindi magalit.

Iyak ako ng iyak. Hindi ko alam kung anong dapat kong madama sa mga oras na iyon. I felt that I should be the one to be angry at him for always leaving me behind, but I felt so guilty and scared that I forgot why I was in Ysrael's house in the first place.

"H...hinahanap...kasi...kita eh..." sabi ko sa pagitan ng paghikbi. Walang diin ang boses ko, para akong batang nagpapaliwanag sa tatay nya na nahuli na may ginagawang kasalanan.

"Gaga ka talaga! Alam ko naman kung saan ako uuwi, hindi ako mawawala! Hindi mo ako kailangang sundan na para kang asong kawawa! Putang...makakapatay ako ng tao dahil sa iyo. Um!!!" Akmang sasapakin ako ni Jake, nanlilisik ang mga mata nya.

If looks could kill, I could have died right there and then. Ngayon ko lang sya nakitang sobrang galit na galit. Takot na takot ako sa kanya pero wala akong magawa kundi ang umiyak ng umiyak. Pakiramdam ko ay dapat talaga nya akong pagalitan, ako man ay galit sa sarili ko. Kasalanan ko naman talaga lahat ng nangyari sa akin. Ang tanga-tanga ko kasi! Hindi ko dapat tinanggap ang juice na inalok ni Ronel, pero alam kong hindi ko pwedeng sabihin ito kay Jake. The fact that I accepted drinks from Ronel would definitely make him all the more insanely mad.

61

Tormented

"You're a toxin that keeps me wantin'"

Hininto ni Jake ang kotse, sa manibela ng sasakyan nya ibinuhos ang sapak at sampal na dapat sana ay sa akin. Maya-maya ay tinitigan ako nito. Nanlilisik pa rin ang kanyang mga mata sa galit. Tiim bagang ito, alam kong pilit nya pa ring sinusupil ang damdaming nag-aapoy sa sobrang inis. Ang higpit ng hawak nya sa steering wheel, kita ang mga ugat nya sa braso. Tahimik lang akong umiiyak, habang inaayos ko ang damit kong sira-sira. Hindi ko magawang salubungin ang titig nya sa akin.

Ilang saglit lang ay narinig kong huminga ito ng malalim. Alam kong nakatingin pa rin sya sa akin, nakikita ko sa tagiliran ng mata ko pero hindi ko pa rin magawang tingnan sya. Andoon lang ako, nakaupo habang awang-awa sa sarili.

Lumakas ang iyak ko nang niyakap nya ako ng mahigpit. Kung hindi nya ako niyakap ay hindi ko malalamang yakap lang pala nya ang kailangan ko para kumalma ako, para maramdaman kong ligtas na ako, na ayos na ang lahat. Hindi ko alam kung bakit biglang nawala ang galit nya. Marahil ay naawa rin sya sa itsura ko, sa pagiyak ko, sa naging kalagayan ko kanina. Kung hindi sya dumating kaagad, malamang na nagtagumpay si Ronel.

Nangangatog ako sa yakap ni Jake. Ngayon ko lang ulit sya naramdamang yakapin ako ng walang halong malisya. He was just assuring me that he was there for me. His love and care gave me hundred folds pleasure than sex. Ramdam kong hinahalikan nya ang ulo ko, inangat nya ang luhaan kong mukha. Kita ko sa kanyang mga mata kung gaano sya naaapektuhan sa mga nangyayari sa akin.

"Buti na lang naitakbo sa akin ni Ysrael...kung hindi..." muling nanlisik ang mga mata nya. Hindi ko naitanong kung saan sya pinuntahan ni Ysrael. Gustuhin ko mang malaman ay hindi ko na pinilit pa, takot at pagod na rin akong magtanong. Isa pa ay mukhang wala sya sa mood para sumagot. Ayoko ng mag-away pa kami. "No one touches you, maliban sa akin. No one! Naintindihan mo? Akin ka lang... akin lang!" Niyakap nya akong muli, pero parang hindi ako ang kausap nya. Parang sarili nya ang sinasabihan nya nito.

We made love without alcohol or drugs that night. It was like the first night that we did it, out of pure love. We moved our bodies according to how we felt at the moment. He made love to me like he was being territorial, he was claiming me, affirming that I'm his and no one else. I loved the feeling -- I felt secured, completed, and protected. Ang bawat galaw ko naman ay galaw ng humihingi ng patawad, dahil sa katangahan at kagagahan ko. Dahil lagi ko syang pinagdududahan, dahil hindi ko sya laging maintindihan. Alam kong mahal na mahal nya ako pero bakit lagi kong sinasabi sa sarili kong hindi?

Isipin ko lang na mawawala sa akin si Jake ay ikamamatay ko. Sa kanya lang umiikot ang mundo ko. Ang pag-aaral ko, ang mommy ko, ang mga kaibigan at pamilya ko, kahit ang buhay ko ay kaya kong itapon wag lang sya. Si Jake lang ang matira sa akin ay ayos na, kakayanin ko ang lahat ng problema. Everything in my life meant nothing apart from Jake, nothing!

<><><>

"Tingnan mo...tingnan mo...ang landi talaga!"

Tumingin ako para tingnan ang nagsasalita. Pamilyar ang mukha nito sa akin, hindi ko lang alam ang pangalan nito pero alam kong sophomore ito. Kausap nito ang isang babaing hindi pamilyar sa akin pero naka-uniform din ito na kagaya ko.

Vacant ko noon, ako lang mag-isa ang nakaupo sa upuang malapit sa locker. Kakatapos lang naming mag-meeting ng ka-grupo ko sa thesis. Pilit ko pa ring inaasikaso ito kahit ilang beses na ring na-reject ang mga proposals namin. Heto nga at nag-uumpisa na naman kami ng paghahanap ng bagong client na gagawan namin ng computerized system.

Nakita ko sina Cyril, gusto ko sana silang lapitan pero parang umiwas din sila nang makita ako. Nagkatanguan lang kami tapos ay umalis din sila, samantalang dito lang naman ang tambayan namin noon. Ang layo ko na talaga sa kanila, pero hindi maiwasang hindi ko ma-miss ang dati naming samahan.

"Nakakagigil talaga ang babaing yan, alam na nga nyang bakat ang panty nya tumutuwad pa!"

Tinanaw ko ang tinutukoy ng dalawa. Nakatuwad nga ang babae na para bang may dinadampot na dumi sa lupa. Kaya lang sakto pang sa mga grupo ng mga lalaking nakatambay nya itinapat ang puwit nya. Hindi alam ng dalawang babae sa harapan ko na nakikinig ako sa usapan nila. Hindi rin nila alam na kilala ko ang pinag-uusapan nila.

Si Jonabeth ito, transferee sya last year kaya irregular student ito ngayon at iba-ibang sections ang klaseng pinapasukan nito. Bago pa lang ito pero grabe na ang reputasyon nito sa campus. Gustong-gusto talaga nito na laging sya ang focus ng atensyon ng mga lalaki. Kaya naman inaasahan na ng lahat na magpapapansin din ito sa grupo nila Viktor. Naalala ko na napag-usapan pa namin ang tungkol dito ni Jake ilang buwan na ang nakakaraan.

"Sabi nila mahilig daw yun na magkagusto sa lalaking may girlfriend na."

"Sabi nino?" Uminom ng tubig si Jake, nakapahinga lang siya saglit at papasok din sa court para maglaro.

"Ni Cyril, pinaghiwalay daw noon sina Arnold at Gemma, tama ba?" Pinunasan ko ng pawis si Jake sa likod.

"Hindi naman siguro, matagal na ring nagkakalabuan yung dalawa."

"Eh, yung mag-boyfriend na freshmen, sino nga ba iyun?"

"Hindi ko alam yun." Sabi nito na sa mga naglalarong kaibigan nakatingin. Atat nang papasukin ulit para makahawak ng bola.

"Jake ha! Baka mamaya ikaw na pala ang nilalandi nyan!" Kinuha ko ang mukha niya para tumingin sa akin. Seryoso ako. Naningkit pa ang mga mata ko sa kanya para lalo nyang maintindihang hindi ako nagbibiro.

"Ano ka ba, Beth, hindi ko naman papatusin yun, sawsawan ng bayan yun."

"Siguraduhin mo lang, ha!" At inirapan ko pa ito.

Nilingon ko ulit si Jonabeth, medyo sumeryoso ang mukha ko. Si Jake ang kausap nito. Hindi pa napapansin ni Jake na nakaupo ako sa bench at tanaw ko sila. Hindi ko naririnig ang pinag-uusapan nila. I was observing their body language instead. Tumawa si Jake sa sinabi ni Jonabeth sa kanya, his most famous boyish smile. Alam kong ganoon si Jake mag-flirt. Naningkit ang mga mata ko. Si Jake naman ang nagsalita na natawa si Jonabeth, pinalo nito si Jake sa dibdib, pero sa halip na alisin nito ang kamay pagka-palo ay hinimas nito ang dibdib ni Jake. Ramdam kong unti-unting namumuo ang galit sa aking dibdib.

Parang naramdaman ni Jake na may nakatingin sa kanya, luminga-linga ito sa paligid bago tuluyang nagtama ang aming mga mata. Halata ang gulat nito. Inalis nito ang kamay ni Jonabeth at saka nag-excuse dito bago lumapit sa akin.

"Kanina ka pa...?" Parang batang guilty itong nagtanong. Noon, kapag tila nini-nerbyos si Jake, natutuwa ako sa kanya, ang cute nya kasi. Ngayon, hindi na ako natutuwa, naaasar ako!

"Oo. I can see that you're enjoying yourself." Sabi kong medyo sarcastic.

Hindi sya kumibo, pero alam nyang galit ako. Kabisado nya ang tono ng boses ko. Agad syang umakbay sa akin nang makaupo sa tabi ko.

"Let's not fight today, okay?" Sumeryoso si Jake, alam kong tama sya, pero nakasimangot pa rin ako. Muli kong tiningnan si Jonabeth, ibang lalaki naman ang kalantari nito. Parehong paglalandi pa rin ang ginagawa nito sa ibang lalaki kagaya ng ginagawa nya kay Jake. Kaya hindi mo talaga iisiping espesyal ang pagtingin nito kay Jake. Malandi lang talaga ang babaing ito.

"Tara meryenda tayo," inilayo na ako ni Jake sa lugar na tanaw ko ang babae.

"Akala ko may klase ka pa." Tanong ko. Inis pa rin.

"Papa-late na lang ako." Saka ako hinatak nito palabas ng campus.

<><><>

Hindi ko lang isang beses nahuling nagkikipaglandian si Jonabeth kay Jake. I saw them again during one of Jake's basketball games. Nauna pa itong lumapit kay Jake nang matapos ang laro at manalo ang team namin. Kala mo sya ang girlfriend nito. Gaya dati, nakahimas na naman ito kay Jake.

"Aray!" sigaw nito, hatak-hatak ko ang mahaba nitong buhok para i-atras kay Jake, nagtinginan ang mga tao sa gym.

"Malandi ka talaga! Isang beses pa kitang makitang nakikipaglandian sa boyfriend ko, kakalbuhin na talaga kita!" Sigaw ko.

Maagap akong nailayo ni Jake sa gulo bago pa lalong pagtinginan kami ng mga tao at may maki-alam na faculty. Siguradong sa guidance office na naman ang bagsak namin nito.

"Ano bang problema mo?!" Nasa sasakyan na kami, hindi na kami pumunta sa victory party ng team dahil nga nag-aaway na naman kami ni Jake.

"Anong problema? Halatang-halata namang naglalandi ang babaing iyun pero enjoy na enjoy ka! Kung kani-kanino ka nakikipag-lampungan!"

"Tigilan mo nga ang kakabintang! Basta wala akong ginagawa sa kanila. Sila ang lumalapit sa akin." Syempre hindi aaminin ni Jake na kasalanan nya. Tipikal na lalaki, nasa puson ang utak!

"Jake, ako ang girlfriend mo..."

"Oo nga...pero hindi pa kita asawa." Ni hindi ako pinatapos ni Jake magsalita. Pakiramdam ko ay sinampal ako ni Jake. "I mean.. lagi ka na lang praning. Kung may nakaka-alam ng ginagawa ko ako yun, at wala akong ginagawang masama."

Hindi agad ako nakapagsalita. Nakatingin lang ako, hindi na ako galit. Mas ramdam ko ang sakit sa sinabi ni Jake. Alam kong ramdam ni Jake na nasaktan nya ako, tila nawala rin ang inis nito kanina.

"Iuuwi na kita."

"Sa bahay nyo ako matutulog ngayon," sabi ko.

"Bakit?"

"Nag-away kami ni Lilet, ayoko muna syang makita."

"Anong pinag-awayan nyo?"

Hindi ako kumibo, ayaw kong sabihin kay Jake na pinagbibintangan ako ni Lilet na nanguha ng pera nya sa wallet. Kasi naman ay naubos ko na ang allowance ko na pinadala ni mommy last month. Wala rin naman inaabono si Lilet sa bahay, kaya karapatan kong kumuha ng pera nya.

"Minsan ko pang makita ang Jonabeth na iyan..."

"Wag mo nga akong awayin ngayon, Billy, wala ako sa mood. Pagod ako."

Hindi ako nakakibo ulit, kapag tinawag na ako ni Jake sa pangalan ko alam kong galit na talaga sya sa akin. Wala na akong nagawa kundi kimkimin na lang ang inis ko.

<><><>

Ilang araw na akong hindi umuuwi, kina Jake na muna ako naglalagi. Ayoko pa rin kasing makita si Lilet. Hindi na rin ako nahihiya sa katulong nila at sa mommy ni Jake, doon na din ako kumakain.

"Wala ka bang bahay, iha?" Tanong ng mommy ni Jake. Nagulat ako dahil sa unang pagkakataon ay diretso akong tinanong nito. Ni minsan kasi ay hindi ako pinansin ng mommy ni Jake.

"Eh, ma...meron naman... kaya lang..." si Grace

"Wag kang maki-alam, Grace."

62

The Promise Of Love

"<i>Forever is a state of mind where you reside</i>"

Pansin kong laging masungit ang mommy ni Grace sa kanya. I hate her! Mabuti na lang at andoon pa rin si Grace para sa akin, handa nya pa rin akong ipagtanggol. Kahit ang layo na namin sa isa't-isa, lalo pa't ibang-iba na ang mundo nya sa akin. Marami na syang ibang kaibigan sa bago nyang school. Kung tutuusin, pwede namang hindi na nya ako pakialaman pa. Dahil madalas, iniiwasan ko rin ang mga pagtatangka nyang makipag-usap sa akin. Pakiramdam ko kasi kakaiba ang mga tingin nya sa akin. She's looking at me in a weird way, like she's trying to say something but she didn't know how to start. Kinakabahan ako kapag ganoon sya makatingin kaya naman panay ang iwas ko sa kanya.

Ngayong gabi lang kami muling nagkasama. Naabutan ako ng mommy ni Jake na kumakain ng hapunan, wala pa si Jake, hinihintay ko syang umuwi mula sa band practice nya kasama sila Viktor. Gusto ko sanang sumama pero hindi na nya ako pinayagan.

"Linawin lang natin ang lahat ha. Hindi ko pa gustong magasawa ang anak ko. Pupunta pa sya sa Amerika, kahit maki-usap ang mga magulang mo ay hindi ako papayag. Gusto ko lang magkaintindihan tayo." Tumalikod na ito bago pa ako nakasagot.

"Pasensya ka na..." sabi ni Grace, nakita nito na naiiyak na ako.

Nagkulong ako sa kwarto ni Jake pagkatapos ng hapunan. Ginamit ko na ang huling stash ko ng drugs. Buti na lang at ilang araw na lang ay magpapadala na si mommy ng pera, makakabili na ako ulit ng stock. Ilang minuto lamang ay nakalimutan ko na ang nangyari kanina. Magaan na ang lahat. Mabuti na ang pakiramdam ko. Wala na ang mga problema.

Gabing-gabi na nang dumating si Jake, hindi malakas ang tama ko pero meron. Nabitin kasi ako dahil konti na lang ang natira kong stock. Ilang hithit ng usok lang ay ubos na ito.

"Saan ka galing? Bakit ang tagal mo?" Bungad ko kay Jake.

"Pagod ako, may defense pa kami bukas. Patulugin mo muna ako." Humiga na agad ito sa kama.

Nakasalampak ako sa sahig. Kinakalas-kalas ko ang sirang component ni Jake. Ganoon kasi ang tama ko kapag bangag ako, hindi ako mapakali. Ang taas ng energy ko at ang dami kong gustong gawin. Dati na naming nakalas-kalas ito ni Jake, nang subukan naming buuin ay hindi na namin magawa. Ngayon nga sa kahihintay kay Jake ay inayos ko ulit ito. Kalat-kalat ang mga pyesa nito sa sahig.

"Putsa talaga! Ano ito? Suka?" Nagulat ako sa sigaw ni Jake, nasa banyo pala sya. "Sumuka ka dito hindi mo man lang nilinis?! Anak ng...Pesteng buhay talaga!" Sumisigaw si Jake.

"Ayyy...sorry...nakalimutan ko," tumayo ako para linisin ito. Sumama kasi ang sikmura ko kanina, epekto siguro ng drugs.

"Tingnan mo nga itong kwarto, ang dumi-dumi. Ang baho baho...Pati ikaw, nakita mo na ba ang sarili mo sa salamin? Putsang buhay ito!" Binalibag ni Jake ang mga nagkalat na gamit sa loob ng kwarto. Agad kong nilinis ang mga iba pang nakikitang kalat ni Jake. "Paano ka masisiyahang umuwi dito? Kung hindi madumi, makalat. O kaya ay mang-aaway ka. Kung hindi naman paiinitin mo ang ulo ko. Gusto kong magpahinga, pero hindi ko magawa dahil...Letse talaga! Hindi ba pwedeng magkaroon ng kahit konting katahimikan ang buhay ko?" Ang lakas ng boses ni Jake. Lalo tuloy akong natataranta. Hindi ko sya maintindihan kung bakit sya galit. Para kalat lang, eh di linisin. Nakarinig kami ng mahinang katok sa aming pintuan.

"Kuya...si mommy ba, nagagalit...Wag daw kayong maingay." Sabi ni Grace sa kabilang pintuan. Doon lang tumigil magsisigaw si Jake. Nang biglang naging maamong tupa si Jake ay hindi ko mapigilang hindi matawa. Parang biglang batang napagalitan na tumahimik si Jake. Natakot sa nanay nyang maldita. He's such a mama's boy.

Tiningnan nya lang ako na parang baliw ang tingin sa akin. Pakiramdam ko nga ay nababaliw na ako, lalo tuloy lumakas ang tawa ko. Tawa ako ng tawa, hindi ko talaga mapigil. Halatang inis na inis naman si Jake, lalo tuloy akong nagkanda tawa-tawa.

Maya-maya ay nakita kong nagsuot ng sapatos si Jake. Doon lang ako parang biglang natauhan. Tumigil ako sa pagtawa.

"A...anong ginagawa mo? S...saan ka pupunta?"

"Aalis, bago ako tuluyang mabwisit sa iyo."

Humarang ako sa pinto. "Jake...wag...kadarating mo pa lang...wag ka munang aalis."

"Tumabi ka nga dyan." Tinabig ako ni Jake paalis sa pintuan, pero sa halip na sumunod ay humawak ako sa binti nya paluhod.

"Jake, please...wag kang aalis...wag mo akong iiwan, Jake..." Umiiyak na ako. Natigilan si Jake. "Lilinisin ko na ang bahay, Jake, wag mo lang akong iiwan. Maliligo ako, Jake, aayusin ko ang sarili ko...pababanguhin ko ang lugar. Kahit ano, Jake gagawin ko...wag mo lang akong iwan...Please..." Nagmamakaawa ako mula sa aking pagkakaluhod sa kanya.

Inalis ni Jake ang kamay ko sa tuhod nya. Alam kong kapag naging matigas ang desisyon ni Jake na umalis ay wala akong magagawa, pero susundan ko pa rin sya. Kung kinakailangang magwala ako para lang wag syang umalis ay gagawin ko. Kahit sa kalsada, kahit sa ganitong oras ay mag-i-iskandalo ako. Wala na ata talaga ako sa katinuan ng aking pag-iisip. Buti na lang sa halip na umalis ay umupo ito sa kama. Nakita ko itong nakatungo. Sapo-sapo nito ang kanyang ulo na para bang napakabigat ng dalahin nito.

"J...Jake...bakit?" Tumigil akong umiyak. Basta hindi sya aalis ay makakalmante ako.

"Nahihirapan na ako, Billy." seryoso sya.

Binalot ng takot ang puso ko, agad akong lumapit sa kanya. Lumuhod akong muli sa harapan nya. "Jake...please..." umiiyak akong muli, nakikiusap. "Magbabago na ako, Jake...alam ko ako ang may pagkukulang... Sorry na, Jake ...sorry na...Kasalanan ko ang lahat. Please patawarin mo ako, I was so stupid...please, Jake. Isa pang pagkakataon, papatunayan kong kaya kong magbago."

Nangangatog ako, alam kong ilang sandali pa at sasabog ang histerya sa puso ko. Umiiyak rin si Jake ng mag-angat ito ng mukha sa akin. Oh God! What have I done to him? I have never seen him this lost before. Kapag nag-aaway kami, alam kong talagang nasasagad ko ang pasensya nya. Nakita ko nang maluha-luha sya. Pero ngayon ko lang sya nakitang umiiyak ng ganito. Mamumula ang mata nya sa galit, oo, pero hindi sya iiyak. Ako ang pala-iyak at hindi sya.

He looked lost, desperately lost and confused. "Naguguluhan ako. Ang daming problema, sa school, sa iyo, sa pamilya." Kinamot nito ang ulo nya na parang naiinis, saka suminghot ito at pinahid ang luha, pilit nitong pinigil ang iyak. "Gusto ko sana pagdating ko madatnan ko yung dating Billy, yung Billy na maayos. Yung Billy na napagsasabihan ko ng bigat ng loob ko. Yung Billy that brings out the best in me. Mahirap ba iyun? Kaso madalas ikaw ang nag-papadagdag at nagpapagrabe ng mga dalahin ko. Hindi ko na alam kung makakaya ko pa ang ganito." Hirap na hirap ang kalooban ni Jake. Hindi ko akalaing sobrang naging pabigat ako sa kanya. Umiyak ako, umiyak kami pareho. "I just want a little peace...hindi ba possible iyun?" patuloy pa ni Jake

"Jake...ako pa rin ito, andito lang ako para sa iyo...Please maaayos natin ito. Bigyan mo pa ako ng isang chance...I will be who you want me to be...I promise you, Jake...please" Hinalikan at niyakap ko sya. Hindi na umalis si Jake.

◇◇◇

Matagal ko tinitigan si Jake habang natutulog ito. Ang dami kong iniisip. Hindi kami nag-usap ng marami ngayong gabi pero alam kong may laman ang maikling sinabi ni Jake. Hindi ako papayag na hindi namin maayos ito. Gagawin ko ang lahat maayos lang namin ang relasyon namin. We belong together. Aayusin ko ang lahat. I can do anything for Jake. Anything!

Kina-umagahan ay maayos kong kinausap si Jake. I was determined to start fresh with him. Desidido na akong magbago alang-alang sa kanya.

"Sorry kagabi, aayusin ko ang lahat, Jake, promise hindi na ako magiging pabigat sa iyo. I will support all your school activities until you finish your thesis project. I will not distract you anymore."

Para akong batang nakataas ang kanang kamay na nanunumpa habang nakaluhod sa kanya. Naka-upo sya sa kama, bagong gising. Maaga akong nagising, naligo at naglinis ako ng kwarto namin. Kumuha pa ako ng pagkain sa kabilang bahay para sabay na kaming mag-almusal.

"I will see you graduate. I swear, you will graduate, not a semester late." Sabi ko pa na parang hawak ko ang grades niya.

Ngumiti sya sa akin. Yung boyish smile na gustong-gusto ko sa kanya.

"Thanks...yun lang naman ang gusto ko." Pinisil nya ako sa baba, gaya ng madalas nyang gawin sa akin dati.

63

The End Of Self

"You're like a novel, until the very last page I don't know how you will end"

Umuwi muna ako sa bahay namin ni Lilet pero pagdating ko ay naka-impake na ang mga gamit ko.

"Ano ito?"
"Magsasama na kami ni Mark, so I think you have to move out." Parang wala lang na sabi nito.
"Bakit ako ang aalis? Dapat kayo."
"Madali ka namang makakakuha ng boarding house o kaya kina Jake. Magdala ka na muna ng mga gamit mong konti at balikan mo na lang ang iba mo pang gamit." Pinal na ang desisyon ni Lilet.
"Hindi ako papayag!" Protesta ko habang tinitingnan ang mga gamit kong ginalaw niya.
"Sige, isusumbong lang naman kita sa mommy mo. Tingnan ko lang kung di nya putulin ang sustento sa iyo kapag nalaman nya ang pinaggagagawa mo dito pati na rin ang pagdo-droga mo."

Hindi ako nakakibo. Hawak nya ako sa leeg.

"Fine!"

Pumili lang ako ng gamit na dadalhin at umalis na rin ako kaagad. Madami namang bakanteng boarding house sa university belt. Nakapili agad ako ng maliit na kwarto, may hiwalay na pintuan ito at solo ako. May banyo at kusina na rin ito na ako lang ang gagamit. Yung mga gamit na lang ang kulang. Na-excite naman ako, bakit ba hindi ko pa dati naisip ito? Sigurado akong ma-e-excite din si Jake dito, para kaming may munting bahay-bahayan. Mamimili kami ng mga gamit. Pwedeng dito na rin sila mag-overnight ng mga barkada nya para sa thesis. Ang dami kong planong nabubuo sa isip ko.

Nang mag-inquire ako sa bangko ay may pera. Agad kong nabayaran ang bahay ng advance at deposit. Marami pang natira. Pwedeng pambili ng mga gamit namin pang-umpisa. Wala sa school si Jake, kaya pagkatapos ng klase ko ay agad ko syang hinanap para sabihin ang magandang balita. Sa bahay na naman ako ni Ysrael bumagsak. Salamat naman at sa labas ay nakita ko ang kotse ni Jake. Naisip ko kasing kapag hindi ko nakita ang kotse nya ay hindi na ako tutuloy.

"Hi..." pero nagulat ako kasi walang tao nang bumungad ako sa bukas na pinto ng bahay. Wala ang kadalasang grupo ng mga nagtutumpukang estudyanteng nag-iinuman. Nilingon ko ang kotse ni Jake, baka bumibili pa lang sila ng alak gamit ang sasakyan ni Arnold. Pumasok na rin ako at nagpasyang maghintay sa loob ng bahay. Naupo ako sa sala.

Ewan ko ba dahil bigla akong kinabahan. Hindi ko gusto ang takot na tila gumagapang sa aking puso. *Stop it, Billy! Wag kang mapa-praning...magbabago ka na, pangako mo yan kay Jake, di ba? Sabi mo magbabago ka na!*

Nadaanan ng mata ko ang pintuan ng silid ni Ysrael. Lalong bumilis ang tibok ng puso ko. *No, Billy, no way!* Natagpuan ko pa rin ang sarili kong tumayo at naglakad patungo sa pintuan. Bukas ito ng pinihit ko ang seradura, ibig sabihin walang tao sa loob. Nakahinga ako ng maluwag. Kasi kung may tao doon dapat nakakandado ito, di ba? Pabalik na ako ng upuan nang may marinig akong kaluskos na nagmumula sa loob. Binuksan ko ang pinto ng walang ka abog-abog.

Hindi ko na alam ang sumunod na pangyayari, basta andoon si Jonabeth kasama ang aking Jake, pareho silang walang damit. I saw them and all my sense of reasoning went out the window. Sinugod ko sila. Pinalo, minura, sinuntok at hinampas ko si Jake. Sinasalag lang nya lahat ito pero hindi nya ako nilalabanan. Siguro ay dahil guilty rin sya. Nasa likod naman nito si Jonabeth at nagtatagong takot na takot din. Siguro ay nakita nito ang itsura ko, alam nya sigurong kapag lumaban sya sa akin ay mas higit syang masasaktan. Nagwawala ako -- doble, triple ang lakas ko. Para akong baliw na nag-aamok sa kalye. Nang tila walang epekto ang pananakit ko kay Jake ay inabot ko ang flower vase na nasa itaas ng tokador at saka ko ipinalo ito kay Jonabeth na hinarang naman ni Jake.

Basag ang flower vase na inihampas ko sa ulo ni Jake, nagsisisigaw naman si Jonabeth. Kinapa ni Jake ang ulo nya at nakita naming pareho ang dugo ng tingnan nya ang kamay nya. Hindi ako nag-alala, nilamon ng galit ang buo kong pagkatao, wala na akong pakialam kung anong mangyari kay Jake. Muli kong sinugod si Jonabeth. Noon ako sinampal ni Jake ng buong lakas.

Doon kami parehong nagulat. Pagkatapos noon ay tumakbo akong palabas ng kwarto. Naglalakad ako sa kalye pero kakatwang hindi ako umiiyak. Wala akong maramdaman sa puso ko pero ramdam ko ang sakit na iniwan ng sampal ni Jake sa aking pisngi. I actually felt numb inside. Malinaw sa akin ang lahat kung paano ako nakauwi sa bago kong bahay. Kung paanong nabili ko ang shabu sa aking dealer at kung paanong dumaan ako sa tindahan ng alak bago ako tuluyang umuwi.

Pagpasok sa loob ay sinara ko ang lahat -- ilaw, pinto, at bintana. Dumilim ang paligid. I love the dark. Nilamon ako ng dilim ng buong-buo. Hindi na ako hysterical, pero unti-unti ng lumalabas ang luha sa aking mga mata, ramdam ko ang lagasgas nito sa aking pisngi. Yung sakit, para itong nakikisama, unti-unti kung lumabas.

Parang unti-unti akong pinapatay ng sakit, dahan-dahan. As if the pain was teasing me, saying to me that it was here to stay with me for good. Na sinasabi nito sa puso kong maghanda na dahil titira na sya sa puso ko habang buhay.

Tila ni-rewind ng sakit ang lahat ng nangyari sa buhay ko, mula pagkabata ko hanggang ngayon. Lahat ng sakit, rejection, lungkot, lihim, at opinyong kinimkim ko't itinago. Lahat sila ay parang mga multong unti-unting bumabalik sa akin. Andoon lang ako sa dilim, naka-upo, yakap ang aking sarili. Umuuga akong parang batang pilit tinatakasan ang mga pangyayari sa buhay ko. Kaya lang ay andito na silang lahat, hindi ko na sila magawang takbuhan pa.

Hinintay ko ang tama ng droga sa akin, habang parang pelikulang pinanonood ko ang buhay ko sa aking isip. Maya-maya lang ay lasing na ako at bangag na bangag, wala na ang sakit. I didn't feel anything. Numb! Numb is good, I like numb. Ni walang kahirap hirap para sa akin ang umiyak. Basta tulo lang ng tulo ang luha pero hindi naninikip ang dibdib ko. Ni walang pait sa aking mukha kahit punong-puno ako ng luha. Pakiramdam ko ay nakalutang ang katawan ko sa ere, pinanonood ang babaing kaawa-awang nakatulala sa isang sulok. I felt nothing except for the high caused by the effect of drugs. I rocked myself back and forth, swaying into the rhythm of my empty emotions.

Aksidente ang nangyari hindi ko sinasadya, sa sobrang dilim ay natabig ko ang bote ng alak, nabasag ito. Nasugatan ng basag na piraso ng bote ang braso ko. Sa siwang ng konting liwanag ng hapon, nakita ko ang dugong tumutulo pero wala naman akong nararamdamang sakit. Siguro ay napag-trip-an ko na rin lang, kumuha ako ng basag na bubog, ni hindi na ako nag-isip ng hiwain ko ng malalim ang kaliwa kong pulso.

<><><>

Present: "Shhh...it's okay. Sabi mo you can handle this..." yakap-yakap ko si Drew kahit luhaan din ako. Ayaw kasing tumigil ang hagulgol nito. Dahil alam kong madugo ang bahaging ito ng aking kwento, sinamahan ko siyang magbasa.

Wala siyang kibo all throughout na binabasa namin ng sabay ang nangyari sa amin ni Jake nang halos kasing-edad ako ng anak ko. Akala ko naman ay okay lang ang dalaga ko. Sa bahaging ito ng aking madilim na nakaraan ay hindi na kinaya ng batang isip ni

Drew ang nalalaman niya tungkol sa akin -- ang mommy na tingin niya ay perfect at mabuti.

"Ano, tutuloy pa ba natin o no more na?" Tanong ko habang pinupunasan ang mga luha ni Drew sa pisngi.

"More... I want to know more!" Sabi ng nangangapal nitong boses matapos tingnan ang pulso kong may bahid ng aking nakaraan.

64

The Unwinged Angel

"Salvation lets their wings unfold"

I opened my eyes slowly. Maliwanag ang puting kwartong kinalalagyan ko. Hindi ako gumalaw. Nakita kong pumasok ang nurse, nakita nyang gising ako. Ngumiti sya sa akin. My poker face remains untouched by anything. Maganda ang kwarto ko sa hospital. Alam kong imposibleng ward or public hospital ang kinalalagyan ko dahil may sarili akong ref at TV. Meron pa akong maliit na sofa bed na para sa bantay. Yun nga lang hanggang ngayon ay wala pa rin akong bantay simula nang unang magising ako. Hindi ko alam kung dapat ba akong masiyahan dahil nabuhay pa ako, pero mabuti na lamang at hanggang ngayon ay wala pa rin akong nararamdaman sa aking puso. Maliwanag sa aking isip ang nangyari, wala nga lang akong maramdaman patungkol dito.

Maayos naman ang pisikal kong kalagayan, maliban sa kirot na nararamdaman ko pa sa aking kaliwang pulso. Nakabenda pa rin ito hanggang ngayon. Nang magising ako kahapon ay naalala ko ang nangyari sa amin ni Jake, pero kung paano ako napunta dito ay hindi ko alam. I waited for the pain of remembering Jake, but nothing came.

"Gising na sya?" sabi ng pamilyar na boses.

"Oo." sagot ng nurse.

"Kamusta sya?"

"Wala pa ring pagbabago." Yun lang at umalis na ang nurse.

Bumungad sa akin ang mukha ng tomboy. Sya ang unang mukhang nakita ko ng mamulat ang aking mga mata kahapon. Nakita nya siguro sa mukha ko ang pagtataka kaya pinaliwanag nya sa akin ang lahat. Sabi nya muntik na raw akong mamatay dahil sa paglalaslas ko ng aking pulso. Ngayon nga ay andito na naman sya. Ngumiti ito sa akin na para bang may maganda sa araw ko, pero hindi ako nag-react. Nanatili akong walang expression kahit patuloy ang paggana ng aking utak. How I wish that I can also shut my brain off.

"Hi, Nhate."

Nilingon ng tomboy ang doktor. "Hi, doc."

"Gising na ang pasyente?"

Kita ko sa peripheral na papalapit sa akin ang nakaputing lalaki.

"Oo, pero wala pa ring reaction. Kagaya pa rin kahapon. Dapat ba tayong mag-alala, Doc?"

"No, she's out of the woods na. Malamang post traumatic stress." Tiningnan ng doctor ang chart ko na parang wala ako sa silid.

"Pwede ko syang kausapin?"

"Palagay ko makakabuti nga sa kanya iyun. She's somewhat in the catatonic state, refusing to face the reality. Seems like she prefers to be where she is right now."

"Mga hanggang kailan kaya sya magiging ganyan?"

"Depende, kapag na-detoxify na natin sya at tuluyan ng naalis ang toxicity ng drugs sa sistema nya. Siguro mga a week or two. Base sa blood test nya hindi naman sya sobrang tagal nalulong sa droga, kaya maikli rin lang ang recovery period nya. Inayos mo na ba ang lahat sa DSWD?"

"On going na."

"Very good. Mabuti at may mga kagaya nyong handang tumulong. Kawawa naman ang batang ito. Bata pa parang grabe na ang pinagdadaanang problema. Paanong sa edad niyang iyan ay naisipan nya, na ang pagpapakamatay ang solusyon sa problema nya?" Napailing ang doktor, halatang awang-awa sa akin.

Gusto kong mag-protesta, hindi ako nagpakamatay, at least hindi iyun ang plano ko nung ginawa ko iyun. Ayokong kinakaawaan ako ng ibang tao. Sapat na ako para maawa sa sarili ko, hindi ko kailangan ang simpatya ng iba.

Maya-maya ay umalis na ang doctor matapos ang konting check up sa akin. Inutusan nya rin ang nurse na bigyan ako ng pain medication. Salamat naman dahil kanina ko pa hindi matiis ang kirot. Ayoko kasing magpakita ng indikasyong tama sila, na walang diperensya ang utak ko, pero hangga't kaya ko ay titiisin ko ang sakit. It's not only uncomfortable though, the pain in my wrist, it's also irritating, yet the physical pain is welcoming. Hindi ko maisip ang masakit na ginawa sa akin ni Jake.

"Hello...hindi ko pa rin alam ang pangalan mo. Yung nagdala sa iyo dito hindi man lang nagbigay kahit alyas. Ni wallet or ID wala man lang iniwan. Hmm, anong magandang ipangalan sa iyo? Angel...kaya? Ang amo kasi ng mukha mo parang sa angel." Nagsasalita ito habang nakatitig sa aking mga mata. Gusto kong matawa, kung alam lang nya na kabaliktaran ako ng anghel, at hindi na ako kasing inosente ng iniisip nya. Hinaplos ako nito sa pisngi, marahan at magaan ang dampi ng palad nya sa balat ko. Gusto kong paluin ang kamay nya, wag nya akong hawakan dahil nandidiri ako. Hindi ako pumapatol sa kapwa ko babae. "Sabi ng doctor, ilang araw lang ay pwede ka nang lumabas. Gusto ko sumama ka sa amin, makakapag-pahinga ka doon...Gusto mo ba iyun?"

NO! sabi ng utak ko. Pumikit na lang ako. Please leave...I want to sleep, I said in my head. Kay lang, ang tyaga nya, hindi pa rin nya ako iniwan.

<><><>

Bumalik na naman sya para bisitahin ako ng sumunod na araw. Sa tuwing imumulat ko ang mga mata ko ay inaasahan kong si Jake ang magigisnan ko, nasa tabi ko at alalang-alala sa akin. Pero nanatiling walang umu-ukopa sa extrang kama sa aking kwarto.

"Maraming nawalang dugo sa iyo..."

Kahit naiirita ako sa tomboy na ito, I started to look forward to her visit, kasi naman ay sya lang ang kumaka-usap sa akin. Ang mga nurses at doctor ay ginagawa lang ang trabaho nila tapos ay iiwan na ako.

"Ang payat-payat mo...pagdating natin sa Antipolo, tataba ka ng kaunti doon. Masarap ang hangin doon, eh. Naayos ko na ang papeles mo." sabi pa ng tomboy.

Antipolo? Bakit? May bahay ako, hinahanap ako sa amin. Hindi ako sasama sa iyo. No way! Protesta ko sa aking isip.

"Siguro mabuti na rin ang nangyari, napakabata mo pa para mag-alaga ng anak."

Biglang napatitig ako sa kanya, pero hindi nya ito napansin. Sa iba ito nakatingin habang nagsasalita, halata ang lungkot sa boses nito. Hindi ko maintindihan ang pinagsasasabi nya.

"Isa pa, mahirap magsilang ng sanggol na may drugs sa sistema. Magkakaroon ng kumplikasyon sa bata."

Doon biglang lumiwanag sa akin ang lahat. Ang pagsusuka ko, ang pagiging emotional ko, ang mga moodswings ko, ngayon alam ko na. I suddenly felt something, it was nasty, nastier than pain. Pain compared nothing to what I felt after knowing the truth. Bumalong muli ang luha pero hindi gaya dati may kasama na itong bigat sa dibdib na tila nakadagan at nagpapahirap sa aking huminga ng maayos. Napa-ungol ako, hirap huminga, hirap magkunwari pang hindi ako naaapektuhan. No! I was pregnant? I lost the baby? I lost Jake's baby! Doon ako sumigaw ng ubod lakas habang nagpipilit akong tumayo.

"Nurse! Nurse!"

Ilang sandali lang ay umepekto na ang valium. Ayoko pa sanang matulog, gusto kong malaman ang lahat ng nangyari. Ramdam ko ang pagbigat ng talukap ng aking mga mata. Umungol ako, gusto kong labanan ang antok. Naramdaman ko ang masuyong haplos sa aking noo. Tapos noon ay tuluyan na akong nilamon ng dilim.

<><><>

"Anong nararamdaman mo?" Andoon pa rin sya, ang tomboy, nang magising ako. "Gusto mong tawagin ko ang nurse?" Pipindutin na nito ang button, pero pinigil ko ang kamay nya.

"W..wag..." Sa wakas ay natagpuan ko ang aking tinig.

Sya si Nhate Miranda, social worker sa isang NGO na nakabase sa Antipolo. Ibinigay ng DSWD ang pangangalaga nya sa akin habang hindi pa nakikita ang pamilya ko o habang hindi pa ako binabawi ng pamilya ko sa kanya.

"No. May bahay ako, gusto kong umuwi." Matigas ang boses ko nang sabihin nya sa akin ang plano nyang dalhin ako sa Antipolo.

"Okay. They have to pick you up here and sign a waiver of responsibility." Sabi ni Nhate .

"Okay...pahiram ng phone."

Tinawagan ko si Lilet sa bahay at opisina niya.

"Hello...o napatawag ka? Kelan mo kukunin ang mga gamit mo sa bahay? Nakakalat doon..." tila naiinip si Lilet na kausap ako

"Hinanap ba ako ni Jake?" Tanong ko.

"Hindi. Hindi ko pa sya nakikita. Akala ko magkasama kayong dalawa?"

Alam kong mag-iisang linggo na ako sa ospital.

Si mommy ang sumunod kong tinawagan. Katabi ko si Nhate, ni hindi man lang ako nito binigyan ng pagkakataong kausapin ang mommy ko nang mag-isa.

"Billy, kakapadala ko lang ng pera noong nakaraang lingo, bakit na naman? Alam mo namang may kapatid ka na. Magtipid ka naman dyan." Tila mainit ang ulo ni mommy, may umiiyak pang bata sa background.

"Wala, ma, tumawag lang ako to say hi." Ramdam kong parang nakahinga ng maluwag ang mommy ko.

"Hi... pero sobrang busy ako. Sa susunod na lang tayo mag-usap."

Ni hindi na ako pinasagot ni mommy, ibinaba na nya ang phone.

Tumingin ako kay Nhate while dialing another number. "Hello, Grace..." last resort ko na ang bahay nila Jake.

"Billy, oh my God! Wag ka munang magpapakita dito ha, galit na galit si mommy baka ipakulong ka. Limang stitches kasi ang ginawa kay kuya sa ulo nya."

"Pero okay na ba sya?" Para akong tanga, nag-aalala ako kay Jake samantalang mas marami pa ang tahi ko kesa sa kanya.

"Okay naman...inaayos na nya ang defense nila eh...next week na kasi iyun."

"Pwede ko ba syang maka-usap?"

"Saglit, dial ko ang extension niya dun sa kwarto."

"Hello?" Sabi ng pamilyar na boses. Gosh I miss his voice, I miss him so much. Yun lang at nakalimutan ko na ang lahat, pati ang nangyari sa kanila ni Jonabeth. Handa na akong patawarin sya, sana ay handa na rin syang patawarin ako.

"Jake...Billy ito...Sorry..." umiyak ako. Wala akong narinig sa kabilang linya, pero alam kong andoon pa sya. "I was stupid, Jake, I shouldn't have hurt you like that..."

Hindi pa ako tapos ay piñatay na nya ang phone. Ilang beses kong tinawagan ang telepono nya pero wala nang sumasagot hanggang sa naging unattended na ito.

Lahat ng kahihiyang ito ay nakita ni Nhate. Para akong basang sisiw na nag-aapuhap ng masisilungan. Wala na akong pupuntahan, lalong malabo kina Cyril at Ruth. Wala ng gustong kumupkop sa akin. Awang-awa ako sa aking sarili.

"You want me to take you home? Sabihin mo lang ang address at iuuwi kita doon." Sabi ni Nhate, matapos kong ibaba ang telepono.

Home. Saan ang tahanan ko? Umiyak ako ng tahimik, niyakap ako ni Nhate . "Shhh...it will be alright again. Be strong..." Masuyo ang boses ni Nhate.

65

Eve's Haven

"My world is cradled by the comfort that is you."

Matagal akong umiyak sa kanya. This time no more pain and anger, only fear and hopelessness.

"Nhate ...paanong...pwede mo bang sabihin sa akin kung anong nangyari sa baby ko?" Maya-maya ay tinanong ko kay Nhate, ng kumalmante na ako.

"You were 3 months pregnant..." umpisa nito.

Tantya ko sa bilang ay nabuo ang baby noong nasuspinde kami ni Jake, halos wala na kaming control nitong mga huling araw na nagsisiping kami.

"Aside from the effect of drugs, you lost it because you lost a lot of blood...I'm sorry."

Noon ako muling umiyak ng umiyak.

<><><>

Ang sumunod na dalawang lingo ay mahirap para sa akin. It was not easy experiencing withdrawal symptoms. Hindi ko mapigil ang pangangatog hanggang halos pakiramdam ko ay durog-durog na ang buto ko sa walang tigil kong paggalaw. Hindi ako mapakali, gusto kong tumakas sa mala-impyerno kong kulungan sa ospital. Hindi ako makakain ng maayos, kapag kumain naman ako ay isusuka ko rin lahat ito hanggang sa magbutil-butil ang malamig kong pawis dahil sa halos wala na akong maisuka.

Andoon pa rin si Nhate na laging nakabantay sa akin. Ilang beses akong nagmaka-awa, nagsumamo, umiyak, at tinakot ko pa sya para lang tulungan nya akong makawala sa sakit na nararamdaman ng katawan ko.

"Please, Nhate. Gagawin ko ang lahat ng gusto mo. Pleeease..." Nangangatal ang bibig ko habang nagsasalita. Hindi ko na naman mapigil ang pangangatog. Tumayo ako, humiga, at umupo. Lahat ay ginagawa ko na mapigil lang ang walang tigil na panginginig ng aking kalamnan. Alam kong wala ako sa pisikal na kundisyon para makipag-sex pero gagawin kong pumatol sa tomboy mapagbigyan lang nya akong bilhan ng drugs. Minsan ko na itong inalok sa kanya pero tinanggihan nya ako.

"May pera ako sa bangko, Nhate ...Please babayaran kita..."

"Magpakatatag ka, Billy. Alam kong kaya mong lampasan ito. Konting panahon na lang at magiging mabuti na ulit ang pakiramdam mo. Sabi ng doctor mo ay hindi naman daw grabe ang withdrawal symptoms mo dahil hindi ka naman naging lulong sa droga ng matagal na panahon. You'll get through this. I will be here for you always."

Ang tigas talaga nya, insisting na they will not allow me to turn cold turkey. May drugs pa rin daw sa system ko, konte-konte nga lang. Wala akong nagawa kundi ang umiyak sa sobrang inis, though hindi na ako nagwala gaya noong una, ako rin naman ang nahihirapan sa huli. I've never felt so hopeless.

<><><>

Pagkatapos ng halos dalawang lingo kong detoxification ay pinayagan na ako ng mga doctor na maka-uwi. Sa Antipolo na ako dinala ni Nhate. Doon ko nakilala ang iba pang bisita nila na gaya ko. Hindi ko inaasahang ganoon ang itsura ng center na pinagdalhan sa akin ni Nhate. Maayos at maaliwalas ang lugar, iisipin mong hindi ka nagpapagaling kundi nagbabakasyon ka lamang. Ang mga residente sa center ay binubuo ng mga unwed mothers, pregnant teenagers, at mga nagtatagong babae sa asawa nilang nambubugbog.

Napansin ko na ang tawag ng mga staff sa Haven kay Nhate ay "sir". Noong una ay hindi ko ito pinapansin pero sa huli ay nagtanong na rin ako, nakaka-intriga lang kasi. Itinanong ko ito sa isang staff na nagbibigay palagi sa akin ng medication at supplements. Patuyo na ang sugat ko pero nag-gagamot pa rin ako, binabantayan nila ang dosage nito syempre, para maiwasan ang impeksyon ng aking sugat at hindi ako malulong ulit sa drugs.

"Dahil lalaki si sir Nhate." Yun lang ang sagot sa akin nito ng staff. Hindi ko man sya maintindihan pero sa kung anong dahilan ay naniwala ako sa kanya. Hindi tomboy si Nhate, lalaki ito.

Ako ang unang kasong hinawakan ni Nhate na sya lang mag-isa. Ramdam ko ang tutok, espesyal na atensyon at pag-aalaga nya sa akin. Ganoon pa man ay inihihiwalay ko pa rin ang sarili ko sa iba. Sa tuwing may group discussions kasama ang ibang kagaya ko ay andoon ako, pero hindi ako nagsasalita o nakikisama sa usapan nila. Kay Nhate lang ako nakikipag-usap. I trusted him somehow. Kahit noong nalaman kong lalaki sya ay hindi nagbago ang pagtitiwala ko sa kanya. Alam ko kasi, ramdam ko ang malasakit nya sa akin.

Binigyan ako ng maliit na kwarto ni Nhate. Ilan pa lang ang kwarto sa Haven, marami pa ngang bakante dito, kaya naman pwede pa kaming hiwa-hiwalay ng tulugan. Sabi ni Nhate ay NGO daw ang Eve's Haven, itinayo ito para tumulong sa mga kababaihan at kabataang inaabuso at naliligaw ng landas na kagaya ko. Mukha naman talagang bago pa ang center dahil hindi pa halos gamit ang mga pasilidad dito.

Meron silang isang common room kung saan nagtitipon-tipon ang mga taga Haven para mag-usap o manood ng TV. Hindi ako nagpupunta doon, madalas ay mas gusto ko pang mapag-isa. I miss Jake most of all. Ilang beses akong tumawag sa bahay nila pero, cannot be reached na ito. Tinawagan ko na lamang ang mommy ko. I assured her that I was okay. Sinabihan ko rin syang hindi na kami magkasama ni Lilet kaya hindi na nya ako dapat pang tanungin dito. As usual she's so wrapped up in her own little world in Japan that she didn't even bother to ask how I was, at bakit naghiwalay kami ng pinsan ko. Para sa kanya basta't marinig lang nya ang boses ko, malamang buhay pa ako ay sapat na iyun bilang relasyon namin.

I have never felt more alone in my life. Kaya madalas na nasasabik akong makita at maka-usap si Nhate. Pagkapananghalian kasi ay may one-on-one session kami sa opisina nya. Maliit ang halos walang gamit na opisina ni Nhate, maliban sa malalambot at kumportableng sofa. Gusto ko ngang laging tumambay sa opisina ni Nhate buong maghapon, eh.

"How are you today?" Palaging masaya ang bungad sa akin ni Nhate, hinintay nya akong maka-upo ng maayos sa sofa. Minsan naitatanong ko sa sarili ko kung masayahin lang ba talaga si Nhate o pakitang tao lang ang lahat? Kitang-kita naman sa mga mata nya na masaya syang makita ako. Ngumiti ako, para lang hindi ako magmukhang bastos sa harapan nya, pero ang totoo ay wala akong maramdamang saya. In fact, I felt emptier and emptier as the days go by.

In the previous sessions, Nhate asked basic questions like, what's my favorite color, my favorite food, or my favorite song. Kahit tila walang kwenta at simple lang ang mga tanong nya sa akin, ay natatagpuan ko ang sarili kong nagsasalita. Isang tanong lang nya ay marami na kaming bagay-bagay na napag-uusapan hanggang sa maggabi na. Mamamalayan na lang namin na oras na pala ng hapunan.

Pero ngayon ay hindi nagtanong si Nhate, may inabot lang sya sa akin. It's a picture of a beautiful woman in glittering costume. I think she's on stage, the face looks so beautiful and graceful even without moving. I looked up and he was smiling.
"Ano sa tingin mo?"
"Nice...super pretty." Sinoli ko ang larawan sa kanya.
"Ako yan."

Hindi ako makapaniwala sa narinig ko, binawi ko sa kanya ang larawan. Tinitigan ko muli ito ng mabuti. I looked at him and I looked at the woman in the picture. Meron ngang pagkakahawig pero kailangan mo munang titigan ito ng mabuti. Hindi pa rin ako makapaniwala, si Nhate kasi ay kagaya pa rin noong una ko syang makita sa ospital, mukhang tomboy. Ngayon alanganin na talaga ako kung babae nga sya o lalaki.

"But...Pero...Paanong?" Hindi ko na inilihim ang aking pagtataka.

"Napansin ko kasing ikaw lang ang laging nagkukwento ng buhay mo. I want to share my life to you as well." Seryoso si Nhate, umupo sya sa tabi ko. Kanina kasi ay magkatapat kami.

<><><>

2004: I became aware of Mama Sol kissing my forehead. I pretended to sleep. No longer hysterical, it felt nice remembering Nhate...my Nhate and our one-on-one sessions. Nang humahawak na rin ako ng kaso ay natutunan kong isa pa lang technique ang mag-share sa mga pasyente para maging bukas din ito sa pagbabahagi ng buhay nila. Yet, for some reason, I couldn't do it. I couldn't bring myself to open up about Jake, kahit kay Cess na never nalaman ang back story kung bakit ako napadpad sa Eve's Haven. Ngayon ay alam ko na kung bakit, I couldn't open up about my past. Hindi ko kakayaning magbukas ng aking nakaraan. Masyadong malalim ang sugat, maaapektuhan ako ng matindi kung pilit ko itong huhukayin mula sa pagkakabaon ko dito almost a decade ago.

"I love you, my child. Keep dreaming...I will not leave you," bulong ni Mama Lota. I smiled when Nhate's face showed up in mind, remembering.... remembering...

66

Free As A Bird

"Carrying an air of grandeur to cover how I hate myself"

2021: Finally, nakatulog na si Drew. Too much information to process on her end. I am proud though, my daughter can handle it. She's strong, and my story of redemption will make her even stronger. Akala niya hindi ko siya mapapatawad sa 'sendnudes' incident nya. Ugh! I've done much worse, yet God loves me so much to let me go. Gustuhin ko mang tapusin noon ang kwento ng buhay ko, God was not yet done with me.

<><><>

"Seven pa lang ako ay alam ko nang gusto kong maging babae. Ang problema, I came from a long line of generations with strong Christian roots. I struggled through my childhood, believing Jesus, while hating myself and Him for making me feel like I was all wrong." Tumigil si Nhate sandali, titig na titig sya sa larawang ibinalik ko sa kanya.

Kita kong nahihirapan syang balikan ang nakaraan. Gusto ko sanang wag syang masaktan pero ayaw ko namang tumigil sya sa pagkukwento ng buhay nya. Hindi lang ako sanay na seryoso si Nhate, lagi kasi itong masaya.

"In college, I finally gave in. I declared my independence from my family. My mother was hearbroken of course, but my dad...All my life he looked at me with love and understanding, and I hated him for it. Gusto ko kasi mas magalit sya sa akin, kung kinakailangang bugbugin nya ako ay gusto kong gawin nya para lang gawin nya akong lalaki. I wanted him to tell me that my decision to live my own life was wrong, pero gaya ng madalas nyang gawin ay niyakap nya ako at sinabing *"The choice will always be yours. Basta kapag nakita mo na ang matagal mo nang hinahanap at hindi ka nasiyahan dito, lagi kang may bahay na bukas na naghihintay sa iyo."* Kilala ko si dad, ibig lang sabihin ay ipinagpasa-Diyos na nya ako. He let me go and so I went my way." Ngumiti sya habang masuyo nyang hinahaplos ang mukha ng babae sa larawan. May pait ang ngiti ni Nhate. For some reason, I mirrored that pain.

"I had no money so I did odd jobs -- katulong, tindera, parlorista. Hindi na ako nag-aral. Sa umaga kayod, sa gabi ay hada ako ng hada. I've never felt so free in my life. I loved it! Then I found my passion in performing, kumakanta ako at sumasayaw. I applied as entertainer in Japan." Tumingin sya sa akin. "They didn't mind you know, whether you're a girl or a boy or whatever, when they love you, they will love you no matter what. I had several lovers, pero si Tacasa ang pinaka-minahal ko. He also turned me into a woman. Complete transformation. I had drugs, enhancers, hormone replacements, operations after operations, the whole nine yards. I got addicted to pain killers dahil nga sa dami ng operasyong pinagdaanan ko maging ganap na babae lang ako." Sumandal sya sa sofa at saka bumuntong hininga ng malalim. "Pero ng may bagong baklang dumating ay iniwan nya ako. Feeling ko guguho ang mundo ko. Minahal lang ako ni Tacasa habang unti-unti akong nagbabago ng anyo -- from ugly duckling to a beautiful swan -- pero noong swan na ako, hindi na ako ang gusto nya."

Biglang sumaya ang boses ni Nhate. "But I bounced back. I lived my life in Japan with a bang! After him, I looked at my lovers in a different way. I used them more than they used me. I felt that I was controlling my life, even if I could only perform with pain killers in my system. Minsan pa nga sinasaktan ko ang katawan ko para lang mabigyan ako ng prescription for pain." Inangat ni Nhate ang sleeves niya, ang daming ugly scars ng paso ng sigarilyo at hiwa ng patalim. Shocked, I was glad na bigla akong may naramdaman. Nakita kong lumuluha si Nhate. Sumikip din ang dibdib ko.

"In the middle of everything I felt so lonely and empty. While performing, I missed my family. Pagkatapos the voice of my dad kept popping inside my head. Nakita ko na ang hinahanap ko, isa na akong ganap na babae. All my life, wala na akong ibang pinangarap kundi ang maging babae, pero no matter how much I changed my outside appearance, sa loob ay hindi ko gusto ang nakikita ko sa salamin. Galit ako sa sarili ko dahil pakiramdam ko ay namumuhay ako sa kasinungalingan. What people were seeing in me was a lie, what people were loving was not me, the real me."

Natagpuan ko ang sarili kong umiiyak kasama ni Nhate. Kasi buhay ko ang kinukwento nya at hindi buhay nya. Kagaya nya, akala ko ay kuntrolado ko ang buhay ko. I was free of hassles from my mother and my relatives. When my life went in a spiral mode, I kept pretending that everything was okay with me, pero sa loob ko ay sumisigaw ako. *"Billy, you're out of control! Billy, hindi ikaw iyan! Billy, nag-iibang tao ka na!"* Pilit kong ibinabagay ang pagkatao ko sa kung anong sa tingin ko ang gustong makita ng mundo sa akin. The cool Billy who could handle sex, drugs, and booze. The cool Billy who could handle anything, pero sa gabi, kapag wala na si Jake, kapag mag-isa na lang ako, hindi ko gusto ang Billy na kasama ko. Hindi ko gusto ang buhay na tinatahak ko.

Hindi ko alam kung gaano kami katagal nag-iiyakan. Magkayakap kami, nangangatog ako sa sobrang bugso ng emosyon. Hindi kagaya noong nagtatanggal ako ng drugs sa aking sistema, ngayon ay grabe ang pangangatal ko dahil sa tindi ng damdaming nadarama ko. Parang lahat ng iyak na pinigil ko sa matagal na panahon ay bumalong ng bumalong na parang hindi na ito hihinto pa. Ni hindi ko na napansin na hindi nya natapos ang kwento nya. He was also crying on my shoulder, it made me feel that at some point I brought him comfort too but not more than how much he had comforted me.

Nang sa wakas ay tila napagod ang aming katawan sa pagpiga ng mga nakatagong emosyon. Nagkalas kami. We looked in each other's eyes. I saw, and I knew that he also saw, that a strong bond of friendship was formed there.

"I will never ever force you to do something that you don't want to, okay?" Biglang sinabi nya sa akin, hindi ko maintindihan noong una. "You will always have a CHOICE. Your choice will always matter the most. I want you to stay here with us, pero it will be according to your choice not mine."

Naintindihan ko na. I was restless these past few days. I really wanted to leave, pero alam kong wala akong pupuntahan. Nanatili ako dito dahil wala akong pagpipilian, yun ang pananaw ko noon. Now, Nhate was giving me a choice. I looked at his loving eyes and I felt safe. I made my decision to stay. It's my choice not his.

Noon ako nagsimulang makisalamuha sa ibang tao sa Haven. Sumasama na akong manood ng TV sa common hall. Noong una ay nakikinig lang ako sa kwentuhan nila pero pag minsan-minsan ay nakikisingit na rin ako sa kanilang usapan. Natuto pa nga akong mag-gantsilyo, naging libangan naming ito pampatanggal ng inip. May mga kanya-kanyang trabaho rin kami sa Haven, hindi naman kami nga prinsesa at bisita doon na laging pinaglilingkuran.

Sa group discussions ay nagsimula akong maging interesado sa mga iba't-ibang kwento ng buhay ng mga kasamahan ko sa Haven. Kapag nagkukwento sila, naiisip kong wala sa kalingkingan ng pinagdaanan nila ang pinagdaanan ko. Si Kristina, na-gang rape. Si Abby, na rape ng sarili nyang ama. Halos magkakasing-edad lang kami. Si Carla, iniwan ng boyfriend matapos mabuntis. I found myself tracing my wounded wrist sa tuwing maiisip ko si Carla.

<><><>

"Nhate!" Niyakap ko sya nang pumasok ako sa opisina. Natuwa ako ng husto dahil sya ang nakita ko at hindi si Dra. Millan. Gusto ko rin si doktora pero ibang-iba si Nhate. Si doktora ang pumapalit kay Nhate sa aming one-on-one session kapag umaalis ito to attend some other businesses.

"Hello, my dear," niyakap nya rin ako.

"Ang tagal mong nawala...Saan ka ba nagpunta?" Sumbat ko.

"Isang linggo lang, sobra ka naman."

"Sabi ni Mama Sol, nasa ospital ka daw. May bago ka bang case na binibisita doon?"

"Parang ganoon na nga," natawa ito.

"You look thin and tired." Pansin ko.

"Wala pa kasi akong tulog." Pinaupo ako nito sa tabi niya sa mahabang sofa.

"Eh, di magpahinga ka muna," sabi ko.

"But I also missed you...so much!"

Natuwa ako sa sinabi ni Nhate

"You look great, nagkakalaman ka na."

"I know, right?" Umikot pa ako at nag-pose na parang model. Natawa kami pareho.

<><><>

Nagsimula na ulit ang aming session. Nhate had this charm of getting information out of me. He would start with a safe topic.

"Do you ever miss your dad?"

"Nope."

"Bakit sa palagay mo hindi mo sya name-miss?"

Ganito lagi si Nhate, gusto nyang ako ang mag-a-analyze ng mga bagay-bagay sa buhay ko. Sa tuwing tatanungin nya ako at nasasagot ko ang mga tanong nya, doon ko rin nagagawang suriin ang buhay ko nang maigi.

"Maybe because I didn't know him, so I didn't know what I was missing. Isa pa may lolo at lola naman ako."

"Doon ka iniiwan ng mommy mo kapag nag-a-abroad sya?"

"Noong una, noong bata pa sila at kaya pa nilang mag-alaga sa akin." Nalungkot ako ng konte.

"Anong mga naaalala mo sa kanila?"

67

Down The Rabbit Hole

"I walk down memory lane cause I love bumping in to you"

Huminga ako ng malalim. "Naaalala kong nagigising ako sa madaling araw, katabi ko sila lola matulog, pero sa umaga, nagigising ako sa kabilang kwarto."

"Kabilang kwarto?"

"Oo, sa may bodega namin pero kwarto na rin."

"Ilang taon ka nito?" Nagsulat si Nhate sa notebook niya.

"Siguro mga 5 or 6 years old."

"Bakit sa tingin mo inililipat ka nila ng kwarto?"

"Umiihi kasi ako sa gabi, nagagalit ang lolo. Gigising kasi sila ng madaling araw dahil basang-basa ang kama. Tapos maglalaba ang lola ng mga kumot kinabukasan." Natawa ako sa kwento ko, tumawa rin si Nhate

"How did you feel?" Tanong niya sa akin.

"Papagalitan nila ako sa umaga, minsan mapapalo."

"I mean... how did you feel whenever you would wake up alone at night?" Tumigil si Nhate sa pagsusulat, tinitigan ako nito.

Nag-isip ako sandali. "Wala" sabi ko sabay kibit balikat.

Nakatitig pa rin si Nhate. Alam ko ang tingin nya na iyun. Ibig sabihin, hindi nya gusto ang sagot ko. He's not satisfied with my answer.

"I felt scared and lonely. I missed my mom. I wished my mom was there. Gaya ng ibang nanay na yayakapin ang anak na natatakot sa gabi. Pupuntahan ko sila lola sa kabilang kwarto pero naka-kandado ang pintuan nila. Alam kong mapapalo ako kapag nagpumilit akong pumasok." Sa kung anong dahilan ay biglang papatak ang luha ko. Bakit? Ang tagal-tagal na noon, pero apektado pa rin ako.

Nhate would encourage me to talk some more. "Anong ginawa mo pagkatapos?"

"Babalik ako sa bodega at iiyak ng iiyak hanggang sa makatulog ako ulit. Minsan may mga ipis. Takot ako sa ipis. Sa gabi nananaginip ako na sinusundot nila ako sa ilalim ng kama." Tapos iiyak na ako. Ewan ko ba, nakikita ko ang sarili ko sa isip ko na nag-iisa at kaawa-awa kaya siguro ako naiiyak. Pagkatapos kong umiyak ay aluin naman ako ni Nhate saka iibahin na naman nya ang tanong. Yung masasayang ala-ala naman ang aalamin nya tungkol sa akin.

<><><>

Nang sumunod na araw ay pinag-usapan naman namin ang mga naging kaibigan ko.

"Sino ang naaalala mong kalaro mo noong bata ka pa?"

Again, harmless question "Marami, sa probinsya, maraming bata."

"Anyone who stood out?"

Nag-isip ako. "Si Ining. I forgot her real name. Maputi sya at maganda. Nasa Saudi ang tatay nya. Lagi syang maraming bagong damit at laruan."

"Nagpapadala rin ang mommy mo sa iyo, di ba?"

"Oo, pero bihira lang, madalas pera ang padala nya. Kapag umuuwi lang sya, saka ako nagkakaroon ng mga laruan at damit."

"So anong naaalala mo kay Ining?"

"Isang araw, naglalaro kami ng habulan, tapos sabi ng ibang kalaro namin na maglaro daw kami noong itataas ang palda. Kung sino ang makitaan ng panty ay taya. Kaso naka-shorts ako, umuwi ako ng bahay para magpalit ng damit, pero wala pala akong ganoong damit. Kaya nang bumalik ako, hindi na nila ako sinali."

"How did you feel?"

Walang kwentang sagutin si Nhate ng "wala" dahil pipilitin pa din nya akong magpaliwanag.

"Galit. Hindi ako kinampihan ni Ining, sumama sya sa ibang kalaro namin at iniwan akong mag-isa."

"What did you do?"

"Hindi na ako nakipag-usap sa kanya kahit kailan. Isa pa ay umalis na ako doon kina lola, eh, hindi ko na sya nakita ulit."

"Saan ka nagpunta?"

"Dinala ako ni mommy sa bahay ng kaibigan nya sa Maynila. Tapos iniwan nya ako sandali doon." Gosh...where are all these memories coming from, sa isip-isip ko.

"Anong naaalala mo sa kanila?"

"Madami silang anak, may matanda sa akin pero meron din namang bata. Maliit na kwarto lang ang bahay nila, eh. Nagpapadyak lang ng sidecar na may meryenda sa hapon si tito Fred. May dala syang turon, palamig, at kung ano-ano pa. Iniikot nya ito sa paligid ng Tayuman."

"Bakit ka dinala doon ng mommy mo?"

"Nagkakasakit na kasi sina lolo at lola, hindi na nila ako kayang alagaan. Nag-a-apply naman ulit si mommy para makapunta sa Japan."

"Mababait ba sila sa iyo?"

"Yes." Mabilis kong sagot. Hindi na naman satisfied si Nhate sa sagot ko. "Well...except for the food. I had to control eating too much kasi marami kami. Nakatoka ang pagkain, hati-hati." Nalungkot ako. "Come to think of it, ako lang ang bawal kumain ng marami. Ang iba ay pwedeng magpabalik-balik."

"Bakit sa palagay mo?"

"Hindi naman nila ako anak, nakikitira lang ako."

"How did you feel about it?"

I suddenly felt annoyed. "Like an outcast."

Matagal kaming hindi kumibo sa isa't-isa. Pinabayaan nya lang akong manahimik at mag-isip.

"Pizza?"

Pilyo ang ngiti ni Nhate, matatawa na lang ako. "Kainis ka!"

"I know, right?"

◇◇◇

The next day we talked about my mother.

"What do you remember about her?" Tanong ni Nhate.

Ang tagal kong nag-isip, parang wala akong masabi. Puro tawag sa telepono lang kasi ang naiisip kong pinagsamahan namin.

"How about funny stories? Scary stories? Anything?" Pagpipilit ni Nhate .

"Ah, naalala ko na. Magkasama kami, nakatira kami sa bahay na walang banyo." Na-excite ako sa alaala ko.

"Walang banyo?" nakakunot ang noo ni Nhate "Eh, bakit parang ang saya mo?"

"Meron naman, kaso barado. Common CR kasi iyun ng limang pintong kwarto. Nirereklamo na nila mommy sa may-ari ng bahay ang baradong CR kaso hindi naman masolusyunan. Hindi naman kami makalipat ni mommy kasi wala pa syang pera. Kakamatay lang kasi nila lolo at lola. eh." Hinintay ko kung malulungkot ako sa alala ng mga kamag-anak kong namatay pero wala namang sakit. Ayos lang ang pakiramdam ko. "Isang araw ay kinailangan kong mag-CR, wala akong choice kailangan kong gamitin ang baradong banyo. Kadiri kasi pagpasok ko punong-puno na ang bowl at ang baho nito. Hindi mo rin naman pwedeng buhusan kasi aapaw lang ang dumi at hindi naman lulubog, so I had to do my thing in it at patungan na lang ang naandoon na laman."

Nakita ko ang reaksyon ni Nhate, magkakahalong pandidiri, pagkamangha, at pagka-amuse. Natatawa na ako nang magsalita ulit.

"Tapos aksidente ay nasilat ako sa loob ng bowl, I was too small."

"Eeeww!" sabi ni Nhate. Humalakhak ako, grabe ang tawanan namin ni Nhate. "And then?"

"And then I called for my mom, she rushed into my side and looked at me horrified. Punong-puno ako ng..." hindi ko na tinuloy "Tapos ang tagal nya akong hi-nose ng tubig. She washed me thoroughly sa labas ng bahay. Nagkagulo ang mga tao sa panonood sa amin."

"You looked so happy with your story. Samantalang feeling ko hindi na ako makakapag-hapunan. The image will haunt me forever. You destroyed my appetite."

Nagtawanan kami ulit.

"Tama ka, Masaya nga ako sa kwentong ito. That was the last time my mom was with me. Yun lang ang pinakamatagal kong alaala sa kanya. I forgot about it kung di mo lang tinanong."

Maya-maya ay sumeryoso na ako.

"Naalala ko pa nga, she was touching me and scrubbing me all over. Halos mamula na ang balat ko kakalinis nya sa akin...But I would take it again. Just to feel her touch. Kahit magkasugat-sugat ang balat ko, maramdaman ko lang ulit ang pag-aasikaso nya sa akin." Biglang iiyak na ako, pero huminga ako ng malalim para pigilin ang luha ko. "I will gladly repeat that scene over and over again, including the kadiri part just to feel her touching me." Halata ni Nhate na pinipigil ko ang pag-iyak ko.

"Wag mong pigiling umiyak. Just let it out," encourage ni Nhate. "How did you feel when you're with her?"

Suminghot ako. "I felt safe. I felt home. She tucked me in bed and she hugged me so tight I couldn't breathe." Umiiyak na ako, hindi ko na mapigil. "Then a week later, we said goodbye in the airport." Tumindi ang pag-iyak ko. The memory pained me more than I thought it could. Ano ba at parang sa tuwing nag-uusap kami ni Nhate ay lagi nalang nauuwi ito sa pag-iyak ko?

<><><>

The next day we talked about school. Tinanggap ko nang AWOL ako this semester. School is the last thing that I want to visit.

"Tell me about your high school days."

"The usual."

Syempre ayaw ni Nhate ang sagot ko. "Anything unusual?"

"Well, I was unusually big for my age. Boys started noticing me pero wala akong hilig sa kanila, eh." Alam ni Nhate na ang boobs ko ang tinutukoy ko. Masyado kasi akong maliit para magkaroon ng malaking dibdib.

"Friends?"

"I had few. Ngayon ko lang na-realize, hirap akong makakuha ng kaibigan, ano?"

"Bakit sa tingin mo?" ayun, pinapa-analyze na naman sa akin ni Nhate ang dahilan.

"Ayoko kasi ng mataong lugar. Ayaw kong pinapapansin ako ng maraming tao. Siguro dahil nga I didn't look my age, people looked at me in a weird way, at hindi ako kumportable. Kaya kapag may nakilala akong mga kaibigan, kahit sa isang sulok lang kami okay lang sa akin. Sa kanila lang ako laging nakadikit. Kaya hindi na ako nagkakaroon ng pagkakataong may makilala pang iba."

"Magaling ka na! Unti-unti mo nang nakikilala ang sarili mo," sabi ni Nhate.

Ngumiti ako. "Talaga?" Alam kong yun ay dahil magaling sya sa pagtuturo sa aking kilalanin at intindihin ang aking sarili.

"Any particular friend the comes in mind?"

Si Grace ang gusto kong ikwento pero ibang name ang lumabas sa bibig ko. "Na-inlove kasi sya sa 21 year old na lalaki. We were like 15 at that time. She was serious about him. Nag overnight pa nga sila ng boyfriend nya sa isang resort. She claimed nothing happened, but I could see in her eyes that something happened... at least...something changed in her...Sa probinsya grabe ang pagka-conservative ng mga tao. When her parents found out about her boyfriend, they sent her off to Bicol." Lumungkot ako "Naalala ko na nagpa-alam pa nga sya sa amin. Pito kasi kaming magka-kaibigan, pero I have a special bond with her just like the rest." Ngumiti ako pero malungkot pa rin ang damdamin ko.

"I stayed in the closet crying for a long time."

"Closet?"

"Sa mga tito at tita ko ako nakatira noon. Ayokong makita nilang umiiyak ako. Kaya nagtatago ako sa aparador sa tuwing iiyak ako."

"Hindi ka nila nakikitang umiyak? Ever?" Takang tanong ni Nhate.

68

The Unlovable Me

"I'm a broken mess, I must confess"

"Simula noong nagdalaga na ako, hindi na ako nagpakita sa kanila na naaapektuhan ako o nasasaktan nila ako. Habang unti-unti akong nagkaka-isip, I promised myself that no one will ever make me cry again. Well at least hindi nila makikitang napaiyak nila ako. Nang umalis ang friend ko ay pinag-aral na ako sa Maynila for college. I said I would never need anyone anymore. I would not allow myself to be hurt or be affected by anybody." Seryoso ako. Hindi muna ako kumibo ng ilang sandali. "But then, I was wrong..." bigla kong sinabi. Nakita ni Nhate na hinahawakan ko ang peklat ko sa aking pulso.

"I have a gift for you?" Pagbabago ni Nhate ng topic. Lagi namang may regalo si Nhate sa akin. I opened the small bag that he handed me. Sya ang kumuha ng malapad na plastic bracelet na nasa loob ng bag. Isinuot nya ito sa aking left wrist. It covered the ugly scar of my past. I like it so much.

"Napapansin ko kasing it bothers you, so maybe now you can concentrate on what is more important."

"And what is that?" Nakangiting tanong ko habang pinagmamasdan ang bracelet.

"The future." Nawala ang ngiti ko.

◇◇◇

I couldn't sleep that night, I kept turning and tossing. Alam kong posibleng tungkol sa college na ang itanong ni Nhate sa akin bukas. Ilang araw na itong parang kutsilyong naka-amba sa akin. I kept waiting for Nhate to pop the question out. Halos araw-araw ay hinihintay ko syang simulan ito. Bukas sigurado na akong ito na ang itatanong nya sa akin.

Ramdam ko ang tension ng katawan ko dahil sa antisipasyon ng oras ng pagharap ko sa aking nakaraan. I though of faking a sickness or something to miss the session, pero alam kong hindi ako palulusutin ni Nhate. Isa pa, sya lang ang dahilan kung bakit nasa katinuan pa ako ng pag-iisip. I couldn't afford to lose even one session with him, pero kaya ko na bang pag-usapan ang tungkol sa buhay ko noong college? Ang muling alalahanin si Jake?

I was touching my bracelet again. Marami na akong koleksyon nito. Naging mannerism ko na ang hawakan ang bracelet, lalo na kapag meron akong isang bagay na ayaw alalahanin o isipin man lang.

◇◇◇

Kinabukasan nagulat na naman ako sa tanong ni Nhate. It wasn't what I was expecting.

"Do you love yourself?" His question didn't make any sense

"Of course." I answered matter of factly.

"How do you show yourself that you love you?"

"What?" Natawa ako kasi parang walang sense ang tanong ni Nhate, but I could see that he was serious and he was waiting for my answer.

Napilitan na naman akong mag-isip. "Well I take care of myself." ang yabang ng sagot ko.

Hindi sumagot si Nhate, magkatapat kami, kaya lalo akong nagtaka. He usually sat beside me at the sofa. Now he was seated on the reclining chair. Nakita kong dumako ang mga mata nya sa bracelet ko. Nakuha ko ang ibig nyang sabihin.

"You know that's not fair." Pinilit kong wag masaktan sa inasal nya pero dinig pa rin sa boses ko ang sakit. Nakatingin lang si Nhate sa akin, hinihintay kong manghingi sya ng paumanhin pero wala pa rin itong reaksyon.

"Ano ka ba, Nhate? You know I will not do that again." Ang pananakit ko sa sarili ko ang tinutukoy ko. He looked at me with that weird expression on his face. I didn't like it. Parang bad mood si Nhate ngayong hapong ito. "Don't you trust me?" Tanong ko sa kanya, nagtangka akong tumawa, para gawing magaan ang usapan namin pero unti-unti ko nang nararamdaman ang tindi ng sakit.

Mukhang sa unang pagkakataon ay magtatampo ako ng husto kay Nhate.

"Nhate? Hindi ka naniniwala sa akin? Iniisip mo bang gagawin ko ulit ito?" Tinuro ko ang bracelet ko. I felt really desperate. I wanted so badly for him to believe me -- have faith in me.

"Hindi ko sinabi iyan." Seryoso pa rin si Nhate.

"Hindi mo nga sinabi pero nararamdaman kong iyun ang iniisip mo, na sasaktan ko ulit ang sarili ko."

"Nagtatanong lang ako, ang gusto ko lang ay sagutin mo ang tanong ko…"

"Sinagot na nga kita." I cut Nhate's sentence.

"Pag-isipan mong mabuti bago ka sumagot. How do you show yourself that you love you?" Inulit pa ni Nhate ang tanong nya.

Nag-isip akong muli, annoyed. Saka ako bumuntong hininga. Hindi ko talaga gusto ang pagkakatitig sa akin ni Nhate.

"If…I wanna…If I'm happy. Pinapasaya ko ang sarili ko." Tila si Nhate naman ang nag-iisip. "Sa paanong paraan mo pinasasaya ang sarili mo?"

"Well… I do things that will make me happy."

"Ano ang mga iyun?"

"Mga bagay-bagay. Mga kaibigan at pamilya na kasama ko…"

"So kapag nawala ang mga bagay-bagay sa buhay mo at ang mga tao sa paligid mo ay hindi ka na magiging masaya?" Nhate cut my sentence this time.

I thought about his question. Nangyari na nga ang lahat di ba? Halos nawala na sa akin ang lahat. "N…no."

Nagtaas ng kilay si Nhate, parang nalilito sya. Ang totoo, ako ang nililito nya. Saan ba pupunta ang usapang ito? Nag-isip na naman ako.

"Y…yes…" Inamin ko rin, para bang hinuhuli nya ako sa bibig ko.

"So, hindi mo mahal ang sarili mo ngayon dahil hindi ka masaya…"

"Hindi naman na ako nag-iisa. I still have people around me. Ikaw! You make me happy. Pag kasama kita, I feel loved." I cut him off again. Walang kwentang magsinungaling kay Nhate. Sya naman ang laging nagsasabing aminin ko ang totoong nadarama ko.

"Yun na nga, Billy, yung pagiging masaya mo ay lagi mong inaasa sa iba. Kaya kapag iniwan ka nila o nawala sila sa iyo, nawawala rin ang balance ng buhay mo."

Napaisip na naman ako sa sinabi nya. Masakit marinig...pero it makes sense. Ganoon nga ata ako.

"Kung mawawala ako sa buhay mo, syempre hindi naman ako habang buhay andito, paano ka ngayon mabubuhay mag-isa?"

"A...alis ka? Iiwan mo ako?" Hindi ko sinasadyang mataranta sa sinabi ni Nhate sa akin. Daig pa ang sinaksak niya ang puso ko.

Natawa si Nhate, sarcastic. Napailing ito na parang ang pathetic ng reaction ko. "Halimbawa lang, Billy. You're near hysteric, calm yourself down."

"I don't know, Nhate ...Hindi ko alam ang gagawin ko kapag iniwan mo rin ako." Sa wakas ay sinagot ko sya, may namumuo ng luha sa aking mga mata.

Napabuntong hininga si Nhate. Tila lungkot na lungkot ito dahil sa sinabi ko.

"I thought so too. Dalawang bagay ang napansin kong ugali mo. Una, nang-iiwan ka ng tao bago ka pa nila masaktan ng mas matindi. You reject them before they reject you. Kapag ang relasyon mo sa tao ay hindi nagiging maganda, sa halip na harapin mo ang problema at ayusin ito ay iniiwan mo na lang itong hindi ayos." Titig na titig pa rin sya sa akin, gusto nyang maintidihan ko ang intensity ng sinasabi nya. Ngayon, binibigay nya na ang pananaw nya sa akin. He's analyzing me this time. "Pangalawa, ay kapag nag-umpisa ka nang ipagkatiwala ang puso mo sa ibang tao. If you started investing in a relationship...when you started to let go of your fear and allow people to love you, you will trust them and love them back. Dahil pinasasaya ka nila, abot-abot ang kapit mo sa kanila. Lahat ng gusto nila ay gagawin mo para lang hindi ka nila iwan. Kapag iniwan ka pa rin nila sa kabila ng lahat ng ginawa mong pagbibigay at pagsasakripisyo ng sarili mo, doon ka nag-uumpisang saktan ang sarili mo. Ganoon ka lagi, Billy, hindi ka na magbabago. Iiwan mo o iiwan ka, at sa susunod na saktan mo ang sarili mo, sinisigurado ko sa iyong magtatagumpay ka na."

"Why are you doing this to me?!" Sinasadya ba akong saktan ni Nhate? Alam kong totoo ang sinasabi nya pero kailangan ba talaga nyang ipangalandakan sa mukha ko ang kahinaan ko? Hindi ba nya naisip ang kalagayan ko? Pwede kong ikabaliw ang ginagawa nya sa akin. Ang sakit na nadama ko ay napalitan ng galit. Hindi ko gusto ang kinakatunguhan ng usapang ito. "Ayoko ng ganitong laro, Nhate. Tigilan na natin ito!" Akmang tatayo na ako para umalis pero sinigawan ako ni Nhate.

"Sit down, Billy!"

Napalunok ako. My desire to please him forced me to obey. Ayaw kong magalit siya sa akin, baka iwan niya ako.

"Itong mga kaibigan at pamilyang pinagmamalaki mong nagpapasaya sa iyo, did they bring out the best in you?" Mahinahon na ang boses niya. Galit ko siyang tiningnan, he returned the same stare. "Were you a better version of you when you were with them, or you acted and became what you thought they wanted you to be?"

Bulls eye!

"You see Billy, you will always make a lousy anybody else, you can only be the best you."

69

Broken Surrender

"This hand is powerless to help itself"

Naglaho ang galit ko, napalitan ito ng sobrang kalungkutan. I suddenly felt desperate and hopeless.

"H..how?" tanong ko ng pabulong, pumatak ang luha ko. How can I be...me? Hindi ko kayang magalit kay Nhate, may punto siya. Takot rin ako na kapag nagalit ako kay Nhate ay hindi ko ito kayang panindigan. Natatakot akong iwan nya rin ako o kaya ay hindi na pagtuunan ng espesyal na pagtingin. Pinahid ko ang mga luhang malayang pumapatak sa aking pisngi. "Paano ko gagawin ang sinasabi mo? P...paano ko mamahalin ang sarili ko? Anong gusto mong gawin ko?" Ulit na tanong ko.

"I'm not forcing you to do anything. It will be your CHOICE remember? Nasa sa iyo kung gusto mong mahalin ang sarili mo or remain an unloved woman. I want you to make the first move. I want you to choose to love yourself, not because I'm making you realize that you don't, but because enough is enough! Kailangan mong bumangon ulit. Pick up the pieces of your life and pull yourself together." Bakit parang galit si Nhate sa akin? "Ngayon sagutin mo ako! Do you love yourself?"

"H...hindi nga...P...pero gusto kong matutunan kung paano." Sabi ko, suko na ako kay Nhate. Hindi ko na kayang makipagtalo pa.

"Hindi ako kumbinsido!" Sigaw ni Nhate.

"Gusto ko talaga! Ituro mo sa akin kung paano!" Matigas na sabi ko.

"Hindi na lang!" Mas matigas ang boses ni Nhate.

"Anong gusto mong gawin ko? Sabihin mo! Gagawin ko ang lahat paniwalaan mo lang ako!" Lumakas pa ang sigaw ko.

"I'm sorry. You can't." Umiling sya. "You're not hungry enough to want what I'm offering, Billy. Hanggang dito ka na lang. Isang babaeng uhaw sa pagmamahal, gutom sa atensyon, at patay na patay sa presensya ng ibang tao sa buhay mo. You are nothing but AN UNLOVED WOMAN." Mahinahon na pero matigas pa rin ang pagtanggi ni Nhate sa akin.

Ang sakit! Ang sakit-sakit! Ganoon ba ako, isang babaeng hindi kamahal-mahal na maging sarili ko ay nasusuklam sa akin? "ANO PA BANG GUSTO MO SA AKIN, NHATE?! I WANT IT! Kung may iba pa akong pwedeng maging buhay maliban sa impyernong buhay na meron ako ngayon gusto kong makita iyun ngayon! Pagod na pagod na akong iniiwan, sawang-sawa na akong humingi ng pagmamahal sa iba! I want to be who I'm supposed to be not because they want it but because I want it! I DESERVE IT!!!!" Sumisigaw na ako, gusto ko syang sapakin at batuhin. Gusto kong ipadama sa kanya ang sakit na nararamdaman ko ngayon.

Lumapit ako sa kanya, niyugyog ko sya -- hinampas. Hindi sya lumaban, hinayaan nya lang akong saktan sya. Nahawakan ko ang isang throw pillow, pinaghahampas ko ito sa sofa hanggang sa magkalasog-lasog ito. "AAAAAHHHH! AAAAAHHHH! ANO PA BA!??! TIGILAN MO NA AKO!!! AYOKO NA!!! ANO PA BANG GUSTO MO SA AKIN!!!? AAAAAAHHHH!"

Halos mapaos ako sa kakasigaw. Hindi ko alam kung gaano ako katagal nagwawala. Dahil wala namang masyadong gamit sa opisina ni Nhate, wala na akong mahawakan para basagin o sirain. Sa huli ay napagod din ako. Tuluyan na akong napayukyok sa isang sulok. Iyak pa rin ako ng iyak.

Walang ginawa si Nhate para aluin ako, hindi gaya ng dati. Noon ay nakayakap at nakahawak na agad sya sa akin, pero ngayon ni hindi sya nagtaas ng isang daliri para lang alamin kung ano na ang damdamin ko. I have never felt so lost and hopeless in the midst of all this. I thought I was doing well, but I was wrong.

Ang totoo ay walang nagbago, ang demonyong nakatira sa puso ko ay natutulog lang, nagpapahinga, pero kahit sa isang iglap lang ay pwede itong magising muli. Kahit sino ay pwedeng buhayin muli ang madilim na bahagi ng pagkatao ko. Wala na akong pag-asa. Tama si Nhate, kahit anong gusto kong mahalin ang sarili ko, paano kung wala talaga akong kakayahang gawin ito? I'm nothing but a pathetic human, an unloved woman!

"Hindi ko ito kaya, suko na ako, Nhate ...ayoko na." Mahina na ang boses ko. Durog-durog na ang kaluluwa ko. Wala na akong ilalaban pa. Tanggap ko na ang lahat. I will die soon in my very own hands. Nakasalampak ako sa gilid ng pintuan, nakadikit sa haligi.

Nakatungo akong daig pa ang isang sundalong natalo sa isang digmaan.

"You're ready." Biglang sabi ni Nhate.

Nag-angat ako ng tingin sa kanya. Hindi ko maintindihan.

"You wanted it that much that you're willing to give it up. You're ready to love yourself, Billy. I will be with you every step of the way."

Sa sinabi ni Nhate ay lalo akong nalugmok, umiyak ako ng umiyak. Sa tingin ko sa aming dalawa sya ay may topak at hindi ako.

<><><>

The next days became like a course of life for me. Nhate started with knowing how I see myself.

"You are somebody because God doesn't waste His time to make a nobody. Once you learn how much you matter to God, you don't have to go out and show the world how much you matter."

Madalas na Diyos ang sentro ng usapan namin ni Nhate. A proof of his strong Christian roots. Ang kauna-unahang ginawa ni Nhate ay ang turuan ako tungkol sa gumawa sa akin.

"You have abandonment issues. Takot kang maiwan mag-isa kaya nagiging clingy ka sa mga taong nasasakal sa pagmamahal mo. I want you to be clingy to the one na hindi ka iiwan kailanman at si God yun."

"I don't deserve Him...ang dumi-dumi ko." It's true. Grabe ang mga kasalanan ko. I have a lot of realization lately.

"Kaya nga dapat Mo syang lapitan dahil sa kanya ka makakakuha ng kalinisan ng puso at kaluluwa. He is the God of second chances."

"P-paano....paano ako magkakaroon ng pangalawang pagkakataon sa buhay?"

"Simple lang. Nang ginawa ka ng Diyos ay may nakatakda na syang purpose mo dito sa mundo. He even bestowed you a talent to accomplish it. You are destined to use it for your purpose. May mga taong malaki ang role na gagampanan dito sa mundo, meron namang maliit at maikli lamang ang dahilan kung bakit sila nabubuhay. Madalas ni hindi natin alam na ginagawa na natin ang purpose natin, pero yun pala matindi na ang epekto at impluwensya nito sa mga tao sa ating paligid. You have to focus on finding your purpose." Patuloy ni Nhate.

"Kung nakatakda na ang lahat, eh bakit meron pa ring mga taong kung mabuhay ay parang walang pag-asa, parang wala silang dahilan dito sa mundong mabuhay? Mga palaboy, mga tambay, pulubi, at kung sino-sino pang mga baliw sa kalye?" Tanong ko.

"Because God, along with designing your purpose also gave you a gift."

"Ano yun?"

"A gift of choice. To accept what He designed you to do or to go your own way. God will never force you to follow or love Him, you must do it out of your own free will."

Bumalik na naman kami sa CHOICE.

"Eh, kung pipiliin ko ang sundin Sya, di ba parang sinuko ko na rin ang free will ko sa Kanya?"

Ngumiti si Nhate na para bang nakuha ko ang gusto nyang sabihin. "That's the plan. God gave you free will so you can give it up to Him freely, allowing Him free reign in your life so He can work with you and through you to spread His love."

Nalilito pa rin ako, pero unti-unti ko na ring nakukuha ang gusto nyang sabihin.

"God works in mysterious ways. Madalas hindi Sya kayang intidihin ng ating pag-iisip. God likes oxymoron -- opposing words joined together to form one word with one meaning. Halimbawa ay "pretty ugly", "bitter sweet", etc. Ganoon naman kasi ang Diyos, He is always contradicting our human logic. When you're weak, you're actually strong, when you carry His burden, it's light, ba't tinawag pang burden, di ba? Blessed are the meek, whaaat? Iba ang logic ni God, beyond our comprehension but within our protection."

"How will I be able to understand Him then?" Curious talaga ako.

"Just have FAITH. Believe it, Billy. Believe that He loved you first, so stop hating yourself by depending on other people's love just to live and be happy. Only Jesus died for you, no one else can do that."

"Sounds promising and easy, pero can I really learn to love myself by simply surrendering everything to God?" I have so much doubt.

Iniharap ako ni Nhate sa salaming dinala nya. Mas maayos-ayos na ang itsura ko ngayon kesa noong una akong dumating sa Eve's Haven.

"Nang pinanganak tayo, dalawa lang ang status natin. Babae o lalaki...well except for me of course, coz my cells became really really confused so I became a both." Natawa kami pareho sa joke nya. "But God never created a loser or a winner. To win or to lose in this life will always be dependent on you. Your success or your happiness is not a matter of chance but of choice. It all lies within you, believing that with God's love you are already a winner, kahit sa mata ng iba ay isa kang loser. Listen to what this is telling you..." Itinuro ni Nhate ang puso ko. Ngumiti ako, lumiliwanag ng paunti-unti ang aking pang-unawa.

"We all have a center, Billy. Self-centered, family-centered, career-centered, enemy-centered, money-centered, etc. What is your center, Billy?"

I honestly don't know the answer. Hindi self-centered dahil kaya ko ngang patayin ang sarili ko. Hindi family-centered dahil wala nga ako noon, lumaki at nabuhay akong wala sa tabi ko ang mommy ko, hindi ko rin kilala ang tatay ko. Hindi enemy-centered dahil hindi naman ako yung taong mahilig magtanim ng galit sa aking kapwa. Hindi rin naman ako money-centered, wala nga akong hilig sa mga bagay na nabibili ng pera.

Hindi rin ako career-centered dahil sa totoo lang hindi ko nga alam kung anong gusto kong gawin sa buhay ko sa ngayon. There is only one center that I can remember -- *Jake* -- and it hurts me to acknowledge it.

"Your center must balance all other areas of your life. If that center will ruin the other part of who you are, then you're in the wrong center." Sabi ni Nhate, ni hindi na nya ako hinintay na sumagot pa.

"What is the right center then?"

"Guess?" Nakangiting tanong niya.

"God-centered."

"God is the best balancer of life, Billy. He doesn't believe in hierarchy. He will not dictate you that family should come first, then career, then personal, etc. He will not shuffle your life and let you choose who comes next and who comes last. Pag Sya ang tinaggap mong center mo, bahala na Syang ayusin ang iba pang bahagi ng buhay mo. Just seek Him first and all else will follow."

I still don't understand pero my heart feel light everytime Nhate speaks of the God I don't really know.

"Mahal ka Niya, Billy. Mahal na mahal ka ni God. He died for you. Let Him in your heart. Sya lang ang nangako na hindi ka iiwan...hindi ka Niya pababayaan. With Him by yourside, you will no longer be an unloved woman."

70

Lessons of True Love

"Cause I can't lose if I keep learning"

Nang gabing iyun ay binangungot ako. Yun na naman, iniwan akong mag-isa sa dilim. Iyak ako ng Iyak, nagpapanic at hindi makahinga. Nang magising akong pawisan ay natagpuan ko ang sarili kong taimtim na nagdadasal sa Diyos sa unang pagkakataon. Naniniwala ako sa Diyos noon pa, pero hindi ko Sya kailanman nakilala. My prayer sounded senseless, ang gusto ko lang ay kumalma at mawala ang takot. Ni hindi ako marunong makipag-usap sa Diyos, pero ano ba ito at kahit parang walang kwenta naman ang sinasabi ko sa kanya ay ramdam ko ang gaan ng puso ko matapos kong magkwento sa Diyos.

<><><>

"The first thing that you need to do is to unite the three areas of what you are." Sabi ni Nhate ng sumunod naming session.

"Ano yun?"

"You are a body, a mind, and a spirit. All right, for the sake of simplicity just think of your heart as organ of your spirit. Pag-usapan muna natin ang puso mo. Dapat alisin mo ang lahat ng negativities na nasa loob ng puso mo. If you feel something is bothering you, voice it out. Hindi mo kailangang maging emotional o magalit agad. Sabihin mo ang saloobin mo ng maayos. Paalam mo kung bakit ka na-ba-bother, magugulat ka pa dahil yung taong pinag-iisipan mo ng masakit o masama ay hindi naman pala sinasadya ang saktan ka o bigyan ka ng bagay na ikaka-bother mo."

Nasubukan ko ang sinasabi ni Nhate minsan sa aming group session. Ang mga tao sa Eve's Haven ay nagkakasakitan at nasasaktan pa rin. Hindi naman talaga ito maiiwasan, syempre iba-iba naman talaga ang ugali ng tao. We have to acknowledge that we are perfectly imperfect. And we have to respect each other's imperfection. Palagi kaming may open forum para alamin ang damdamin ng isa't-isa. May mga sessions na minsan ay nagsisigawan at nag-aaway ang mga pasyente pero hindi matatapos ang usapan ng hindi inaayos ang lahat. Sa huli, walang matutulog na magkaka-away.

"Hindi ko nasabi sa iyo kasi... kasi baka hindi mo magustuhan..." Inamin ni Abby kay Kristina. Nabanggit ni Abby na nasaktan sya ng sabihin ni Kristina na masyado syang iyakin at sensitive.

"Ay ganoon, pasensya ka na ha. Sinasabi ko lang ang impression ko sa iyo. Hindi ko sinasadyang ma-offend kita, pero sana maamin mo na medyo totoo naman, di ba? May pagka-iyakin ka kasi."

"Alam ko...pinipilit ko naman, eh." Umiiyak na si Abby. "Hindi ko talaga kayang hindi umiyak."

"Kristina hindi natin kayang baguhin si Abby. Kapag pinilit natin syang magbago hindi na sya magiging si Abby. We cannot force her to conform to what we want her to be, right?" Intervene ng aming group facilitator.

"I know..." Sang-ayon naman si Kristina.

"Ano lang ang pwede nating kontrolin?" Tanong muli ng facilitator namin.

"Our reaction."

"Correct. Paano mo ipapakitang mahal mo ang sarili mo in this situation?"

"By not allowing myself to be bothered by her attitude, mamahalin ko ang sarili ko that way. I cannot control her, I can only control my reaction to her. Ang negative reaction ko sa kanya will not help me feel good about myself. Sayang ang brain cell and emotional investment kung uubusin ko ang panahon kong ma-bother sa kanya, ako rin ang talo." Inamin ni Kristina.

Napangiti ako. That's how we are being trained sa Eve's Haven -- processing our thoughts and emotions para hindi ito ma-stuck sa negative zone. Nakaka-proud lang.

"Ikaw, Abby. Anong sabi ko sa iyo sa pagtatago at pagkikimkim mo ng sama ng loob ng ganito katagal? Noong isang linggo ka pa pala nagtatampo kay Kristina tapos ngayon mo lang sinabi." Kumpronta ng aming facilitator.

"T-takot kasi akong baka hindi nya ako maintindihan." Nagpahid ng luha si Abby.

"Problema mo ba kung maintindihan ka nya o hindi?"

"H...hindi."

"Kaninong problema yun?" tanong ng facilitator.

"Kay Kristina..."

"At anong problema mo?"

"Ang alisin ang negative emotion ko para kay Kristina. Ang sabihin sa kanya ang totoo kong damdamin. Bahala na si Krstina kung tatanggapin ba nya o mag-re-react ba sya positively or negatively tungkol dito. My concentration is to love me first."

"Very good. Alam nyo naman pala, eh." Sabi ng facilitator.

"I'm sorry, Abby."

"I'm sorry too, Kristina."

Nagyakapan sila.

"Alam kong mahirap i-apply ang prinsipyong gusto kong ituro sa inyo, pero ang susi ay yung palagi kang mag-practice mahalin ang sarili mo. Natutuwa ako sa inyong dalawa Abby at Kristina. Marami kaming natutunan sa pinagdaanan nyo." pagtatapos ng aming facilitator.

<><><>

"Remember that you have personal accountability on your emotions, Billy. You cannot always control the circumstances around you, you can only control you. Kapag mag-isa ka na lang, nakahiga sa iyong kama, nagpapahinga para makatulog, doon mo maipapakitang mahal mo ang sarili mo. Tigilan mo ang sarili mong mag-isip ng mga bagay-bagay na hindi mo naman talaga mako-control. Stop worrying because you don't love yourself when you worry too much. Kapag nag-aalala ka, yun ang paraan mo sa pagsasabi sa sariling mong wag matulog at magpahinga. Yung gusto mong pagurin at pahirapan ang katawan mo ng kakaisip at kaka-worry sa mga bagay-bagay na hindi mo naman talaga dapat pagtuunan ng pansin." Nhate would still teach me even during our night walks around the garden of Haven.

Alam ni Nhate na may mga gabing hindi ako makatulog o kaya naman ay nagigising ako sa madaling araw at hindi na ako makatulog ulit. Thinking, worrying about things that I have no control of.

"Alam mo kung sinong pinakamatindi mong kaaway? Yung pinakasalbahe sa iyo, kilala mo kung sino?" Tanong ni Nhate.

"Sino?"

"Ikaw! You are your greatest enemy. Sa oras na marunong ka nang kaibiganin ang iyong sarili, yun ang pagkakataong matututunan mong mahalin ang sarili mo. Kapag nangyari iyun ay hindi ka na matatakot mag-isa o maiwan ng iba. Hindi mo na kailangang umasa sa pagmamahal ng ibang tao sa sarili mo, dahil ikaw lang ay sapat na. The only thing that you need to focus on is your center." Tinuro nya ang langit. "Then He will fill you with so much love that you cannot contain, you will be forced to give some away. The moment you learn to love you, you will learn how to love others the right way."

<><>

Then Nhate started teaching me how to value my mind. Binigyan nya ako ng mga babasahing libro na may kwento ng mga taong kahanga-hanga ang mga pinagdaanan sa buhay. I read books about people who faced several failures and doom. They rise above their problems simply because they trust God and look at themselves with much confidence in what they are capable of.

Pakiramdam ko ay nagbago ang pagtayo at paglalakad ko. Hindi na ako nakatungo na parang hiyang-hiya. Taas noon ako lagi na para bang sinasabi ko sa mga taong nakakasalubong ko na special ako kahit sa munting paraan. Syempre Diyos ang gumawa sa akin at may dahilan ako kung bakit ako nabubuhay pa.

For the first time, I felt loved even if I had no one to attribute the source of love that I feel. Kasi naman alam ko na kung sino ang nakatira sa loob ng puso ko. Sabi ni Nhate, hindi ko na raw kailangan tumingin pa sa malayo, kundi sa malalim. Deep inside my heart, God resides to fill the empty space that my painful past left behind.

"Gusto kong ilista mo ang mga bagay-bagay na gustong-gusto mo sa sarili mo. List your talents, your skills, everything positive about you." Utos ni Nhate.

Nang ginawa ko iyon ay na-miss ko ang pag-aaral. Tuwang-tuwa si Nhate ng sabihin ko sa kanyang gusto ko uling bumalik sa school para mag-aral.

"Magta-transfer na lang ako ng school malapit dito, Nhate." Sabi ko.

"Okay, I'll fix your papers at your previous school."

Natuwa ako, masaya na ako pero hindi ko sigurado kung kaya kong harapin ang aking dating school at ang mga taong naroroon. Hindi ko pa kayang gawin ito sa ngayon.

"Thank you...I just...can't..." hindi ko matuloy ang sentence ko.

"Smile, Billy! You can't control the beauty of your face but you can control your facial expression. Bawal ang nakasimangot dito."

Ngumiti ako, avoiding his eyes dahil nahihiya pa rin akong amining may trace of pain pa rin ang aking nakaraan.

"Billy, pag nakikipag-usap ka sa tao lagi kang titingin sa mata nila. Nakikita kasi doon na confident ka sa sarili mo at sa sinasabi mo. Maniniwala sila sa iyo dahil naniniwala ka sa sarili mo."

Pinalaki ko ang mga mata ko para titigan siya. Napahalakhak si Nhate sa kakulitan ko.

<><><>

Nhate became my mentor, my father, and my bestfriend. Yet, he keeps on reminding me that I should not rely on him.

God is my real father, mentor, and bestfriend. Instrument lang si Nhate ni God. I couldn't agree more. Too bad he couldn't be my lover. Natawa ako sa ideyang ito.

"Tsaran!" Inikot ako ni Nhate para humarap sa malaking salamin na nasa kwarto nya. Labas-masok na ako sa bahay nila Nhate, ilang metro lang ito sa Haven center. Pakiramdam ko ay hindi na ako pasyente, isa na akong tunay na kapamilya.

Buong maghapon na akong inaayusan ni Nhate na parang Barbie doll. Hindi naman ako makareklamo dahil kitang-kita ko ang pag-e-enjoy ni Nhate sa ginagawa nya sa akin. Mukha na nga ulit syang babae sa inaasal nya sa akin. Magaling syang mag-ayos at magpaganda.

I looked at my reflection in the mirror. I couldn't believe it, the reflection in the mirror showed a very pretty girl. Her eyes were full of light. Walang bakas ng babaing talunan na naglaslas ng sarili nyang pulso. Walang bakas ng babaing lulong sa droga at walang moral sa sarili na nakikipag-sex kung saan-saang lugar, baliw sa pagmamahal ng lalaki.

Ang babaing nakatingin sa akin ay may tiwala sa sarili at maayos ang maaliwalas nitong mukha. Her knowing eyes were brilliant and content. I formed my lips into a smile. Napabuntong hininga ako, hindi maalis sa akin ang ma-excite sa bagong buhay na haharapin ko.

Ilang lingo na lang ay pasukan ko na sa bago kong school. Nakakita kami ni Nhate ng I.T school na malapit sa Eve's Haven. Marami akong babalikang subjects pero marami rin naman akong nakuhang credits. Alam kong madali kong matatapos ang pag-aaral ko. Medyo matatagalan sa panahon pero alam kong darating din ako sa gusto kong puntahan.

71

The Scarred Butterfly

"I will never let a wound ruin me again"

My relationship with my mom is even better now. Sabi ni Nhate kailangan ko daw matutunang patawarin ang nanay ko.

"Hindi naman ako galit sa kanya, so there's nothing to forgive her for."

"Yes, you do. Sya ang unang taong nanakit sa iyo ng matindi. Sya ang unang taong umiwan sa iyo. If you forgive your mom, you are not letting her off the hook. You are letting yourself free from the shackles of hatred. Forgive your mom for you, not for her."

Pinag-isipan ko ang sinabi ni Nhate. Matagal bago ko natanggap sa sarili kong totoo ang sinabi nya. My abandonment issues started because my mom left me behind. Our relationship as mother and daughter couldn't move forward because I was still holding on to the hope that she would come back for me. Nang malaman kong hindi na sya babalik para sa akin, sarili ko ang sinisi ko. Inisip kong hindi ako sapat para balikan nya. Ginawa kong kaawa-awa ang sarili ko sa aking mga mata. Gosh! I was really a glutton for self punishment. Kung mahihiwalay ko lang ang sarili ko sa akin, malamang na nasapak ko na ang sarili ko dahil sa labis-labis kong pagpapahirap dito. Ako talaga ang unang naging mapagmalupit sa aking sarili. I didn't love myself enough to create a better image of me in my very own eyes.

Forgiveness is a private matter. Hindi sapat na sabihin ko lang ang pagpapatawad sa aking bibig. Kailangang matutunan kong magpatawad sa aking isip at puso, tapos ay isabuhay ito. Una kong pinatawad ang aking sarili. It was a difficult task, but when I was able to forgive myself, I was able to forgive my mom. Kasunod ay natutunan ko na ring patawarin ang iba pang nanakit sa akin, sadya man o hindi.

Simula noon ay naging malaya na ako sa pagpapahayag ng aking damdamin, wala na ang kadena ng galit na matagal na nagtali sa akin para makulong ako sa aking sariling negatibong mundo.

Hindi na rin ako naiinggit o nagagalit kapag naririnig kong umiiyak ang kapatid ko sa tuwing magkausap kami ni mommy sa telepono. Tanggap ko rin kapag lagi syang nagmamadali sa pakikipag-usap sa akin.

She insisted on sending me more money even when I told her that I already have enough. Sabi nga ni Nhate, yun ang paraan ng mommy ko para matanggal ang guilt na nadarama nya para sa akin. Lalo nang malaman nito ang totoo. I decided to tell her the truth about where I was and my previous issues with drugs, pero hindi ko na sinabi ang iba pa.

Nonetheless, I couldn't control my mom's guilt but I could control how I react to it. Nakampante naman siya kahit papaano nang nakausap niya si Mama Sol, hiningi nito ang authorization na maging guardian ko in her absence.

"O...sige...ingat ka palagi dyan..." sabi ni mommy sa phone. Nag-aalala kasi sya kung bakit ayaw kong makipag-kita sa mga kamag-anak namin sa probinsya. Pinaliwanag ko sa kanyang gusto ko munang mamuhay na mag-isa. Matagal ko na rin naman silang inasahan noong maliit pa ako. Marahil ay dinig ni mommy ang sinseridad sa boses ko kaya hindi na rin naman sya nagpilit pa.

"Mom..." pigil ko bago niya ibaba ang phone.

"Yes?"

"I love you, okay?"

Patlang.

Alam kong nasa kabilang linya pa rin ang mommy ko dahil dinig ko pa rin ang paghinga nya. Sabi ni Nhate kailangan ko daw ipaalam sa mommy ko ang totoo kong damdamin. Natutunan ko ito sa relasyon ni Nhate at ni Mama Sol bilang mag-ina. Bukas na bukas sila sa damdamin ng bawat isa. Alam ko kapag may argument sila at alam ko rin kapag naglalambing sila sa isa't-isa. Mahilig silang magsabi ng "I love you" bagay na foreign sa relasyon namin ng mommy ko.

Noong una ay asiwa ako sa pagsasabi ng 'I love you' kina Mama Sol at Nhate, pero lagi nila akong sinasabihan na mahal nila ako kaya sa huli ay nasanay na rin akong magsabi nito. Sabi ni Nhate, ang susi ay yung wag kang aasang sasabihin nila ito sa iyo pabalik. Sapat na ang malaman nila kung ano ang damdamin mo sa kanila. Just tell them how I feel for them, whether they will reciprocate the same or not.

"I love you too, baby." Rinig ko ang garalgal sa boses ni mommy.

"I will make you proud, mom. Promise." Sabi ko bago ko ibaba ang phone. I cried happy tears for my mom that night. I found myself wishing her happiness in her new and complete family.

<><><>

"Finally! Natimpla ko na rin ang tamang color combination ng make-up na bagay sa beauty mo." Sabi ni Nhate na nasa likod ko habang nakatingin ako sa salamin, admiring his obra-maestra on my face.

Humarap ako sa kanya, pigil ang luha para di masira ang aking mascara. Ewan ko ba, gandang-ganda ako sa sarili ko ngayon.

"Okay lang...water proof yan." Naluluha rin sya, ngumiti ako. The movement caused large drops of tears to run out of my eyes.

"I love you, Nhate."

"As I love you." He planted a kiss on my forehead.

"Thank you." Huminga ako ng malalim, pilit na inayos muli ang sarili ko sa salamin. Hindi ito ang panahon para umiyak. Ideserve to enjoy the moment of my rebirth. "So, bakit pinagpractice-an mo na naman ang mukha ko?"

"Happy birthday."

Napanganga ako, nakalimutan ko.

"We will go out, but first, open my gift."

Ang laki ng nakabalot na gift, ref ata ito. "Hindi pa ito ang gift mo?" Sumisinghot kami pareho, ang damit at ayos ko ang tinutukoy ko na regalo nya.

"Nope."

"You are spoiling me!" kunwa'y hirap na hirap akong buksan ang regalo niyang halos kalahati ng katawan ko.

"Sus, gusto mo naman."

Computer na may 386SX processor ang regalo ni Nhate sa akin.

"Nhate, this is too much!" sabi ko, pero halatang tuwang-tuwa ako. I love my gift!

"You will need that for the school."

"I know!" Niyakap ko sya.

For my birthday dinner ay lumabas kami at nagpunta sa Tagaytay. Doon kami kumain at pagkatapos ay tumambay sa labas para makita ang famous Taal Lake.

"Tingnan mo yung lalaking naka-blue." Sabi ni Nhate. Naka-upo lang kami sa bench, umiinom ng mainit na kape. Maraming tao sa lugar, may mga magbo-boyfriend, may barkadahan, at may pamilya. Tiningnan ko ang tinutukoy ni Nhate nang palihim. Pagkatingin ko ay nakatingin din ito sa gawi namin. Gwapo naman ang lalaki, inalis ko ang tingin at saka ngumiti kay Nhate.

"Nice taste...gwapo ah." Sabi ko, hindi ko akalaing mabilis ang mata ni Nhate sa lalaki, feeling ko tuloy kasama ko si Cyril. Lagi kong nakakalimutan na lalaki nga pala ang gusto ni Nhate, pero syempre hindi na ngayon. Iba na ang buhay na pinili ni Nhate para sa sarili nya.

"Gaga...hindi para sa akin. Tingin ng tingin yun sa iyo, sa restaurant pa lang...ayan o papalapit dito."

Nagpakilala ang lalaki sa amin. I acknowledged him politely. Nagkakakwentuhan ng kaunti. Hindi ako pumayag na iwan kami ni Nhate, kahit parang gusto kaming bigyan nito ng privacy para makapag-usap. Taga Maynila ito, namasyal lang kasama ang mga barkada nya.

"May number ka?" Tanong ni Jun, yung lalaking naka-blue. Kailangan na kasi nyang umalis dahil tinatawag na sya ng mga kabarkada nya.

"I tell you what…" I said confidently. Dati-dati parang hiyang-hiya ako kapag ganito. Ayoko kasing sentro ako ng atensyon. "Give me your number and I'll call you." Tuwang-tuwa namang ibinigay nito ang landline number nya.

"You are oozing with self-confidence, girl." Pumapalakpak pa si Nhate nang pauwi na kami.

"Asikasuhin mo ang pagmamaneho mo." Paalala ko sa kanya. Wala naman akong balak palalimin pa ang pagiging magkakilala namin nung Owen na iyun. Ano ba ito at ang saya-saya ni Nhate para sa akin.

"Sa totoo lang, iba ang beauty mo, girl. Something about you attracts men… I can tell."

Dati yun, iisipin kong sa boobs ko sila nagkaka-gusto. Ngayon, wala akong paki-alam kung naglalaway sila sa boobs ko. Problema na nila iyun at hindi sa akin.

"Kung makapagsalita ka kala mo lalaki ka." Irap ko sa kanya.

Tumawa si Nhate. "Kung lalaki ako, hindi na kita papakawalan!"

Ako naman ang natawa sa kalokohan nya. "How I wish totoo yan." Nagtawanan kami.

Maya-maya ay sumeryoso si Nhate. "We have to talk about him, you know that, right? Sooner or later."

72

Courage In The Storm

"If I break free and leave us in ruin"

Hindi ko inaasahan ang biglang banat nya sa akin. Hindi ako handa. Kinagat ko ang labi ko. I touched my bracelet for comfort. Yet, tumango ako. Iyun yung session na pinaghahandaan ko pero kinakatakutan ko din. Kaya lang, kailangan eh, at alam kong hindi ako titigilan ni Nhate tungkol dito.

Sabi ni Nhate, I was in denial pagdating kay...ni hindi ko mapayagang sabihin ng utak ko ang pangalan niya. I check out from my head sa tuwing maiisip ko siya para hindi ko maramdaman ang sakit. I don't know if I can do what Nhate wants me to do. Nangangatog ang kamay ko nang hawakan ko ang bracelet na nagtatago ng pangit kong peklat.

<><><>

Its been months since I set foot on this place. Dumadagundong ang puso ko. Sobrang bilis ng tibok nito na halos hirap na hirap akong ayusin ang aking sarili. Sabi ni Nhate kailangan kong gawin ito. Hindi nya ako pinipilit, sabi lang nya na kapag hindi ko ginawa ito ay hindi ako matatahimik. A part of me will always wonder. Nhate will never force me, but he will show me things that will convince me to go his way. It's a bit manipulative, but I know he sees reason more than me, he knows what will be the best for me.

I like seeing me in his eyes. Everytime I see myself in his eyes, I always see a better version of me in my eyes. Kaya pag sinabi nyang kaya ko, hindi ko kailanman sya pinagdududahan.

"You are two people who love deep and hurt deeper." Sabi ni Nhate, tinutukoy nya kami ni Jake. "You are too emotional, Billy. It shows in your choice of food. You love those that have strong taste -- sobrang anghang, sobrang linamnam, sobrang tamis, sobrang alat, sobrang tapang. You will never be able to live with food like steamed vegetables. It will be too boring for you."

Pinapaliwanag ni Nhate sa akin ang dahilan kung bakit naging toxic ang relasyon namin ni Jake, samantalang halos perfect ito noong mag-umpisa kami.

"Closure..." sabi nya "Or the pain will never ease, and the wound will never truly heal." Sa bracelet kong nagtatakip ng aking nakaraan nakatingin si Nhate.

<><><>

Sa mga sessions ko sa kanya tungkol kay Jake, unti-unting naging madali para sa akin ang sabihin ang lahat-lahat ng nangyari sa amin ni Jake. I told him about the best, the worst, and even the grossest incidents. Sa huli palagi nyang sisisihin ang pagkasira ng relasyon namin ni Jake dahil sa pre-marital sex.

"It was just too soon." Pagpupumilit nya, kapag hindi nya ako makumbinsi na iyun ang dahilan kaya gumulo ang relasyon namin ni Jake.

"Bakit? Eh, siguradong-sigurado na ako sa feelings ko sa kanya. At saka sa lahat ng moments naming dalawa yung ang tinuturing kong pinaka-magandang nangyari sa relasyon namin."

"I'm not questioning how you feel about him. You don't have to convince me, of course I was not there. I believe your claim, but still...it's too soon."

"When was the right time, then? Two years? Three years? Yung ibang kinasal, even if they did not do it before the wedding hindi pa rin naman successful and marriage nila. A virgin wife doesn't guarantee a successful marriage life." Counter protest ko.

"Sinong nagsabi sa iyong ang success ng marriage ay nakasalalay sa virginity ng babae? You're holding on to a strawman argument. Ang point ko, apart from Biblical issues of sleeping with someone other than your spouse, Scientifically, it's too soon for you and Jake."

"Ang labo mo naman kausap, before wedding... sex is a sin, yet kung kasal kami ni Jake, it is too soon. Eh, saan kami lulugar?"

Huminga ng malalim si Nhate. Nahihirapan syang magpaliwanag sa akin dahil sarado ang isip ko.

"Ang sex, gaya ng pag-aasawa ay dapat paghandaan, hindi lang physically, emotionally, but even spiritually. Sa kasal, the couple takes time to prepare, spend money, and exhaust effort for it. Sometimes couples prepare so much for the wedding but they fail to prepare for the life ahead -- the marriage itself. Sex is the same, you are capable physically, you are ready emotionally, you did it and it was oh soooo good, but you did not prepare for the effect it will have on your relationship later." Ngumiti sya. Walang halong malisya sa sinasabi nya. "Sex is good. It is a gift from God. It's the union of two souls more than the union of two bodies. But in your case, it was different. You were driven by your teenage hormones, you acted according to what it dictates you. Dahil doon kaya maraming buhay ng kabataan ang nasisira."

"So you're saying we're too young, dapat we did it when we're in our 20's ganun ba? He's already in his 20's when we did it, remember? I was 18, basically an adult na rin." Hindi ko pa rin madalas banggitin ang pangalan ni Jake.

"The teenage hormones slow down when you reach your 26th birthday. Scientifically, it has something to do with the complete development of our frontal lobe on our 25th birthday. So by that age, we can use our brain fully. Kaya nga ang ideal na edad for marriage ay 27 years old and above. Kasi by that time, marami ka nang pinaghuhugutan ng desisyon mo sa buhay at hindi lang basta hormones. You will not only use your heart and the one in between your legs, but you will also use your brain and your life experiences in making decisions about your future."

Nang sabihin ito ni Nhate ay napa-isip ako na may punto nga sya. Simula kasi ng maging malaya akong makipag-sex kay Jake, hindi na nya ako hinahawakan ng walang halong malisya. Bawat hawak, haplos, salita, at gawin nya ay may halong kabastusan.

Everything pointed towards sex, sex, and more sex. Parang sex ang nagpapawala ng tension namin ni Jake, kaya naging parausan namin ang isa't-isa. The relationship became physical that's why it deteriorated emotionally. We stopped moving forward and growing towards a healthier emotional foundation. Not to mention, spirituality and God was out of the equation in our relationship.

Sa mga unang pagkakataon na ginagawa namin iyon, hindi na ako makatanggi sa kanya. Hindi na ako makapag-pakipot. He hardly embraced or held my hands anymore without leading to sex in the end. Kaya ako naging clingy sa kanya sa lugar na maraming tao. I wanted to feel loved again. Sa tuwing hahawakan o maglalambing ako sa kanya, may malisya ang dating nito. Akala nya ay gusto kong makipag-sex palagi. Since my cuddles and touches were malicious to him, I started to respond according to how he felt, so it also became malicious to me.

Kaya sa tuwing makikipag-sex sya sa akin, doon ko lang iisipin at mararamdamang mahal nya pa rin ako. Kapag hindi sya nakipag-sex sa akin, pakiramdam ko ay hindi na nya ako mahal o gusto. Kaya sisisihin ko ang sarili ko at mag-iisip ako ng kung ano-ano hanggang sa para na akong praning na nagdududa sa nararamdaman nya para sa akin.

Minsan ay naitanong ko kay Jake kung bakit hindi na nya ako hinahawakan sa kamay o inaakbayan. Sabi nya, bakit pa eh nahahawakan nya na ang lahat lahat sa akin. We laughed during that time because of the malicious humor in it. Ang totoo, na ngayon ko lang unti-unting na-re-realize, hindi rin na-handle ni Jake ang epekto ng sex sa relationship namin. Hindi naman ako nakatulong sa pagbabagong iyun ni Jake, ako pa nga ang nagpalala nito.

Ngayon nga ay nakumbinsi akong sundin ang payo ni Nhate pero sagad na mental, emotional, at spiritual conditioning ang ginawa ko bago ako nagdesisyong ngayon na ang tamang panahon.

I stayed for one week at the prayer mountain, praying and fasting about my decision. Huminga ako ng malalim, ramdam ko ang tension sa aking balikat. It's one of my stress indicators.

<><><>

"God loves you...whether you like it or not. So it will be okay! Trust Him!" sabi ko sa sarili ko habang pinipindot ko ang doorbell. Lumabas si Aileen, ang katulong nila Jake. Matagal bago nya ako nakilala. I must have looked different than the last time she saw me.

"Aileen, andyan ba sila?" Ngiting bati ko.

"Eh...si Grace lang," nakasara pa rin ang gate, ayaw nya akong papasukin

"Sino yan?" dumungaw si Grace sa pinto, sinilip ko sya at saka ako ngumiti at kumaway.

"B...Billy...?"

Tumango ako "Can I talk to you?" Nagulat pa ako dahil buo at matatag ang boses ko. Maging si Grace ay tila nagulat din sa akin. Ilang sigundo syang napahinto at saka nya sinenyasang buksan ni Aileen ang gate.

"You look scared." natatawang sabi ko kay Grace, still amazed at my confidence. I thought I couldn't do it but I felt relaxed.

"Y...You look different." Nakitawa si Grace sa akin.

"In a good way or in a bad way?" Tanong ko, still teasing her.

"Good...very good!"

Niyakap ko siya, "Thanks." Admittedly, na miss ko rin si Grace. She's my BFF no matter what.

Pinapasok nya ako sa bahay nila. "Wala pa si Jake..." alanganing sabi nya.

"Good, coz I really want to talk to you." Pina-upo nya ako sa sofa. "Your mom?"

"Wala sya eh, as usual. Buti na lang..." ngumiti sya pero ramdam kong may kasama itong nerbyos. Gusto ko syang yugyugin, ano ba? Magkaibigan tayo? Bakit asiwang-asiwa ka sa akin?

"Okay lang, if she's here I want to talk to her as well."

Halatang nagulat si Grace sa akin. Ang tapang ba talaga ng dating ko?

"I came to pick up some things, say goodbye, and to apologize." Paglilinaw ko.

Tumango lang si Grace. Too shocked to speak.

"I think kuya put your stuff in a box somewhere...sa kwarto nya ata."

Ako naman ang tumango. "Kamusta ka na?"

"Eto irregular 4th year." Medyo narelax si Grace. "Nakapasa si Kuya sa Thesis pero may mga back subjects pa sya, hopefully ay makatapos sya this semester, Octoberian."

Masaya akong marinig ang balita ni Grace. I really want what's best for him. Ibig sabihin napatawad ko na talaga sya dahil mabuti na ang hangarin ko para sa kanya.

"Nasa school sya ngayon?"

"Malamang..."

"Is it okay if I wait for him. Don't worry I will not freak out." Natawa kaming pareho sa biro ko.

"Seriously, you look beautiful, hindi nga kita nakilala." Sabi ni Grace.

Bumalik na si Grace sa dati kong bestfriend. Complimenting each other's looks, mas lalong pumuti at gumanda din si Grace dahil nag-gain ng weight ito, di gaya dati na payat na payat. Si Nhate naman ang may gawa ng itsura ko, pinaganda nya pa ako ng husto. Casual look but really pretty, simple nude make-up and a nice flowing dress. Siguro alam ni Nhate na pag nagpunta ako dito na mukhang busabos ay hindi ako papapasukin.

"You want to check your things?" Alok nito matapos naming mag-tsikahan ng konte.

"Sure."

73

Lose A Battle To Win The War

"Lose the battle to win the war"

Pareho pa rin ang ayos ng kwarto ni Jake. Wish ko lang na hindi mahalata ni Grace na sa gitna ng composed kong itsura ay dumadagundong sa kaba ang puso ko. Ang daming alaalang pumasok sa utak ko nang makita ko ang loob ng kwarto ni Jake -- some were pleasant and some were really really nasty!

Para ma-relax ako ay inayos ko ang kalat ng kwarto ni Jake.

"Hayaan mo na yan...ito ang box mo." May inabot sa akin si Grace. I saw my stuff, it was placed in an old and ruined box, reminding me of the remnants of my relationship with Jake. "Sorry, ilalagay ko sya sa magandang shopping bag okay?"

"Okay...salamat."

Pagbukas ni Grace ng pinto palabas ng kwarto para isalin sa ibang lalagyan ang mga gamit ko ay saktong naka-amba ang susi ni Jake. I wasn't ready, but I managed to compose myself. I felt my heart stopped. Pagkatapos ay abot-abot ang kabang nadama ko. Ramdam ko ang panlalamig ng aking mga kamay. Natulala rin sya nang makita ako, natigilan din si Grace. Hindi nag-iisa si Jake, may kasama syang babae na naka-angkla sa braso nya. Medyo matagal ang katahimikang sumunod. Halata ang tension sa paligid.

"Babes, bakit?" tanong ng babae.

Hindi ko ito kilala, medyo higit na bata ito kesa sa amin. I waited for the pain. Yung pamilyar na sakit na nararamdaman ko sa tuwing iisipin kong may ibang babae si Jake maliban sa akin. Kakatwang walang sakit. I was more surprised by the absence of pain than by seeing Jake again. Mas lalong lumakas ang loob ko na kaya kong gawin ito.

"Eh... kuya..." hindi alam ni Grace ang gagawin nya.

"It's okay, Grace..." I found my voice, strong and confident. "I'll wait na lang sa house nyo, would that be okay?"

Bago pa nakasagot si Grace ay tiningnan ko si Jake. "Hi, Jake. I just pick up my things...hoping...I really wish we can talk...kahit sandali lang, but...I can wait until after she..."

"Hindi ako uuwi! Dito ako matutulog ngayong gabi so I doubt if he has time for you." Mataray ang babae. She even reminded me of me. I waited for my anger, my tendency to be territorial, after all she's holding my Jake. He was still the same Jake that made my heart falter faster and faster. The moment I saw him, I knew how much I still strongly feel for him. It took will power and months of loving myself to have this unexplainable peace inside me. Thank God. Nhate was right, I need to do this.

"Don't worry, it will only take a minute. I can wait." Kalmante pa rin akong nakatitig sa mga mata ng babae.

"Sino ka ba?" Tanong nito sa akin.

"Sya lang naman ang…" Si Grace ang sumagot, halatang asar na ito sa babae.

"I'm just an old friend, pero aalis din ako agad, promise you will not see me again." Pagputol ko sa sasabihin pa sana ni Grace. Hindi ko alam kung sa babae ako nangangako o kay Jake.

Nakita kong may binulong si Jake sa babae.

"No!" Matigas na sabi nito.

Kumalas ito kay Jake at saka pumasok sa loob ng kwarto. I stepped out. kasama ko si Grace na lumabas.

"I'll wait…Jake." Sabi ko sa mahinahong tinig. Nginitian ko pa sya dahil gusto kong siguraduhin sa kanyang hindi masama ang intensyon ko sa aking pagbabalik.

Sa bahay nila Grace ay maririnig mo ang tila pag-aaway ng dalawa. Mahina at hindi mo maiintindihan pero maingay.

"Gosh, ganyan kami kaingay?" Bigla akong nahiya.

"As in!" Natawa ako, nakitawa na rin si Grace.

"Are you really okay?" Biglang sumeryoso ito.

Tumango ako. Pinagmeryenda ako ni Grace at inilagay nya ang mga gamit ko sa isang shopping bag. Hindi ko tiningnan kung ano ang mga ito. I'm stronger than I give myself credit for, but I'm not sure if my strength will hold if I look into my old things.

Ilang sandali lang ang nakalipas ay nakita namin ni Grace na lumabas ang dalawa, isinakay ni Jake ang babae sa kotse nito at saka umalis.

"I don't know what time he'll be back. Will you wait?" Tanong ni Grace.

"I will wait until 7 or 8 pm. Kapag hindi sya dumating, siguro ibig sabihin noon ay hindi talaga kami dapat makapag-usap." Mag-aala-sais na sa aking relo nang tingnan ko ang oras.

Bumalik kami sa kwarto ni Jake. Sabi ni Grace na mas mabuti siguro kung doon na lang kami maghintay. Naisip kong siguro ay iniiiwas din ako ni Grace sa nanay nya. Makalat ulit sa kwarto ni Jake, halatang nagamit ang kama nya. I waited for the burn of pain. Gaya kanina, wala akong naramdaman. Wow! Should I take it as a good sign? I cleaned up the place while Grace watched me intently.

"I know you're worried that I will freak out and hurt him. You can stay you know. Kung anong pag-uusapan namin ni Jake, I think you deserve to know. Afterall bahagi ka rin ng nakaraan namin." Sabi ko.

"P...pasensya ka na, ha. Hindi ko lang talaga maintindihan..." Ngumiti si Grace, halatang mas tensyonado ito kesa sa akin.

Ilang sandali pa at pareho naming narinig ang pagpasok ng kotse sa garahe. My heart started to beat faster again. So much for being strong. Abot-abot pa rin ang kaba ng puso ko hanggang sa makita kong bumukas ang pintuan ng kwarto at tumambad si Jake.

Then, my heart stopped. Oh God, I love him, I love him so much! Humugot ako ng hangin, kailangan kong huminga. Hindi ko pinahalata sa kanila ang nadarama ko. I tried so hard to calm myself discretely. Tumayo si Grace para lumabas. Naiwan akong nakatayo malapit sa pintuan kung saan nakatayo rin si Jake.

"Dito lang ako sa labas," sabi ni Grace sa amin. Tumango ako. Kumakabog ang puso ko nang isinara ni Grace ang pinto at naiwan kami sa loob ng kwarto.

Nilampasan ako ni Jake at saka dumeretso ito sa kama, naghubad ito ng sapatos at T-shirt. Napalunok ako, tulala pa rin sa panonood sa ginagawa ni Jake. How long has it been since I saw him last, or feel his arms around me? I try to focus my attention back to the reason why I'm here.

"H...hi..." Simula ko. "I heard that you passed your thesis defense." Pinasaya ko ang boses ko. Sana lang masaya nga ang dating nito sa kanya. Hindi pa rin sya tumitingin sa akin o nag-react man lang sa sinabi ko. It's better this way though, I don't think that I can do this if I look into his glorious deep dark eyes. "Sabi ko na sa iyo kaya mo, eh." Tumahimik ako dahil alam kong parang walang kwenta ang mga pinagsasasabi ko. Ayoko nang magpaligoy ligoy pa.

"N..naandito ako para humingi ng tawad. Alam kong para na akong sirang plaka. The word sorry doesn't seem to mean anything anymore." Huminto ako sandali. "Andito rin ako para magpaalam sa iyo ng maayos. Pakiramdam ko kasi ay hindi naging maganda ang paghihiwalay natin. Afterall, naging maganda naman ang umpisa natin, di ba?"

Tumayo sya at pumunta sa lababo. Nakatalikod sya sa akin habang naghuhugas ng kamay. Doon na nag-umpisang pumatak ang mga luha ko. Doon ko naramdaman ang sakit na kanina ko pa hinihintay. I feel my heart protesting with what I'm about to say but I steeled my voice. I have an enormous self control now. Kung lilingon si Jake makikita nya na iba ang itsura ng mukha ko sa tono ng boses ko. Punong-puno ako ng luha pero pilit kong pinasasaya ang boses ko.

"Ang kaibahan lang, ngayon alam ko na kung ano ang dapat kong ihingi ng tawad sa iyo. I didn't know how to love you the right way." Medyo gumaralgal ng kaunti ang boses ko kaya huminto muna ako sandali. Nakita ko rin na huminto sya sa ginagawa nya. Pakiramdam ko ay ang tagal nya nang naghuhugas ng kamay. "I was demanding, selfish, and possessive of you. Kasi...kasi akala ko sa ganoong paraan ay hindi mo ako iiwan. I was such a mess before you found me, and then you completed me in ways that I had never expected. Kung sa ating dalawa lang, hindi ikaw ang bad boy ng campus. You're just a distracted young man, pero at least ikaw, alam mo kung sino ka at alam mo kung ano ang gusto mo."

Sinara na nya ang gripo, pero hindi sya humarap sa akin. Nakatalikod pa rin sya, nakapatong ang dalawang kamay sa lababo. Huminga ako ng malalim, pilit na pinagagaan ng hangin ang bigat na tila nakapatong sa aking dibdib.

"Ako ang bad girl, I was a bomb waiting to blow up. You're just my triggerman. I want you to know that the times I had with you were the best. Hinding-hindi ko makakalimutan ang mga alaala nating dalawa. I take full responsibilities to all the things that happened between us, at kung bakit tayo nagkaganito." Umiyak na ako nang tuluyan, hindi ko na maiitago pa ito sa boses ko, pero pilit ko pa ring pinatatag ang aking sarili.

74

I Love You...Goodbye

"When I lie awake and dream an escape"

"I know now that there's something wrong with me. I'm sick, Jake. I need to fix myself up on my own. Hindi ko pwedeng ipasa yung bigat ng buhay ko sa iyo. I cannot always depend my being complete... to you. Lagi kong inaasa sa iyo ang kaligayahan ko. Lagi akong nakakapit sa saya at pagmamahal na binibigay mo sa akin, not knowing na nade-drain kita because I wasn't giving back the same happiness that you were giving me. Ngayon naintindihan ko na yung bigat na sinasabi mo sa akin, yung bigat na pinapasa ko sa balikat mo. It was too much for you to love me, you didn't deserve it. I was so unfair to you."

Napasinghot ako hindi na kailangang itago pa ang pag-iyak. Walang indikasyon kung haharap ba si Jake sa akin. Nakatayo lang sya, nakatulala sa kulay asul na haligi ng kusina. Hindi ko alam kung ano ang iniisip nya. Hindi ko rin alam kung naririnig o nai-intindihan ba nya ang mga sinasabi ko, pero kilala ko si Jake, hindi ko sya mapipilit maglabas ng saloobin nya nang hindi nya kinukusa.

"I need to be complete on my own. Kapag buo na ako...When I put the pieces of my broken life together again...Kapag hindi ko na inaasa ang kaligayahan ko sa iba, hindi na ako makakasira ng buhay ng mga mahal ko." Kunwa'y natawa ako habang sumising-hot. Gusto ko kasing maging magaan ang atmosphere ng kwarto. Ayokong masyadong maging madrama ang paghihiwalay namin.

"Alam mo, someday, if...if God will permit for us to meet again, at kapag natutunan ko nang mahalin ang sarili ko bago ang iba, then I swear that I will love you right. I will love you the right way, the way you deserve to be loved. Dahil sobrang special ka sa akin Jake...sobra-sobra." May kurot sa puso ko sa tuwing babanggitin ko pangalan nya. Kahit anong pilit kong pagaanin ang sitwasyon namin ay hindi kinaya ng puso ko ang pag-iyak. Pakiramdam ko kasi ay pinupunit ang puso ko ng maraming beses.

"Your dad will be so proud of you. Sa lahat ng achievements na naabot mo sa kabila ng mga tambak na naging problema mo dahil sa akin." Napahinto ako dahil narinig kong bumuntong hininga sya. Ibig sabihin ay naririnig nya ako.

"Salamat din sa lahat ng first. Malaking bahagi ng mga first sa buhay ko ay naandoon ka. They were all your special gifts to me and you had given me plenty of special gifts. Wala ni isa akong pinagsisisihan. I'm so proud of you, Jake. Don't ever let others put you down, okay?" Humahagulgol na ako ng tahimik, maging boses ko ay hindi na kinaya ang maging matatag. Lumabas ang pait at sakit na pinakatatago ko sa kaibuturan ng aking puso. "Basta lagi mong tandaan...that I will always...always love you."

Napahinto akong muli. I saw briefly that his shoulder shook, but he didn't give any indication that he would turn around to face me.

"Goodbye, Jake...I love you so much...Ikaw ang buhay ko." Yun lang at lumabas na ako ng kwarto niya. Hindi na ako nagulat na nasa pintuan si Grace, nakatayo at umiiyak din. Niyakap ko ang bestfriend ko ng mahigpit sa huling pagkakataon. Sa kanya ko ibinuhos ang yakap na gusto ko sanang ibigay kay Jake kanina pa. Pagkatapos ay patakbo na akong umalis. No turning back. The book is closed. The end of a chapter has come.

Nasa isang bahagi lang ng subdivision ang kotse ni Nhate, naghihintay siya sa akin. He picked me up and I broke down in the car. Lahat ng natitira pang iyak ay doon ko ibinuhos. Hindi kumibo si Nhate, niyakap lang nya ako at hinayaang umiyak sa kanyang balikat. Hindi ko alam kung gaano ako katagal na nakayakap sa kanya. Nang sa wakas ay napagod din ako, noon ko lang naisip na ngayon pala dapat ang aming 2nd year anniversary.

<><><>

From then on, Nhate became my solid rock, though he kept on reminding me that he's only human. "I'm unreliable just like anybody else na pwedeng mang-iwan at mang-disappoint sayo. To heal from your abandonment issues, kay God ka kumapit. Siya kailanman ay hindi ka iiwan."

Paulit-ulit niya itong sasabihin na minsan inuunahan ko na siyang tapusin ang kanyang linya. Ginamit ni God si Nhate para unti-unti akong magamot sa sugat na dulot ng nakaraan. Yes, they left ugly scars, but at least I was no longer in pain.

He continued to teach me the life lessons and principles that I needed to learn in order to put myself back together again. Tinuruan ako ni Nhate na mahalin ang sarili ko, simply because I believe that God loves me. I love me now, not in a selfish way. Kapag mahal ko kasi ang sarili ko, mas malayang makakapasok ang pagmamahal ng Diyos sa akin. Then and only then that God can use me as a vessel of His love for others.

He taught me the principle of finding joy in everything I do. Dahil wala akong love life, tinuruan ako ni Nhate na makipagrelasyon sa aking sarili. To have an intense love affair with my life. Nhate said that satisfaction is the key. To appreciate the moments in my life that come in small packages -- smile of a friend, a kiss of the morning sunshine, and a hug of the fresh wind. Hindi man ako humahalakhak sa labas alam ko namang kuntento ang loob ko na naririnig ko ang kaluluwa ko na humahalakhak. Sometimes I closed my eyes just to hear the laughter of my soul. Not everybody can do that.

Nhate taught me how to face problems that will come my way. May suicidal ideation kasi ako, takasera kapag may matinding problema. Kung hindi man ay minamanhid ko ang sarili ko sa gitna ng bagyo. Sabi nya, hindi daw sinabi ng Diyos na magiging madali ang buhay ko dito sa mundo, but I need to acknowledge that stress and problems are good. Kailangan ko lang malaman kung ano ang mga sinyales na na-i-stress nga ako.

He said that my body, mind, and spirit have their way of telling me that I am in distress. Ang susi daw sa pagharap sa problema ay ang alamin kung kailan ako meron nito. To look at problem as an opportunity and not as a threat, and to believe that I have the ability to face everything. My problems may be big, but I still have a bigger God.

Nhate taught me about my emotional choices. Dahil tao lang ako, natural para sa akin ang makadama ng samu't-saring emosyon. They're all part of my human experiences. Sinabi nya sa akin na hindi ko dapat pigilan ang sarili kong umiyak, magalit, malungkot, o matakot. He taught me to acknowledge my emotions, good or bad, but to train myself to refuse being stuck in the negative ones.

Ako ang may kakayahang magpasaya o magpagalit o magpalungkot sa sarili ko. My mood and emotions will always be my personal accountability. Kung pangit ang damdamin ko, iyun ay dahil pinili kong pumangit sya, at hindi ako dapat manisi ng ibang tao. I concentrated on controlling how I feel towards anger, frustrations, and hurt. I know now that my mood is my choice. I will always have a control over my emotion while acknowledging that emotions control most of my behaviors.

Nhate taught me to dream big dreams, not because I lack something but because I have the potential to achieve them. He said that in everything, I'm already complete, it's just that God isn't finish with me yet. Tinuruan ako ni Nhate na tingnan ang pangarap ko sa ibang paraan. Kung makamit ko sila iyun ay dahil pinayagan ito ng Diyos, hindi dahil sa sarili kong lakas kundi dahil may plano pa ang Diyos sa akin.

He also taught me to live a healthy life. To take full responsibility in the way that I take care of my body. Napaka health freak kasi ni Nhate. Sa mga mata ni Nhate ko na-appreciate ang nature. He's always in awe of God's amazing power in sculpting the mountains and positioning the stars. Dahil laki ako sa probinsya sanay ako sa nature, pero kay Nhate ko natutunang tingnan ang ganda ng mga natural na likha ng Diyos.

We went on hiking and trekking trips for hours. Kung saan may gubat ay andoon ata kami para mag-explore. We went swimming, snorkeling, and diving. Minsan naman ay mountain climbing. I didn't like sports before, but with Nhate it didn't seem like a sport at all. I learned how to move around using my body to appreciate God's creations.

We went out of town if time permits. Minsan ay hinahayaan ako ni Nhate na lumakad mag-isa. Sabi nya kailangan ko raw makasama ang sarili ko at masolo ito. Doon ko lang makikilala ang sarili ko nang mabuti. I would know my limitations, the level of my tolerance, and my capacity to stretch myself on my own. Noong una ay hindi ko ito gusto. Pakiramdam ko kasi ay mukha akong tanga, pero ng lumaon ay natutunan kong maging kampante sa presensya ng aking sarili. Occasionally, Nhate has to leave me to accompany Mama Sol in America. I found comfort in my solitude now. Hindi na ako takot maiwang mag-isa kagaya dati. I could be happy on my own already.

75

Loving Me

"Alone now, but no longer lonely"

Gaya ng payo ni Nhate sa akin, mas pinagtuunan ko ng pansin ang kinabukasan ko. I concentrated on my future. Nag-aral akong mabuti at palaging naandoon si Nhate para alalayan ako. He didn't leave me just as he promised. I practiced most of the principles that he taught me. It wasn't easy, not for a bit. But every milestone I achieved, I felt myself stretching and pushing the limits of what I was capable of.

Madalas na sinusurpresa ako ng sarili ko. The Billy that I once put in a box started to immerge like a butterfly from its cocoon. Pakiramdam ko tumapang akong harapin ang lahat ng nangyayari sa buhay ko, maging maganda o pangit man ang resulta nito. I never allowed school to pressure me beyond my body, soul, and mind's ability to withstand it. I started to act cool and compose in facing problems. I learned my options and limitations. If I couldn't get what I want, I didn't fight for it tooth and nails. I let it be, if it's meant to be then my exhausted effort is more than enough to have it.

Nhate taught me to council, he said I have a natural gift to make people trust me. My first case was a victim of video tape scandal. She was having sex with his boyfriend, not knowing that his buddies were taping them. They hid the camera in the room. She tried to kill herself out of shame. The video was distributed all over her campus. I know that it's no accident that Nhate gave that case to me.

"Love others like you love yourself." Sabi ni Nhate "This is one of the most important laws of God. But you see, you couldn't love others before because you didn't love yourself. Now that you do, you need to spread the love to others."

Service to other people became my fulfilling experience. It became my passion -- my life mission. Mas higit na lumawak at lumalim ang pananaw ko sa mundong tinitirhan ko nang matuto akong tumulong sa iba. Ngayon ay alam ko na kung bakit mahirap para sa akin ang magkaroon ng maraming kaibigan noon. Marami kasi akong kinatatakutan. Takot ako sa maraming tao at maging sentro ng atensyon dahil ayaw kong mapintasan nila ako. I feared rejection. I didn't like investing my emotion to other people because I also feared abandonment.

Now, I still experience rejection and even violent reactions from the patients and cases I handle at the Haven. Yung mga bagong kasong hawak ko ay challenging para sa akin. Madalas na sarado sila, masungit, at bayolente pa, pero sa halip na galit ay pagmamahal ang nadarama ko para sa kanila.

Minsan ay hindi ko pa rin mapaniwalaan kung saan ko hinuhugot ang halos hindi maubos-ubos na pagmamahal na patuloy na lumalabas sa akin para sa kanila.

Nhate taught me how to renew, recharge, and recommit through praying meditation in the prayer mountain. Pinaalalahanan nyang mahirap ang trabaho at misyong pinili namin. Sangayon naman ako sa kanya dito. Madalas ay pagod ang nagiging matindi naming kaaway sa Haven. He said that the patients could drain our spiritual supply, so we needed to recharge our souls.

Sabi ni Nhate, sa uri ng trabaho namin, hindi kami pwedeng maubusan ng lakas at tibay ng dibdib. We cannot give what we don't have, so I need to take care of my soul as well. Through Nhate I got to know and accept Jesus as my Lord and Savior. I learned more about God. He said that only God knows how our life here will start and end. Sabi nya hindi naman talaga dito sa mundong ito tayo magiging maligaya dahil bisita lang tayo dito. We are just pilgrims visiting this earth briefly. This world is just part of our journey, we have a final destination to go to.

"God is marinating your soul here on earth, to prepare you for eternal life ahead." Sabi ni Nhate. Natawa ako sa ginamit nyang salita.

"Marinating? Like when you're cooking?"

"Exactly. I think that is what God is doing to us here. Ginagamit nya yung mga problema ng buhay natin bilang pampalasa ng ating kaluluwa. Kasi sa tuwing masusugatan ang puso natin ay napepeklatan ang kaluluwa natin. Ang bawat sugat at peklat natin ay may kwentong syang nagpapasarap at nagpapayaman sa ating kaluluwa. Doon tayo lumalalim, lumalawak, at tumatatag para handa tayo sa susunod na mangyayari sa ating buhay."

Hindi na ako makikipagtalo kay Nhate pagdating dito. Nhate has the most positive view in life and in death. For him, to be out of his body is to be with Christ in heaven, there's no other option. So for him life and death means winning and winning.

<><><>

Galing lang ako sa paghahanap ng trabaho. Sabi kasi ni Nhate dapat ko daw gamitin ang tinapos ko sa I.T. kung hindi ay sayang naman daw ang talent ko dito. I really like to work full time in Haven but he said part time will be fine. Knowing and trusting that Nhate knows what's best for me, I heed his advice again.

Tuwang-tuwa ako dahil natanggap akong animator sa isang advertising company, at ang pinakamaganda ay part-time lang ako kaya may panahon pa rin akong magtrabaho sa Haven. Ang dami-daming nangyayari sa buhay ko kaya halos hindi ako magkanda-ugaga. I just moved into a new condo unit that my mom gave me as a graduation gift. Tapos ay nag-aral pa akong magmaneho para magamit ko naman ang kotseng regalo sa akin ni Nhate. It was only second hand but the engine was still great. Alaga kasi ang kotse ng dating may-ari nito. Halos konti pa nga lang ang mileage na nai-itakbo nito kahit ilang taon na nya itong ginagamit. The gifts were too much but it's useless to refuse both my mom and Nhate.

<><><>

"Ma...si Nhate?" Tanong ko kay Mama Sol pagkababa ko sa kotse. Ngayon pa lang ulit ako nakabalik sa Haven, halos isang buwan din kasi akong nawala. Sa tawag lang kami nakakapag-usap ni Nhate. Binabalitaan ko lang sya sa nangyayari sa akin sa paghahanap ng trabaho at sa pag-a-adjust ko sa pamumuhay mag-isa sa lungsod.

Noong una ay gusto kong magtampo kapag kinukulit ako ni Nhate na wag munang umuwi sa Antipolo, pero alam ko namang gusto lang nya akong maging independent. I had been trying to reach Nhate several days ago but his phone was always off. Nang si Mama Sol naman ang tinawagan ko ay pinapapunta nya ako sa Haven kaagad.

"Oh, Billy! Thank God you came. Nasa ospital si Nhate." Sa kotse na pinagtapat ni Mama Sol ang lahat. Sya ang nagda-drive. She insisted on driving, knowing how horrified I was. "Sabi ko kay Nhate noon pa nya dapat sinabi sa iyo. Matigas din ang ulo ng batang iyun. Sabi nya maghintay daw kami hangga't handa ka na. Alam kong matagal ka nang handa."

Umiiyak pa rin ako. I was still trying to process everything that I learned. Noong nagkwento si Nhate tungkol sa buhay nya sa Japan, hindi pala lahat ito ay kumpleto.

"Saktong may sakit ang daddy nya, we didn't know where to reach him and just like that he showed up. They had their proper goodbyes. Mahal na mahal namin sya ng daddy nya. Hindi nya sinabi sa akin hangga't hindi nalilibing si Manolo. He decided to stop his hormones at suportang gamot para sa pagiging babae nya. Untiunting nagbago ang katawan nya, bumalik sya sa pagiging lalaki, pero parang naging kalahating babae at kalahating lalaki sya. Sabi ng doctor, epekto rin marahil ng mga gamot na iniinom nya noon kaya resistant ang katawan nya sa gamot para hindi maging full blown AIDS ang HIV nya."

Handang-handa na akong awayin si Nhate sa ospital pagdating ko. How could he do this to me? Inilihim nya sa akin ang isa sa pinaka-malaking bahagi ng buhay nya samantalang ako ay isang bukas na libro sa kanya. Hindi man lang nya ako nagawang pagkatiwalaan. Paano nya nagawa sa akin ito? Nang makita ko sya sa ospital ay nawala lahat ng tampo ko. He was so thin and weak. Kumplikasyon daw sa baga.

"Siguro dahil ito sa bakasyon natin sa Baguio last month, ano? Dapat hindi na lang tayo umalis." Nakaupo ako sa tabi nya sa kama. Noon ko pa napapansing hindi matanggal-tanggal ang ubo nya. Dapat pinilit kong hindi na lang kami magbakasyon sa Baguio noon.

"Kaya nga hindi ko sinabi sa iyo na may sakit ako because you will treat me like a fragile dog. I had the best time of my life with the vacations that we had." Naglalakas-lakasan pa rin si Nhate kahit sabi ng doctor ay masakit na masakit ang nararamdaman nya. Hindi na ume-epekto sa kanya even the strongest dosage of morphine. Umiiyak ako sa harapan ni Nhate. Sabi ni Mama Sol dapat matatag ako dahil ayaw ni Nhate na makitang nahihirapan ako. Baka kasi isipin ni Nhate na maling sinabi nila sa akin ang lahat. I promised her, but in the end I couldn't control myself.

"Nhate..."

"Don't...cry...I will always be here for you. In your heart and in your memory andyan ako palagi. God said, you're okay now, so it's my turn to rest. Are you going to take this chance away from me?" Si Nhate pa ang nag-comfort sa akin.

76

The Divine Message

"I just want to be in heaven with you"

I cried harder now. Not knowing what to say. All those times that Nhate was teaching me, he was preparing me for this. Tama sya, kailangan kong maging matatag. Kaya ko nang mag-isa. Death is good.

"You're stronger than I give you credit for, alam ko na ngayon na tama si Mama. You can handle anything. Take care of her, okay?"

Tumango lang ako. Alam kong kapag nagsalita ako ay tuluyan na akong hahagulgol. It would bother him so I controlled myself.

"You know, the first time I saw you was the day the doctor told me that the medicine was not doing its job. Sabi nya, all I have to do is to live my life to the fullest. Then I saw your bloody body being rolled into the emergency room, at biglang may kung anong lakas na pumasok sa katawan ko. Something happened in me that made me want to live longer. From then on, hindi na kita iniwan."

Hindi ko maalala ang sinasabi nya. Hinawakan ko ang kamay nya at hinalikan ito. "You saved my life…" ang lakas ng hikbi ko.

"No, you saved mine." Noon na rin sya umiyak. Napawi ang lakas na kanina'y pilit nyang pinapakita. "Dapat ilang buwan na lang ako, pero lagi mo akong pinapalakas. You're one unfinished purpose that God gave me before I go to him."

"W…what if you're not yet finished with me? You have to stay…"

"But you're complete in you. Mahal mo na ang sarili mo more than anybody else. Now it's your turn to spread the love, dahil you maybe complete but God is not yet finished with you."

My heart was filled with various emotions that I couldn't define. I was so overwhelmed with everything at that moment. Hindi ako galit, hindi ako malungkot. Pakiramdam ko ay nasa gitna ako ng gulo pero mapayapa ako. I was in the midst of chaos but I felt at peace. I was in the midst of serene anxiety. Mahilig talaga ang Diyos sa oxymoron. I was just saying goodbye to a friend temporarily. Alam kong balang araw ay magkikita ulit kami ni Nhate.

"Alam mo isang bagay lang ang pinag-sisisihan ko sa pag-alis ko." Sabi nya.

Pinahid ko ang luha ko at ang luha nya sa pisngi. "What?"

"Gusto ko sana, before I leave…I want to see your smile touch your eyes. I guess, hindi ko makikita iyun sa ngayon…maybe soon." Si Nhate lang ang nakakabasa sa akin ng ganito, wala talaga akong pwedeng itago sa kanya. He always see right through me.

"I love you…" sabi ko.

"I love you more…"

<><><>

Nhate died 5 months after his 25th birthday. I tried to be strong in spite of the ache that I felt in his absence. Kailangan kong maging matatag para kay Mama Sol at sa Eve's Haven.

Nang pauwi na ako mula sa libingan ni Nhate, nadaanan ko ang dati kong school sa university belt. Nakita ko kung saan dating nakatayo ang paborito naming tambayan, ang Papa Garios at Pinky Pops. Sarado na ito at iba na ang nakatayo doong negosyo.

Nagkasunog kasi noon dito at naapektuhan ang dalawang kainan. Sayang at hindi na muling nagbukas ang mga kainang ito.

Natagpuan ko rin ang aking sariling nagmamaneho papunta sa bahay nila Jake. Tumigil ako sa lugar malapit sa kanila, pero sarado na ang bahay at may "FOR SALE" sign na nakalagay sa gate.

Noong araw na iyon, nagpaalam ako sa dalawang importanteng lalaki sa buhay ko. Matagal akong umiyak ng umiyak sa loob ng kotse. Pagkatapos ay inayos ko ang aking sarili. I decided to make good of my promise to Nhate. I lived my life and I never cried so hard again.

Until now...

<><><>

Hindi na ako umiiyak. Tumigil ang luha simula ng si Nhate na ang naalala ko. Nakahiga ako sa kama, gising pero pinili kong panatilihing sarado ang aking mga mata. Sa Prayer mountain ako dinala ni Mama Sol. There are rooms available for rent. Hindi ako pwedeng makita ng mga taga Haven sa ganitong kalagayan. I have no sense of date but I have a feeling that I have been here for quite sometime.

Narinig kong bumukas ang pinto ng silid. Naramdaman kong umupo sa tabi ko si Mama Sol, inalis nya ang buhok na humaharang sa mukha ko. This is difficult for her too. I didn't tell her anything, not yet. She's just here to see me through this mess. Just like a typical mother who loves her kid unconditionally. Without question, she just takes care of me.

"Alam kong andito sya...sabi ni Nhate, ito daw ang dapat kong paghandaan. Darating ang araw na muling babalong ang mapait na luha mula sa puso mo. Sabi ni Nhate it will scare me to death but I have to have faith in you. Sabi nya babangon ka ulit..."

There's so much pain in her voice. Humikbi akong muli. Alam ni Mama Sol na gising ako. "Sabi nya ang lalaking ito lang daw ang makakagawa nito sa iyo. Sya lang daw ang makakapag-bukas ng sugat na matagal mo nang pino-protektahang bumukas sa puso mo. Hindi ko kilala ang herodes na lalaking sinasabi ni Nhate pero I want to kill him right now for doing this to you."

It's not in Mama Sol's nature to be violent. I knew she didn't mean a word of what she was saying. Galit lang talaga sya para sa akin.

"Kaya pala kahit kailan ay hindi kita nakitang umiyak. You will have occasional tears but not at this proportion. Kung ano man ang pinagdadaanan mo, andito lang ako." Niyakap ako ni Mama Sol, umiiyak din sya. "I love you, anak," sabi pa nito.

<><><>

Pakiramdam ko ay yun ang pinaka-mahimbing kong tulog sa buong buhay ko. Alam kong tulog pa rin ako pero parang totoo ang lahat ng nangyayari. Nag-inat ako. A new energy flowed right through me. Pag-ikot ko mula sa aking pagkakatagilid sa kama ay bumangga ako kay Nhate. Nakahiga syang patagilid, paharap sa akin.

"N..nhate?" Sumikdo ang puso ko. Madilim sa paligid pero sigurado akong si Nhate ang katabi ko. I could see his face clearly in spite of the dark.

"Do I really have to haul you ass up, girl?" nakangiti sya sa akin. "You are a mess."

"Thanks…I miss you so much!" Sabi ko sa kanya. Saka ako yumakap dito.

"You needed this, you have to go through this," sabi nya.

"But why?" iiyak na naman ako pero masakit dahil parang hindi ko kaya. Yung kagaya sa panaginip na iiyak ka pero hindi naman natutuloy. "Okay na ako, di ba? Good girl na ako. Sabihin mo naman kay God, wag ganito, wag Nya naman akong masyadong pahirapan. Ibang problema na lang…wag ito…"

Ngumiti sya sa akin. Mukhang bata si Nhate. Hindi na rin ito mukhang tomboy, lalaking-lalaki na ang itsura nito.

"Pinapasabi Nya na hindi raw Nya ibibigay sa iyo ito kung hindi mo kaya…God assured me that you can handle this." Animo'y pinapahid ni Nhate ang luhang wala naman sa aking mga mata. "Your strength lies within you, Billy Girl. God said that you're ready for this now. This is the perfect time. Marami ka nang taong pinagaling pero heto ka pa rin, madamot sa sarili mo."

"No!...no...I love me...mahal ko na ang sarili ko, Nhate! I am stronger now more than ever. I'm no longer an unloved woman you once knew!" Protesta ko.

"Really? Eh, bakit nagtatago ka dito? You cannot control what is happening to your life...Billy, but you can control how you will react to it. Haven't you learn enough? Hindi kita tinuruan para maging pusang talunan na iiyak sa isang sulok sa oras na masaktan ka. You need to fight this battle by facing it, you cannot run away from this." Hinawakan nya ang kamay kong may bracelet. Regalo nya ang bracelet na suot ko. "Just like your bracelet hiding your scar, you just surrounded yourself with protective shield para hindi mo makita ang sugat. Hindi ko binigay ang bracelet na ito para ibaon mo sa limot ang peklat. You still have to acknowledge that it's there. You can never bury it and run away from it forever. Sooner or later you will have to face it."

"N...Natatakot ako, Nhate." Sa wakas ay inamin ko na. "Paano kung masaktan ako, bumukas ang sugat, kakayanin ko ba?"

"Ikaw lang ang makakasagot ng tanong mo, but you will never know the answer until you seek for it. Ang sugat na yan ay nilagay ng Diyos dyan for a reason at binubuksan Nyang muli ang sugat dahil may dahilan Sya. It's your job to find out what it is, but you have to decide now, you have to make a choice. Remember, the choice is always yours to make." Hinalikan nya ako sa noo. "Remember trauma is what happened to you, it's not who you are because God loves you...Your identity now is in Him." Sabi pa niya.

I heard him, loud and clear. "Mahal ako ng Diyos..." sabi ko.

"Whether you like it or not." Tinapos ni Nhate ang statement.

77

Fight Another Day

"I scare myself in finding you"

I opened my eyes to the bright light of a new day. It was a nice and refreshing dream. Syempre sinermunan ako ni Nhate buong pagsasama namin sa panaginip, pero okay lang masaya akong makita sya kahit sa panaginip lang.

Napangiti ako, doon biglang pumasok si Mama Sol sa aming kwarto. I smiled widely. Mabilis na lumapit sa akin ang nanay-nanayan ko. "Ma..." my voice is still hoarse.

"Thank God!" She hugged me. I heard relief from her voice. "How do you feel?"

"Hungry...very hungry." Sabi ko.

<><><>

2021: "I wish I have friendship like yours and uncle Nhate." Drew looked at me with so much love and understanding.

"You have that in me, my love." Niyakap ko siya. We cuddled in bed for the rest of the weekend -- kwentuhan, tawanan, iyakan, at harutan about my life. The life that she didn't know I had.

"Do you still love me?" I asked her again. Ngayon na alam na niya lahat-lahat tungkol sa akin, things can change for better or worse.

Patlang.

"Knowing now that you're not the miss perfect everything...I think I love you more," sabi nito with all honesty. I understood what she was saying. I just want to have a relationship with her that is different from my mom and more of what I had with Mama Sol. For me to do that, kailangan kong hubaran ang kaluluwa ko sa harapan ng sarili kong anak. I risked a gamble, betting on my daughter's heart, and I think I won hers.

"Tell me more..." sabi niya sabay turo sa aking manuscript.

<><><>

2004: Sa Haven ako nagpalipas ng ilaw araw matapos kong unti-unting maibalik sa normal ang aking damdamin. Nagkaroon pa ako ng pagkakataong makasalamuha ang nanay ni Sassy nang dumalaw sila sa Haven. Napadaan lang sila saglit sa aking opisina.

"Maraming salamat po sa pag-aalaga sa anak ko." Sabi nito

"Saan po ang punta nyo nyan?" Tanong ko.

"Sa probinsya po. Meron po akong kamag-anak doon na magbibigay sa amin ng trabaho. Gusto ko pong magbakasakali na makakapagsimula kami doon ni Sassy ng simple pero maayos na buhay. Hindi po talaga siguro kami para makipagsapalaran sa lungsod."

Nalaman namin na sa isang kasa pala napadpad ang nanay ni Sassy, kaya pala hindi nito makuha-kuha ang anak noon pa. Ngayon ay handa na silang pareho na magbagong buhay.

"Sassy?"

Niyakap ako nito. "Salamat, ate Billy. Sa lahat-lahat..."

"Mag-ingat ka doon, at wag mong kalimutan ang mga tinuro ko." Niyakap ko rin siya.

"Opo."

"Bagong simula..." sabi ko

"Bagong buhay," pagtatapos nya.

<><><>

Napabuntong hininga ako, hindi nakawala sa pansin ni Mama Sol ang malalim kong pag-iisip. Kahit ilang beses ko syang ikampante na maayos na ako ay bantay sarado pa rin ito sa akin. Tila na-trauma ito sa inasal ko nang mga nakalipas na araw.

Kilala ko ang sarili ko, though. Alam kong nailabas ko na lahat-lahat. Kaya ko na uling humarap sa panibagong yugto ng buhay ko. I really need to go through all of the breaking into pieces all over again. I guess this is the only way that I can face this new challenge in my life.

"Bagong simula..." sabi ni Mama Sol nang masolo niya ako sa opisina.

Tumango ako. "...bagong buhay," nakangiting sabi ko sa kanya.

"You have to leave." Nahulaan niya.

Tumango ako ulit. "There's something that I have been putting off for a long time. Kailangan ko na silang i-settle once and for all." I look deeply in Mama Lota's eyes, assuring her that I'm ready. God is with me, as always.

<><><>

Sa condo muna ako umuwi, naglinis ng kalat at inayos ko ang aking celphone. Pagkatapos. kinakailangan ko nang harapin ang buhay ko. I felt renewed. Nakabuti sa akin ang pag-iyak ng halos tatlong linggo. Wow! Ganoon katagal ang recuperation period ko? I should have cried more often. Parang siningil ako ng mga panahong pinigilan ko ang sarili kong umiyak ng matindi. Mali pa lang supilin ang nadarama ng matagal na panahon. I burried my past trauma deep within na naging robot ako sa lahat ng bagay. I thought it speaks of strength, mali pala. I should have befriended my trauma, that way hindi niya ako iha-hijack out of the blue, stumbling me off my feet. Ngayon, determinado na akong gawin ito, so help me God.

<><><>

Tahimik ang opisina nang dumating ako.

"Hello, everyone!" Masaya kong bungad sa aking mga katrabaho.

Gulat na gulat sina boss Chics "Nabuhay ka, Billy Girl!" "Saan ka ba nagsuot...?" "Grabe dito noong wala ka!" "Hinahanap ka ni boss!" Sabay-sabay silang nagsalita.

"Guys...kung alam ko lang na ganyan nyo ako ma-mi-miss I should have taken a vacation leave much often." Masaya rin akong makita sila.

"Pumasok ka sa office ni boss...tingnan mo kung may trabaho ka pa." Biro ni Mike.

"Oh...okie." Bigla akong napa-isip. Kapag tinanggal ako ni Dean pabor sa akin.

Marahan kong binuksan ang pinto matapos kong kumatok. "H-hello?" Nahihiyang bati ko. Inalis ni Dean ang phone na nakadikit sa tainga niya.

"Y-you're here!"

Nagulat ako. Expecting a harsher tone, relief ang narinig ko sa boses niya. Agad itong tumayo para lumapit sa akin, pero napahinto sa pagtunog ng phone.

"I'm in an urgent meeting. May I call you later?" Muling inangat ni Dean ang telepono sa tainga niya bago tuluyang i-turn off ito.

"Naku, bos...Dean, baka importanteng phone call yun. Uhm babalik na lang ako mama..."

"No!"

Nagulat ako nang halos kaladkarin ako ni Dean paupo sa visitor's chair malapit sa kanyang lamesa. "Are you okay, now?" Alalang-alala ito.

"W-what do you mean?" Iniisip kong wala na akong trabaho pero bakit parang ang bait ni Dean.

"Mama Sol, she called me at sinabi niyang nagkasakit ka at naka-isolate. You are in too much pain daw. I wanted to visit you pero she said that...hindi ka pwedeng dalawin o makita ng iba. What happened?"

Oh, thank God! Mama Sol saved my career. Hindi naman siya nagsinungaling. I was in pain, isolated, at bawal munang makita ng iba.

"O..okay na ako. Don't worry hindi naman contagious yung nangyari sa akin pero ang best advice talaga is isolation. S-sorry, boss ha, sorry talaga."

Biglang nagalit ang itsura niya "Dean! Call me by my name. I'm serious now. I'll fire you kapag tinawag mo pa akong boss."

Natahimik kami pareho. Tapos ay bigla kaming tumawa ng malakas.

"So, hindi pa ako fired?" Diretsahang tanong ko. I look at him at may tibok pa ring kakaiba ang puso ko ngayong na-appreciate ko na kung gaano ito kagandang lalaki. He really is a Greek god, why haven't I seen this before. He is breathtakingly handsome.

Bigla kong naramdaman na na-miss ko si Dean, sa maikling panahong naging magkatrabaho kami, naging malapit kami sa isa't-isa to the point na pinagpantasyahan ko na rin siya. Bukod dun ay may mas naging malalim pa kaming samahan kaya alam ko ring na-miss nya ako ng husto at na-appreciate ko ang pag-aalala niya sa akin.

"W...what?" Parang nataranta sya sa tanong ko. "No! Of course not! Wait...are you quitting on me? You are?! No, I will not allow it..."

"Great, pero may dapat akong sabihin sa iyo," pinutol ko ang sasabihin niya.

Natahimik siya.

"Basta I will not allow you to quit." Mariin niyang sabi.

"Great! Papaalala ko lang sa iyo na freelancer ako at project-based ang aking trabaho, so you have to really hire additional staff, please." Kapag ganitong konektado si Jake sa pamilya ni Dean, I really have to leave sooner or later.

Hindi siya kumibo, umikot lang siya sa kanyang lamesa para maupo. "Okay, pero you're on my team. Pag tinawag kita darating ka." Bossy na naman ito.

"Fine." Whatever, gusto kong idugtong. "Another thing...". Medyo tumapang ako

"What?"

"Wag ka masyadong slave driver kasi parang nataranta yung mga tao sa labas pagdating ko. Kulang na nga kayo ng tao dahil wala ako, hindi ka pa nag-hire ng bago, tapos traumatized yung mga tao sa labas."

"I know. I'm dealing with a lot of things..." bitin na sabi ni Dean.

"Oh..." Yun lang ang nasabi ko, knowing that his loaded sentence has something to do with Dionne. Ayoko sanang malaman pa ang ibang detalye. Naisip ko kasing si Dean at ang trabaho ko ang babalikan ko sa Chase, hindi ang kapatid nya at ang mapapangasawa nito. Si Jake, sabihin mong si Jake. Oo, si Jake nga. Pakiramdam ko ay sinusubok din ako ng sarili ko kung totoong kaya ko na nga. Pinakiramdaman ko ang sarili ko. Okay pa rin ako, kaya ko ito. "So are we good?" tanong ko ulit. Refusing to ask any follow-up question.

"Yes. Are you really okay now?" He still sounded concern.

Tumango ako. "Don't worry about it. Tapos na sya...I mean...okay na ako. Eager na nga akong mag-work ulit, anything for me to do?" Sobrang eager na akong magtrabaho ulit.

"Meeting tomorrow with a client, you're coming with me." Utos ito. Balik boss na ulit ang tono ni Dean, napangiwi ako. "What?" Tiningnan niya ako nang hindi ako kumibo

"Ugh! Kasasabi ko lang, tapos utos ka ulit...haynaku!"

"You said, eager ka nang mag-work. Isa pa...I'm the boss." ngumiti si Dean. Gwapo talaga ang mokong.

"Sabi mo wag kitang tawaging boss!" Pang-aasar ko. Nagtawanan kami.

"Alright, how about I'll treat everybody for lunch to make up with being a slave driver?"

"Yay!" Nagtaas ako ng kamay, sayang-saya sa librasng pagkain. Thank you, Lord!

<><><>

Hapon na ako naka-alis ng opisina. I decided to shop at a nearby supermarket for some supplies. Buti na lang at nabayaran ko na ang lahat ng babayarin ko bago ako pumasok sa opisina kanina.

"Billy?"

Lumingon ako sa tumawag. Si Dionne. Hindi ako handang harapin sya ngayon. Akala ko ay nakabalik na sya sa Amerika. I didn't ask Dean about her. I don't want to know anything, anyway. Pilit kong iniiwasang mapag-usapan namin ni Dean ang kapatid nya hangga't maiiwasan ko.

78

A Guarded Heart

"Let me drown in my own oblivion"

Nakasilip sa pintuan ng isang fine dining restaurant si Dionne. Marahil ay nasa loob na sya, nakita nya lamang akong dumadaan mula sa loob ng restaurant. Marami akong bitbit na shopping bags. Tapos na akong mag-grocery at papunta na ako ng parking lot.

"H..Hey...!" Nagulat pa ako dahil masaya ang boses ko. I realized that I was happy to see her. Magkaibigan na kami ni Dionne, hindi ko pwedeng itangging bago pa nya ipakilala si Jake ay may namuo na sa aming pagka-kaibigan. Bago pa ako nakapagsalita ay hinatak nya ako papasok sa restaurant.

"We need to talk ang tagal kitang hinanap. Nagkita na ba kayo ni Dean? Dapat makausap mo sya. He's worried about you." Ang bilis magsalita ni Dionne, a bit hyper for my taste. Is she having a manic episode? Sa isip-isip ko. Stop it, Billy! She's just happy, let her be.

"Yes...yes! Nagkita na kami, " kunwa'y tumawa ako.

"Grabe...it's been like... what? A month since I last saw you...?"

"Dionne!" Tawag ko sa kanya kahit kaharap ko na siya. Parang hindi niya kasi ako naririnig. Noon siya natigilan. "Breathe..." sabi ko.

Huminga siya ng malalim. "Sorry...I'm babbling like a fool..."

I hope Dionne's hyper mood is a good thing. "Yes, nag-usap na kami ni Dean. I'm so happy hindi naman niya ako tinanggal sa trabaho."

Kumunot ang noo ni Dionne. "He will never do that to you." Sabi nito. May kakaibang kahulugan ang tono ng boses ni Dionne. Parang siguradong-sigurado syang hindi ako tatanggalin ni Dean sa trabaho.

"So, I really have to go, may ma-i-spoil na meat sa bags ko," Paalala ko, hindi ko pa rin muna kayang ma-meet ang kasabay niya sa dinner.

"Ow...I thought you have time to at least..." nalungkot si Dionne.

"But you're here for a reason. We can meet some other time."

"Can't we just talk for a bit, at least habang naghihintay ako kay Jerry."

I swallowed nervously, I couldn't face Jake now. I will face him, I promise! Wag lang muna ngayon. Give me more time. How much more? A voice in my head asked me. Quiet!

"Napaaga kasi ako, mga isang oras pa daw sya...stuck in traffic." Patuloy nito.

"Ow..." Okay. Pwede kaming mag-usap ng mga 30 minutes tapos ay aalis na din ako agad.

"So, what's up?" Ibinaba ko ang mga grocery bags sa sahig at in-ayos ang aking upo.

"Dean was really at the verge of panic when you're gone, you know." Sabi ni Dionne. The topic surprised me. Akala ko gusto nyang pag-usapan si Jake.

"Yah, he was worried about work. Biglaan kasi akong nagbakasyon. Tapos kulang kami sa staff." Paliwanag ko.

Hindi sya kumibo. Nang tingnan ko sya matapos kong ikutin ang mga mata ko sa labas ng restaurant, paranoid na baka biglang dumating si Jake, nakita kong nakatitig sa akin si Dionne. She's looking at me funny. "What?" Kinabahan ako.

"You're so blind. I cannot believe it!" Sabi ni Dionne sa hyper na boses.

"What are you talking about?"

"Well he would not admit it even to himself. I think my brother has a thing for you."

Ako naman ang natahimik. Few weeks ago, the feeling was mutual, I think. Ngayon, though... nasa check-out mode ako. I cannot afford to open my heart to vulnerability. Jake is my past, Dean is a nice wishful thinking for the present, but I plan to journey alone toward my future. Kaya mas lalo kong kailangan ang super self-control ko ngayon.

"You're mistaken." I said, trying to sound as convincing as I can "He's just fascinated because I'm one of the boys. That's it...There's nothing to it. You're reading it wrong."

Natawa sya. Umiling-iling na parang nakikipag talo sa akin.

"Sure, keep telling that to yourself... You were not here to witness it all. He went crazy, like he talked about you a lot. Even Jerry got irritated with him. Hindi direktang inaamin ni Jerry pero nararamdaman kong naiinis na sya dahil walang bukang bibig si Dean kundi ikaw. Kung nasaan ka na ba? Gusto ka niyang makita at dalawin. He was worried sick about you!"

May truth sa sinasabi ni Dionne, pero I can't... I can't deal with Dean's emotion right now habang inaayos ko ang sarili kong emosyon.

"Your theory is crazy..." sabi ko na lang. Nakita kong tila magpoprotesta si Dionne, binilisan ko ang magsalita "...but supposing you're right. Like you said, even your brother wouldn't say anything about it. Why are you telling it to me now? It will make things weird for us you know."

"Oh, don't..." Hinawakan ako ni Dionne na parang nakikiusap "Please don't be weird on him, Na-e-excite lang akong maging sister-in-law kita."

Natawa ako. No way, tapos magiging mag-bilas kami ni Jake. That will be too much.

"He cares for you...a lot...I'm not pressuring you or anything. I'm just saying...when you were gone...he was not himself."

I'm really sorry, marami akong naabalang tao. Anong magagawa ko? I needed to regroup, pasensya talaga dahil naging selfish ako at hindi ko naisip ang ibang tao. I even stressed Mama Lota. Hindi ko naman akalaing pati si Dean samantalang ordinaryong empleyado niya lang ako.

"Sorry, don't worry, babawi ako kay Dean, pangako ko yan sa iyo." Sabi ko na lang.

"But you're here now…Yun ang importante!" Huminga sya ng malalim "One worry less for me, now I can concentrate with my worries about Jerry…" makahulugan nitong sabi.

Oh-oh. Ito yung topic na iniiwasan ko. Alam kong inaasahan ni Dionne na magtatanong ako ng detalye.

"Siguro let's not mention this meeting to anyone, you know I will pretend I didn't hear your theory about Dean and all." Pagbabago ko ng topic. Ayokong magsabi sa akin si Dionne ng detalye ng buhay nila ni Jake.

"Okay…I thought of mentioning it to Jerry kasi he asked about you from time to time. Kung nagpakita ka na daw."

Ngumiti lang ako. Kahit tila biglang huminto ang puso ko. He's asking about me? Why? "Let's just make this our own girly secrets, shall we?" Suhesyon ko.

Tumango sya. Tumingin ako sa relo.

"You have to leave…" sumimangot ito.

"Yup, I'll see you some other time. Let's set a date." Pangako ko.

"I was hoping you can join us for dinner." pamimilit pa nito.

"Three's a crowd, you know." It will be too crowded for us, I can tell.

"Okay. We will set a date."

I hug her before I go. I couldn't help liking her a lot. Hindi ko ata kakayaning makitang masaktan ko sya. The worse part is, I know that I have this power in my hand to hurt her deeply. Kinilabutan ako sa ideyang ito.

<><><>

"We're not using my car?" Tanong ko kay Dean nang bumaba kami sa parking lot at sa kotse nya kami nagpunta. Papunta kami sa client meeting. I'm not looking forward to being alone with Dean. There's too much information from Dionne last night.

"Tipid sa gasoline pag isang kotse lang, aren't you concern about the energy problem?" He kept looking at me while driving.

From my peripheral vision I can see that he is contemplating on something. Under normal circumstances, I will say "What?!" out of curiosity, but not today. No. Nakita ko nang biglang bubukas ang bibig nya para magsalita.

"Where are we going anyway?" Inunahan ko sya.

"M-meeting about a project overseas." Bumuntong hininga siya.

I ignored it. "Wow! Big time na talaga ang team natin."

"Actually I'm doing it for free…sort of a gift." Sa road na nakatigin si Dean. Nagulat ako. Hindi ko inakalang mapag-kawang gawa pala si Dean. "Don't worry, you will be paid, of course." Tinapunan ako nito ng tingin.

"You better!" Sabi ko. Nagtawanan kami.

<><><>

Maliit na opisina ang pinuntahan namin pero mamahaling building naman ang lokasyon nito. Parang bagong set-up pa lang ang opisina dahil sa amoy pintura pa ang paligid. Maraming cubicles at marami ring empleyadong sumasagot ng telepono. Call center? Sa isip-isip ko. Pinapasok kami ng receptionist sa pinakaloob na opisina. Naitawag na nito ang pagdating namin sa intercom.

Muntik-muntikan na akong mapa-atras nang makita kong si Jake ang sasalubong sa amin. Halatang nagulat din sya nang makita ako, pero mabilis syang nakabawi dahil nasa harapan nya si Dean. Mukhang hindi nya rin akalaing ako ang isasama ni Dean sa meeting. Mabilis ko ring pinaalalahanan ang sarili ko na kailangan kong harapin ang sitwasyong ito. Kailangang maging matatag ako. Past is past and I have to move on.

Tahimik kong kinagat ang loob ng aking labi at tinikom ang aking mga kamay, yun lang ang alam kong paraan para makontrol ko ang sarili ko. Ramdam ko kasi ang epekto ng presensya ni Jake sa akin. Gosh, he's even better looking now than I remember him the last time we saw each other. Maturity suits him, his confidence and self assurance overwhelm my capacity to think clearly.

Relax, Billy, be cool. Just act cool. Remember, it's your hormones talking. Since wala ka ng pills, nagre-regulate na ang hormones mo. So kung anumang emotion ang nararamdaman mo around Jake, hindi yan totoo. Nostalgic lang ang matris mo sa presensya niya, and nothing else. Gusto kong matawa habang kinukumbinsi ko ang aking sarili. I unclenched my hands, formed my lips into a smile, and sighed discretely. I can do this.

"Good morning." Kinamayan ni Jake si Dean, tumingin ito sa direksyon ko. Sa sobrang bilis, halos hindi ko ito nagawaran ng kahit tango man lang. Nonetheless, alam kong friendly naman ang expression ng mukha ko.

"Too formal, bro." Pinalo ni Dean sa balikat si Jake. Mukhang magkasundo naman na sila. Akala ko mahihirapan si Dean na tanggapin ang lalaking pakakasalan ng kanyang kapatid. Napalunok ako sa isiping iyun. I dismissed the thought before it could even affect me further.

"You remember, my girl here... Billy?"

79

Poker Face

"When you're starring in your own play, everybody is an actor"

Napatingin ako kay Dean, wide-eyed. Anong pinagsasabi nito? Oi, don't put meaning into it. Remember, if kasama niya si Mike or si Carl, Dean will probably say... "my boy, Mike." I'm a girl...so, my girl...means...nothing, sabi ko na lang. Kumalma ako.

Tumango lang si Jake tapos ay agad itong tumalikod to usher us in another room.

Dinala kami ni Jake sa isang malaking kwarto. Marahil ay opisina ni Jake, naandoon din ang conference table nila. May mga kahon pang nagkalat, parang naglilipat pa rin si Jake at nag-aayos ng opisina nya nang dumating kami. Ilang hakbang pa lang kami papasok ng silid ay nakarinig ako ng malakas na tili.

"Billllllllly! Ikaw nga! I cannot believe it!"

Nalingunan ko si Grace. Sumisigaw ito sa may pintuan pa lang. Nakita kong nag-angat ng ulo ang mga empleyado nilang na-istorbo sa tila gulong nangyayari. Mabilis na tumakbo ito palapit sa akin at saka ako niyakap nito ng mahigpit bago ko pa naproseso ang lahat sa isip ko. Nang magkayakap na kami ay saka ko naramdaman ang excitement na makita ang best friend ko nung college. Halos makalimutan kong may ibang tao sa paligid.

"Grace!" Sa gilid ng mata ko ay nakita kong natigilan ang dalawang lalaki. I don't care, they can go ahead with the meeting any time. Sa totoo lang hindi naman ako kailangan dito. Maybe Grace can take me away from here.

"Ikaw ang ka-meeting namin? Great!" Tili nito. Ugh! Apparently ay hindi rin pala ako makaka-alis.

"Grace...get a hold of yourself!" Narinig kong sabi ni Jake. Inirapan lang sya ni Grace at saka patuloy akong hinarap nito.

"Look at you. Hindi ka pa rin nagbago. You look soooo good. How many years has it been? 8 years? 9?"

"Around that time, yes!" Natatawa ako. I knew, and it felt good, that my smile reached my eyes.

Inikot ako ni Grace, na parang modelong sinusuri nito. Napakunot ako ng noo. Tinititigan ako ni Grace na para bang may mali sa akin. Sobrang naasiwa tuloy ako.

"Gosh! Look at you. Ang seksi mo pa rin..."

Admittedly, Grace put on some weight. It suits her though. Ako naman, I'm wearing a tight fitting blouse. It is sleeveless but I put on a blazer on top of it. The cashmere blouse has a low cut neckline. I love cashmere because it hug the form of my body.

Ayokong nagsusuot ng office attire, pero sa tuwing isasama ako ni Dean sa mga meeting nya gusto ko ring maging presentable at business like. Nagulat ako ng biglang ipinasok ni Grace ang kamay nya sa loob ng blazer ko at saka hinagod ang katawan ko. There was nothing malicious about it, for her it was just a casual gesture.

"Wala ka pa ring tiyan at ang boobs mo..." Hinawakan ni Grace ang dibdib ko. Pulang-pula ako sa hiya. Bago ko pa mapalo ang kamay nya ay bigla nyang hinubad mula sa balikat ko ang blazer, bumaba ito ng bahagya hanggang makita ang halos hubad kong balikat. "Patingin nga."

Pinigilan ko na sya bago pa ako tuluyang mahubadan ni Grace sa harapan nina Dean at Jake. "Grace...si Dean nga pala ang boss ko." Tinapik ko ng mahina ang kamay nya nang matuon ang atensyon nya kay Dean.

I fix myself quickly not looking at the two men, though I can feel that they are still looking at me. Siguro hindi alam ni Grace na napahiya ako sa ginawa nya. I can feel how hot my cheeks are. Hindi ko rin alam kung bakit ako nahihiya. Ako lang ba ang naglalagay ng malisya sa nangyari? Dapat wala akong paki-alam sa sasabihin nila. Bakit ba ako nagkakaganito?

"Oh...sorry. Pasensya ka na ang tagal naming hindi nagkita nitong babaing ito, eh." Kay Dean nagpapaliwanag si Grace.

"No worries... I am actually enjoying watching you two. Go ahead continue, please." Biro ni Dean, sinimangutan ko naman sya.

Sa gilid ng mga mata ko ay nakita kong nakasimangot din si Jake, parang iritable ito. Kanino? Sa akin? Bakit? Ugh! I don't care! Really? Stop it! Lagi na akong nakikipag-away sa sarili ko nitong mga nakaraang araw.

"You are enjoying that aren't you? Si Billy lang naman ang may pinaka-magandang katawan sa grupo namin…"

"Okay, enough!" I cut her. I meant it to be a joke but my voice sounded like a hiss. Nagtawanan ang dalawa.

"Look at you, I've never seen you blush, akala ko walang nakaka-apekto sa iyo."

Inirapan ko si Dean. I made a mistake of looking at Jake. His expression is still dark.

"Kamusta ka na, Dean?" tinapik ni Grace sa balikat ang amo ko.

"M…magkakilala kayo?" Nagulat ako.

"Of course, we went to dinner a couple of times, with kuya and Dionne." Biglang parang nag-alanganin si Grace sa huling sinabi nya. Maingat syang tumingin sa akin.

Stupid, stupid, Billy! Syempre naman! "Oh..kaya pala hindi ka nahiya sa kanya sa mga pinaggagawa mo, bruha ka!" Biro ko na lang, ayokong basahin ako ni Grace sa harapan ni Jake.

"Hindi…" tumawa ng malakas si Grace. "Sorry I embarrassed you, huh?" Naintindihan na nya ang gusto kong sabihin.

Niyakap ko sya at binulungan, "Akala ko ikaw si Cyril." Naghalakhakan kaming parang mga college girls. Bumalik sa amin ang lahat, kaya naman nagkwentuhan kami ng kung ano-ano bago mag-start ang meeting. Learning that Ruth and Cyril are in Singapore, excites me. "Sana magka-reunion tayo, noh?" Sabi ko.

"Yes! Hahanapin ko rin kung nasaan si Judith."

"Sorry, I'm late." Noon dumungaw ang magandang mukha ni Dionne sa pintuan ng conference room. Now I know why this advertisement is free.

"Hey…you!" Sabi ni Jake, na kakaupo pa lang matapos i-tour si Dean sa area.

"Why are you here?" Tanong ni Dean sa nagulat na tono.

"Bakit masama ba? Alam kong may meeting kayo ngayon. Makikisilip lang. Isa pa, si Jerry ang pinuntahan ko dito." Umupo na rin si Dionne sa silya katabi ni Jake. Magkaharap naman kami. Napansin kong pinanonood ni Grace ang bawat reaksyon ko. I looked at her and smiled nang nakitang kong pahalik si Dionne sa labi ni Jake. Grace smiled back, curiosity burned in her eyes.

"You said may phone conference ka sa office mo," sabi ni Dean.

"I'm done with it." Kinindatan ako ni Dionne. Nginitian ko siya. Happy akong makita siya, regardless. Totoo yun sa puso ko.

<><><>

After a while, Grace presented visuals regarding their company. Meron na silang kumpanya na ganito rin pero nakabase naman sa New York. Ngayon ay nag-e-expand sila sa Pilipinas. Real state is the nature of their business. Ang target market nila ay mga OFW retirees na gustong magretiro sa Pilipinas kesa sa ibang bansa. Higit kasing mas magandang tumanda sa sarili mong bayan kesa sa dayuhang lugar.

They want an advertisement that will entice their clients to try visiting the Philippines again. Jake is developing sites in various areas in the Philippines. Gagawin nyang malaking OFW communities ang bawat lugar. Magkakaroon ng maraming amenities ang lugar na magbibigay ng mas madaling paraan ng pamumuhay para sa mga matatandang pinoy na titira dito.

Ang isa pa nilang pang innganyo ay ang palitan ng dolyar sa piso. Their pension will be worth more here than in other countries. Marami ring pinakitang iba't-ibang lokasyon sa Pilipinas si Grace para pagtayuan ng kanilang mga sites. Meron ding mga tapos na pero wala pang naninirahan sa mga ito. Nalula ako sa lawak ng kumpanya nila Grace. They really did well abroad. I felt proud and happy for Grace, considering that she was struggling when we were in college.

Pagkatapos ng presentation ni Grace ay nagbatuhan na sila ng mga ideya at konsepto na gusto nila. Tahimik lang ako na nagsusulat base sa mga naririnig kong pagtatalo nila. In the middle of their discussions I write various story boards. Nagkakaroon din ako ng mga ideas kung ano ang pwedeng gawin para mahaluan ko ng animation at graphics design ang ads. Mas gusto ni Grace ang video commercial kesa print ads, gusto nyang maipakita ang ganda at grandyosong lugar at mga pasilidad ng community sites nila.

"What do you think, Billy?" biglang tanong ni Dean. Hindi na ako nagulat, alam kong ilalagay ako nito sa alanganin kaya naman natuto na akong maging handa. Ganoon naman ang ginagawa nito kapag ubos na ang idea nya. Kung tutuusin, hindi naman nya talaga kailangan ang ideya ko, minsan lang may nasasabi akong nagpapalawak ng isipin nya. Dean is a genius at this. One idea can lead him to a thousand more. I love to watch his mind works, it fascinates me.

"Palagay ko lang...we have to give them deeper reasons to come back by digging on why they leave the Philippines in the first place." Casual na sabi ko.

"What do you mean?" tanong ni Grace.

80

The Lost Youth

"What we get from life is become skeleton and die"

"Hindi ako babalik sa isang lugar kung walang dahilan. I mean, they must have love the Philippines, but let's face it... kahit anong ganda ng facilities, matatapatan din yan ng mga communities sa ibang bansa. We might as well focus on the exchange rate..." Alam kong yun din ang gustong pagtuunan ni Jake ng pansin. Si Grace mas gusto nyang atakihin ang emosyon ng mga potential clients.

"Exactly." Pagsang-ayon ni Jake though he was not looking at me.

"Reason...reason...what do you mean reason? Like separation of some sort?" tanong ni Dean. Obviously, his mind is working again.

"Yeah...like OFWs leaving their families to work abroad, they have their families here so they will surely want to come back." Dagdag paliwanag ko pa.

"I like that," nag-iisip na rin si Grace, business mind suits her.

"We can have a scene where they are saying their goodbyes." Singit ni Dionne, nakikisingit na rin ito. Napatingin kami sa kanya.

"A mother and a daughter maybe..." sabi ko. Naalala ko ang mommy ko, kahit alam kong hindi naman na babalik si mommy para sa akin. Hindi sa bitter ako. Nalampasan ko na ang bitterness, nakaka-relate lang talaga ako sa topic.

"That will be too gender specific, babae. Same with dad and son." komento ni Dean.

"What about wife and children, then their father is leaving to work abroad." Si Grace. Kwento niya yun.

"It's too literal and obvious, paano kung wala naman na silang pamilya na babalikan dito," hindi pa rin satisfied si Dean "We need something...something that you want back but too difficult to come back to...like..." Dean was concentrating harder, kulang na lang eh magka-aneurism ito sa pag-iisip "...like youth." Viola, his eyes were shining. It meant that an idea formed already in his mind.

"You mean, yung kabataan nila dito sa Pilipinas?" Paglilinaw ni Jake, hindi niya gets ang gustong sabihin ni Dean.

"Right, it's not literal but more of teasing your memories...Remembering your innocence, your youth, your reckless past. Considering that our target market are retired senior citizens." Na-hyper na si Dean.

"Tama! What about young love? The glory of first love? We will have a young couple saying their goodbyes...then years later they have their own separate lives...pero they will meet again at ang background natin ay ang lugar ng community where they will see each other after so many years." Excited na rin si Dionne. Hindi ko akalaing kasing creative din pala sya ng kapatid nya. Ayoko nga lang ng ideya nya.

"It sounded nice...enticing, young love, lost and then found again...Generally... I like it." Nahawa na rin si Grace.

Tumingin sila kay Jake, hinihintay ang reaksyon nito. Hindi ako tumingin, tumungo lang ako sa aking papel at kunwaring may sinusulat pero wala naman akong maisip na maisulat.

"Who will be leaving who this time?" biglang tanong ni Jake, napahinto ako sa pagsusulat. His voice was sharp, there's an edge to it. Dahil kilala ko si Jake, kaya kong basahin ang tono nya, hindi ko lang sigurado kung narinig din ng iba ang talim ng boses nito.

"Maybe the girl...maraming OFW na babae sa statistics eh...so yung babae ang aalis para iwan ang lalaki." sabi ni Dionne.

"No."

Napatingin ako kay Jake. Gusto kong makita kung kasing talim din ng expression ng mukha nya ang boses nya. He was looking at my direction. Napatungo ako na para bang may ginawa akong malaking kasalanan sa kanya. I felt guilty for some reason that I couldn't explain. Why?

"I like it if the man will leave the woman than the other way around." Makahulugan nitong sinabi. Napakagat labi ako. Stop it, Billy, it has nothing to do with you. You are putting too much meaning into all of these.

"It's settle then...we will start pre-production as soon as possible. Dahil hindi pa masyadong tapos ang mga sites na dene-develop ninyo, Billy can make an animated version of it na gagamitin natin sa background." Sabi ni Dean.

The meeting didn't stop there, they had plenty of other things to discuss, papers to sign, and things to agree on. I didn't join in the discussion again. On my laptop, nagsimula na akong gumawa ng initial concept design.

"Okay ka lang?" Biglang tanong sa akin ni Grace. Mahina lang ito kaya alam kong ako lang ang nakarinig. I looked up to where she was seated. I was looking intently at the pictures of their different sites and communities. Last year lang nag-umpisa ang development kaya hindi pa masyadong tapos ang mga sites. By looking at the pictures and plans, I can have an idea of what the animation background will look like. Sa sobrang tutok ko sa mga larawan ay halos hindi ko na napansin ang mga nasa paligid ko.

"Yeah..." Ngumiti ako sa kanya.

"Kanina ka pa kasi tahimik."

Itinaas ko ang mga larawan, pagbibigay sa kanya ng dahilan kung bakit ako tahimik. Biglang dumating ang delivery boy na may dalang lunch.

"Akala ko we will eat out." Sabi ni Dionne kay Jake.

"Marami pang dapat tapusin dito, gawin na lang nating working lunch ito." Sabi ni Jake na sa mga documents din nakatingin.

"You're so workaholic!" Bumuntong hininga si Dionne, pero wala rin syang nagawa.

We took a break for a while. Sa conference table na rin naghanda ng pagkain si Grace, tumulong na lang ako sa pag-aayos ng lunch. Habang inaalis naman ni Dionne ang mga papel sa ibabaw ng lamesa.

"Uminom ka na ba ng gamot mo?" biglang tanong sa akin ni Dean, kumakain na kami. Napatingin sa amin sila Grace. Magkatapat kami ni Grace. Katabi ko si Dean at katabi naman ni Grace sina Jake at Dionne. Pati ako ay napatingin kay Dean, nagtatanong din.

"Bakit?" Si Grace ang nagtanong.

"She was very sick for the past weeks kaya sya nawala for a long time." Sabi ni Dean. Sineryoso pala talaga ni Dean ang sinabi ni Mama Sol na may sakit ako.

"I bought supplements for you. It's good for female hormones or something..." May nilabas itong maliit na kahon mula sa kanyang bulsa. Gusto kong matawa at mahiya, pero na-touch din ako sa gesture niya.

"T...thanks..." sabi ko na lang "Pero okay na ako...really..." sabi ko, tumingin ako sa mga nakatingin sa akin. Lahat na kasi sila ay nakikinig sa usapan namin ni Dean. Hindi ko maiwasang hindi makita ang mukha ni Jake. Nakikita ko tuloy ang mga mata nyang dati'y naka-ukit lang sa aking alaala. Those deep dark eyes that I loved so much. He is looking at me intently, I detect concern in his stare. Tumalon ang puso ko. Stop it! Saway ko sa sarili ko. Stop imagining things!

Bigla akong hinawakan ni Dean sa aking pisngi. Then he gently caressed my cheeks with his thumb. Another surprise, what is going on? I wondered to myself. Napako lang ako sa pagkakahawak nya. Hindi ako makalayo o makaiwas dahil alam kong mapapahiya sya.

"You're blushing, is that a good thing?" Sabi nito sa masuyong boses. Lalo tuloy umakyat ang dugo sa pisngi ko. I glanced at Dionne's direction. Tila natutuwa at kinikilig ito sa nakikita nya sa amin ni Dean. Nakita kong pinukol ng tingin ni Grace si Jake, hindi ko naman nakita ang expression nito. I want to avoid looking at Jake as much as possible. "Here...eat this." Biglang nilagyan ako ng pagkain ni Dean sa aking pinggan. I was looking at him confused more than ever.

"T..thanks," sabi ko na lang. Ngumiti ang super gwapong boss ko at saka ako kinindatan nito. Natawa naman si Dionne na parang kinikilig, sa kanya naman kami nagkatinginan. Doon lang napansin ni Dean na medyo kakatwa ang inaasal nya. Inayos niya ang sarili sa pagkaka-upo at nagpatuloy kumain. Buti naman.

<><><>

Halos mag-gagabi na natapos ang meeting. I had no more contributions to make. Pakiramdam ko nga ay mas nakasama pa ang suggestion ko kesa mas nakabuti. Palagay ko ay hindi ako masisisyahang gawin ang proyektong ito. I should have kept my mouth shut and never suggested about the stupid separation thing. I know that between Grace, Jake, and I, the theme really hits home.

Tahimik naman si Dean habang minamaneho ang sasakyan pabalik sa opisina namin kung saan naiwang naka-park ang aking kotse. I know that I need to talk in order to distract him. Yung pinakita nyang paglalambing kanina ang dahilan kung bakit hindi ako kumportable ngayon na kasama sya. Hindi ko alam kung nahalata nya o kung hindi rin sya kumportableng kasama ako ngayon kaya sya tahimik.

Ayokong masaktan sya kapag ipinagtapat ko ang totoong damdamin ko sa mga pangyayari. Sabihin mo, Billy, di ba iyun ang itinuro sa iyo ni Nhate? Kailangan mong sabihin ang laman ng puso mo para hindi mo na ito bitbitin pa pauwi. Hindi na muna sa ngayon, kaya ko pa naman. Hindi pa ako nabibigatan. Keeping quiet is better than opening a can of worms.

Madalas kong kasama si Dean na kami lang dalawa pero ito ang kauna-unahang pagkakataong asiwa ako. I tried to think of a safe topic. Ayokong makasama ang lalaking hindi nagsasalita. Kapag hindi sila nagsasalita, ibig sabihin ay nag-iisip sila. Thinking men are the worse because they will eventually put their thoughts into action. The moment they act on it, that's when all the troubles begin.

Kapag inumpisahan ni Dean na sabihin ang totoo nyang damdamin hindi ko alam kung paano ko haharapin ang kumplikasyong idudulot nito sa sitwasyon namin. I have too much on my plate already. I wish Dionne didn't tell me anything, at least I could be blind. Hindi ako magaling sa ganitong pangyayari. Sanay akong iniintindi ang damdamin ko sa ibang tao kesa ang damdamin nila sa akin. I can only control me, I can't possibly control them. This is the principle that I cherish ever since Eve's Haven.

Bakit ayaw mo, Billy? Sabi ng maliit na tinig mula sa loob ng aking dibdib. Why not give yourself a chance? Look at him! Dean is perfect, kind, loving, and super good looking. Lahat na ata ng kalidad ng isang Prince Charming ay nasa kanya na. Ano pa ba ang hinahanap mo? Ano pa nga ba? Sa isip isip ko. Why are you so scared to try? Magpapasok ka naman ng iba sa puso mo para hindi iisang lalaki lang ang naghahari dito. Stop it! Walang nag-hahari dito. Sure, keep telling that to yourself.

Napabuntong hininga ako. Darn it! Alam kong hindi nakalagpas ito sa pansin ni Dean. He was distracted by the sound that I made. Mabuti na lamang at malapit na kami sa sasakyan ko.

"Are you okay?" sa wakas ay nagsalita ito. "Kanina ka pa tahimik, hindi ako sanay."

81

A Possibility Of Maybe

"It will not kill you to try"

"A bit tired lang." Nginitian ko siya. Kakaisip ko ng pag-uusapan namin lalo akong hindi nakapagsalita. Ugh!

"I'm sorry, pinapagod kita. Do you feel sick again?"

Narinig ko ang concern sa boses niya. "Hindi. Tired pero glad to be back working for you." Sabi ko na lang.

"I intended na i-surprise ka. Alam kong matutuwa kang makita si Grace. Like you said, close kayo nung college."

Lumaki ang ngiti ko kay Dean. "Thank you…for that. Ang saya-saya ko," and I mean it.

"I heard that you have made an arrangement to meet?"

"Yes. Wala pa lang date kasi nga busy ang lahat." I'm looking forward to it, actually.

"Speaking of schedule, I need you at the office tomorrow." Nasa parking lot na kami. Natatawa ako dahil parang laging nag-aalala si Dean na bigla na naman akong mawala.

"Yes, bos...I mean... Dean," sinigurado ko sa kanyang papasok ako bukas bago ako bumaba ng sasakyan nya.

"Billy..."

"Hmmm?" sumungaw ako sa bintana ng kotse nya. He wanted to take me home but I firmly said, no.

He hesistated for a moment. "I'll...see you tomorrow, okay?" Parang hindi ito ang gusto nyang sabihin.

Ngumiti lang ako at saka sumaludo sa kanya.

<><>

The following days became hectic for me as well. It was a good thing that Dean was really a slave driver, it took my thoughts off the other complications that I didn't want to think about. Sabay-sabay ang mga proyektong ginagawa namin, lalo at sa tulong ni Trish ay na-award din sa amin ang summer station ID ads ng network nila. Maging sina Mike at Carl ay sobrang busy rin, halos hindi na kami nakakapag-usap kahit magkakasama kami sa opisina.

Naging mas lalong malambing si Dean sa akin ng mga sumunod na araw. Sina boss Chics at Manang Melba man ay napapansin ito. Madalas nila akong biruin kapag wala si Dean sa paligid. Hindi naman malaking bagay ang ginagawa nya, medyo mahawak lang sya sa akin. Aakbayan nya ako kapag may pagkakataon at malapit kami sa isa't-isa. Ipapatong nya ang kamay nya sa balikat ko na para bang gusto nya akong imasahe. Minsan naman ay mararamdaman ko ang kamay nya sa beywang ko. Mabibilis na hawak lang ito kaya hindi naman ako naaasiwa. Kung sa iba-iba lang mapapaisip ako ng sexual harrassment, but the thing is... Dean seems unaware of his littlest actions towards me. For him, it comes naturally dahil naging deeper ang pagkakakilala namin sa isa't-isa. He saved my life once, for crying out loud!

Kung hindi lang dahil sa malisyosong interpretasyon nila Mike at Manang Melba dito ay hindi ko naman ito dapat na pagtuunan pa ng pansin since I don't feel violated or harassed by it. It actually feels nice to be touched again. Then let him, the small voice commands me again.

Kapag walang nakakakita ay pinagmamasdan ko si Dean ng palihim. Magandang lalaki talaga ito, mabait, malambing, at maalalahanin. Hindi ko man lang sya kailanman naringgang nag-jjoke ng bastos tungkol sa mga babae. I never knew him to be dating anyone. I wondered if his nights were lonely too. Para sa isang lalaki, bibihira ang magtagal na nag-iisa. A woman should be taking good care of him. Sa itsura ni Dean, kahit sinong babae ay makukuha nito. Kahit ikaw? Stop it, Billy! Do not jump into conclusion. Wala kang alam. Hindi mo alam ang nasa isip at puso nya. Hindi mo alam ang pinagdadaanan nya sa ngayon.

Bigla nya akong mahuhuling nakatitig sa kanya although by that time, I was preoccupied by something else. Ngingitian ko naman sya. I wouldn't bother to hide what I was doing. What's the point?

Ngingitian naman nya ako. "Drooling over me?"

Dito ako mapapahalakhak ng malakas sabay simangot sa kanya. Tatawa rin ito ng malakas. Dean is a good man, sa isip-isip ko. Oh, Billy...but you want a bad boy coz you're such a bad girl. Mawawala ang ngiti ko, mapapalitan ito ng takot. Stop it!

<><><>

"Okay, this is good." Nag-inat si Dean matapos iabot pabalik ang CD na binigay ni Mike sa kanya. "Let's break for lunch."

Nagtayuan na kami, medyo nagtagal na naman ang meeting namin. I went to my table to fix my things. Naririnig kong nag-uusap ang mga lalaki kung saan sila magtatanghalian. Naisip kong mamaya na lang kumain, may baon pa naman akong sandwich kaninang umaga. Pag maaga kong natapos ang ginagawa ko, mas maaga akong makakauwi.

"Billy!" tawag ni Dean, tumingin ako sa kanya. "Come on, let's go, I'm starving!" Ni hindi na nito ako hinintay mag-react. Tumalilis na ito papunta sa elevator. Isa lang ang ibig sabihin nito, kailangan kong sumunod.

Tumingin sa akin sina Carl at boss Chics, andoon na naman ang pilyong ngiti ng mga ito. Nagkibit-balikat lang ako na para bang sinasabing "Wala lang ito..." at saka ko hinabol si Dean.

<><><>

Inikot ko ang ulo ko, ramdam ko ang tensyon sa aking balikat at baywang. Alam kong subsob ako sa trabaho nitong mga nakaraaang linggo. Mama Sol understood me, but she kept on reminding me to slow down though. Parang ilang araw na akong laging gabi kung umuwi. Daig ko pa ang full time na nagtatrabaho sa kumpanya.

"Okay ka lang?" Ipinatong na naman ni Dean ang kamay nya sa balikat ko. Nasa likuran ko sya. I froze. Nahalata nya ata na naging asiwa ako kaya lumipat sya ng pwesto at naupo sa visitor's chair katapat ng lamesa ko. Dean insisted that I came to the office and work here instead of doing everything in my home. Baka daw kasi kailanganin nya ako anumang oras. "You seem distracted lately, is everything alright?" Ang dali na para sa kanya ang basahin ang mood ko.

"Nahihirapan kasi ako dito sa design ng background na gagamitin natin sa commercial ng RMC realty holdings..." ito yung kumpanya nila Jake "I can't really picture it." Maybe you can take me off the project, gusto kong idagdag.

"Speaking of RMC, nagkita na ba kayo ni Grace?" Parang hindi ako narinig ni Dean.

"No, she had to cancel...aalis sya for the weekend. We made a date next week, pagbalik nya." Actually pati ang pagkikita namin ni Grace ay nakadagdag din sa isipin ko. I like to see her but I'm equally relieved when she cancelled on me. Sigurado kasing may mga topics syang bubuksan na ayaw kong malaman, at siguradong si Grace ay mamimilit nang mamimilit sa akin. Knowing her...I just...bumuntong hininga ako.

"I'll tell you what, let's visit one of their sites. Alam ko meron na silang tapos na community out of town. Gusto mo puntahan natin? Para magkaroon ka ng idea on what to do?" Sabi ni Dean na narinig naman pala ang reklamo ko.

Napa-isip ako saglit.

"If they have the sites put up already, bakit hindi ka na lang doon mag-shoot para hindi na ako gumawa ng background?" Sa totoo matagal na akong nagtataka sa trabahong ito. Hindi nila kailangan ng animator. What the hell am I doing here working for this?

"Just humor me with this, okay? Hindi ko pa alam kung anong magiging flow ng gusto kong mangyari para makumpleto ko ang commercial. But I will look into your suggestion, for the meantime maybe we can check the place out. What do you think?"

A long ride with Dean. Alone? No, wag na lang... "Okay." Sabi ko. Ugh, sucker!

<><><>

I received a text message from Dean over the weekend -- *Meet you tomorrow at the office, pack for five days or so...see you.*

Five days? Ang tagal namang bisita yun, ilang araw ba ang kailangan ko para makakuha ng ilang pirasong litratong gagamitin ko? Ayokong umalis ng limang araw. Sorry, no. I texted him back saying that I couldn't make it. Sinagot nya agad ang text ko -- *not taking no for an answer.*

Ugh! Sa sobrang inis ko ay tinawagan ko na lang sya. The signal was really bad, we argued but there's no point because we couldn't hear each other clearly. He sent a final message -- *Just do as I say. That's an order!* Ah, ganon? I resign! Sa lahat ng ayaw ko ay yung dinidiktahan ako.

Yet, natagpuan ko pa rin ang sarili kong nag-iimpake. Ni hindi ko nga alam anong klaseng damit ang dapat kong dalhin. I packed mostly casual, one formal, a couple of business clothes just in case. Kung di lang gusto ko talaga ang trabaho ko...haynaku!

82

Let The Game Begin

"You will not win if you will not play"

I am still protesting to myself when I reached the parking lot near our office. Nang maihinto ko ang kotse ay napansin kong wala doon ang sasakyan ni Dean, so maghihintay pa pala ako. Naisipan kong magkape muna habang naghihintay, sabi ni Dean dapat andito na ako ng ala sais. Mas maaga pa akong nagising, kaya kailangan ko ng kape para maging aktibo ulit ang takbo ng utak ko.

Bumaba ako ng kotse, bago ko pa maisara ang pintuan nito ay napahinto ako dahil nakita ko si Jake na nakasandal sa kotseng marahil ay sa kanya. He was standing opposite my direction.
My brain didn't need a coffee anymore. I could feel the sudden burst of adrenalin rush. It made my heart pump so much blood all the way to my brain. He was there, casually leaning on the side of his car.

"Good morning." Naka-shades ito kaya hindi ko makita ang maganda nitong mga mata, ang paborito kong bahagi ng kanyang mukha.

Hindi ako makapagsalita, napalunok lang ako. Hindi ko matagpuan ang boses ko. Talk, Billy, say something! Nothing. Nakatayo lang ako doon na parang tuod.
"Dean sent me here to meet you. Medyo nagkaroon kasi ng konting problema sa schedule kaya hindi sya makakapunta dito as planned. Nasaan ang mga gamit mo?" Cool na cool lang si Jake. Parang hindi sya apektado sa tagpong ito. Samantalang ang katawan ko ay parang ayaw magtrabaho. Billy, get a hold of yourself, relax ... be cool. He is cool, so you have to be cool as well. Wala lang ito...wala lang...

Sa wakas ay nakagalaw ako, pero hindi pa rin ako makasalita sa takot na baka ibuko ako ng nanginginig kong boses. Sa halip ay para akong batang itinuro ang likuran ng aking kotse para sagutin ang tanong nya.

Umikot sya sa tabi ko, inabot ang bitbit nyang kape at saka kinuha ang luggage ko palabas ng back compartment ng kotse. Dapat sana ay magpoprotesta ako at kumprontahin ko sya kung bakit nya inilalabas ang mga gamit ko, but I was distracted by our proximity. Naamoy ko ang paborito kong pabango nya. Yun pa rin yung dati nyang ginagamit -- Carolina Herrera for men.

Pabango ito ng mga lalaking naninigarilyo. It neutralizes the smoky smell, thus making him smell soooo good. It triggers thousands of memories. I have to control my breathing so that he will not hear me gasping for air.

Before I knew it he already put my bag in his car.

"Drink your coffee, Billy." Utos pa niya. Ininom ko naman, ayun napaso ang dila ko sa init, nag-restart tuloy ang brain ko. "Let's go?" Tanong nya sa akin matapos matawa sa pagkakapaso ko. Ugh!

Sa halip na mag-react negatively, para akong robot na umikot papunta sa passenger seat ng kotse nya. Gaya nung college kami, sunod lang ako ng sunod. Kahit saan nya ako bitbitin, kahit anong iutos nya sa akin ay hindi ako tatanggi. What's wrong with me? Teka muna, hindi ito tama. May mali dito! Yes, finally the caffeine is working, kahit nagkapaso-paso na ako kakainom dito. Huminto ako sa kalagitnaan ng aking paglalakad na parang may naalala.

"Wait! Ahm...I...I should use my car. I want to use my car." Sa wakas ay nagkaboses na ako.

"Wag na, magkaka-problema lang tayo pagdating natin doon. Itong kotse ko na lang ang gamitin natin." Pagpipilit ni Jake.

No! sabi ng isip ko. I insist to use my car, say it! Sabihin mo, Billy. Nakatayo lang ako, thinking really really hard.

"Well..???" Parang naiinip na sya. "We can't afford to be late, Billy. Get in!" Yun lang at umikot siya sa side ko, binuksan ang passenger door at minuwestra na pumasok ako. Being near him, smelling his scent again, confused me. Hoping to get away, I entered his car.

I found myself on the passenger seat, just like old times. Kung sa amoy pa lang nya ay samo't-saring alaala na ang pumasok sa utak ko, triple nito ang naalala ko nang nasa loob na ako ng kotse nya.

Naalala ko noong college, noong madalas akong sakay ng kotse nya. I loved riding with him, we listened to music and we sang along with them. Madalas din kaming mag-out of town gamit ang sasakyan nya. I remembered when we were suspended for a week, we went to...STOP! Napansin kong sobrang higpit ng hawak ko sa aking bracelet. Breathe in...Breathe out...Billy. Medyo na-relax ako ng kaunti, binitiwan ko na ang aking bracelet. Kinuha ang ipinatong kong natirang kape at inubos ito.

While on the road, napansin kong mula sa tagiliran ng aking mga mata ay mahigpit ang kapit ni Jake sa manubela. His jaw was also tight and his expression unreadable. Pakiramdam ko ay hindi rin sya kumportable. Biglang gumaan ang damdamin ko sa kaalamang iyun. Oo, nga pala, ayaw ni Jake kapag tahimik ako. Ibig kasi sabihin noon ay may problema. Good, I can play quiet. I can relax in being quiet.

Sya naman ang mahirapan habang unti-unti kong naaalis ang tensyon ko. You can't control your circumstances, Billy, but you can control your reaction to it. Right! I smiled to myself, careful not to show it on my face. Everytime the heavy traffic halted him from driving, I could see his hands trumping the steering wheel. Natutuwa akong isiping hirap din sya sa sitwasyon naming dalawa ngayon.

Bigla kong napansin na hindi kami sa SLEX or sa NLEX papunta. Napaisip ako, hindi ko nga pala naitanong ang eksaktong lugar ng site na pupuntahan namin. Malapit na kami sa Paranaque.

"S..saan tayo pupunta...?" Ayoko sanang ako ang bumasag ng katahimikan pero nagtataka na talaga ako. Tila natuwa si Jake dahil ako ang unang nagsalita.

"Hindi ba sinabi ni Dean sa iyo na pupunta tayo sa site namin? He said you needed to see it." Casual na sabi ni Jake matapos akong tapunan ng tingin.

"Alam ko, it's supposed to be out of town, right?" Either Bulacan or Cavite area, sa isip-isip ko.

"Yes, that's why we're going to the Airport." Sa road nakatingin si Jake.

"AIRPORT!???"

Napa-igtad si Jake, halatang nagulat ito sa bigla kong pagtili.

"W...why? Do you prefer the ship?"

"S-saan ba ang site nyo?" Medyo nagpa-panic na ako. Nakalimutan ko tuloy na hindi dapat ako ganito kapamilyar sa kanya.

"Sa Davao..."

"SA DAVAO?!!!"

Bigla nyang tinakpan ang tenga nya, ibig sabihin ang lakas ng boses ko. Pilit kong kinalmante ang sarili ko pero unti-unti akong nagagalit. I got my phone and dialed Dean's number but he's out of coverage area.

"Kung si Dean ang tinatawagan mo mahina ang signal sa lugar namin. You might not be able to talk to him clearly."

Hindi ko pinansin si Jake, nag-iisip ako. Kung nasa Davao na si Dean, syempre wala sya sa airport at hindi kami magkikita ngayon. How could he do this to me? He tricked me. Teka, pwede namang hindi ako magpunta. Hindi naman nya ako mapu-pwersa, hindi ba? Magalit na sya kung magalit. Ako rin naman ay ginalit nya.

"So hindi pala sinabi ni Dean sa iyo...Akala ko ganito kayo ka-close." Dinikit nya ang dalawang daliri sa kamay nya.

"Shhh...I'm thinking." Sinaway ko sya. Hindi ko na rin pinatulan pa ang pang-aasar nya, halata kasing malisyoso ito. Medyo natawa sya. Tahimik lang ako, isang ideya ang naglalaro sa isip ko.

"That's why I insisted on leaving your car. You cannot park at the airport...well technically you can but it'll cost you too much. Itong kotse ko namang ito ay susunduin na ng empleyado ko ngayon sa airport. In fact, hinihintay nya na tayo sa entrance gate." Hindi pa rin ako kumibo. "Why do you need your car anyway?"

Huminga ako ng malalim "So that I can leave anytime I want to." Sinagot ko sya nang parang wala lang.

"Oh..." sabi nya, napatingin ako sa kanya dahil may kakaibang tono sa boses nya. "You still do that, huh?"

"Do what?"

"Leave. Ganoon ka naman maski noon pa eh, bigla ka na lang umaalis at nang-iiwan sa ere." Makahulugang sabi nito.

Hindi ako agad nakasagot sa tinuran nya. Yung tono ng boses ni Jake ay nakapagpatigalgal sa akin ng kaunti. Parang may konting galit kasi ito. Why did he have to bring this up now?

"I decided not to go. Pagdating natin sa airport, sasakay na lang ako ng taxi pauwi." Papasok na kasi kami sa entrance gate at alanganin nang huminto si Jake sa area. Alam kong mas madali akong makakakuha ng taxi sa exit gate ng airport.

Sya naman ang natahimik. "Sabi ni Dean..."

"Hindi nya ako pwedeng diktahan. Gagawin ko kung anong gusto ko. It will be in my terms, my choice, my way!" Inis pa rin ang boses ko pero kalmante na ako. Naiwaksi ko na ng konte ang komento nya kanina.

Narinig ko ang buntong hininga nya

"Sayang...I really do want you to go and see the place...para sa ads, syempre." Tila lumambing ang boses ni Jake. Kusang nag-react na naman ang puso ko. It faltered uncontrollably. "Andoon din si Grace, alam nya ngang parating ka. Maganda rin ang site. Sigurado akong hindi ka pa nakarating sa Davao. It's one of the most beautiful places in the country."

"Ni hindi pa nga ako nakakasakay sa eroplano." Bigla kong nasabi. I meant to say, I really don't care...pero iba ang lumabas sa bibig ko. Darn it!

Napangiti siya. "Ah, so this will be your first time. Don't worry, it will only take an hour or so. Tapos andoon na tayo." Rinig ko ang sigla ng boses ni Jake. He sounded relieved. First time akong sasakay ng eroplano na kasama si Jake...another first. Billy! Stop it! What's wrong with you? Everything!

Nag-iisip ako, hindi ako kinulit ni Jake, kilala nya pa rin ako. Alam nyang I need time. I hate Dean for doing this, pero bakit nang si Jake na ang nang-imbita ay biglang nawala ang galit ko?

"Grace will be there, right?" Tanong ko.

"Yes..."

"An hour?"

"Or so...Yes."

Tumigil ang kotse at lumabas sya ng sasakyan. Isang lalaki ang lumapit sa kanya. Itinuro ni Jake ang lalagyan ng mga gamit ko. Pinagbuksan ako ni Jake ng pintuan habang tinutulungan kami ng empleyado nya sa aming mga daladalahan. Hinintay pa naming makaalis ang lalaki bago kami tuluyang pumasok ng airport. Hindi ko na kailangang magsalita pa, alam na nya ang desisyon ko.

83

Another Joyride

"Fly me to the moon and love me all the way back"

"Thank you for doing this." Sabi ni Jake, naka-check in na kami at naglalakad na lamang papasok sa terminal area.

"Can you just do one thing for me though?"

"What?" Curiosity burned in his glorious deep dark eyes. Huminto na naman ang puso ko sa pagkakatitig sa mga mata nya. Umiwas ako ng tingin, yun ang tanging paraan para makapag-isip ako ng maayos.

"Just be nice to me, okay?" Pinatapang ko ang sarili ko at saka tumitig sa magandang mga mata nya.

"What do you mean?" May pilyong ngiti na gumuhit sa kanyang labi.

Crap! Sorry, Lord, napamura tuloy ako. Sumimangot ako at saka tinalikuran ko siya para unahang maglakad papasok sa gate. "You know what I mean!" Sabi ko na lang.

Maingat ako sa loob ng eroplano. Aaminin ko na ang bagong experience na ito ay nagpapa-excite sa akin. Isang first na naman ang nangyari sa akin na kasama ko si Jake. Don't dwell on that, Billy! Saway ko sa sarili ko. Magkatabi kami ng upuan. Pinaupo nya ako malapit sa bintana para lalo kong ma-appreciate ang pagsakay ko sa eroplano. Kahit puro ulap lang ang nakita ko ay nasiyahan din ako. I was careful not to touch him. Kahit gustong-gusto kong may kahawak sana noong biglang humagibis ang eroplano sa pagbulusok sa ere, hindi ko ginawa. Our proximity is already driving me crazy. Pag naghawak pa kami, hindi ko na alam kung ano ang posibleng mangyari. He seemed to know what I wanted and became equally careful as well.

Halos magdadalawang oras bago namin narating ang Davao. Nang makuha na namin ang gamit ko ay agad din kaming nakalabas, doon ay nakaabang ang van na susundo sa amin.

Si Dean ang driver nito at naandoon din si Dionne, syempre. Pagkatapos ng maikling batian ay tahimik kaming bumyaheng muli. Si Dionne at Jake ay nasa likod ng sasakyan habang nasa tabi naman ako ni Dean. I ignored the memory of seeing Dionne kiss Jake when they saw each other at the airport. Tahimik lang ako. Tahimik din si Dean, alam kong nakikiramdam sya sa mood ko. Ramdam kong guilty sya. Buti naman at apektado sya ng ideyang galit ako sa kanya. Hmp! Let him feel my wrath for the moment. Although, hindi naman na talaga ako galit.

Ayaw ko mang aminin noong una pero naaaliw ako sa byahe namin patungo sa site ng kumpanya nila Jake. Puro berde ang natatanaw ko sa paligid. Maganda nga ang Davao, city proper pa lang ay maayos na lalo na siguro sa pinaka probinsya nito.

Halos dalawang oras na nagpyesta ang mga mata ko sa tanawin. Bilang laking probinsya, namiss ko ito. Naalala ko rin ang mga roadtrips namin ni Nhate noong nabubuhay pa ito. Nostalgic ang dating sa akin. Kung hindi masukal na kagubatang hindi ginagalaw ng mga tao ay malawak na kapatagan naman ng natatanaw ko. Kita sa mga baging at gapang ng halaman sa mga puno na hinahayaan ng mga taga Davao ang kagubatang yumabong sa sarili nitong pamamaraan. Iba't-ibang hayop naman ang natatanaw kong nasa kapatagan. Ang saya-saya ko, kahit ganitong kasimpleng tanawin lang ay nagpapasaya na sa akin. Nakakalimutan ko ang mga problema ko kahit sandali lang.

"You will like it here, Billy." Tinapik ako ni Dionne sa balikat.
"Thanks...mukha nga," I touched her hand.

Maya-maya pa ay tila paakyat na ang aming sasakyan. I could see the wind blowing through the trees. Hindi na ako makapaghintay na maramdaman sa balat ko ang dampi ng sariwang hangin. Bigla kong naalalang wala nga pala akong baong jacket. Bigla na naman akong nainis kay Dean, kasi naman mukhang maling mga damit ang dala ko.

Dumaan kami sa tila man-made forest, matataas ang mga puno pero maayos at aspalto ang daan. Parang magkakayakap ang mga dahon ng mga puno na nagtatabon sa init ng sikat ng araw. Mukha tuloy silang sundalong nagbibigay pugay sa dumadaang karawahe ng hari. Hindi pa ako nagkasya sa natanaw ko, tumagilid pa ako para matanaw ko sila mula sa likod. Pag-ikot ko mula sa pagkakaupo ay nagtama ang mga mata namin ni Jake. Kita ko sa mga mata nya na natutuwa sya dahil alam nyang manghang-mangha ako. Para bang gusto nyang sabihing "I told you...".

Narinig kong tumawa ng mahina si Dean. Obviously, he's also enjoying my reaction. "Truce?" Sabi ni Dean matapos kong umupo ng maayos. Nakita nyang inirapan ko sya, tumawa pa rin sya. Napangiti na rin ako. Hindi na ako galit sa kanya. Hindi rin naman ako ang tipo ng taong mapagtanim ng galit sa kapwa. I knew Dean meant well.

Sumunod ay pumasok ang sasakyan sa isang tila maliit na burol na napapaligiran ng magagandang Bermuda grass. Taas baba ang sasakyan namin hanggang makita ko ang isang maliit na kumpol ng mga kabahayan makalipas ang ilang kilometrong paglalakbay.

"Wow!" mahinang litanya ko, hindi ko mapigilan ang mamangha. Parang modernong subdivision sa gitna ng kagubatan ang dinadaanan namin. Walang masyadong tao maliban sa mga trabahador na naglilinis ng halamanan at nagkukumpuni ng iba pang kabahayan. Maraming kabahayan ang dinaanan namin, lahat sila ay halatang bagong gawa lamang. Iba-ibang hugis, disenyo, kulay at laki ang pwedeng pagpilian. Hindi sya kagaya nung mga kilalang subdivision sa Maynila na lahat uniporme ang itsura kaya naman napaka boring tingnan habang tumatagal. Dito, pwede mong idisenyo ang bahay mo na naaayon sa gusto ng may-ari. Mukha tuloy silang ginawa sa magkakaibang panahon, na nagsulputan na lamang makalipas ang ilang taon.

"Lahat ito ay ibinebenta?" I blurted out, amazed.
"Most of these are already sold." Si Jake ang sumagot sa tanong ko

Goodness! Hindi na nila kailangang mag-marketing pa, bentahe na agad ang lugar na ito. Ako man ay gusto kong bumili ng bahay dito. May maliit silang central street kung saan pwedeng magkaroon ng maliliit na businesses gaya ng grocery stores, bakeshops, etc. Siguradong marami pang ameneties ang pwedeng makita o maitayo sa lugar na ito.

Layo-layo ang mga kabahayan kaya hindi crowded ang area. Malalawak ang lupaing naka-allot sa bawat lot owners. Tantya ko ay higit sa 100sqm ang pinakamaliit na loteng mabibili, kaya naman pwede kang magkaroon ng malawak na bakuran kung saan pwede kang magkaroon ng sarili mong hobby, gaya ng paghahalaman o paghahayupan. Gugustuhin nga ng mga taong tumanda sa ganito kasimple, kaayos, at kapayapang lugar. Malayong-malayo sa bilis at gulo ng takbo ng pamumuhay nila sa ibang bansa.

<><><>

Ilang sandali pa ay nawala na ang mga kabahayan at umakyat muli ang sasakyan namin. Puro malilinis pero malawak na halamanan ang sumunod na tanawin. Pagkatapos ay huminto na kami. Sa pagbaba ko ng sasakyan ay agad dumapo sa akin ang sariwang hangin. Ang bango ng paligid. Napapikit ako, ganito kaya ang amoy sa langit?

"Aakyat na tayo mula rito." Sabi ni Dionne. Binuksan ko ang mga mata ko at nakita ko silang lahat na nakatingin sa akin. Ayoko pa sanang gumalaw, gusto ko sanang bumalik sa lugar na may mga bahay at mag-ikot-ikot muna. Parang sanay na sanay na sila sa itsura ng kapaligiran kaya tila hindi na sila gaanong ginugulat ng ganda nito. Sa palagay ko, hindi ko magagawang pagsawaan ang ganitong lugar. I would always be surprised by the splendor of this place.

Binaybay namin ang daan paakyat sa isa pang mataas na bahagi ng lupa. Para kaming nag-te-trekking, pati sa paglalakad ay siyang-siya ako. Ilang sandali pa ay nabungaran ko na ang isang malawak na mansion na gawa sa pawid at kawayan. It was a mixture of modern and classical vacation house. Para itong isang malaking bahay kubo. Maraming halamanan sa paligid at kapunuan. This is by far, the most beautiful house I have ever seen. It's simplicity yet grandeur awed me. "Oh my goodness!" Bulalas ko, habang nakanganga. Hawak ang aking camera, ilang beses akong kumuha ng mga larawan.

Si Jake naman ang narinig kong natawa nang mahina sa naging reaksyon ko sa lugar. Inayos ko ang sarili ko, pilit sinupil ang matinding paghanga.

"Jake designed this dream house. Hold your breath, okay, you will see more at the back. You will enjoy it here, I swear, you will never get bored." Pagyayabang ni Dionne, halatang proud na proud sya sa kanyang fiancé. Umakbay pa ito sa akin, habang bitbit naman ng dalawang lalaking sumusunod sa amin ang mga gamit ko.

"Hello and welcome to our humble abode!" Si Grace ang masayang sumalubong sa amin. Agad akong niyakap nito. Gaya nang dati ay nahawa ako sa sigla ni Grace. It's turning out to be a right decision on my part to be here. "I'm glad you came..." sabi pa nito.

"I'm glad, I did!" Hindi maitago ang saya sa boses ko. Nagtawanan lahat.

"I know you're tired, lika sasamahan kita sa room mo," aya nito.

84

Lovers And Friends

"This isn't how your story ends, some last a chapter, some a page"

Moderno ang kabuuan ng loob ng bahay, kakatwang klasiko naman ang itsura nito sa labas. Mula sa malawak na sala ay binaybay namin ang medyo makitid na pasilyo. Sa magkabilang gilid nito ay mga pintuan ng kwarto ang tumambad sa akin. Sa unang pintuan sa kanan kami pumasok ni Grace.

"You want to eat or you want to rest?" tanong ni Grace, nasa kwarto na kami. Tinutulungan nya akong mag-ayos ng mga gamit ko habang hindi matigil ang aming pagkukwentuhan. Our topics are safe and neutral, kaya naman nakampante ako.

"I want to go to work." Hindi pa naman ako gutom at kahit maaga akong gumising kanina, I'm pumped with everything that I've seen so far.

"Oh... so we have one more workaholic in the house. I recommend resting for a bit since mag-la-lunch na rin tayo."

Natawa ako, pinapili pa ako ni Grace, sya rin naman pala ang masusunod.

When she left to give me a moment, noon ko napansin ang design ng maaliwalas na kwarto. Kumpleto ito ng mga kagamitang gaya nang sa isang high-end hotel. Kakatwang pula ang motif ng kwarto. Come to think of it, it reminded me of the room that Jake and I had our first...STOP IT!

To take my thoughts away from my room, armed with the latest digital camera my mom gifted me, lumabas ko ng silid, ready to work.

"Billy, over here." Kaway ni Grace nang mapadaan ako sa living area. Andoon silang apat, lounging sa mahanging terasa kung saan alfresco ang lunch set-up.

"San ka pupunta?" Tanong ni Dean.

"Work, boss." Iinisin ko sya. "The reason why I'm here, right?" I smiled widely nang sumimangot siya.

"Kain muna before working, grabe ka naman." Sabi ni Dionne na nakita kong naka-angkla kay Jake. Umiwas ako ng tingin sa kanila bago pa ako maasiwa, na hindi naman dapat.

"You can relax. Hindi naman ako slave driver...we have plenty of time to work," meaningful ang tingin ni Dean sa akin. Natawa ako as I rolled my eyes -- hindi siya slave driver my foot! Time for me to torture you, boss. After all, though I am enjoying this, gusto ko pa ring isipin mong hindi pa tayo okay.

During our alfresco lunch, despite enjoying the food, I couldn't wait to go and explore the place. Nang maka-tyempong nabusy sila lahat ay tumakas ako, binaybay ko lang naman ang lugar kung saan kami dumaan kanina.

Nakita ko ang iba't-ibang farm animals na nanginginain sa kapaligiran. Luntian ang kulay ng paligid na pinatitingkad ng sikat ng araw. Parang nag-aagawang kulay nang asul at berde ang repleksyon ng langit at kalupaan. Nakagaan sa damdamin ko ang ganda ng tanawin. I felt relaxed. Natanaw ko ang malalaking puno ng yakal at acacia sa paligid. Dahil sa kanila, hindi mainit maglakad kahit sa gitna ng katanghalian. Ang ganda sigurong makita ang lugar sa madaling araw. The area is the best place for morning picnic. Ilang shots ang kinuhaan ko, yung iba ay hindi na para sa trabaho. I want keepsakes from this place.

Bandang hapon ay lagkit na lagkit na ako kaya naman naligo muna ako sa kwarto kong may sariling banyo. Haaay, salamat! With limited clothes to wear, nagkasya ako sa jeans at blouse. Grrr! I need a jacket, ugh! Medyo body hugging kasi ang mga dala kong blouse, kainis. Alangan namang mag-blazer ako para lang takpan ang katawan ko, haynaku!

Nawala naman ang inis ko nang makita ko pa sa terrace na nasa living room area ang paglubog ng araw at ang napakatingkad na kulay kahil nito. I took videos this time, knowing na kailangan ko rin ng moving shots.

"Baka sipunin ka...maginaw dito sa gabi,"

Nagulat ako sa biglaang pag-akbay ni Dean sa akin matapos akong lagyan nito ng jacket. Where did he come from? Tahimik ang bahay nang dumating ako at lumabas ng kwarto.

"Thanks..." I appreciated the jacket, pero kunwa'y may kinuha akong lens sa upuan kaya natanggal ko ang braso niya sa balikat ko. Leaning over, nakita kong the whole gang was in the living room area. Nagtama panandalian ang mga mata namin ni Jake.

Napatingin din ito sa jacket na suot ko. He was standing up drinking a bottle of beer seemingly watching us over the terrace.

"Sorry for doing this...I know you're angry at me but..." leaning at the railings, Dean's attention was still on me.

"It's okay, boss. Salamat dito sa jacket." Nang lingunin ko sya ay ginawaran ko ito ng isang masuyong ngiti. Nawala ang ngiti ni Dean, halatang na-off ito sa pagtawag ko sa kanya ng boss.

"I'm preparing for dinner, care to help me, Billy?" Sabi ni Grace.

"Love too." Nakasalubong pa namin si Dionne na may dalang dalawang bote ng beer para kina Jake at Dean.

"Oi, san kayo pupunta?" Nakayakap na agad si Dionne kay Jake nang lingunin ko siya para sabihing ihahanda namin ang dinner.

Sa kabilang dulo ng veranda ang kusina at dining area nila Grace. May mga naghahanda na rin ng hapunan kaya wala na akong makitang pwedeng itulong ko pa para sa paghahanda ng hapunan.

"He's all over you." Sabi ni Grace na inilayo lang pala ako sa grupo dahil napansin nito si Dean.

"He's just a good friend." Gusto ko agad alisin ang malisya sa isip ni Grace.

"To you maybe," kunwa'y may pinagpag ito sa jacket na suot ko bago ito umupo sa dining table na puno ng mga papeles. She's working too.

"So you cancelled on me." Pag babago ko ng topic, remembering na may isyu rin kami noon sa college dahil sa jacket.

"Yes, na-stock na ako dito. Okay lang kasi andito ka na." She told me a bit about herself. Ganun naman si Grace, madaling ma-distract.

"You're a mom? Really?" Hindi ako makapaniwala.

"Oo, kulay blue ang mata ng anak ko. I'll show you pictures later." French American ang napangasawa ni Grace. "Hindi ko nga sya madala dito kasi school days doon." Ang anak nya ang tinutukoy nito. Sa Amerika magiging base si Grace at dito naman si Jake. Kasosyo rin nila sa negosyo ang asawa ni Grace, ito ang nasa construction business kaya naging real state ang negosyo nila.

Ibig sabihin maninirahan na dito si Jake ng permanente. Hindi ko ito kinumpirama kay Grace, ayokong mabukas ng topic tungkol sa kapatid nya.

"Ikaw, kamusta ka na?" Ganting tanong nya sa akin, nahalata nya siguro na sya lang ang pinagkukwento ko. Makahulugan ang tanong na iyun ni Grace, medyo napatigil ako ng bahagya at hindi agad makasagot. Kung hindi ko kilala nang matagal si Grace, hindi ko mababasa agad ang tono nito. She was probing deeper. It was a very subtle move on her part, but I could still read into it.

"Hey...you need another set of hands?" bumungad si Dionne sa amin.
"Of course." sabi ni Grace kahit halatang nabitin ito sa usapan namin. Nakahinga naman ako ng maluwag, hindi pa ako handa sa gustong malaman ni Grace tungkol sa akin.

Isa sa mga tauhan nila Grace ang nagdala ng pagkain mula sa dirty kitchen. Sa likod bahay ang lutuan ng pagkain. Ilang metro ang layo nito sa main house. Mula sa likurang pintuan ay matatanaw ang mga taong nagtatrabaho sa kusina. Tantya ko ay tatlo sila. Isa na rito ang babaing syang naghahain ng hapunan namin.

"Excuse me..." Paalam ko saglit kina Grace, lumabas ako gamit ang likurang pintuan. Narinig kong tinawag na ni Dionne ang dalawang lalaki sa veranda habang kinakausap naman ni Grace ang babaing naghahain sa lamesa. Napukaw ang atensyon ko ng mga taong nagtatrabaho sa likod bahay.

"S...Sassy?" lumingon sa akin ang babaing kausap ng kusinerang nagluluto.

"A..Ate??" Nanlaki ang mga mata ni Sassy. "Ate Billy!" sigaw nito nang masiguradong tama kami pareho ng hinala. Mabilis na lumapit at yumakap ito sa akin.

"Anong ginagawa mo dito?" Ang liit talaga ng mundo.

"Dito ako nagtatrabaho, ate...si Tita Inday..." Itinuro nya sa akin ang kusinera.

"Good evening, ma'am." Bati ng matandang may maamong mukha.

"Siya yung pinsan ni nanay na nagpasok sa amin dito." nakayakap pa rin si Sassy sa akin.

"Talaga? Kamusta ka na? Asan ang nanay mo?" Tanong ko.

"Doon sya naka-assign sa tinatapos na cottage, dito ako sa kusina. Pa-ikot-ikot ang trabaho namin."

Sobrang saya ko na malamang maayos sila. "Kamusta? Okay ka ba dito?" Hindi pa rin ako makapaniwala.

"Oo, ate. Naku, maganda dito at mababait pa ang mga tao. Kayo pala ang tinutukoy nilang bisitang darating." Nakita ko sa mga mata niyang masaya na si Sassy sa kabila ng mga nangyari sa kanya. "Naku bukas, ate, dumaan ka naman sa lugar namin, malapit lang dito. Doon nakatira ang mga empleyado, ipapakilala kita sa kanila."

Napansin kong medyo nagkalaman ang katawan ni Sassy. Dating payat na payat ito. Bagay sa kanya ang buhay sa probinsya, bigla akong nainggit. Probinsyana pa rin ako at heart.

"Sige ba!" Na excite ako. Niyakap ko syang muli bago ko siya pabalikin sa trabaho niya.

Ngiting-ngiti pa ako nang pagtalikod ko ay si Jake ang sumalubong sa akin. Kay Sassy ito nakatingin, curiosity burned in his eyes. Hindi ko alam kung gaano sya katagal nakatayo sa likod ko o kung ano ang mga narinig nya.

"Dinner." Sabi lang nito sabay talikod sa akin.

Nang si Grace ang nagtanong sa nasilip nilang ginagawa ko sa dirty kitchen, nabanggit ko briefly ang buhay ko sa Eve's Haven, careful not to divuldge to much for Sassy's protection. "Advocacy lang, helping out women sa training center ng tiyahin ko."

"You're being modest. Billy here helps abused women and children...in fact..."

Hindi ko na napigilan si Dean na ikwento ang naging isyu ko kay Mayor Rolly. Everybody was listening intently. Ang dami nilang naging reactions. Even Jake, though quiet, seemed interested and concerned noong malaman niyang muntik na akong mapahamak.

"Wow, Billy...wow!" Sabi ni Grace.

"I know, right? She's one hell of a woman!"

"Oh...parang proud na proud ka kay Billy," kinilig si Dionne habang binibiro ang kapatid. "Ay kalabaw!" sabay nagulat kaming lahat dahil bumagsak ang baso ng beer ni Jake na natabig niya ata. With the distraction it caused, nag-iba na kami ng topic.

Kinabukasan ay maaga akong nagising, before sunrise actually. I would like to take this opportunity to explore the area on my own. Hindi kasi ako pinayagan ni Grace lumabas para maglakad-lakad kagabi, sabi nito mas maganda daw sa umaga para hindi masyadong madilim. Mabilis kong inayos ang aking sarili at saka isinukbit ang digital camera sa aking leeg. Tahimik ang paligid, malamang na tulog na tulog pa silang lahat. Sa likod bahay ko naisipang dumaan, napansin ko kasing marami pang cottages at lugar na pwedeng puntahan doon.

85

The Unspoken Pride

"Let your guard down for a minute or two"

Malawak pa ang likuran ng malaking bahay, may malalaking puno at halamanan sa paligid. Mukhang alaga naman ang tila malinis na kagubatan sa likod bahay kaya hindi nakakatakot magbaybay dito mag-isa. Sa di kalayuan ay natanaw ko na ang sari-saring cottages na nakita ko kagabi. Nagpunta ako sa grupo ng mga trabahador. Tinanong ko sa kanila kung saan ang bahay nila Sassy.

Naandoon nga sila Sassy at ang nanay nya. Ang bawat trabahador ay binibigyan ng maliit na pabahay. Libre ang bayad dito pati ang pagkain nila. Pwede silang mag-alaga ng kanilang sariling hayupan at magtanim ng gulay na pwede nilang anihin at kainin. Hindi man kalakihan ang kanilang sweldo, sa tingin ko ay patas naman ito dahil halos wala naman na silang kailangang bilhin pa. Sinabayan ko silang kumain ng almusal -- sinangag na kanin, pritong talong na bagong ani, at daing ang ulam nila. Pinatikim din nila ako ng kapeng gawa sa durian. Kakaiba ang lasa nito pero masarap.

"Nag-aaral din ako, ate. Malayo ang school dito pero pumayag ang amo ko na mag-aral ako at magtrabaho. Ngayon hindi pa masyadong maraming ginagawa, pero sabi nila kapag dumating na raw dito ang mga may-ari ng villas, lalaki daw ang kita namin."

Hindi sina Grace at Jake ang namamahala sa site. Alam ko ay may manager silang naka-assign sa pag-aasikaso sa mga empleyado dito. Ang alam ng mga taga rito ay mga importanteng bisita kaming lahat.

Natutuwa ako kay Sassy, may pangarap na ito. Hindi na kagaya noong una ko itong nakilala. Itinuro nya rin sa akin ang mga lugar na magandang puntahan at kung paano ako makakarating doon.
"Gusto mo samahan kita?" Alok nito.
"Wag na, baka hanapin ka dito. Ako na lang…kaya ko naman." Naka-ilang piraso na ako ng kuha sa camera, pati nga yung hindi ko naman talaga magagamit sa trabaho ay kinuhanan ko na rin. I want to capture the beauty of this place even in pictures. Gusto kong mag-uwi ng mga larawang pwede kong balik-balikan kapag nakauwi na ako sa Maynila.

Medyo tirik na ang araw nang simulan ko ang paglalakad. Nakarating ako sa isang lugar na pataas. Kakaiba ang kalupaan sa lugar na ito, magkahalong patag at kaburulan ang paligid. Nang inakyat ko ang burol ay hindi ako gaanong nahirapan, hindi naman kasi ito masyadong matarik. Mula doon ay natanaw ko ang luntiang paligid sa ibaba. The view is breathtaking.

"Wow..." sabi ko, hindi ako makapaniwala. Grabe talaga ang Diyos, Sya ang ultimate architect, engineer, at sculpture sa buong mundo. Pakiramdam ko ako si Abraham nang papiliin sya ng Diyos kung saan nya gustong manirahan. He must have been looking at the same masterpiece of God. Itinaas ko ang kamay ko para yakapin ang hanging pang-umaga. I could even taste it. Wala nito sa Maynila. Kahit sa Antipolo ay hindi ganito kalakas at kasariwa ang hangin.

"HELLOOOOOO!!!" I screamed. "AHHHHHHHHH!" Sumigaw ulit ako ng ubod lakas. Ang sarap ng pakiramdam, gumaan ang tila bigat sa aking dibdib. Ni hindi ko alam na masikip pala ang dibdib ko. Sa pag-sigaw ko ay tila kumawala ang mga mabibigat na bagay at isiping nagbibigay ng tensyon sa akin. I thought of shouting Jake's name loudly, just to get him off my chest. Luminga-linga ako sa paligid para masigurong walang taong makakarinig.

Sa lahat ba naman ng taong pwede kong makita, si Jake pa ang naandoon. Ilang metro mula sa aking kaliwa ay nakasalampak ito sa ilalim ng malaking puno ng sampalok, nakatingin din ito sa akin. Tantya ko ay kanina pa sya doon hindi ko lang napansin dahil sa dami ng magagandang bagay na nakikita ng mga mata ko.

Sa gitla ko ay napaatras ako at natisod sa batong naka-usli, napasalampak ako sa damuhan. Pulang-pula ako sa hiya sa sarili ko, buti na lang at hindi ko naisigaw ang pangalan nya. Nakita ko syang tila tatayo para puntahan ako pero nagbago ang isip nya at hindi na sya umalis sa pwesto nya. Hindi ko na rin nagawang tumayo, napasalampak na ako ng tuluyan sa damuhan, buti na lang at naka-capri pants ako.

WHIPLASH!

I saw him trying to contain his laughter. Hindi ko alam kung magagalit ba ako sa reaksyon nya o hindi. To my surprise I burst into laughter as he laughed with me. Hindi ko alam kung gaano kami katagal naghahalakhakan. Laughing with him like crazy comes out naturally for me. It's like I have been laughing with him all my life, considering that we have been apart for so many years. Sa tuwing magkakatinginan kami ay sasabog na naman kami sa kakatawa. It was a good laugh, I felt relaxed afterwards.

Tumigil na ako ng kakatawa at hindi ko na muli syang tiningnan dahil nananakit na ang aking panga at nauubo na ako. Inayos ko na lang ang pagkakaupo ko sa damuhan.

"Are you okay?" Tanong sa akin ni Jake, matapos nyang linisin ang kanyang lalamunan sa pamamagitan ng pag-ubo.
"Yes." Sa tanawin sa ibaba ako nakatanaw muli. Basa ng hamog ng umaga ang damong inuupuan ko pero malambot ang makapal nitong dahon sa aking balat. Ni hindi ako makaramdam ng sakit sa pagkakabagsak ko kanina. "Nagulat lang kasi ako sa iyo..."

Natawa na naman kami, pero hindi na yung sobra-sobra.
"Sorry, I was here first..." tonong nag-jo-joke si Jake.
"Oh...I can leave, naistorbo ata kita." Nilingon ko siya, panandalian, trying hard to avoid his eyes...his beautiful deep dark eyes.
"Hindi naman, except for all the shouting."

Kita kong maganda ang mood ni Jake. His face registered that of a boyish look when he was happy. I forced myself to look away from his face. Alam ko kasing matutulala ako sa pagkakatitig sa mga ngiti at mata nyang paborito kong bahagi ng kanyang mukha.

He could still dazzle me after all these year. Ugh! I hate it! Talaga? Tanong ng maliit na tinig sa aking puso. Hindi ko ito pinansin.

"Sorry, akala ko kasi walang makakarinig." Napakapit ako sa balikat ko, ramdam kong nawala ang tension kanina pero unti-unti na rin itong bumabalik. Why are we always meeting like this?

"You're so tense...relax a little." Basang-basa pa rin niya ako hanggang ngayon.

Nang tingnan ko sya muli ay nakangiti ito sa akin, nginitian ko din sya. For the first time since we saw each other several weeks ago, he smiled at me this sweetly. I was mesmerized by his boyish smile that I loved so much. Napabuntong hiniga ako ng mahina, iniwas kong muli ang tingin ko sa kanya.

Ibang-iba na kami ngayon. Gusto kong sabihing pareho na kaming nag-mature. Hindi na sya ang kilala kong Jake noon na may hikaw sa tenga at dila, mayabang, at maporma. Now, I could see how he turned out to be a decent and responsible man. I couldn't help but be proud of what he had accomplished.

"I'll tell you what...meron ditong spa area. I will arrange for you to have a massage there. Meron ding Jacuzzi and steam bath..." I glanced at him suspiciously. "You said be nice... I'm being nice. So, stop giving my that look, will you?"

Napalunok ako. He knew me well, ugh! "O..okay..." Siguro nga pwede kaming ganito. Pwede kaming maging mabuting magkaibigan ulit sa kabila ng mga nangyari noon at sa mga nangyayari sa amin ngayon. Sa akin lang pala, pagtatama ko.

Maybe this can work, in spite of the effect that he still has on me. Mabuti at malakas na ako ngayon, kaya kong supilin ang sarili kong damdamin. My emotion is my sole responsibility. Hindi kasalanan ni Jake na ganito pa rin ang epekto nya sa akin, ako ang dapat na mag-control ng mga nararamdaman ko kung ano man ang tawag dito.

"Sobrang ganda ng lugar na ito. I can live here forever." Wala sa sariling nasabi ko. Huli na para bawiin ko pa ito.

"Oh, yeah? I'm glad that you like it." Ramdam ko ang saya sa boses ni Jake. He sounded content with his life. Sino ba namang hindi sasaya, nasa kanya na ang lahat -- success, money, and a beautiful wife-to-be. May tila gumuhit na sakit sa puso ko pero hindi ko ito pinansin.

"Nakaka-proud ang achievements mo, Jake." Chills traveled across my spine as I said his name directly to him for the first time in a long time. Ramdam ko ang kilabot na bumalot sa buo kong katawan. Mabuti na lang at hindi sya sa akin nakatingin, kung hindi ay hindi makakalampas sa kanya ang pamumula ng mukha ko. "I'm super happy for you, you know." Hindi ako makapaniwala sa mga pinagsasasabi ko.

It's too late for me to take them back though. Sya kasi ang may kasalanan eh, biglang ang bait nya sa akin. Iyan tuloy hindi ko mapigil ang matabil kong dila.

"Talaga?" Mukhang hindi naman nya ikinagulat ang komento ko. He sounded interested, in fact.

86

Out Of Line

"Tempting but no...not yet"

"Yeah! Look at you. I remember you dreaming about life in the province, and here you are. You made all your dreams come true. Not only did you have a simple house in the province, you have a vast landscape. Pakiramdam ko nasa loob ako ng isang painting na nakasabit sa museum somewhere. Look at all these!" Hindi ko na mapigil ang sarili ko, salita ako ng salita sa kanya na gaya nang dati. I talk to him confidently "Natupad mo ang pangarap mong makasama ang daddy mo sa states. Alam kong gustong-gusto mo yun noon pa. I heard that you're an architect now. Alam kong masaya ka na ngayon, at hindi ko lang mapigilang maging masaya rin para sa iyo."

Hindi sya sumagot. Nakatitig lang sya sa akin, saka tumingin sa malayong parang nag-iisip.

"I appeared happy to you, huh?"

Nabigla ako sa pagbabago ng tono ni Jake. Parang may ibig sabihin ang tanong nya. It made me uncomfortable. Think of a happy topic fast! Sabi ko sa sarili ko. Biglang tumingin sya sa akin. There was a fire in his eyes. Tila tumagos sa puso ko ang apoy sa kanyang mga mata. Medyo natakot ako, galit ba sya? Mabuti na lang at tumunog ang phone nya.

"Hello?" He answered harsly. Nakatitig pa rin sya sa akin, hindi ko magawang bumitiw ng tingin sa kanya. "I'm just here...alright...Dio...listen..."

Sa wakas ay bumitaw sya ng tingin sa akin, si Dionne ang kausap nito. Nakahinga ako ng maluwag, kanina pa pala ako nagpipigil ng hininga. Halos malunod ako sa biglang pasok ng hangin sa baga ko ng makahinga na ulit ako. Nagmamadali akong tumayo at umalis sa lugar na iyun kaagad para bigyan ng privacy sina Dionne at Jake na makapag-usap.

<><><>

Nag ikot-ikot pa ako sa paligid, pero hindi pa rin mawala sa alaala ko ang mga titig ni Jake sa akin. Pinagalit ko ba sya? Bakit naman? Akala ko magiging maayos na kami, hindi pala. May nasabi ba akong masama? Hindi ko naman sinasadya, eh. I meant what I said in a good way. Dapat ba akong humingi ng tawad sa kanya?

I then came across a swing and rest there for a while, sorting through the pictures that I've taken so far.

"Billy..."

Nalingunan ko si Dionne. "Hey, you!" masayang bati ko.

"Hinahanap ka ni Dean."

Tumango lang ako.

"Gusto mong sumama sa akin?"

"Saan?" Tanong ko.

"Mamamalengke kami ni Jake."

I controlled my reaction, I'm through with Jake's presence for now. "Kayo na lang, hanap ako ng bossing ko," I chuckled.

Natawa rin siya. "Okay."

Bumalik ako sa bahay, sa likod ulit ako dumaan. Mabuti na lamang at wala pa rin akong nakitang ibang tao. Ayaw ko rin muna sanang makita si Dean, busy rin naman ito trying hard to get signal para maka-connect sa team namin sa Manila. Kumuha ako ng mga damit at gamit sa aking kwarto at saka muling lumabas ng bahay.

Kay Sassy ako nagpasama sa spa center na sinabi ni Jake sa akin kanina. Kahit hindi pa talagang ipinapagamit ay pinapasok naman kami ng katiwalang naka-assign sa center. Sabi nya mabuti raw na magamit ang facilities para ma-trouble shoot kung may problema pa ito. Binuksan nya ang lahat ng amenities ng lugar. Naisip kong tawagan si Grace para may makasama ako pero mas gusto kong mapag-isa. Si Sassy naman ay pinabalik ko na sa trabaho niya.

I tried the Jacuzzi first, kaya nitong mag-fit ng 20 katao sa sobrang laki. Kulang na lang ay gawin itong pool. Nagulat pa ako dahil nilagyan pala ng caretaker ng body shampoo ang tubig kaya tuloy ang daming malalaking bula sa tub. Agad akong nagtanggal ng tuwalyang bumabalot sa hubad kong katawan at saka lumublob sa bumubulang maligamgam na tubig. The warm water was relaxing. Itinapat ko pa ang likod ko sa butas na nilalabasan ng malakas na buga ng tubig. Doon pa lang parang minamasahe na ako. I could feel the knots on my shoulder loosening. I closed my eyes and tried to remove things from my thoughts. Gusto kong mapayapa, makalimutan ang lahat kahit sandali lang.

As my body started to get comfortable in the water, I felt the peace that I was looking for. I went to my happy place, thinking nothing and no one, just enjoying the moment, and thanking God for it. Hindi ko alam kung ilang minuto na ako sa ganoong ayos pero kailangan kong imulat ang mga mata ko kung hindi ay baka tuluyan na akong makatulog sa tubig. Isa pa ay baka sa tagal ko, maging malaking pasas na ang katawan ko sa sobrang babad.

Mukha ni Jake ang unang tumambad sa akin nang imulat ko ang mga mata ko. He was there watching me. Nakaupo sya ilang dipa ang layo sa akin sa kabilang dulo ng tub. I was glad of the bubbles, they covered my naked body. This is too much! Not here. He must stop doing this to me!

"W...What are you doing?!" I exclaimed, quite alarmed.
"Same as you. I told you about this place, remember?" Sabi nya na parang wala lang. Na para bang normal lang ang lahat sa amin.
"You're supposed to be at the market with Dionne." Sadya kong sinabi ang pangalan ng fiancé nya para maalala nya ito.

Walang reaction si Jake. Alam kong kagaya ko ay hubad din sya sa ilalim ng tubig. Napalunok ako. Sa sobrang nerbyos na nadarama ay hirap akong isipin kung ano ang dapat kong sunod na gawin. Tumalikod ako para kapain ang tuwalyang ipinatong ko kanina sa tabi ko, pero malayo-layo ito sa akin. Nagsisisi akong pinabalik ko si Sassy sa trabaho nito. Kakailanganing iahon ko ang kalahati kong katawan bago ko ito tuluyang maabot.

"Kasama nya si Dean, I stayed. You followed my advice. Relaxing, right?" May kapilyuhan sa tinig ni Jake.

Humarap ako sa kanya, nag-iisip pa rin kung ano ang dapat kong gawin.

"You look scared. Ano pa bang meron sa iyo na hindi ko pa nakikita? I saw everything already, nakalimutan mo na ba?" Malisyoso ang tanong ni Jake. Iba na naman ang mood nito. He was playful contrary to the one I left behind a while ago. I could see that he's enjoying himself. Pinamulahan ako ng mukha. It's not funny to me this time. Hindi ko magagawang tawanan ang sitwasyon namin ngayon.

"This is inappropriate and you know it!" I tried to put power to my voice. Gusto kong seryosohin nya ako.

"Ang alin? We're not doing anything in-appropriate. Napakalayo ko sa iyo."

Typical man. Kapag napaso na saka lang iisiping masama, pero habang naglalaro pa lang ng baga ng apoy ay walang dapat ikabahala.

"You said you would be nice to me...please..." pakiusap ko, looking around for help. Yung pwedeng maka-istorbo sa amin ni Jake.

"What do you mean?"

"Please be nice and turn around for a bit." Napalitan ang tapang ng boses ko ng pagmamakaawa. Alam kong hindi gagana kay Jake ang galit ko, mas lalo ko lang syang ipo-provoke.

Nakita ko ang pagkawala ng ngiti sa kanyang mga labi, dumilim na muli ang expression ng mukha nito. His mood swings are driving me nuts! Sa halip na tumalikod ay mabilis syang lumapit patungo sa akin.

Nagimbal ako. *No!...no!...no!* sigaw ng utak ko. Yet, nakatayo lang ako, walang magawa kundi maghintay sa pagsugod nya. I was totally under his power. I closed my eyes in surrender.

Kapag tuluyan nya akong hinawakan, alam kong bibigay ako. Ang totoo, hindi ako sa kanya takot, mas takot ako sa magiging reaksyon ko sa susunod na mangyayari.

But then I felt nothing. When I opened my eyes, he was inches away from me. Nasa pagitan ako ng mga braso nya.

"Please Jake...don't...do... this...please...I'm begging you..." nai-iyak na ako.

I heard him sigh sharply, almost in an angry way. He reached for something behind me. Napapikit akong muli nang maramdaman ko ang init ng katawan nya, almost touching mine. Hindi sya nakadikit sa akin pero sa sobrang lapit namin sa isa't-isa ay imposibleng hindi ko maramdaman ang init na tila nagmumula sa kanyang hubad na katawan. Pakiramdam ko ay pinagpapawisan ako sa kabila ng pagkakababad ko sa tubig.

Pagkatapos ay inabot nya sa akin ang tuwalya ko. Hindi na sya muling nagsalita pa. I looked at him grateful. I saw how tight his jaws were. He's very angry, I could tell.
"T..thank you." Binalot ko ang sarili ko ng tuwalya at saka mabilis na umahon at patakbong umalis.

87

The Secret Recipe

"Let me turn over things before I leave"

Nangangatog ang buo kong katawan habang nagbabanlaw sa shower. *It was too close, too close! Darn it! Billy, you must not allow such thing to happen between you and Jake again, you must not!*

Hindi ko alam kung kaya kong makaharap ang kahit sino. Wag muna ngayon na hindi ko kayang magkunwari na okay ako. Pakiramdam ko ay pinupunit ang bawat bahagi ng damdamin at isipan ko. Dahan-dahan akong pumasok sa likod ng bahay, maingat at nagdadasal na sanay wala akong makasalubong na kahit sino. Lalong-lalo na si Jake, wala na sya sa spa nang lumabas ako doon.

<><><>

Nakahinga ako ng maluwag ng wala akong makita sa loob ng bahay. I just grabbed something to eat for lunch, wrote a brief note for everyone to see, punched it on the ref using a magnet then locked myself inside my room. The note said that I will be exploring the area, so they don't have to worry about me. I just wanted them to get off my back for a little while until I recovered.

Gusto kong umiyak pero pilit kong sinupil ang sarili ko. Hindi nila dapat mapansing namamaga ang mga mata ko. Malamang na hindi ako titigilan ng kakatanong nina Dean at Dionne. Alam ko ring magsususpetsa si Grace na may nangyari sa akin.

I turned my celphone off, mahina din naman ang signal sa lugar. I didn't lock the room, keeping it dark. Sa gilid ng kama ako nahiga, shaking off the remaining tremble in my body. Alam kong kailangan kong manginig to pacify my body from panicking. Only Jake can do this to me. No more na, please, abot-abot ang dasal ko while napping in between.

Occasionally ay naririnig kong bumubukas ang pintuan ng kwarto ko, I held my breath, hoping they would not explore inside and saw me pathetically hiding under the bed like a rat cornered by its predator. In between praying and napping, nagmulat ang mga mata kong refreshed, ready to face another day -- or night.

Turning my laptop for the rest of the afternoon, tinuon ko ang atensyon ko sa work. Binabayaran ako ng kumpanya para magtrabaho, hindi para maglandi! Nang meron na akong partial presentation na pwedeng i-report sa boss ko, I finally summoned all my courage to face them and pretend that nothing major happened. Paano mo haharapin si Jake? I don't know...I really don't know.

Si Dionne ang nabungaran ko sa kusina, ang liwanang ng hapon ay unti-unti nang dumidilim. Nakita kong mag-aala-sais na ng gabi. Nag-siesta talaga ako in between work and making a mistake, ugh!

"Hey, you..." masayang bati ni Dionne sa akin. "Nagkita na kayo ni Dean?"

"Hindi pa...I'm finishing up something sa room to report to him, though."

"Kanina ka pa nya hinahanap, eh." Ang awkward ni Dionne gumamit ng food processor.

"Asan sya?" I watched her painfuly making a mess on the dining table.

"Nabasa nya ang note mo sa ref so I figured nasa labas din sya ngayon exploring and looking for you." Finally ay isinantabi na muna ni Dionne ang food processor. "Help me, please?"

Napangiti ako, she sounded desperate. "Sure, ano bang niluluto mo?" Galing nga pala sila ni Dean sa palengke kanina.

"Pork adobo, paborito kasi ni Jerry iyun eh...marunong kang magluto noon?"

"H...Hindi..." I hate lying "Not really. No, sorry." The last thing I want is to cook for Jake.

"May hinahanap na flavor si Jerry eh, hindi naman nya madefine sa akin kung ano yun...so I tried several versions of adobo."

Nakatingin lang ako sa ginagawa nya, ayaw ko nang magkomento pa.

"Tell me, though, how was he in college? Di ba schoolmates kayo?"

The question caught me off guard. Hindi ko sya masagot agad "I...I guess he's okay..."

"Okay as in how?" Dionne will not let it go.

Natawa ako. "Typical student, you know what I mean?"

"Any sweetheart or ex-girlfriend I need to know about? Did he have a lot of girls in college?"

Kunwa'y sumimangot ako. "Dapat kay Grace mo yan tinatanong." I helped her throw away vegetable peels.

"I did, sabi nya babaero daw si Jerry, hindi ako makapaniwala. He's so straight with me, di ba nga sabi ko pa sa iyo na ako ang naghabol sa kanya?"

Tumango-tango lang ako. Hinuhugasan na nya ang hiniwa hiwa nyang meat. "So totoo?" tanong nya ulit

"Ang alin?" I'm fidgeting, trying to think of a way to get out of this conversation.

"Na babaero ang Jerry ko?"

Natawa na naman ako, nervously. "Q...quite popular with girls I would say." Drop it, Dio...please. Gusto kong idugtong.

"That I believe...pero anyone in particular that he became really interested with?" Hindi sa akin nakatingin si Dionne, busy sa kanyang culinary project.

What is wrong with this woman? Sa isip-isip ko. Can't she just concentrate in the present? Ang mga ingredients naman ang sinunod nyang inihanda. Hindi sya nakatingin sa akin pero ramdam kong naghihintay sya ng sagot.

"Kung meron man, tapos na yun syempre. Matagal na iyun. Ikaw ang present nya, so you have to concentrate on that." Ngumiti ako, assuring her.

"And his future...I'm his present and his future..." pagtatama nya. "This girl in his past, did you know her?" patuloy pa rin ito sa pag-uusisa.

"I never mentioned a girl." Natawa na naman ako.

"But you just said, kung meron man tapos na iyun, matagal na iyun...so ibig sabihin meron, di ba?" Hawak ni Dionne ang matalim na kutsilyo, napalunok ako. Paranoia is really a powerful emotion, at alam kong pareho kaming paranoid sa kasalukuyan.

"Anong meron dito, ha?" tanong ni Grace, nakahinga ako ng maluwag sa pagsingit nya sa usapan namin.

"Nagluluto kami ng adobo para sa kuya mo." As always, Dionne is easily distracted.

"Ah." Binuksan ni Grace ang ref. "Oo nga pala, masarap magluto ng adobo yang si Billy." Biglang dagdag na sabi nito.

Crap! Akala ko saved by the bell na ako ni Grace. Tumingin ako dito, makahulugan pero hindi nya ako nakita dahil umiinom sya ng tubig.

"Eh kasasabi lang nyang hindi sya marunong magluto ng adobo." sabi ni Dionne na hawak pa rin ang kutsilyo.

Doon napatingin sa akin si Grace, tiningnan ko sya ng may kahulugan at saka lang nya nakuha.

"Ah...well...I just ...dati kasi..." Alam kong pilit binabawi ni Grace ang nasabi nya. Tumawa rin ito, nervously.

"M...Medyo marunong lang ng konti. Sino ba namang pinoy ang hindi nagluluto ng adobo, pero hindi ako...like...expert about it." Tinapos ko na lang ang hindi masabi ni Grace. Tiningnan nya rin ako na parang apologetic bago sya umalis dahil tinawag ito ng kanilang property manager.

"With that, you have no excuse but to help me. Any new version of adobo will do. Sige na ituro mo sa akin ang recipe mo...please." Naglambing pa si Dionne, lalong ang ganda-ganda nito.

"Fine, kung hindi ka lang cute..." nagtawanan kami.

Itinuro ko sa kanya ang sikreto ko, pati ang pagtatanggal ko ng mantika sa meat at paglalagay ko ng iba't-ibang sahog. Mabuti naman at kumpleto ang mga ito sa kusina nila Grace. Hindi ko nga lang hinawakan ang niluluto ni Dionne. I just led her into cooking it. Nang matapos ang pagsangkutsa sa meat ay nagmamantika na ito, tuyo, malutong pero may malapot at malinamnam na sabaw.

"Wow...this is surely different. Taste nice too, biting but tasty." Mukhang nasiyahan naman si Dionne sa nagawa nya.

<><><>

Lumabas muli ako ng bahay para maglakad-lakad. Natagpuan ko na lang ang sarili kong nasa lugar nila Sassy. Naandoon na ang ibang mga trabahador, marami akong nakakilala. Nakatumpok sila at nagkukwentuhan -- mga matatandang lalaki, mga matatandang babae, mga anak nila at iba pang kabataan. Maya-maya ang nagsindi sila ng siga para pambugaw sa lamok.

Inimbitahan nila akong sumali sa kwentuhan nila. Naaliw ako sa simple ng buhay nila. Nakakainggit, sana ay ganito rin kasimple ang buhay ko. Ikaw lang naman ang nagpapakumplikado ng lahat, Billy. Sabi ng maliit na boses, at alam kong tama sya. The way I view my life is up to me. It's all in the matter of right perspective.

"Ma'am, pasensya ka na magulo kami ha." Sabi ni Mang Tinoy, isa sya sa pinakamatanda at pinakamatagal na nagtatrabaho sa kumpanya nila Jake.

"Hindi naman po, ang saya nga po dito."

"Mamaya nga po may konting inuman kami dito dahil birthday ng isa naming kasamahan. Konting kantahan, pero hindi naman po kami mag-iingay. Nagpa-alam din po kami kay sir Rene." patuloy pa nito.

Nakilala ko ang Rene na tinutukoy ni Mang Tinoy. Isa ito sa mga managers na nagrereport kay Grace. Minsan naman ay hinanap nito si Jake sa bahay at ako ang nakausap.

Isa sa mga cottages ay ginawang opisina nila Jake at Grace. Hindi naman kasi bakasyon ang pinunta naming lahat dito kundi trabaho din. Kaya naman hindi ko rin napagkikikita si Grace sa buong maghapon. Nang maalala ko ang trabaho ay naisip ko si Dean. Trabaho rin ang dahilan kaya nya ako pinapunta rito. Dahil dyan, happy ako sa irereport ko sa kanya.

"Sige po, at gabi na rin ako." Maya-maya lamang ay nagpa-alam na ako.

"Ate, bukas pasyal ka uli ha, nakakahiya kasing magpunta sa malaking bahay lalo na kung hindi naman kami pinapatawag." Si Sassy ang naghatid sa akin papunta sa main house, naka-angkla ito sa akin na parang bata. She is really her age again. Kitang-kita ang kainosentehan nya sa kanyang mga mata. Hindi na nya kinakailangang mag-aktong matanda kagaya ng ginagawa nya noong nasa Maynila pa sya. Acting like a child her age, gave her a sense of serenity that glows in her face.

"Oo naman..." pangako ko dito bago kami tuluyang naghiwalay.

◇◇◇

Naghahanda na ng hapunan sila Grace nang dumating ako. Sina Jake at Dean naman ay naka-upo na sa hapag kainan, drinking their usual poison.

"Saan ka galing?" bungad ni Dean. Pilit kong idinako ang buong pwersa ng tingin ko kay Dean para hindi ko makita si Jake kahit sa gilid ng aking mga mata. Ramdam kong nakatingin din ito sa akin. Naalala ko na naman ang nangyari sa amin sa Spa Center.

"L--looking for you, boss. May report akong pinadala sa email, pero I can show it to you later...sobrang hina kasi ng signal," ang defensive ng dating ko.

"I was the one looking for you. Naikot ko na itong buong valley hindi tayo nagkita."

"Sorry, pasensya na...bo...Dean," nakita kong iritable na talaga siya, nakainom pa ito. I cannot push his buttons any longer.

"Guys, no work at the table. Come on!" Nilapag ni Dionne sa lamesa ang kanyang nilutong adobo.

"Let's have a working lunch tomorrow, okay. Kung iikutin mo ulit ang area...let me know so we can do it together. Mahirap na kung mapaano ka pa lalo at palagi kang mag-isa," patuloy ni Dean na business tone pa rin.

"Yes po," sabi ko na lang.

"This is new..." sabi ni Dean ng matikman ang adobo.

"Guess what? Si Billy ang nagturo sa akin ng recipe na yan." Proud na sabi ni Dionne.

88

The Way To Your Heart

"Food that brings us together may tear us apart"

In the corner of my eyes I saw Jake. Napahinto sya nang pagsubo. Napatingin sa akin si Grace, tumungo ako. Ito ang iniiwasan ko. Sumubo ako muli, masarap ang luto ni Dionne, pakiramdam ko nga ay mas masarap kesa sa luto ko.

"Masarap ha, kakaiba ang lasa." Patuloy ni Dean. "Didn't know you can cook, Billy. Ano pang skill ang tinatago mo ha?" Good mood na ulit si Dean.

"What do you think?" tanong ni Dionne kay Jake.

"Ayos lang…masarap pa rin yung dating version mo. This is too strong for my taste." Sabi ni Jake, hindi ako nag-react pero nakita kong sa akin nakatingin si Grace. Tiningnan ko sya at saka ako ngumiti. Ngumiti din sya, ngayon alam na nya kung bakit kinailangan kong magsinungaling kanina kay Dionne.

"Ang sweet naman ng mahal ko." Tumayo si Dionne at niyakap sa likod ang kumakain na lalaki, saka hinalikan sa pisngi. "yung version ko ang mas gusto mo...hmm...that's why I love you." Kilig na kilig si Dionne.

"Ganoon? Sa akin mas masarap ang version na ito." Sabi ni Dean, obviously irritated sa PDA ng dalawa. Eh, ano ba namang masama sa konting affection? Syempre in-love si Dionne. Who can blame her? I think Dean is over reacting. Oh and you are down-playing your pain again, Billy? Stop it!

"Eh di pag magluluto ako ulit, isang version ko para kay Jerry at isang version ni Billy para sa iyo or better yet...ipagluluto ka ni Billy, ayiii!" parang batang kinikilig si Dionne. Bumalik na muli ito sa pwesto nya sa lamesa at saka ipinagpatuloy ang pagkain.

I helped clean-up the kitchen after dinner. Nang matapos ay tumakas na naman ako. Alam kong maiinis na naman si Dean pero nakita ko namang kausap nya si Jake sa veranda. Nakakita kasi ako ng swing malapit sa main house. Parang isang higanteng duyan ito na para sa matatanda at hindi lang sa bata. Gawa ito sa matibay na pinaghabing tela at kawayan. Humiga ako dito at saka tahimik na pinagmasdan ang mga bituin sa langit.

Maya-maya ay tumabi sa akin si Grace, kasya naman sa duyan ang dalawang tao. Kumportable kaming hindi nag-iimikan.

"I'm sorry." Si Grace ang bumasag ng katahimikan.

"Saan?" Quiet Grace, let's not ruin this moment. Gusto kong sabihin.

"Sa adobo, yun nga pala ang paboritong luto mo ni kuya."

"Okay lang, at least naituro ko sa future wife nya." Wala akong choice, this conversation is inevitable.

Bumuntong hininga si Grace. "Are you really okay with it?" tumingin ito sa akin. Hindi ko sya tiningnan, sa langit ako nakatingin. Ang daming bituin.

"Yeah...matagal na iyon. Tapos na iyon...Matatanda na tayo...Hindi na tayo yung gaya noong college."

Patlang

"I can see that you're all fix now."

"Huh?" Napatingin na ako sa kanya.

"Ano nga ang term mo noon? Complete? Sabi mo kay kuya...someday when you are complete in yourself you will love him right. I heard you say that, at hindi ko iyun makalimutan."

Naalala ko rin. "Let's not talk about that, Grace."

"I can see that you are all complete and fixed. I have never seen you this strong, facing both of them...your greatest love and his..."

"Grace, come on..." Pagputol ko sa sasabihin pa nya "Just tell me about you, tell me about your son and your life in America."

"Hindi ko maii-ikwento ang buhay ko nang hindi sya kasama, Billy. Alam mo iyan."

Hindi ako kumibo. Fine! Then don't tell me anything at all. Gusto kong sabihin sa kanya.

"I'm sorry." Sabi na naman nya.

"Sa adobo? Wala na iyon, okay lang..."

Pinutol niya ang sasabihin ko. "No. I'm sorry dahil wala ako sa tabi mo...Iniwan kita." Seryoso si Grace, napatitig na talaga ako sa kanya. Nagtataka. "I should have been there for you, you know. Noong mga panahong grabe ang pinagdaraanan mo. I left you hanging in the air. Pinangako kong hindi ako nang-iiwan pero anong ginawa ko? Nagtransfer ako sa ibang school. Kung hindi sana ako nag-transfer, eh di sana naandoon ako to prevent the bad things from happening to you."

"Ano? Ang tingin mo may kinalaman ka sa mga kagagahang pinaggagawa ko sa sarili ko noong college? Grace, come on! Hindi mo ako responsibilidad, ikaw man ay may pinagdadaanan din noong mga panahong iyun. Don't beat yourself with something that wasn't even your fault. Paraan ng Diyos ang nangyari sa akin para patinuin ako. Ginawa nya muna akong wasak-wasak bago nya ako binuo ng unti-unti. It took a very long and painful time, but still, I got all complete, right?" Pinisil ko ang kamay nya, gusto kong tanggalin nya sa isip nyang may kasalanan sya sa akin. I can't wait to talk to Grace about God and my salvation. Ugh! I missed her so much!

"Hinanap ka nya alam mo ba iyon?"

"Grace!" Nagprotesta ako. Ayaw kong magsimula sya ulit ng tungkol kay Jake.

"But you need to know. I'm going crazy here kapag hindi ko nasabi. Anyway, sabi mo nga past na iyon so just listen. okay?"

Huminga ako ng malalim. Typical Grace, her tenacity is unprecedented. Pag gusto nya, ipipilit nya.

"When you left that night...when you said your goodbye...several days later he looked for you everywhere. He asked Lilet about you, but she didn't have an idea where you were. He asked Lilet to call your mom, but your mom didn't have an idea as well. He kept on asking Lilet to find out but she refused already. She thought that alarming your mom would not be a good thing to do."

Gusto kong tumigil na si Grace, pero may bahagi sa puso kong gusto syang marinig.

"He was depressed for a while. Nagkukulong sa kwarto, nagpapatugtog ng malakas na radyo. Ganoon yun kapag ikaw ang dinaramdam nya. Naalala mo noong unang away nyo? Ganoon na sya kapag ikaw ang laman ng isip nya."

Huminto saglit si Grace, parang nag-iisip ito. May inaalala.

"Nang maka-graduate sya ay bumaba na ang petisyon ni daddy, nauna sya tapos sumunod kami ni mommy. Binenta na namin ang bahay dito. He was a changed man in America, iba ang buhay doon. Grabe ang lungkot." Nakatulala si Grace habang nagsasalita

"Alam kong si daddy lang ang dahilan kung bakit nagawa ni kuyang magtiis sa Amerika. Kaso, two years after naming mag-settle doon, namatay din si daddy. There's no more reason for him to stay pero alam kong hindi nya rin alam kung anong naghihintay sa kanya kung uuwi sya dito. Nang makilala ko ang asawa ko, doon naging interesado si kuya sa real state and architecture. Sinubsob nya ang ulo nya sa pag-aaral ulit. Sa kabila noon, ramdam namin ang lungkot ni kuya." Nakatingin na din ito sa mga bituin sa langit. "Bukod sa iyo, wala na akong nakitang ibang babaing naka-apekto sa kapatid ko ng husto. Sure, he had occasional flings and dates but never with the same intensity and depth as yours."

"At least he is settling now." Yun lang ang nasabi ko kay Grace. Pinilit kong magkunwaring hindi nakaka-apekto sa akin ang sinasabi niya. Nararamdaman ko ang pagtutubig ng aking mga mata. Pumikit-pikit ako para hindi tumuloy ang pagbalong ng luha mula rito.

"Ako ang may kasalanan nito, eh!" Kita ang lungkot sa mukha nya. Ramdam kong nahihirapan syang magsabi sa akin. "I saw my brother and I couldn't bear to look at his empty eyes. Subsob sa aral at trabaho. He focused on work work work. Halos para syang walang buhay. I pushed him into parties and blind dates. Nang magka-asawa at magka-anak ako, I paraded my life to him showing what he's missing in his life. He fell in love with my son of course. All the more that I pushed him to settle down. Find a girl, forget the past and start a new."

Tumingin sya sa akin. Pilit nyang binabasa ang reaksyon ko. Tahimik lang akong nakikinig sa kanya. Anong inaasahan ni Grace, ang magalit ako sa kanya? Why? Mahal nya si Jake kaya nya nagawa iyun. She meant everything for good. Kung ako man ang nasa lugar nya yun din ang gagawin ko.

"Then Dionne came along. Don't get me wrong, she's a dear...."

89

Got Me Going Crazy

"When you leave I'm begging you not to go"

"...and a goddess, don't forget." Singit ko.

"Of course...I saw that kuya had no interest, but I kept pushing them together. You know how I am. I kept on arranging their schedules so they would always bump into each other. Dionne is really an insecure person, in spite of her beauty. The more na ini-ignore sya ni kuya, all the more that she's drawn to him. Eventually he gave in."

"At sinong lalaking hindi. Give your brother some credit. Tao lang sya, and you meant well. Hindi mo kasalanang ma-in-love sila sa isa't isa."

"Yun na nga, eh...I think my brother is in love with the idea of having his own family but not with his future wife."

"Hindi na natin problema yun."

"Billy! Wala ka na ba talagang nararamdaman para kay kuya? Kahit kaunti man lang? Are you really that willing to see him commit this mistake?" Medyo tuminis ang boses ni Grace, tumaas ng ilang lebel ang tono nito.

"How do you know it's a mistake? Sila lang ang nakaka-alam kung anong relasyon meron sila. Labas tayo doon, your brother is mature enough to decide on his own."

"Siguro nga...Kung hindi kayo nagkitang muli, I couldn't agree with you more. Kaso dumating ako isang araw sa bahay, naka-lock ang pintuan nya at nagpapatugtog sya ng sobrang lakas. Tell me anong iisipin ko sa kapatid kong halos isang linggong nagkulong sa kwarto. I knew it had something to do with you. I knew the moment I saw him. Small world talaga na empleyado ka ng magiging bayaw niya. I had to lie to Dionne na nag-out of town si kuya for an emergency meeting para lang hindi ito mag-freak out. I convinced him to pull it together. He did before all hell breaks lose with Dionne, pero he was never the same again. You can see it in his eyes, Billy. Kung anong nababasa ko sa iyo, yun din ang nababasa ko sa kanya. You two are still crazy in-love with each other."

Wala ka talagang lusot kay Grace, basang-basa nya ang lahat. Yun ang madali sa outsider na nakikiramdam sa mga pangyayari, dahil involved ako kaya hindi ko napapansin ang sarili kong reaction.

Huminga ako ng malalim. There's no contradicting Grace at this point. "Well there's the operative word." Sabi ko na lang.

"In-love..." "Crazy!" sabay pa kami.

"Iba na ngayon, Grace. It's complicated." I hugged her, trying to seek comfort, hers and mine.

Hindi kumibo si Grace

"Promise me one thing, Grace."

"What?"

"I will forgive you about the adobo in one condition..."

Natawa siya, despite of herself. "Ano yun?"

"Do.Not.Meddle.This.Time!" I said in a serious tone. Huminga lang sya ng malalim. "Promise me!" tinitigan ko sya na parang pagalit kahit hindi naman talaga ako galit.

Ngumiti lang sya ng pilyang ngiti. Naningkit ang mga mata ko. Humalakhak sya.

"Lika na nga at gabi na." Nauna itong umalis, ni hindi man lang ako nito pinagbigyan sa hiling ko. Ugh!

<><><>

Nasa isip ko pa rin ang mga sinabi ni Grace, masarap syang pakinggan at malaman pero hanggang doon na lang iyun. Admittedly, nagdidiwang ang puso ko sa isiping may nararamdaman pa rin sa akin si Jake kahit kaunti.

Papasok na ako sa kwarto ko nang bumukas ang pinto sa katapat kong kwarto, si Jake ang lumabas dito. Natigilan sya sa pagkakatayo nya. I saw guilt in his eyes. Bakit? Nagkatinginan kami, tapos ay lumabas buhat sa likod nya si Dionne, nakatapis ito ng tuwalya at bagong ligo.

"Hey...I thought you're already asleep," bati ni Dionne, with her hair dripping wet with water. Napalunok ako, remembering na sexy para kay Jake ang babaing basa ang buhok. Kaya noon, bawal akong lumabas ng bahay na hindi naka-blow dry. *"It's erotic for some men, kaya ako lang ang dapat makakita na basa ang buhok mo,"* naalala kong sabi ni Jake sa akin.

"P..patulog pa lang." Sabi ko.

"Goodnight, then." Sabi nito sabay hatak kay Jake pabalik ng silid.

"Goodnight." Tumalikod na rin ako.

Dumadagundong ang puso ko sa lakas ng kabog nito. Ramdam kong buhay na buhay ang lahat ng pulso sa aking katawan. Kung seswertehen ka nga naman, magkatapat pa kami ng kwarto. What did you expect, Billy? Four rooms and five people, of course two of them will be sharing a room.

Lying on my bed, I shook the thoughts of seeing them together. I imagined Jake and Dionne in their room, sharing sweet moments together. Hindi ako ipokrita para sabihing hindi masakit. Pumikit ako, allowing the tears to flow freely. Naalala ko ang sabi ni Cess about dealing with big changes in our lives, *"Adjust, accept, solve...ito ang need gawin ng tao para maiwasan ang adjustment disorder leading to depression, anxiety, and other mental health issues."*

Malaking pagbabago sa buhay ko ang makatagpo ulit si Jake at malaman ang bagong buhay nito. Para hindi ako mag-suffer from my painful memories and past trauma, I need to accept that Jake is no longer a part of my life. I must make peace with that part of me that still longs for him.

With prayer, nakatulog ako ng maayos. Before sunrise ay muli akong namasyal, soaking in the glory of the place. Baka hindi na rin kasi ako ulit makabalik. Kaya habang naandito pa ako ay sasamantalahin ko nang busugin ang mga mata ko sa magagandang tanawing tanging Diyos lang ang may kakayahang lumikha.

Sinalubong ako ng kapayapaang dulot ng unang pagsilay ng araw sa umaga. Hindi nga lang nito lubusang napatahimik ang aking isipan. Laman pa rin nito ang mga sinabi sa akin ni Grace kagabi, ang nakita kong pagsasama nina Jake at Dionne sa iisang kwarto, at ang epekto pa rin nito sa akin. Again, maikling pagtatagpo lamang ang mga ito pero malinaw ang mensaheng hatid nito sa akin. Hindi na para sa akin si Jake. Magkaibang tao na kami ni Jake ngayon. Wala syang ideya kung sino ang bagong Billy. He didn't know the extent of the wounds that I had to endure on my own. He didn't know the new soul inside my body, and it should stay that way.

Ang isiping pwedeng magmahalan kaming muli ni Jake ay nagdulot ng kakaibang ligaya sa puso ko, ngunit alam kong ang nakaraan namin ay patuloy pa ring multong babalik-balik sa amin. Kung magsisimula kami pero maraming masasaktan, pareho kaming hindi matatahimik.

Isa pa ay hindi ko na rin kilala ang bagong Jake. Hindi ko na rin alam kung sino ang kaluluwa sa loob ng kanyang katawan o ang mga sugat na pinagdaanan nya sa panahong magkahiwalay kami. Posibleng hindi rin kami magkasundo pagdating sa huli. I have to look past the passion and the love we feel for each other and be logical with where these feelings will take us.

Then try to get to know his soul, allow him to know you soul too. A voice inside me insisted. Hindi pwede. No. Sagot ko. Then why are you feeling hopeful? Hindi ko na pinansin ang munting tinig at patuloy akong nagtungo sa malawak na parang.

*** <><> ***

Napukaw ang atensyon ko ng kumpulan ng mga trabahador sa malawak na tila harding bumubuo sa kapatagan. Nagdadamo sila sa nagtambak na samot-saring banig-banig na halamanan. Iba't-ibang klase at kulay ng sapin-saping bulaklak ang sama-samang umi-imbayog sa ikot ng hangin. Halos mapugto ang hininga ko sa ganda ng paligid. Para akong nasa loob ng isang landscape painting.

Napuno ang paligid ng mabangong samyo, halos malasahan ko pa ang natirang hamog ng nagdaang gabi. Nang umihip muli ang sariwang hangin ay naramdaman ko ang lamig nito ng dumampi sa aking balat. Medyo manipis na blouse ang suot ko at Capri pants, dapat pala ay hindi ko muna isinoli kay Dean ang jacket na pinahiram niya. Hindi bale, maya-maya lamang bago magpananghalian ay iinit muli ang simoy dahil sa pagtaas ng araw.

Kumuha ako ng ilang pirasong shots ng larawan. Wala na itong kinalaman sa trabaho ko, gusto ko lang maiuwi ang alaala ng lugar na ito, kahit sa larawan man lang.

"Good morning po, ma'am." bati ng isang trabahador na nakapansin sa akin, hawak nito ang balumbun ng nabunot na ligaw na damo.

"Good morning po." Lumapit ako sa kanila matapos ikwentas ang aking camera. Naandoon din si Sassy, medyo malayo ito at kumaway na lang sa akin. Sa gilid ay may malaking punong nagsisilbing silungan ng mga namamahingang mga manggagawa. Nakita ko doon si Mang Tinoy na naka-upo sa mahabang silyang kahoy, lumapit ako para tumabi dito.

"Magandang umaga, Mang Tinoy." Bati ko sa nakilala kong matanda kahapon, nagtitipa ito ng gitara.

"Magandang umaga po, ma'am." Bati rin nito na umusod dahil tatabi ako sa kanya

"Kamusta ang party kagabi?"

"Ay masaya naman po."

"Mukhang nagkantahan kayo kagabi, ah." Hindi ko narinig. Siguro dahil malayo sila at ang lawak ng lugar na ito para makarating ang ingay nila sa main house.

"Opo, ipapasoli ko na nga itong gitara kay Sassy pagkatapos nyang magdamo."

Hiniram ko ang gitara at tumipa ako ng pyesang mabilis, sinabayan naman ito ng palakpak ni Mang Tinoy.

"Marunong kang mag-gitara, ma'am? Bihira sa babae ang maalam," sabi nito.

"Konte lang po."

Nakita kong tumakbo si Sassy papunta sa amin, alam nyang naggigitara ako. Ito kasi ang isa sa libangan namin sa Haven. Pag minsan ay tinuturuan ko rin silang tumipa. Sumayaw ito sa saliw ng tugtugan namin. Natutuwa akong isiping bumabalik na talaga ang ka-inosentehan ni Sassy. Her innocence is perfect for the scenery.

This should be recorded for a commercial targeting the youth. The craziness and beauty of a young spirit. Ikot ng ikot si Sassy kaka-indak, parang walang problema at kumplikasyong kinakaharap sa buhay. It was supposed to be like this for her, for all the people. Ang pangit na katotohanan lang ay hindi ganoon kadali ang buhay para sa ating lahat.

Nang matapos ang kanta ay nagpaalam muna si Mang Tinoy, samantalang bumalik na si Sassy sa pagdadamo.

"Ako na lang ang magsosoli nito sa recreation area, pwede po?" Alok ko kay Mang Tinoy.

"Sige po, titingnan ko lang po yung ibang trabaho sa kabilang halamanan."

Iniwan na nila ako, pero tanaw ko pa rin ang mga nagdadamo ilang metro mula sa kinauupuan ko. I counted about seven workers including Sassy. Ang iba ay patuloy ang pagkaway sa akin bilang pagbati, masaya ko namang binabalik ang kaway nila.

Nilaro ko ang tipa ng gitara, pilit may inaalalang kanta. Love songs ang karamihan ng itinuro sa akin ni Jake noon, sabi nya masyadong malambing ang boses ko para sa rock music. Tumugtog ako ng mabibilis na tipa na natutunan ko na sa Eve's Haven, pero dinala pa rin ang daliri ko sa isang lumang kanta. Hindi ko maalala ang title pero ang liriko nito ay kakatwang kabisado ko pa.

90

Love Never Lie

"Heart is deceitful above all things, don't trust it"

I started to sing softly as I played the guitar...

Too good together to be so apart these days, and now more than ever we need to talk face to face

Medyo napakunot ako sa lyrics, may gusto ba itong sabihin sa akin? Sa isip-isip ko.

We stopped moving forward and now we're some place else, but the more we fool each other the less we fool ourselves

Am I fooling myself? Yun ba ang dahilan kaya lagi akong tensyondo, laging nakabantay sa sarili ko? hindi ako mapayapa. Am I denying myself the truth? Paano kung masasaktan lang ako kapag inamin ko ang totoo? Hindi ba dapat lang na protektahan ko ang sarili ko sa sakit? Kinanta ko ang koro ng kanta.

Cause our hearts never lie they just feel the love
Try so hard to deny
There's no reason to act like we don't care when the truth is always there
Oh hearts never lie, why should we? Why should we?

Napapikit ako. The song was really hitting me hard. I could even feel the ache and longing registering in my voice. Yung kakaibang lungkot na nagpapalito sa akin. Sa tuwing makikita ko naman si Jake, parang may sariling isip ang puso ko na nagkakaroon ng buhay. Tumitibok sa paraang hindi ko naman iniuutos. Pilit ba akong nagsisinungaling sa sarili ko habang nagsasabi naman ang puso ko ng totoo?

This whole thing is crazy (crazy) building walls to keep out the pain, and when there's no changing mistakes are ready made

Sabi ni Nhate, ugali ko daw na itago ang sakit. Mali ba? Is it a mistake to hide from my pain. Hindi sya aalis, eh di wag ko na lang syang pansinin. At least when the pain is ignored, it will never affect me much. Alam mong kalokohan iyan, Billy! Ang boses ulit. Stop it!

So let's start all over one emotion at a time.
Beginning with this feeling that we've never lost inside

I will always love you. I finally said it. My heart finally admitted it. Kahit na magkaiba na tayo ngayon. No matter how our souls may have taken a different route. You will always be my Jake. I will always love my Jake.

Gaya nga lang ng sinabi ni Nhate, I must love me more first. At kung ang ipaubaya kita sa iba ang tanging paraan para mahalin kita ng tama ay gagawin ko. I will love you right this time. Hindi ba ipinangako ko sa iyo yan?

Cause our hearts never lie they just feel the love
Try so hard to deny
There's no reason to act like we don't care when the truth is always there
Oh hearts never lie, why should we?

Ramdam ko ang tuluyang pagbalong ng luha. Yung emosyong sinupil ko ng ilang araw ay nagbabadyang lumabas. Maiwasan ko man ang pagluha, hindi naman sapat ang lakas ko para mapigil ang lungkot at sakit sa boses ko. The idea of finally letting Jake go pained me more than I allowed myself to admit it. Paano ko nga lang itatago ang pait na nadarama ng puso ko dahil pinagtagpo kaming muli ng Diyos para lamang paghiwalayin ng tuluyan?

Does the word love scare you away? Does forever seem to long to say?
Now it's time we end this nowhere charade and a real good place to start
is to listen to your heart

I need to move on. Yun ang matagal nang sinasabi ni Nhate. I need to forget and start anew. Hindi ko nga lang ito magagawa hangga't paulit-ulit kong niloloko ang sarili ko. Admit it and then let go...you have to let go, Billy. Nang pumikit ako ay tuluyan nang pumatak ang luha sa aking mga mata.

Cause our hearts never lie they just feel the love
Try so hard to deny
There's no reason to act like we don't care when the truth is always there
Oh hearts never lie why should we?
Oh why should we? Why should we lie? Oh why should we lie? Oh hearts never lie something is crazy. Oh hearts never lie

Nang buksan ko ang aking mga mata ay naandoon pa rin ang mga trabahante, higit na malayo na sila sa akin. Gumaan ang damdamin ko kahit papaano. A realization hit me and I have to agree with it. I made up my mind. It's better than not making any decision at all. I will acknowledge what I'm feeling now towards Jake, but I have to refuse to be stuck with it. If not, I will be like a rocking chair, moving to and fro but not really going anywhere.

May narinig akong palakpak buhat sa aking likuran. Mabilis kong pinahid ang luha saka ako lumingon. Andoon sina Dean, Dionne at si Jake…my Jake…Parang kanina pa sila nakatayo sa likuran ko.

"Wow! You can cook and now you can sing and play guitar? Ang dami ko pa palang hindi alam tungkol sa iyo?" sabi ni Dean.

"We heard you guys singing and dancing…nakakatuwa panoorin," sabi ni Dionne, naka-angkla ito sa braso ni Jake.

Ngumiti lang ako sa kanila at saka muling tumalikod. Pilit na iwinaksi sa isip ang makahulugang titig ni Jake sa akin. Kinawayan ko si Sassy, na agad namang lumapit.

"Ano nga ang title ng kinanta mo kanina? Parang pamilyar, pero luma na ano?" tanong ni Dionne, nasa harapan ko na sila. Umupo sa tabi ko si Dean. Si Jake ay nakatanaw kay Sassy na papalapit sa amin. Hindi ko mabasa ang expression ng mukha nya.

"I'm not sure, it's just one of those random songs that got stuck in my head."

"Hearts never lie." Tumingin kami kay Jake ng sinabi nya ito. "Yun ang title ng kanta -- hearts never lie." Kay Sassy pa rin nakatingin si Jake. Ayokong isiping may kahulugan ang sinabi niya. Ang totoo, ayoko nang mag-isip pa.

"Buti kabisado mo ang pyesa, saan ka natutong mag-gitara?" si Dean.

"Natuto ako noon-noon pa...tagal na yun." How can I admit na kasama namin ang nagturo sa akin?

"Sass...pasoli na lang pag napadaan ka sa recreation area." inabot ko kay Sassy ang gitara.

"Si Jake ang may-ari nyan." Sabi ni Dionne. "Most of the intruments sa recreation center ay personal na gamit ni Jake."

"Pakibalik na lang muna sa bahay," utos ni Jake kay Sassy na agad namang sumunod.

"Halika punta tayo doon." Biglang sabi ni Dionne kay Jake at saka hinatak ito paakyat sa mas mataas na bahagi ng lugar.

Naiwan kaming magkatabi ni Dean sa upuan. Ngumiti ako at saka tumayo para kumuha pa ng ibang shots gamit ang aking dalang camera, sa ibang direksyon ako gumawi, gusto kong humiwalay hangga't maaari kina Jake.

"Billy..."

Lumingon ako, nakaupo pa rin si Dean.

"Ano pang ginagawa mo dyan, bo..?" kunwa'y natawa ako "Work na tayo, sabi mo dalawa tayong maglalakad-lakad." Pilit kong pinasigla ang boses ko. Lumiwanag ang mukha ni Dean. Tumayo na din ito para sumunod sa akin.

"I have this feeling that you're avoiding me." may himig tampo sa boses nito.

You cannot avoid this any longer, Billy. Don't be a coward and face it. Sumandal ako sa puno, nakatanaw naman ako ngayon sa malawak na kaparangan. Hindi na namin tanaw ang mga trabahante dahil natatakpan na sila ng malaking katawan ng puno kung saan nakahinto kami ni Dean. Hindi na nagtangkang lumakad pa si Dean. I could see that he wanted to talk. Narinig kong bumuntong hininga sya ng malalim

"I'm leaving." Sabi nya, napatingin ako sa kanya. He is heartbreakingly handsome. I can see it now. His superb body matched the splendor of his face.
"When?...why?...I mean...what do you mean leaving?" Medyo hindi ko inaasahan ang umpisa nya, nagulat talaga ako. He smiled, obviously happy to have gotten the right emotion out of me.
"Ang totoo, I was only on loan to your company as a temporary replacement for Doni. Pinakamatagal na ang 3 to 6 months. Kailangan ko na ring bumalik sa kumpanya namin sa Amerika."
Tumango ako, naintindihan ko na. May lungkot ang relief na nadama ko, yet I know it's for the best.

91

Deeper Reason

"Only the sinful asks for forgiveness, those in love confess"

"Magaling ka kasi kaya halos ayaw ka nilang pakawalan. Paki-ramdam mo ba na-trap ka? Kung kinakailangan mo talagang umalis, don't let them force you to stay then," hindi maiwasang may panghihinayang sa tono ng boses ko.

"I stayed because, like you said about this ads...I found a deeper reason not to leave."

Hindi ako kumibo akala ko nagrereklamo sya. Sabi nya kasi ay aalis na sya, ano naman itong sinasabi nyang pinili nyang hindi umalis? Ang labo naman. Ilang sandali ay parang nakuha ko na ang gusto nyang sabihin. Tiningnan ko ang suot kong bracelet, kulay indigo ito ngayon, ang paborito kong kulay. Nhate gave it to me before he died. Sinadya kong hindi tanungin si Dean, kahit alam kong inaasahan nyang maku-curious ako.

Ginulo niya ang buhok niya, frustrated. "Aaah, Billy...you are driving me crazy!"

Patlang. Anong sasabihin ko?

"This is difficult for me..." patuloy niya. "I don't usually talk a lot like this. I hate expressing what I feel in words. I'm not very good at it."

Nakatingin lang ako sa kanya. Bukod sa hindi siya kumportable, kita ko rin ang lungkot sa kanyang mga mata. I hate to see him this way. Kaibigan ko si Dean, marami-rami na rin kaming pinagsamahan.

Lumapit ako sa kanya. I reached for his sad face. It was a natural instinct, like a friend assuring another friend. He smiled when our skin touched. Hinawakan nya ang kamay ko at saka inilagay sa dibdib nya.

"You are my reason for staying." Niyakap nya ako, hindi ako pumalag. Pakiramdam ko ay nasa crossroad ako ng aking buhay. Kailangan kong pumili ng direksyong tatahakin. Feel for him, masuyong sabi ng puso ko. Give it a try. You will never know unless you try. Pumikit ang mga mata ko. I felt him kissing my hair. Humigpit ang yakap nya sa akin. Aminin o hindi may kilig na pumasok sa puso ko. Babae pa rin ako, hindi robot -- pills or not. How can this beautiful man like me? It's that o you are projecting what you want Jake to do to you. Stop it! Unfair kay Dean!

"I don't plan any of this. I'm not that kind of man. You make me happy though, for reason I don't understand. The fact that you don't want me gives me a sense of wonder. You see beyond me most of the time. Samantalang nangangapa ako sa iyo. Your mysterious eyes keeps me awake at night. Iniisip ko kung paano kita ito-torture the same way you're doing it to me." He chuckled despite of himself.

He hugged me tighter, seemingly satisfied that I'm not resisting his advance. "You're full of surprises. Your kind and passionate reach for others, the confidence in who you are, the way you speak, and the way you smile." Itinulak nya ako ng bahagya at saka inangat ang mukha ko para makita ko ang mga mata nya. "Yet, there's sorrow in your eyes which reflects mine. For some reason, I want to make them sparkle, pero hindi ko alam kung paano."

Ngumiti ako. When did he become this perceptive. Try it, Billy, it's your first step to let go. I silently thought. Hinaplos ni Dean ng masuyo ang pisngi ko. He hesitated for a bit, testing if I will resist. Then slowly, he lowered his face to kiss me.

I felt the warmth of his lips yet it was gentle as a breeze. He smelled nice too. Perfect guy with such a perfect way of kissing an imperfect girl.

He demanded my lips to answer his kiss back. Nagparaya ako. I kissed him back, trying my best to let go, to just give in. Then I slowly pushed him away. Niluwagan nya lang ng konti ang pagkakayakap sa akin pero hindi nya ako binitwan.

"You have no idea how many times I picture my first kiss with you in my head. It's worth the wait." Nagniningning ang mga mata ni Dean. I smiled, glad that I made him happy. Glad that I was able to make someone happy even if I felt the contrary. Noon unti-unting rumihistro ang lungkot sa aking mukha.

I tried to push him away but he didn't budge. "You don't know me, Dean...I'm not what you picture me to be...I can't..."

Nilagay nya ang daliri nya sa labi ko at saka umiling. "We have plenty of time to get to know each other better...Ang importante..."

"Eherm." Sabay kaming tumingala, nasa burol si Dionne, masayang nakayakap ito kay Jake. Matalim ang titig sa akin ni Jake. Umiwas ako ng tingin.

"Perfect!" Biglang bumitiw si Dean sa pagkakayakap sa akin. "Stay there, okay. Don't move!" isinigaw nito sa dalawa.

"Hello...anong ginagawa nyo dyan?" paparating naman si Grace. Nasa itaas na ng burol si Dean, inaayos nito si Dionne.

"Billy, this is my parting scene, look behind them!" sigaw ni Dean, katabi ko na si Grace. And I saw it, the background was perfect. It was one of the biggest cottage houses in the area. The embracing couple look picture perfect, ready to be shot at.

"Akyat kayo dito!"

Sumunod naman kami ni Grace, nagtataka pa rin sa mga nangyayari kay Dean. Excited si Dean, grabe ang daloy ng ideya sa utak nya. Masarap tingnang magtrabaho si Dean. Marami talaga akong natututunan sa kanya. Tila inspiradong-inspirado ito ngayon.

"This is the scene, look. The background is perfect. The scenery is exactly right. Two young couple in love and about to separate. Dito ang parting scene, dito tayo mag-sho-shoot." Sunod-sunod na sabi ni Dean. Halatang-halata ang excitement nito.

"Okay, tawagan natin sina Mike, maybe we can choose the models pag-uwi natin sa Maynila." Sabi ko, iniiwasan ko pa ring tingnan si Jake.

"Bababa ako, tapos kukuha ako ng pictures. Dio, ganyan lang ang pose nyo ni Jerry, tapos you will separate ng unti-unti...then..."

"No!" sabi ni Dionne "I don't want to participate in this. This is a parting scene, for crying out loud! Ikakasal pa lang kami. Ayoko nga! Baka ma-jinx mo pa kami."

"W..what? Eh, paano...?" Dean got frustrated.

"Ikaw na lang!" sabi ni Dionne ulit.

"Eh, ako nga ang kukuha ng pictures..." kinuha ni Dean ang camera sa akin. "I want my vision at yun ang ibibigay ko kay Billy."

"Si Billy na lang... sila ni Jake..." sabi ni Dionne.

Nagkatinginan kami ni Grace. Ako naman ang parang nataranta.

"Si Grace...pwede naman si Grace." singit ko.

"What? Eww! He's my brother, Billy...kadiri! You two should do it, wala naman kayong relasyon sa isa't-isa!" Biglang itinulak ako ni Grace palapit kay Jake at saka hinatak si Dionne paalis sa tabi nito. Muntik na akong bumangga kay Jake.

"Maybe we can do this some other time, kapag andito na ang mga models mo." Kay Dean nakatingin si Jake. Hindi ko mabasa ang tono ng boses nya, pero halatang ayaw rin nyang mag-participate.

"No, let's do this today. This is perfect. From here, marami pa akong ideya na maiisip. One should come with me sa baba, One will be here to cue them." Hindi paaawat si Dean.

"Ako na ang maiiwan dito." Boluntaryo ni Grace. I looked at her meaningfully. She just glared back at me, as if saying, wala akong pakialam sa balak nya.

Bumaba na nga ang magkapatid, naiwan naman kami sa burol.

"Okay, you guys...just relax and follow my cue." Sigaw ni Dean. Magkatapat kami ni Jake, pero wala sa amin ang nag-umpisang gumalaw. Hindi ko pa rin magawang tumingin sa kanya.
"Grace, assist them please." Sabi ni Dionne.
"Oh...my pleasure." Nakangising itinulak kami ni Grace pareho, papalapit pa sa isa't-isa. Dumadagundong ang puso ko. Pigil hininga ako, kung hindi ay mabilis na aakyat ang dugo sa aking pisngi. Narinig kong huminga rin ng malalim si Jake.

"Okay let's get this over with!" biglang sabi nito.
"Jerry, wrap your arms around Billy's waist." Utos ni Dean.

Nakakailang dahil hindi ko alam kung anong gagawin namin. I felt him touching my waist first then pulling me near him. Grabe ang kilabot na bumalot sa buo kong katawan nang maramdaman ko ang mainit nyang palad sa aking baywang. Sa manipis kong blouse ay ramdam ko ang pagdidikit ng aming balat. It was a disorienting feeling. I felt dizzy, I felt like I came out of my body. Pakiramdam ko biglang lumabas ako sa katawan ko at pinanonood ko ang mga pangyayari mula sa malayo. My heart soared with instant gratification. I could feel the heat of his palm radiating through the thin sheath of my blouse. It took so much pain and effort to keep my poker face.

"Billy...honey...relax and put your left hand on Jerry's nape," utos naman ni Dionne. Tila nahawa na rin sya sa kanyang kapatid. Tumingin ako kay Grace, humihingi ng tulong. My body seemed frozen in Jake's arms.

Lumapit si Grace at itinaas ang kamay ko. Parang yelo ang lamig ng aking kamay, alam ko, dahil grabe ang init na bumalot dito nang mahawakan ko ang batok ni Jake.
I felt him shiver. Nalamigan sya marahil sa aking hawak. Narinig ko ang tila mahinang pag-ungol ni Jake. Nakagat ko ang loob ng aking labi, hindi pa rin ako makatingin sa kanya. Hindi ko sinasadyang ilagay sya sa ganito kahirap na sitwasyon. I concentrated on making myself breathe.
"Now place your right hand on his chest." Si Dean.

Biglang humapit ang yakap ni Jake, napa-igtad ako. Huminga ako ng malalim at pagkatapos ay ipinatong ko ang kamay ko sa kanyang dibdib. Mainit din ito sa nanlalamig kong kamay.
Humugot ng hininga si Jake at saka marahang ibinuga nya ito na sya namang tumama sa kaliwang tenga ko at gumapang sa kalahati ng aking leeg. Grabe ang kilabot na gumapang sa aking katawan. Nangatog ako, humina ang tuhod ko mula sa aking pagkakatayo.
Naramdaman ito ni Jake at saka maagap akong inalalayan nito. Hinigpitan pa lalo nito ang hawak sa aking katawan. Hindi ko napansin kung napansin ito ng iba.

"Jerry, konting yakap pa." Sabi na naman ni Dean.

Nang ginawa ito ni Jake ay tuluyan nang dumikit ang dibdib ko sa dibdib nya. Hindi ko gustong marinig nya ang dagundong ng puso ko sa loob ng aking dibdib, pero nagustuhan ko ang tibok ng puso nya na halos kasabay ng rhythm ng puso ko. Sa pagkakataong ito ay sabay kaming lumagok ng hangin mula sa paligid.

92

Touch Of Fate

"This long distance is killing me"

"Paki-palit ang ulo, please..interchange the position of your faces. Billy, turn left...then Jerry turn right." Panay ang kuha ng video ni Dean. Si Dionne naman ang kumukuha ng still shots gamit ang high-tech na celphone nito.

Nang ginawa namin ito ay kinailangan namin parehong mag-angat ng mukha, dahil sabay kaming gumalaw, halos muntik mag-tama ang mga labi namin.
I felt his warm breath on my face. Boltaboltaheng kuryente ang gumapang sa buo kong katawan. He hugged me tighter. Parang sya naman ang kailangan ng suporta ko.
"Billy, please rest your head on his shoulder...Then relax..." sabi ni Dionne in between taking photos.
I did what she told me and I found myself perfectly fitted in Jake's arms. *I missed you so much...*sabi ng utak ko. Kusang na-re-

lax ang katawan ko, tila pamilyar na pamilyar ito sa yakap ni Jake. Kahit nagpo-protesta ang utak ko ramdam kong nagdiriwang ang puso ko.

Naramdaman kong inangat ni Jake ang kamay nya at saka hinaplos ang aking buhok mula sa ulo hangang sa gitnang buto ng aking likod. Nangatog akong muli. Naramdaman kong dinikit nya ang kanyang pisngi sa aking ulo na kumportableng nakahilig sa kanyang balikat. Parang sinasabi rin nya sa aking 'he misses me too'. Ramdam kong na-relax din sya, ginawa namin ito ng kusa at hindi inutos nila Dean at Dionne.

"Perfect!!!" sigaw ni Dean "Now...slowly separate...slowly, okay."

Ayaw ko pa pero kailangan. Kailangan naming maghiwalay. I pushed him gently, he wouldn't budge at first.
"Look at each other...now!" ang taas ng emosyon ni Dean. I looked up and forced myself to meet his stare.
I love you...sabi ng puso ko...*Goodbye, my Jake.* Nalulunod ako sa lalim ng malungkot nyang mga matang nakatitig sa akin. I had this weird feelings that he could read into my soul. His deep dark eyes were also protesting.

Tumalon ang puso ko sa saya dahil pakiramdam ko ay ayaw nya rin akong pakawalan. Pagkatapos ay nakita ko ang sakit na pumalit sa emosyon ng kanyang mga mata bago niya ako bitiwan ng tuluyan.

Nagbaba ako ng tingin, pilit na pinaglalabanan ang samo't-saring emosyong maaaring sumabog sa loob ng ilang sandali. Nangangatog pa rin ang buo kong katawan. I'm still aching for more of his touch. One more, even for one last time.

Tapos ay andoon na si Dionne, niyakap nito si Jake. Tila ba binabawi na nyang muli ang pag-aari nya.

"You're good!" Pinaghahalikan nya ito.

"Pwede pala kayong artista." Sabi ni Dean sabay yakap sa akin. I was grateful of his embrace. Kailangan ko iyun sa mga sandaling ito. Kailangan ko ng sandalan sa katauhan ni Dean.

Nakatingin lang sa amin si Grace, nakita kong halo-halong emosyon din ang naglalaro sa kanyang mga namumulang mata -- lungkot, galit, inis, at kung ano-ano pa. Like me, pigil ang iyak ni Grace. Alam kong hindi nya nagustuhan ang tagpo -- me with Dean, Jake with Dionne. Sa lahat sa amin dito, si Grace lang ang higit na nakakabasa ng lahat.

<><><>

Hanggang makauwi ay ramdam ko pa rin ang tensyon at kakaibang sensasyong iniwan ng muling paglalapat ng aming mga balat ni Jake. Kung hindi lang maraming kumplikasyon ay maituturing ko itong isang magical experience.

Pagkatapos makapananghalian ay nagpaalam muna ako para mag-work sa loob ng kwarto. I needed to be alone, I was so confused that I couldn't think straight, work would take me away from everything...or so I thought. Yet, balik ako ng balik sa nangyari kanina.

Bakit ako pumayag na halikan ni Dean samantalang may damdamin pa rin ako para kay Jake? Gusto kong magalit sa sarili ko, mas lalo ko kasing ginagawang kumplikado ang lahat. It was stupid for me to start something with Dean knowing that it's not fair for him and everybody.

Instead na mag-work, nahiga ako sa kama. Pabiling-biling, gustuhin ko mang mag-siesta ay hindi ko magawa. Hindi maiwasang hindi ko maisip ang mga detalye ng nangyari sa amin ni Jake sa burol kanina. Pakiramdam ko ay pagod na pagod na ako sa sobrang pag-iisip. Wala naman akong ginagawang nakakapagod dito pero latang-lata ang aking isip at katawan. Nagdasal na lamang ako. I can't really control the situation I'm in right now, so I'd rather ask help to The One who can control it.

Nakarinig ako ng mahinang katok sa pintuan ko. Hindi pa ako nakakatayo ay nakita kong sumilip si Dionne mula dito, hindi ko naman kasi ito sinusian.

"Hi...are you busy?" Pumasok pa rin ito.

Umupo ako sa kama. "Hindi naman."

Umupo sya sa tapat ko. "Hindi pa tayo nakapag-bonding since you got here." Umpisa nito. Hindi talaga kasi busy rin siya kay Jake.

"So... you ang my brother...ayiii! Hindi namin sinasadya ni Jake to witness your sweet moments pero I must say... I have never seen my brother this happy."

Paano ko ba ipapaliwanag sa kanya kung anong nakita nya? So, nakita rin pala ni Jake. Why do you care? Tanong na naman ng tinig. Hindi ko ito pinansin.

"Bago lang sa ganito ang kapatid ko. May trust issues siya sa mga babae."

I couldn't agree more. "Bakit nga?" Nacurious din ako.

"Siguro because our mom, the prodigal Araneta daughter, keeps boytoys left and right. Dean likes a traditional woman, yung stick to one. I'm like my mom, though…that's why Dean is wary of me… but I have my Jake now. Ngayon naman, Dean has you."

"D-Dio…you know it's too soon…ang nakita mo ay…"

"I know. I'm getting ahead of myself again. Sorry. Selfish din kasi ako. Now that he has you, hindi na siya mag-aalala sa amin ni Jake." Tumawa sya. Sabay lumungkot na parang iiyak.

Nag-alala ako if she's having an episode -- a depressive one. "Dio, are you alright?"

"Hmm?" Parang ginising ko sya mula sa malalim na pag-iisip. "Sorry. Nalitang na naman ba ako?" Halata kong may dinaramdam si Dionne. Sa kung anong dahilan ay parang ayaw kong malaman.

"I just wish you will also give Jerry a chance." Bigla nyang sinabi sa akin.

"A..ano?" natawa ako, a nervous laugh.

"I can tell that you don't like him that much. Simula ng magkita kayo halos hindi ko pa kayo napansing nag-usap man lang. I thought that since you and Jerry went to college together, there's not much ice to break." Nilaro nito ang corner ng unan na hawak niya.

"Si Grace ang ka-klase ko…remember?" Ibig kong ligawin ang usapan namin ni Dionne.

"Oo nga pala. Basta! Wala lang ito, wag mo nalang akong pansinin. Maybe I'm just freaking myself out with something that should not be bothering me in the first place." Pilit syang ngumiti.

"Hey…" hinawakan ko ang kamay niya. Stopping her from ruining my pillow. "Dito lang ako, ready makinig sa iyo, okay?"

"I know" parang iiyak siya.

"Tell me..."

We were distracted by the sound of the door slowly opening. Nagkagulatan kaming tatlo nang bumungad si Jake.

"Hey, you! Miss mo na ako agad?" Lumiwanag ang mukha ni Dionne. "How did you know to look for me here?"

Nakatayo lang si Jake na halatang nagulat din. Lumakad na si Dionne palapit sa kanya. "Hindi ka man lang kumatok. Hindi ka dapat na basta-basta na lang nagbubukas ng pintuan ng may pintuan kahit na ba bahay mo ito. Ano na lang ang sasabihin ng mga bisita mo sa iyo?" Rinig kong pinapagalitan ni Dionne si Jake habang papalabas sila ng kwarto ko.

Sinusian ko ang pintuan nang tuluyan na silang umalis. Baka mamaya naman si Dean ang sumilip dito. Ayoko muna sana syang makita sa ngayon. I want to be alone. I need to be alone.

93

Rhythm Of Music

"Let's party before we die"

Paglabas ko kinahapunan ay si Dean ang unang sumalubong sa akin. Halatang masiglang-masigla pa rin ito. Sabi nya ay nakausap na raw nya si Mike sa telepono. Babalik kami rito next week para mag-umpisa na sa pag-sho-shooting ng commercial. Hindi ako sigurado sa "kami" na parte.

Gustong-gusto kong bumalik dito pero hindi na dapat. Hindi rin naman talaga nila ako kailangan sa actual shooting. Napagdesisyunan kong sabihin na lang ito kay Dean pagbalik namin sa Maynila. Tatlong araw mula ngayon ay pauwi na rin kami. Bakasyon mode na raw kami for the rest of our stay.

"Did you rest okay?" niyakap ako nito, at saka hinalikan sa ulo. Nasa balkonahe kami noon. Para kay Dean ay klaro na ang estado ng relasyon namin. He thinks I'm his girlfriend now. Am I? Eh, bakit ang pakiramdam ko ay hindi naman ako namili kanina sa crossroads ng buhay ko. Ugh! Mababaliw na talaga ako!

"Yes, nakaidlip ako. Anong meron?" Pilit akong kumakalas sa yakap nya. Hindi ako makahinga, hindi dahil masikip ang yakap nya kundi dahil may ibang dahilan. Hindi naman inalis ni Dean ang mga kamay nyang mahigpit pa ring nakayakap sa akin.

Napansin kong kakaiba ang ayos ng veranda.

"Let's have a small party, to celebrate a job well done. Since walang night life dito, let's make one for ourselves."

Maya-maya lang ay naglabas na ng pagkain ang mga tauhan nila Grace, sumunod ang mga alak. Makalipas ang ilang minuto ay daig pa ang may handaan sa dami ng nakahain sa lamesa.

Dumating na rin si Grace, nakatingin ito sa pagkakayakap sa akin ni Dean. Hindi sya nagkumento pero base sa tingin nya sa akin, inaakusahan nya ako. Sumunod na dumating sina Dionne at Jake. Medyo malungkot si Dionne at seryoso naman si Jake na parang may malalim na iniisip.

Habang kumakain ay asikaso ako ni Dean. Naiilang ako pero nakikita kong masaya sya sa ginagawa nya kaya hinahayaan ko lang sya. Umiinom ng red wine sina Grace at Dionne, habang whiskey naman ang kay Dean. Si Jake ay hindi masyadong nagagalaw ang beer na nasa baso nya, halos matunaw na nga ang yelo nito. Inabutan ako ni Dionne ng red wine sa baso.

"No, thanks. I don't drink," nakita kong tumingin sa akin si Jake. "Anymore." Dinugtong ko.

"Bakit? Hindi naman masyadong nakakalasing ito?" tanong ni Dionne, whiskey na ang iniinom nito. Naiilang ako sa tingin ni Jake sa akin ngayong gabi. Lalo na sa tuwing hahawakan ako ni Dean. Pakiramdam ko ay may ginagawa akong masama sa kanya. Guilty? Bakit?

"Mababa ang tolerance level ko sa alak. I will go crazy kapag uminom ako nyan." Nagbiro ako pero syempre totoo. Umiinom ako sa Haven, pero tikim lang at mga babae ang kasama ko dun. Ngayon, hindi ko sure, wala akong tiwala sa sarili ko at kahit sa mga kasamahan ko.

"Really? How crazy can you be?" Tanong ni Dean, mukhang interado syang lasingin ako.

Natawa ako. "You don't want to know." sabi ko na lang. Hindi nya ako pinilit na magdetalye pa. Nilagay nya lang ang ilang piraso ng buhok ko sa ilalim ng aking taynga. Malamlam ang tingin sa akin ni Dean. Halatang apektado na ito ng alak. Hindi ko pa alam kung paano malasing ito.

Tumayo ako para makaiwas sandali sa paglalambing nya. Naiilang pa rin ako. Sanay lang ako sa Dean na naging mabuting kaibigan sa akin. Nakita ko ang nakasandal na gitara sa katabing sofa, doon marahil ipinatong ni Sassy ito nang isoli nya. kinuha ko ito at saka tumugtog ng mabilis na tipa mula sa kanta ng Eraser Heads.

Maya-maya ay tumayo si Dionne at sumayaw sa saliw ng musika. Kumanta naman si Grace dahil alam nito ang lyrics. Itinayo ni Dionne si Jake para sumayaw tapos ay si Dean naman. Umalis saglit si Jake, ni hindi ito napansin ni Dionne. Halatang naaaliw ito sa saliw ng tugtugan. Dalawa na silang nagsasayaw ni Dean. Both Dean and Dionne look like god and goddess dancing under the pale moonlight. Gosh! They looked gorgeous.

Pagbalik ni Jake ay may dala pa itong isang gitara, sinabayan nito ang tipa ko ng gitara. Kabisado naming pareho ang mga pyesa ng mga sumunod naming tinugtog, sumasabay din sila Grace at Dionne sa kantahan. Hindi kami nag-uusap ni Jake, basta kapag may inumpisahan syang tipa. Alam ko kung ano iyun at saka ako susunod. Ganoon di naman sya, kapag may tinipa ako. Susundan nya ang tugtog ko. Pati si Grace ay tumayo na rin para magsayaw. Iba talaga ang nagagawa ng alak, natatanggal nito ang hiya sa katawan ng tao.

It brought me back to the times when Jake and I were in college. Noong mga panahong kapag naiinip kami ay nagpapalipas kami ng panahon sa pamamagitan ng pagkanta. Yung nag-uumpisa palang kami sa relasyon namin at kinikilala pa lang namin ang isa't-isa. Noong puro at malinis pa lang ang relasyon namin. Yung walang bahid ng premarital sex -- when our relationship was clean and pure fun. When uncomplicated love surrounded us. I found myself smiling at him and he was also smiling back. Nahuli kami ni Grace at parang natatawa ito sa reaction naming dalawa. Habang sina Dionne at Dean naman ay walang kamalay-malay na sumasayaw lamang sa tugtog ng aming musika.

◇◇◇

Magkatulong kami ni Jake sa pag-alalay kay Dean papunta sa kanyang kwarto. Medyo naparami ito ng inom. Hindi pala sanay itong malasing. Paano naman halos maubos nito ang isang bote ng Carlos I, at pagkatapos ay nagbalaw pa ng tatlong bote ng beer.

Si Dionne naman ay halos naka-dalawang boteng red wine at kaunting Henessey bukod pa sa whiskey. Nauna na itong dinala ni Jake sa kanilang kwarto.

Si Grace ang unang katulong ko sa pag-alalay kay Dean. Gising pa rin naman si Dean pero halatang hilong-hilo na ito. Pwede na nga itong makatulog sa sofa pero baka naman ito sipunin kinabukasan. Sa itsura ni Dean, parang ayaw na nyang padala sa kwarto para doon magpahinga.

Nagulat pa ako dahil muling nasa tabi namin si Jake. Kinuha nya ang pwesto ni Grace kaya kaming dalawa ang nagdala kay Dean sa kanyang kwarto.

Pagdating sa kwarto ay ibinaba namin si Dean sa kama. Pabiling-biling ito. Naisip kong baka lalo itong mahilo at sumuka sa kama.

"Dean, gusto mo ba ng hot towel? Gusto mo punasan kita?" tanong ko dito.

Nakapikit na ito buhat sa pagkakahiga. Naandoon pa rin si Jake, akala ko ay umalis na sya.

"Hmm?" Ungol lang ni Dean na nakapikit na.

Lumapit ako sa mukha niya para marinig niya ang sinasabi ko. "Gusto mo ng hot towel…sandali kukuha ako." Bago pa ako makatayo ay biglang hinatak ako ni Dean payakap sa kanya.

"Ay!...Dean…wait." Nagpipilit akong kumawala sa yakap nya.

"Ikaw ang gusto ko…" sabi nya sa lasing na tinig. Amoy na amoy alcohol ang hininga nito.

"S..sandali lang Dean," pilit kong naibangon ang sarili ko pero hindi ko makalas ang kapit nya sa braso ko.

Nakapikit na si Dean, parang natutulog na ito. Mahigpit pa rin ang hawak nito sa akin. Hindi ko inaasahang biglang hahatakin ni Jake ang braso naming dalawa ni Dean para paghiwalayin. Sa sobrang lakas ng haltak nya ay naramdaman ko pa ang higpit ng hawak nya sa akin kahit na nakabitiw na sya sa braso ko.

Gusto ko sanang magreklamo, pero sumimangot na lang ako. Hindi naman nya kasi kailangang pwersahin ang pag-alis sa hawak ni Dean sa akin, buti na lang at tila walang naramdaman si Dean sa nangyari.

"S...salamat." sabi ko na lang kay Jake pero kay Dean ako nakatingin. Inoobserbahan ko ito.

"Are you sleeping with him?" accusatory ang tinig ni Jake.

"Huh?" Narinig ko ang tanong nya, parang may mali lang dito.

"I mean...are you staying to watch over him?" Pagtatama niya.

"No, magpapahinga na rin ako." Yun lang at lumabas ako ng kwarto ni Dean.

Malinis na sa labas at wala na rin si Grace. Medyo lasing din kasi ito. Halos sabay kaming nakarating ni Jake sa sari-sarili naming pintuan ng kwarto. I nodded to him, as my way of saying goodnight. Pagkatapos ay pumasok na ako sa aking silid. Hindi pa malalim ang gabi, maaga lang talaga silang nalasing.

Pagkapasok ko sa aking kwarto ay naghanda ako ng panligo. I need a shower to take off the tension in my body, pero sa halip na maliligo lang ay sumalampak ako sa sahig at umiyak ng umiyak. Bahala na kung makita nilang pugto ang mga mata ko bukas. Magpapatanghali na lang ako ng labas para bumaba na ang pamamaga bago pa nila ako makita.

Ang gulo-gulo ng isip ko. Nananabik ako kay Jake pero heto at hinayaan ko naman si Dean na isiping pareho kami ng nararamdaman para sa isa't-isa. Napag isip-isip kong hindi ko dapat na lokohin si Dean ng ganito. Hindi sya karapat-dapat sa pagtatrato kong ito. Kapag niyayakap nya ako, kapag hinahalikan, bilang isang babae, bilang isang tao, sino ba ang hindi maaapektuhan?

Kaso, kapag si Jake na ang humawak sa akin, bakit parang sasabog ang buong katauhan ko sa bolta-boltaheng kuryenteng gumagapang sa buo kong katawan? I have to admit the fact that Jake will always be in my heart and I cannot allow other man to replace him. At least hindi ngayon na pahilom pa ang sugat. Kailan pa Billy? Kailan mo tuluyang patutuyuin ang sugat? Never! Usal ng puso ko.

I decided to talk to Dean tomorrow and tell him the truth. No matter how painful, I cannot live with a lie. I would rather live alone in longing and pain, than to live with someone knowing that everything is a lie between us.

I'm through with this family as well. Hindi kakayanin ng puso kong manggulo sa buhay nila Jake at Dionne. Syempre, apektado rin sila Grace at Dean dito. I will lose all of them. I will lose the greatest love of my life, the bestfriend that I have in Grace, and the new found friendship that I have with both Dean and Dionne.

Umiyak ako dahil alam kong malakas na talaga ako ngayon. Mahal ko na talaga ang sarili ko dahil kaya ko nang mawala silang lahat. Alam ko na kasing sa sarili ko lang kumpleto na ako. Hindi pa tapos ang Diyos sa akin pero kumpleto na ako sa sarili ko pa lang. Hindi ko kailangan ang iba para kumumpleto sa pagkatao ko o para magpaligaya sa akin.

My life cannot circle around this situation forever. **Someday I will get to where I should be because I have already been to me.** May lakbayin pa ako, hindi ko man makuha sa mundong ito ang ligayang gusto ko, sigurado naman akong may nakalaan ang Diyos na mas mabuti para sa akin.

I look at myself in the mirror. Tapos na akong maligo. I have nothing but panty on. Sinuot ko ang aking bathrobe. Naisip kong magsuot ng bra dahil pwede pa kasi akong maglakad-lakad sa labas. Sa huli, hindi ko na rin tinuloy ang balak ko. I would much rather lie on my bed and cry myself to sleep.

94

Unsatiable

"We build our church above the street, we practiced love between these sheets"

As I open the bathroom door, I freeze. Naandoon sya. My Jake, the love of my life. The love of my whole being. Magkatapat kami ilang talampakan ang layo sa isa't-isa. Kapwa kami natigilan, nakatulala, mata sa mata. Huminto ang lahat sa paligid ko. Huminto ang paggana ng utak ko, huminto ang oras sa pagitan namin, huminto ang tibok ng puso ko. It felt like I died and went to heaven.

"Jake..." I whispered.

"Beth..."

Hearing my name, the one he gave me, I lost it. Para akong bumalik sa college na nag-breakdown sa harapan niya. I felt validated and seen, most of all loved. Loved by my Jake. Seeing the mixture of my happiness, tears, longing, and desire, lumapit sya sa akin.

He caught me as I almost stumbled, trembling in his arms.

"Shhh...I'm here, Beth...I'm here. Never kitang iniwan. Never kong nakalimutan..." Jake was crying too.

Tiningnan ko siya. Both crying, pinahid namin ang luha ng isa't-isa. We calmed down, but then we became defenseless. Ngayon naintidihan ko na kung bakit ang ibig sabihin ng FLESH sa salitang Latin ay something that repels the divine, because when his mouth found mine, my lips were already open to receive him. Seemingly throwing my faith in God by the window -- nakalimutan ko ang dasal ko kanina. My flesh hungers for Jake. He is my beautiful sin.

As such, he kissed me hungrily as I kissed him back. Our union was so intensed because his acute needs and desire for me equate what I feel for him. Halos kaladkarin nya ako papunta sa kama. Our bodies moved in synchronization. Ramdam ko ang pagmamadali nya. I felt his impatience, his urgency as he took my robe off. He touched me eagerly, and when he did, I longed for more, I couldn't get enough of him.

He kissed me hard and deep, I kissed him back deeper and harder. Marahas ang sumunod na mga haplos nya sa akin. They were rough, almost violent, but I want him to touch me with all the force that he can muster. Gusto kong magkapasa pasa sa bawat hawak nya sa akin. I want to feel literal physical pain, para pagkatapos ng gabing ito, merong syang alaalang maiiwan sa akin.

It was more than physical, it was as if we wanted our souls to meet through our kisses and touches. When he finally made love to me, we fit like perfect missing puzzle pieces long lost in the dark. I savored every moment, I committed everything to my memory, making sure that I would miss nothing. We both gasped wildly in the end, and then we laid in bed silently, totally spent.

Para syang mapayapang madaling araw sa gitna ng daloy ng alon sa karagatan. Yung mga panahong nagpapahinga ang malalaking alon sa gitna ng malawak na katubigan. Para syang mahinang ambon matapos ang malakas na pagbayo ng bagyo. It was like the calmness of the morning sun rising slowly to welcome the day. All I could hear was the beating of my heart and the soft breathing of the man beside me. For the moment, the absence of pain was all I could think of.

Para akong gumaling mula sa sakit, pero wala man lang bahid ng sugat sa puso ko. Para akong nabuo mula sa pagkakabasag, pero walang lamat akong nadarama. All the wounds were forgotten, all the scars were illusions, just fragments of my imagination.

Tears of joy slowly rolled down the side of my eyes toward my temple. Tumalikod ako sa kanya, ayokong makita nya ang pagluha ko. Ayokong masira ng pagluha ko ang magandang gabing ito. Ayokong isipin nyang nagsisisi ako sa nangyari sa amin. What I felt was an overwhelming satisfaction and happiness, no matter how brief, no matter how short, no matter how stolen these moments were.

Naramdaman kong hinawakan nya ako, pilit na inihaharap sa kanya. Nakita kong lumuluha rin syang kagaya ko. I automatically lifted my hands to wipe the tears away. He did the same to me. I traced his deep dark eyes, the eyes that I love so much. He traced my lips, it trembled under his touch.

"Wag mo akong talikuran...ang tagal kong hinintay ang araw na ito." Pinipilit ni Jake na ayusin ang gumagaralgal nyang boses. Nagtangka akong magsalita pero pinigil nya ang labi ko. "The first time I laid my eyes on you after so many years, akala ko patay na ako. Akala ko nasa langit na ako. I saw my angel, the one that I thought I lost forever. Kaso, sa halip na huminto ang tibok ng puso ko, mas lalo akong nagising mula sa isang mahimbing na pagkakatulog. Like I was in a state of comatose for a long time and then suddenly I opened my eyes to see you." Hinawakan nya ang kamay ko at hinalikan ito, tila sinamyo nito ang amoy ng aking palad.

"You have no idea how lost I was without you. It was like part of me died when you left me. Nabuhay ako para lang maghintay kung kailan ako tuluyang mamamatay. I thought that maybe in death I would see you again, I would feel your touch again, I would be able to feel your lips on mine again."

Hindi ako makapaniwalang yun ang damdamin ni Jake dahil parang ang damdamin ko ang dine-describe nya.

"Tapos nabalitaan kong nawawala ka na naman. I almost went crazy, Grace tried to put me back together. Pinaalala nya sa aking kailangan kong ayusin ang sarili ko kung gusto pa kitang makita ulit. Hindi ko maiwasang hindi mag-alala sa iyo. Gusto kitang hanapin, gusto kitang makita ulit."

Hinaplos nya ang aking pisngi, napabuntung hininga ako. Kung pwede lang wag matapos ang gabing ito.

"Sa tuwing makikita ko kung paano ka titigan ni Dean. Ni wala kang kamalay-malay. Bulag ka pa rin, hindi mo pa rin makita ang pagtingin ng mga tao sa paligid mo. Sa tuwing hinahawakan ka nya, gusto kong magwala! Gusto kong isigaw na hindi ka pwedeng hawakan ng iba, dahil akin ka. Ako lang ang pwedeng humawak sa iyo." Halata ang galit sa tinig nya, pero agad itong napawi. Biglang kumunot ang noo nya, na para bang may iniisip syang hindi nya maintindihan.

"Mas lalo mo pa akong ginagawang baliw dahil hindi mo ako pinapansin, na para bang wala na akong epekto sa iyo. How could you stand it? How could you allow it? How could you live with the idea that I was in somebody elses arms? Nasaan ang aking Beth, the one who obsessed about me, who couldn't live without me?"

Ang leeg ko naman ang hinahaplos nya ng marahan, nangatog ako. Hindi ba nya alam na ako ang pinapahirapan nya? Bawat haplos nya sa akin ay bumubuhay ng pangangailangang matagal ko nang ibinaon sa limot. Bumuntung hininga na naman ako.

"Pilit kong inalam kung nasaan ka o kung ano ang nangyayari sa buhay mo. Hindi ko pa alam kung saan kita hahanapin, pero desidido na ako. Kahit saan hahanapin kita, kahit gaano pa katagal, pero gaya ng dati, tadhana ang naglalapit sa atin, ikaw pa ang pumunta sa opisina ko. Tapos nabalitaan ko kay Dean na pupunta kayo dito. Ginawan ko ng paraan na mauna syang pumunta dito. Yun ang pagkakataon kong masolo kita, inaasahan kong papakiusapan ako ni Dean na sunduin ka at dalhin dito. Hindi nya lang alam na nakaplano na ang lahat."

Dapat sana ay nagulat ako sa mga rebelasyon ni Jake, pero hindi ko magawa. Gumagapang ang kamay nya sa hubad kong katawan. He is tracing my collar bone now, back to my neck, and then down to my spine. It took much effort for me to concentrate on what he is saying. My body was filled with so much desire for him. I closed my eyes, savoring everything again.

"Gusto kong ako ang unang magdala sa iyo sa lugar na pinangarap nating dalawa noon. Lahat ng ito ay binuo ko nang kasama kita sa isip at sa puso ko. Gusto kong isiping andito ka sa tabi ko sa lahat ng sandali. Pati itong kwarto ko ay idinesenyo ko para mabalik-balikan ko ang nakaraan natin. Hindi ako nabigyan ng pagkakataong itama ang mali ko noon. Gusto ko sanang ngayon ito gawin, kung papayagan mo ako."

Tumahimik sya sandali.

"Akala ko imposible lahat mangyari pero hindi pala, andito ka ngayon kapiling kita. Kung panaginip ito, ayaw ko nang magising ulit. Hindi kahit kailan ako papayag na mawala ka ulit. Hindi ko kakayanin, Beth…hindi ko alam kung paano ako babangon muli…"

Kita ko ang takot na lumatay sa mga mata ni Jake. Hindi ko rin kaya. Ayokong makitang nasasaktan sya dahil sa akin. Hinalikan ko sya, masuyo, puno ng pagmamahal. Gusto kong maniwala syang andito ako. Na totoo ang lahat ng ito.

95

The Unmasking

"Face me, make me listen to the truth"

"Pagdating natin dito, lagi kitang sinusundan. Mabuti na lang at mas gusto mo pa ring mapag-isa. Yet, the way you interact with our people here, hindi gaya dati na...basta iba. Ibang-iba ka na kesa dati, in a good way. Sa tuwing natutulog ka naman ay naandito lang ako sa tabi mo. Pinagmamasdan kita." Ngumiti sya ng pilyo, andoon na naman ang mga mata ni Jake na minahal ko ng husto.

"Y...you didn't!" Nanlaki ang mga mata ko sa gulat.
"Bakit? Eh kwarto ko ito at ikaw lang ang nakikitulog dito. Bahay ko ito kaya may susi ako sa lahat ng kwarto." Yung ngiti nyang pilyo, halos mapugto ang hininga ko. All along he was here with me. Akala ko nakakapagtago ako sa kanya, hindi pala. Kaya pala basta-basta sya kung pumasok nang hindi kumakatok.

"In your sleep I could see all your vulnerabilities again. When all your poise and self control were gone, I could see my Beth again. Pilit kong kinakalimutan ka. Minsan ginagawa kong magalit sa iyo, naiinis ako sa tuwing pumapasok ka sa isip ko, but the more I tried resisting you, all the more that you haunted me. You were taunting me and teasing me with your presence." Umungol sya nang ako naman ang magsimulang humaplos sa hubad nya katawan.

"Nang muli kitang mahawakan sa burol, alam ko na. Hindi kita kayang kalimutan dahil hindi ka kailanman nawala sa puso at isip ko. You will always be the girl who made me feel this way -- alive and exhilaratingly happy. Ikaw lang ang nag-iisa, Beth...I love you, Beth...I will always love you...Ikaw ang buhay ko." Sabi nya sa pagitan ng bawat halik na idinadampi nya sa akin. Parang musika sa pandinig ko ang sinabi nya.

"Everything you do reminds me of how much I love you. Oo, marami kang ipinagbago pero ikaw pa rin ang Beth na minahal ko. You're much better now than I remember you to be. Your body that I adored, your adobo, and us playing guitar together confirmed that. Yung kinanta mo, yun ang tugtog ng una kitang isinayaw naalala mo ba? Let's not allow our hearts to lie anymore, because no matter how far apart we were from each other, no matter how long we had been without one another. Para sa akin ka pa rin, at ang puso ko ay para lang sa iyo."

When he made love to me the second time, it was gentle, more of a soft singing of our soul. It was full of love, not much of physical ache and desire, just pure uncompromising love of two souls trying to make up for the lost times. Halos patagalin namin ang bawat sandali na magkasama kami. We teased each other's body, taunted each other's desire.

Ayaw ko nang matapos ang gabi at ramdam kong ganoon din ang gusto nyang mangyari. We laid there caressing and kissing each other. Pareho naming nararamdaman ang bawat kuryenteng bumabaybay sa aming mga katawan sa tuwing maghahawak kami. Dinig namin ang tibok ng aming mga pusong kapwa nag-uumapaw ang pagmamahal sa isa't-isa.

When he finally took me the second time, I closed my eyes relishing, savoring, and taking in all the delight and pleasure of the moment. Kung pwede lang akong makakuha ng isang bagay mula sa gabing ito na magiging dahilan para hindi ko makalimutan ang lahat ay gagawin ko, pero alam kong hindi possible iyun, kaya itinatak ko na lamang sa memorya ang bawat hawak, halik, at yakap ni Jake sa akin.

"I love you, Jake. Ikaw ang buhay ko." bulong ko, nakita kong nagningning ang mga mata nya. It's worth it! It's all worth it!

<><><>

Payapa na ang bawat naming paghinga. Gising kaming pareho hanggang sa marinig namin ang unang tilaok ng manok. Nagbabadya ang pagtatapos ng gabi at pagsisimula ng bagong umaga. Magkadikit pa rin ang mga hubad naming katawan. He was tracing every part of me, kissing me all over -- my shoulder, my arms, my hands. Parang walang kapaguran si Jake.

Bigla ang pagmulat ng mga mata ko nang maramdaman kong nadaanan ng daliri nya ang peklat sa kaliwa kong pulso. Agad kong binawi ang kamay ko, pero alam kong huli na. Unti-unting namuo ang tanong sa kanyang mga mata.

"You have to go." Nagsalita na ako bago pa sya makapagtanong

"No!" Protesta niya.

"Dionne." I reminded him. It worked because he got distracted.

Hindi sya kumibo, nakatingin lang sya sa akin. Alam kong naiisip din nya ang kumplikasyong meron sa sitwasyon namin. I touched his face gently with my right hand. Saka ako huminga ng malalim at ngumiti sa kanya.

"Hindi na tayo mga bata, Jake. May responsibilidad tayong dapat harapin. Hindi kagaya noong nasa college tayo. What's the worse that they could do to us then, suspension for a week? Alam mong hindi natin sya pwedeng saktan sa ganitong paraan. She doesn't deserve any of this. She's a great woman and she loves you deeply. Naaalala ko ang sarili ko sa kanya, kung paano kita mahalin ng lubusan."

"She is nothing compares to you." Nagtiim bagang si Jake.

"Jake, bahagi pa rin sya ng buhay mo ngayon. You have to give her the respect and love that she deserves, not like this... Not this way."

Natahimik sya.

"You have to go." Sabi ko ulit, in a firmer voice.

<><><>

Nag-umpisa na akong mag-impake nang masiguro kong wala na sya. Malaya nang dumaloy ang mga luha. Wala akong pinagsisisihan sa mga nangyari sa amin, pero hindi ko pwedeng sabihing tama ang ginawa ko. Bakit ganoon? Kapag kasama ko si Jake lahat ng tinuro sa akin ni Nhate ay parang abong kumakalat sa hangin hanggang tuluyang mawala. Toxic pa rin ba kami sa isa't-isa?

Pareho naming kayang balewalain ang kahit sino makuha lang namin ang ligayang inaasam-asam namin? I didn't seem to have the energy to apply self control or even my morality. Sure, God will forgive me and restore my fellowship with Him. After all, I'm only human, but the sin I committed was beyond sex. I'm coveting a heart belonging to someone else. If we insist on making this relationship work, we will bring out the worst in each other again. Tama siguro ang damdamin pero mali ang panahon. I need to make a decision that I can live with no matter how much pain it will cause me. A decision na magiging tama sa mata ni God na nagmamahal sa akin unconditionally.

Naghintay pa ako ng konting liwanag bago ako lumabas ng kwarto. Kinausap ko si Mang Tinoy para magpahatid sa airport. Sinabi ko na lamang na alam na ni Grace na aalis ako. Bago tuluyang umalis ay nagsuot ako ng isang sulat sa ilalim ng pintuan ng kwarto ni Grace.

Grace, pls. tell him I'm sorry. This is for the best. Tell him I have no regrets, what happened will be forever treasured in my heart. I will love him always. Goodbye. – Beth

Saktong papalayo ako sa pintuan ng kwarto ni Grace nang bumukas ang pintuan ng kwartong katapat nito. Tinitigan ako ni

Dean, nagtataka ba sya dahil nakaligo at nakabihis na ako ng ganito kaaga? Nasa sasakyan na ni Mang Tinoy ang mga gamit ko, hinihintay nya na rin ako sa sasakyan. Nagulat ako nang biglang hatakin ako ni Dean papasok sa kwarto nya, madilim ang anyo nito.

"D..Dean? Bakit?" Ang lakas ng kabog ng dibdib ko, may kung anong takot ang pumasok sa puso ko. Isinalya ako nito sa likod ng pintuang isinara nya nang makapasok kami ng kwarto.

Hinarang nya ang magkabilang braso nya sa magkabila kong balikat. Titig na titig sya sa akin, pero hindi ko maintindihan kung bakit sya nagkakaganito. Halos magkahalong galit at pigil sa sarili ang nababasa ko sa mukha ni Dean. Inakma nya akong halikan pero iniwas ko ang aking mukha, at saka pilit kong itinulak sya papalayo sa akin. Ano bang nangyayari sa kanya?

"Dean, please...No!" Hinaluan ko ng konting galit ang boses ko para seryosohin nya ako.
"Why not?!" Galit ang boses nito. Ano bang problema ni Dean? Dala ba ito ng pagkalasing pa rin nya? Amoy hang-over kasi ito. Hinawakan nito ang mga kamay kong pumupigil sa kanya at saka inilagay sa likod ko. Nanlaban ako pero malakas sya, agad nya akong nahatak papuntang kama.

"No! Dean, please...I said no!" Naka-alpas ako pero mabilis syang naka-abot sa akin. Pagtulak nya sa akin sa dingding ay malakas ang pagkakabagsak ng likod ko. Medyo natigilan si Dean, parang nagising ito sa isang panaginip. Nakita ko ang tila hirap na hirap nitong kalooban. Alam kong nag-aalala itong baka nasaktan ako. Nagpalit-palit ang anyo nito mula sa galit, pagkalito, sakit, at lungkot.

"Bakit mo ako ginaganito, Billy? May nagawa ba akong hindi mo nagustuhan?" Sumandal ito sa dingding malapit sa akin at saka inilagay ang kanyang dalawang daliri sa pagitan ng kanyang ilong. Tila malalim ang iniisip nito. Hindi ko pa rin sya maintindihan, ang nasa isip ko lang ay makalayo, ang maka-alis.

"I'm so sorry...Kung ano man ang nagawa ko sa iyo, hindi ko sinasadya. Sorry." Humingi na lang ako ng tawad dahil parang iyun ang tamang gawin ko sa kasalukuyan. Kahit hindi ko naman alam kung anong inihihingi ko ng tawad. Kung sa bagay, pakiramdam ko naman talaga ay malaki ang kasalanan ko sa kanya. Yun lang at tumalilis na ako, patakbong nagtungo sa sasakyang maglalayo sa akin sa lugar na ito.

<><><>

Hindi ako sa condo nagtuloy. Umakyat ako sa prayer mountain para mag-isip. Doon ako pinuntahan ni Mama Sol.
"Mas lalo kong pinagulo ang lahat, Ma. Hindi ko na alam ang gagawin ko para itama ang lahat ng pagkakamali." Pinagtapat ko sa matanda ang buong katotohanan.
"You cannot left things like this, iha. You can't keep running and running away. Harapin mo sila. If at all, they deserve to know. Kung hihingi ka ng tawad o may sasabihin ka it should come from you face to face."

Alam kong tama si Mama Sol. I'm a coward. Kung talagang mahal ko na ang sarili ko, gaya nang madalas kong sabihin, hindi ako dapat nagbibigay sa sarili ko ng isiping mas makakapagpabigat sa damdamin ko.

<><><>

As soon as I got home, I decided to file my resignation personally to Dean. Paalis pa lang ako ng condo ay nakatanggap ako ng tawag kay Dionne. Gusto nyang makipagkita sa akin kaagad. Kailangan ko syang harapin, harapin ang galit nya kung kinakailangan. Sumang-ayon akong makipag-kita sa kanya sa isang restaurant na malapit sa Makati.

96

No Regrets

"Don't take my salvation away, forgive me"

Pilit kong binabasa ang ekspresyon ng mukha nito habang papalapit sa lamesang napwestuhan ko sa restaurant. Nauna ako sa kanya ng higit limang minuto.

"What happened?" Tanong agad nito matapos maupo.

"Emergency…sorry… I said goodbye to Grace, though." Nanibago ako sa itsura ni Dionne, wala itong ayos sa sarili. Maganda pa rin pero alam mo yung parang wala na siyang pakialam sa sasabihin ng makakakita sa kanya. For some reason, naguilty ako. I know, may ripple effect ang ginawa kong kataksilan.

"Iniisip ni Dean na sya ang dahilan ng biglaan mong pag-alis. He is wretched, Billy, please…ano ba ang nangyari? Nag-away ba kayo? Kailan? Paano? Bakit? Noong gabi lang ay nagkakasiyahan pa tayo." Sobrang nag-aalala si Dionne sa akin.

Ibig sabihin ay wala pa ring alam ito hanggang ngayon. Is it a good thing or a bad thing? I don't know.

"A simple misunderstanding, pero maaayos din naman ang lahat. In fact, balak ko syang puntahan ngayon."

Nakatulala si Dionne. She looked lost as that of a child, parang noong una kaming nagkita.

"Dionne, okay ka lang?"

"Actually, no." Umiyak itong parang bata, nagtinginan sa amin ang mga tao sa restaurant, mabuti at nasa sulok kami. I comforted her, my heart is breaking. It's all my fault.

"Galit si Dean kay Jerry, they had a fistfight in Davao. It just happened, bigla nalang silang nagkaroon ng kumprontasyon. kapag tinatanong ko si Jerry kung bakit, wala akong makuhang sagot sa kanya. He is just as wretched as Dean."

I could feel the frustration and fear in Dionne's voice. Kahit pilit ang pagtatago nito sa totoong damdamin. I touched her hands, trying my best to comfort her. But how? I ruined her life. Kasalanan ko ito lahat. Nasaktan ko pa rin sya kahit anong gawin ko.

"Dean left after you. Kararating ko lang para sundan si Dean. I had to drag Jerry over here kahit may pinag-uusapan pa sila ni Grace. It was our worst fight ever, Billy. I felt like he is shutting me out." Umiyak na naman siya, kaya kinailangan naming lumabas ng restaurant at maghanap ng mas pribadong lugar para doon ito patuloy na umiyak.

Tama si Dean, hindi fighter si Dionne. She freezes and becomes hopeless in the midst of a great difficulty. Ang sama-sama ko for triggering the bad emotions of Dionne.

"Billy, please...help me. I don't know what to do. Help me find out the truth," Nang makaiyak ay naging matigas ang anyo ni Dionne. Iba na naman ang emosyon nito.

"Dio, may gusto akong sabihin sa iyo..." Umpisa ko, bahala na.

"Kristina Dionne Araneta Vera, ikaw ba yan?"

Sabay kaming napalingon sa babaing nag-approach sa amin. We were sitting at a bench inside the mall.

"It's Clarisse. Remember me? From high school?"

Mukhang posh ang babae sa suot nitong mamahaling get-up at posturang itsura.

"Clarisse? Yes!" Dionne became a different person again. Bigla itong naging happy kahit mugto ang mga mata.

"I'm sorry, am I interrupting something? Is it a bad time?" Sa akin nakatitig ang babae, parang may inaasahan sya mula sa akin. Hindi ko maintindihan ang ekspresyon ng mukha nito. Naisip ko na lang na gusto nya marahil masolo si Dionne.

"No... actually I'm leaving. Dio, will you be alright?" tiningnan ko si Dionne, tumango lang ito. "I will talk to your brother....promise." Sabi ko pa.

Nakita kong sumaya ang mukha nito kaya nakampate akong iwan ito sa isang kaibigan.

<><><>

Walang tao sa office nang dumating ako, pero ilang saglit lang ay dumating sina Mike at Manang Melba.

"Kelan ba kayo umuwi from Davao?" Tanong ni Manang Melba. Hinanap ko kasi si Dean at nagulat siya. Akala nito ay magkasama kami.

"I just got back 3 days ago."

"Eh, baka naiwan pa doon. Ang huling usapan namin ay nung sabihin nyang mag-uumpisa tayo ng shooting doon. Dapat this week na iyun. Naghihintay nga kami ng balita. Subukan mo kaya ang celphone nya. Kaso mahina ang signal nung huling nakausap ko sya." Si Mike.

"Sige. Iiwan ko lang ito sandali sa table nya." Walang kamalay-malay si Mike na resignation letter ang laman ng sobre.

<><><>

Kinaumagahan ay nagpasya na akong bumalik sa Antipolo. Restless din kasi ako sa condo dahil hindi ko alam kung ano ang susunod kong gagawin, nalilito pa rin ako. Kung kasama ko si Mama Sol kahit papaano ay may nakaka-usap akong gagabay sa akin.

"Billy, may bisita ka." Salubong ni Mama Sol, kakagaling ko lang sa common room para maki-halubilo sa mga nakatira sa Haven. Mingling with them took me off from my own personal worries even for a short time. Padalawang araw ko na sa Haven. I've been praying na the rest of the week will pass by without a hitch.

"Sino, Ma?" Biglang kinabahan ako. Wala akong inaasahang bisita. Walang nakakaalam ng Eve's Haven kanino man sa mga taong may atraso ako.

Itinuro ni Mama Sol sa akin si Dean, naka-upo ito sa outdoor chair na nasa bakuran ng bahay ni Mama Sol. Paharap ito sa hardin kaya nakatalikod sa akin si Dean ilang talampakan ang layo.

<><><>

"H...How did you know...?" ako ang unang nagbasag ng katahimikan. Dalawa na lang kami sa hardin. Iniwan kami ni Mama Sol para pribadong makapag-usap. Hindi nito alam ang exact address ko sa Antipolo. Alam niyang sa halfway house ako nagtatrabaho pero hindi ko sinabi ang pangalan. We don't advertise our place para sa safety ng mga inaalagaan namin.

"Yung nagtatrabahong bata sa Davao. I overheard Jerry talking to her about you. She told him about this place."

Tumigil ang tibok ng puso ko, alam na ni Jake ang lugar na ito. Lalo akong naguluhan. Paano? Saan pa ako pupunta? Huminga ako ng malalim. Talagang kailangan ko na silang harapin ng isa-isa, at kay Dean ako mag-uumpisa.

"I'm sorry about what happened. There's no excuse, I shouldn't have done that to you." Hindi makatingin sa akin si Dean. Sobrang guilty siya.

"Kalimutan na natin iyun." Sabi ko.

Biglang hinawakan ni Dean ang kamay ko. Itinaas ito sa kanyang labi para halikan. Tama na, Billy! Pigilan mo sya! Matapos ay marahan kong binawi ang kamay ko.

"Dean I can't do this. I'm sorry. Galing lang ako sa office mo. I submitted my resignation letter."

Tumitig sya sa akin. Tinitigan ko rin sya, gusto kong makita nya sa mga mata ko na seryoso ako --na wala na syang magagawa para kumbinsihing magbago ako ng desisyon.

"P...pero bakit? Humingi na ako ng tawad, maaayos din natin ito. Ang importante ay nagkakaintindihan tayong dalawa."

"Kalimutan mo na ako, Dean. Hindi ako nababagay sa iyo. You are too good and perfect for someone like me. You deserve better. Isang babaing..."

"I don't care. I want you. I never wanted anyone like this before. At alam ko, na kung bubuksan mo lang ang puso mo sa akin ay magiging masaya tayo, Billy. I promise I will make you happy." Hawak na naman nya ang kamay ko.

Paano ko matatanggihan ang lalaking ito. Ang tanga-tanga ko talaga. Ang puso nya ay nasa tamang lugar. His sincerity is rare. Ako lang talaga ang may diperensya. Andoon na naman, gusto ko na naman syang pasayahin. You have to put a stop to this, Billy! Sabi ng boses sa loob ko. Wag mong lokohin si Dean, hindi niya deserve yan!

"I can't, Dean, I'm damaged goods. You can't have someone as broken as me. You don't deserve it. You deserve someone better. Ako lang para sa sarili ko nahihirapan pang magmahal...you don't even know me, Dean, how could you possibly feel something for me? I'm sick, not physically but sick inside..."

Tinitigan akong mabuti ni Dean. "I know about that." pinutol ni Dean ang sasabihin ko pa. Tumitig ako sa kanya, nagtataka. Alam na nya? Paano?

"In college, I know what you did in college."

Natigalgal ako. "H...how?" Pumatak ang luha ko nang hindi ko namamalayan. Alam na nya kanina pa, pero andito pa rin sya at gusto nya pa rin ako.

"A friend from high school -- Dionne's friend. She saw you with Dionne, she also went to the same college as yours."

Clarisse. Kaya pala nakatingin sya sa akin ng kakaiba, para bang inaasahan nyang makikilala ko sya. Hindi ko man sya kilala, malamang na kilalang-kilala nya ako. Sa mga pinaggagawa ko nung college, malamang na ako ang naging tampulan ng tsismis sa campus.

97

Boy Crazy

"Losing my marbles because your worth it"

Ibig ba sabihin nito ay alam na rin ni Dio? Hindi ko na mapigilan ang hindi mapahagulhol ng malakas. Paano ako hihingi ng tawad sa kanilang dalawa? How can Dean even stand being around me right now? He is even willing to accept me in spite of my past with Jake.

"At first when Dionne told me, hindi ako makapaniwala. Hindi ikaw iyun. Hindi tugma sa sinasabi nya ang Billy na kilala ko ngayon. Yet, naintidihan ko na ngayon, nang sabihin mo sa aking may sakit ka. Alam kong magagamot na ang sakit mo, with therapy, you can be well again."

Pinahid ko ang luha ko, hindi ko maintindihan. "W...what do you mean?"

"Nymphomania, ito ang sakit mo tama ba? I never would have thought of you as one, you're such in control of your emotions, but that was college. Tao ka lang, you can't help it if you slip a few times...it's understandable. I will see you through this. I will be here for you no matter what. That's how important you are to me."

Hindi ako makapaniwala sa narinig ko. "I...I'm not sick like that, Dean."

Ganoon ba kalala ang tsismis sa campus tungkol sa akin? Na mahilig akong makipag-sex kung kani-kaninong lalaki?

Tumingin sya sa akin, parang sya naman ang naguluhan.

"So it's not true that in college...about being boy crazy and wild..."

"It's true." Inamin ko sa kanya.

"Nang makita ko si Jake na papalabas sa kwarto mo nang madaling araw, akala ko ay nananaginip ako o lasing pa rin."

Nagulat ako sa sinabi ni Dean, yun pala ang dahilan kung bakit galit sya sa akin kina-umagahan. Alam na ni Dean ang lahat. Hindi pa lang nya mapagtahi-tahi ang kwento pero alam na nya. I could see that he's trying to figure things out.

"I don't understand. I took it out on Jerry...nang sinabi ni Dionne yung reputasyon mo nung college, I figured that that's the reason, yun ang dahilan kung bakit pumatol ka kay Jerry." Tumigil sya.

Hindi ko sya tinutulungan sa pag-iisip. Gusto kong ma-figure out nya ang lahat sa sarili lang nya.

"I mean, it's not like you're doing it with just one man. Sabi ng kaibigan ni Dionne iba't-ibang lalaki at kung saan-saan. That you will just have sex with anybody."

Naisip ko bigla ang nangyari sa amin ni Ronel noon. Malamang na umabot ang tsismis sa campus at nagbago na ang kwento. Sa huli, ako ang lumabas na sex maniac, the famous slut in campus. Ugh! Grabe naman kung balikan ako ng aking nakaraan.

Hindi ako kumikibo, malapit na nyang makuha ang buong istorya. Tumingin sya sa akin matapos nyang mag-isip ng ilang sandali. Mas tumindi ang iyak ko nang makita ko sa mga mata nya na nakuha na nya. Na solve na nya ang puzzle, nahanap na nya ang missing link.

"I...In College....your reputation of being boy crazy...Jerry was a schoolmate..." tila kausap ni Dean sa sarili nya, halos hindi ko marinig ang mahina nyang boses.

"No! Sabihin mo sa aking hindi, Billy! It cannot be true!" Napalitan ng matinding galit ang kaninang nagsusumamong anyo ni Dean.

Umiyak lang ako, hindi ko kinumpirma o itinanggi ang hinala nya. Tiningnan ko sya nang may pagsusumamo.

"Ikaw at si Jerry! And you never even...how could you!?" sumisigaw na sya. Nakita ko ang pagtitiim bagang nya. "M..my sister...Dionne. Okay na ako...pero ang kapatid ko!"

Patuloy ako sa aking paghagulhol. "I'm s..soorry." Tinakpan ko ang aking mukha, abot-abot ang hiyang nadarama ko. Pakiramdam ko ay ang sama-sama ko. "That's how damaged I am, Dean. That's why you don't deserve me. Kaya ako umaalis, kaya ako nawawala. Patawarin mo ako...I didn't mean to hurt you and Dio..." I tried to reach for his hands pero tumayo na ito. Nakatikom ang mga palad habang nagbabaga ang galit sa kanyang mga mata. Hindi ko sya masisisi. Hindi ko rin sya mapipilit na patawarin ako. Pinalaya ako ng katotohanan, pinagaan nito ang pagsisising nadarama ko. Kaso, huli na rin ang lahat, ang dami ko nang nasira at hindi ko na ito magagawang isa-ayos pang muli.

Umalis si Dean na bitbit pa rin ang poot sa akin.

<><><>

Nang sumunod na araw ay nagdesisyon akong muli na umuwi na lamang muna sa aking condo unit. I couldn't risk seeing Jake. Alam kong posibleng pumunta din sya sa Haven. Binilinan ko si Mama Sol na wag na ibigay ang address ko kahit kanino.

Nasa lobby ng condo ko si Dionne nang dumating ako. Huminga ako ng malalim, kailan ba matatapos ang lahat? Pumunta kami sa maliit na chapel na nasa 2nd floor ng aming building.

Alam na ni Dean ang lahat, wala ng dahilan pa para itago ang katotohanan kay Dionne. Maliban na lamang kung alam na rin nya ang lahat, kung sinabi na ni Dean ang totoo sa kanyang kapatid. Ganoon pa man, kailangan nya pa ring kumpirmahin sa akin ang lahat.

Walang tao sa chapel nang dumating kami. Hiniling ng mga tenants ng condo ang magkaroon ng maliit na simbahan para hindi na nila kailangan pang lumabas sa malayo para magsimba tuwing Linggo. Nag-iimbita na lamang sila ng magsasalita dito kada may misa. Bukas ang chapel araw-araw, para sa mga gustong magdasal at magmuni-muni.

I noticed how hard Dionne's expression was. Parang manhid na sya sa kung ano mang damdaming meron sya sa kasalukuyan. Magkatabi kaming umupo sa mahabang bench malapit sa pintuan ng chapel.

Binuksan nya ang bag nya at may kinuha dito. Inabot nya sa akin ang dalawang litrato. Kami ni Jake ang nasa larawan, noong nasa burol kami. Kuha nila ni Dean ang mga litrato.

One picture showed my face, my eyes were closed and I looked perfectly content in Jake's embrace. The other one showed Jake's side, his face looked peaceful looking down at me. Ang higit na nakakapukaw ng pansin sa aming larawan ay ang mahigpit na pagkakayakap sa akin ni Jake. Walang bahid na kahit anong pagka-ilang sa isa't-isa ang kuha sa litrato.

Kung may makakakita nito na hindi kami kilala, iisipin nilang intimate moment ng dalawang nagmamahalan ito at hindi pose sa isang rehearsed commercial scene. Hindi rin ito mukhang separation scene, mukha ito meeting scene. Lovers na nagtagpong muli at sabik na sabik mayakap ang isa't-isa. No matter how uncomfortable we might be during the shoot, our body language says otherwise.

"H...hindi na tayo nagkaroon ng pagkakataong mag date gaya ng napagkasunduan natin noon." Biglang nagsalita si Dionne "Gustong-gusto pa naman kitang makausap ng masinsinan pero marami nang nangyari, kaya hindi na tayo natuloy-tuloy."

Hindi ko mabasa ang tono nya. Her voice sounded dead -- toneless. She checked out on her emotion, quite lost. Gosh, bakit kailangang gawin ko ito sa isang taong may mental health issues.

"Keep it, as your souvenir." She refused to accept the photos nung sinosoli ko ito sa kanya.

"Dio...I..."

"No. please...I'd like to talk first." Tumigil sya sandali. Ang hirap makita si Dionne na ganito. Sanay akong makitang lagi syang bubbly. "Ikaw lang ang kaisa-isang taong nakinig sa kwento ko."

Tumawa sya pero walang saya. "Ang iba kasi ay na-i-intimidate sa akin. Hindi tayo nabigyan ng maraming pagkakataong maka-pagkwentuhan, yung dalawang babae na nag-uusap tungkol sa lalaki at mga bagay-bagay. I loved it when you seemed genuinely interested in my love life." May pait sa kanyang ngiti. Hindi ko magawang titigan sya ng matagal. Umiwas ako ng tingin. "You know why I love him so much, sa lahat ng mga lalaking naka-relasyon ko? It's his sad eyes." Ni hindi hinintay ni Dio na tanungin ko kung bakit. Sya na rin ang sumagot sa tanong nya. Parang nagmo-monologue ito, parang sarili nya ang kausap nya at hindi ako.

"I could tell from his eyes that he loved and hurt deeply before. It became a challenge for me to remove that sadness in his eyes. Hindi pa kasi ako nakaka-encounter ng lalaking grabe kung masaktan dahil sa pagmamahal. Sa Amerika kasi ang love sa relationship ay hindi requirement, so you're never really expected to work twice as hard to make the relationship succeed." Nakatulala lamang ito na parang wala namang tinitingnan sa kanyang harapan.

"Nang nagkaroon kami ng relasyon ni Jerry, inihanda ko na ang sarili ko. Sabi ko pagtatrabahuhan kong mabuti ang relasyon namin, para hindi kami masira. Sulit naman, lalo na kapag nakikita kong napapasaya ko sya, kahit sandali ay maalis ko ang lungkot sa kanyang mga mata. Para sa akin, malaking accomplishment na iyon sa aming relasyon." Tiningnan nya ako. Her eyes were dead. Pansin ko ang unti-unting pag-apaw ng luha mula rito. Nakagat ko ang labi ko, ramdam ko ang sakit na nadarama nya ngayon. Umiwas ako ng tingin. Sobrang ganda ng mukha nya para malungkot lang ng ganito. Kahit sinong lalaki ay gagawin ang lahat mapasaya lamang ang dyosang ito.

"I'd like to believe that we shared moments of happiness in our relationship. Kahit may mga pagkakataong nakikita kong natatahimik sya at nag-iisip ng malalim. Even if sometimes I thought I'm seeing doubt in his beautiful sad eyes." Biglang syang tumawa, yung tunog tawa pero walang saya. Sa ginawa nya ay tuluyan nang pumatak ang luha sa kanyang pisngi.

"It was a funny story when I proposed to him, you know. I caught him off guard. He was working with his various engineering staff, then I walked in the middle of his meeting, I got on my knees and proposed marriage to him.

I could hear everybody in the room stopped breathing, when Jerry finally said yes, everybody applauded. It was really a magnificent night...for me at least. Kaya lang masyado akong naka-focus sa mga mata ng mga kasamahan ni Jerry, inggit na inggit ang mga ito sa amin. Hindi ko tuloy nabasa ang mga mata niya. Hindi ko nakita kung anong sinasabi ng mga ito." Suminghot sya, pilit na pinipigil ang pag-iyak. Gusto ko syang hawakan. Gusto kong sabihin sa kanyang magiging maayos ang lahat, pero alam kong magsisinungaling lang ako.

"Hindi namin pinag-uusapan ang detalye ng kasal pagkatapos noon. I figure that he has a lot in mind, the projects here, meeting my brother, and settling down here for good. I will wait patiently for him, no matter how long it will take him. Kaso nang umuwi kami dito sa Pilipinas, makalipas ang ilang linggo, nag-umpisa muli ang mga panaginip. It will always be the same, the same thing that will wake me up in the middle of the night. Beth...he will keep on saying Beth...pero hindi ko kilala si Beth." Tuluyan na syang umiyak, iyak ng isang desperado. Gumagaralgal ang boses nya sa labis na sakit na nadarama.

98

When The Villain Is Me

"I wish you are evil, that way I have an excuse to hurt you"

"I asked Grace and she told me it was someone from his past, but it was over for a long time. Beth was the one who hurt my Jerry. Then he would become extremely lonely, I could tell when I looked in his eyes. Tatanungin ko sya, pilit na aalamin ang dahilan pero hindi nya ako sasagutin. Tapos nagsimula na ang mga mood swings. Isang sandali ay ang saya-saya nya. I have never seen him so happy. Pagkatapos bigla syang magagalit, hindi ko alam kung kanino. It's driving me insane!" Huminto sya, inayos ang sarili.

Hindi ko alam kung ako naman ba ang dapat magsalita. Alam kong may alam na sya, pero kung anong alam nya ay hindi ko pa masigurado sa ngayon.

"Nang pumasok ako sa kwarto ni Grace para tanungin kung anong nangyayari, I found a note from Beth...And suddenly I knew it...She's back! Kaya nagkakaganoon si Jerry because she's back.

Pareho kayong very protective sa nakaraan ni Jerry, kaya naisip kong may alam ka tungkol kay Beth -- na kilala mo kung sino si Beth." Humagulhol na sya, sinabayan ko sya nang pag-iyak. Hindi ko na kaya. Hindi ko na kayang itago ang totoo. Buti na lamang at dalawa lang kami sa chapel. Dumating kanina ang maintenance para maglinis pero umalis na rin agad ito.

"I confronted Jerry, we had the worst fight ever. Billy I felt like I was losing him, I can't..." umiling sya, ramdam ko ang takot nyang mawala si Jake sa kanya. "I can't live without him. Then I found out something about you in college from a friend. I was a bit concern so I told my brother, and I also asked Jerry about it. Inisip ko kasing baka may alam sya, dahil magkasama kayo sa school. Come to think of it, that was the first time ever that we talked about you apart from him asking kung nakita ka na ba ni Dean nung matagal kang nawala. Akala ko concern lang sya para kay Dean dahil alam nya namang may pagtingin sa iyo ang kapatid ko."

Suminghot siya sandali. "B...but the fire in his eyes when I mentioned your name, it was the same as when I mentioned Beth. Sinigawan nya ako at sinabing hindi ikaw ang babaing inaakala ko. Sabi nya tigilan kita, at sa mga oras na iyun alam ko na..." gumaralgal ang boses niya.

Hindi ako makahinga, gustong-gusto kong sumabat, ang magpaliwanag kay Dionne pero alam kong hindi pa dapat.

"Nonetheless, kinailangan ko pa ring kumpirmahin ang totoo kay Grace...She didn't even have to say the words, I could see it in her face. I was so blind all this time, pushing you two together.

Samantalang nag-umpisa ang lahat ng problema ko kay Jerry simula ng ipakilala kita sa kanya! Simula ng magkita kayo!"

Nagtaas na siya ng boses, galit na galit. "Y...You are his Beth! Ang tanga-tanga ko! I should have seen it earlier. Yung note ni Beth kay Grace at yung note mo sa ref, pareho sila ng sulat kamay. Yung pagiging ilang nyo sa isa't-isa ni Jerry. Yung adobong hinahanap nya na may kakaibang flavor, at yung paglalapit nyo sa burol...Ang tanga ko!"

Ramdam ko ang tindi ng poot ni Dio sa akin. Umiyak lang ako, handang tanggapin ang galit. I deserve it, I deserve her wrath.
"How could you do this to me, Billy! I thought...I thought we are friends." Ang galit ay napalitan ng hagulgol. Halos magkabuhol-buhol ang salita nya pero naintindihan ko pa rin ang akusasyon sa kanyang tinig.
Sa isang babae, what's worse than rape? It's betrayal! I betrayed her trust. Umiiyak ako dahil ramdam ko ang sakit na bitbit nya. Sya ako ilang taon ang nakararaan. Ako ang nasa posisyon nya noon. She is losing the very meaning of her life, at ako ang may kagagawan ng lahat. I'm taking his Jerry away.

"P...patawarin mo ako. Alam kong hindi dapat kita sinaktan ng ganito. Ako ang may kasalanan, Dionne..." Putol-putol ang salita ko dahil sa pag-iyak.

Siya naman ang tumahimik, hinihintay kong magalit pa sya. Ang murahin nya ako, saktan kung kinakailangan, pero bigla syang lumuhod sa harapan ko. I stared at her horrified!

"Billy, please...wala akong laban sa iyo. I'm begging you please don't take my Jerry away."

Hindi ako makapaniwala sa mga nangyayari. Pilit ko syang itinayo. "No. Dionne...please don't. Don't bring yourself to that level. Wala kang kasalanan. This is all on me, and I will fix this. I have no intention of being with Ja..Jerry. I maybe his past but you, you're his future." Determinado ang boses ko. Tumingin sya sa akin, iniisip ang mga sinabi ko. "Maniwala ka sa akin. Tapos na kami. Hindi kami para sa isa't-isa.

Umiyak sya, pero kita ko sa mukha nya ang konting pag-asa.
"Billy...natatakot ako. Si Jerry..." Biglang napalitan ng takot ang tila lumiliwanag nyang mukha.

"Don't. Hindi nyo na ako makikita ulit. I will not meddle with your lives again. Pangako ko iyan." At sisiguraduhin kong ganoon nga ang mangyayari. Nakapagdesisyon na ako. Magpapakalayo ako kay Jake. I will go to Japan, that's the only thing I can do to escape this madness.

◇◇◇

Tinawagan ko agad si mommy para sabihin sa kanya ang desisyon kong bisitahin sya sa Japan. Masayang-masaya ito. Matagal na nya akong ini-imbitahang bisitahin sya pero lagi naman akong tumatanggi. Ngayon, isang bagay na lang ang gagawin ko, ang magpaalam kay Mama Sol. Alam kong malulungkot sya sa naging desisyon ko, pero rerespetuhin nya ito. Kailangan kong umalis, kahit pansamantala lamang. Masyadong lumiliit ang mundo para sa amin ni Jake.

<><><>

Nang sumunod na araw ay pinuntahan ko ang puntod ni Nhate bago ako magpaalam sa kanyang ina. Sa dami ng tumatakbo sa utak ko ay huli na nang mapansin ko ang taong nakaluhod sa puntod nito. Nag-angat ng mukha si Jake, tatakbo na sana ako palayo pero natigilan ako sa nakita kong itsura nya. Umiiyak sya. Umiiyak sa puntod ni Nhate, bakit? Hindi sya nagtangkang gumalaw mula sa posisyon nya nang makita nya ako. Mas lalo lang itong humagulgol ng malakas. It was the most painful cry to hear. Nakita ko nang umiyak si Jake pero hindi ganito ka-grabe.

Lumuhod ako sa harapan nya. Nag-aalala. Anong problema? Bakit? Ang daming tanong ng isip ko. "J...Jake?"

Hindi ito gumalaw nang tinangka ko syang patayuin. Tinakpan lang nya ng kamay ang kanyang mukha. Nakita ko ang pagyugyog ng kanyang balikat dahil sa sobrang pag-iyak. Natatakot na ako. What could have caused this despair? Hindi ko na matiis, niyakap ko sya ng mahigpit. Kahit sa huling pagkakataon. Kailangan kong mahawakan syang muli. Yumakap sya sa akin na parang batang talunan. Patuloy ang kanyang pag-iyak, hindi ko alam kung ilang minuto ko rin syang inaalo.

"I didn't know...Hindi ko alam." Sa wakas ay nagsalita sya. Bumitiw ako mula sa pagkakayakap sa kanya para makita ang kanyang mukha. Nagtatanong ang aking mga mata pero alam ko na ang sagot, kaso ayaw kong isiping...no...hindi pwede!

"Noong tinawagan mo ako, hindi ko alam na nasa ospital ka. Ang tanga-tanga ko, Beth...Ang sama-sama ko..." Pinukpok ni Jake ang kanyang ulo, na para bang gusto nyang bugbugin ang kanyang sarili.

Pinigilan ko ang kanyang kamay. "A...anong pinagsasasabi mo?" Nilukuban ng takot ang puso ko, alam ko na kung ano ang gusto nyang sabihin. Hindi pwede. Imposible! Ako naman ang biglang naiyak. Samo't-saring emosyon ang biglang naramdaman ng puso ko.

"Mama Sol, gave this to me." Inabot nya ang isang sobre. Lumang-luma na ito. Kinuha ko ang sulat sa loob at saka marahang binasa ito.

Jake,
Kung binabasa mo ang sulat na ito ang ibig sabihin ay bumalik ka sa buhay ni Billy. Ibig sabihin din ay hindi pa naghihilom ang sugat. You need to know the truth...the whole truth of what happened to her...

Hindi ko na tinuloy ang pagbabasa, napuno ng luha ang aking mga mata. No! No! No! Hindi pwede! Panay ang tanggi ng utak ko. "Y...You're not supposed to know. You can never know."

Ako naman ang nangatog sa tindi ng bugso ng emosyong nadarama ko. I was shaking so hard, I needed Jake's body to support me.

99

The Truth And Nothing But

"What you don't know won't hurt you"

"I know everything...And I hate myself. You have no idea how much I'm hating myself right now for all the pain I caused you." Kinuha ni Jake ang kaliwang kamay ko at inangat ang bracelet dito para lumantad ang pangit kong peklat. Pilit kong inaagaw ang kamay ko pero mahigpit nya itong hinawakan. "I was so selfish, I thought only of my wants, my needs. Pakiramdam ko noon pabigat ka sa akin. Wala na akong inisip kundi yung mga sakit na dinulot mo sa akin. Hindi ko naisip man lang na sinasaktan din kita. Totoo, gustong-gusto ko nang hiwalayan ka. Hindi na ako makahinga sa relasyon natin. Gusto kong maging malaya, pero sa tuwing maiisip kong mawawala ka sa akin... nalulunod ako sa takot. Sa tuwing kasama naman kita...parang nasa impyerno ang pakiramdam ko." Umiiyak na kaming pareho. "I'm sorry about those girls, they were nothing to me! I was so young and reckless I thought that through them I could forget you. Kung mapapatunayan ko lang sa sarili kong kaya kong mabuhay ng wala ka, hindi na ako matatakot na iwan ka. Akala ko mahahanap ko sa iba ang sagot."

Ramdam kong hirap na hirap si Jake aminin ang kanyang pagkakamali. Wala akong nadaramang galit sa mga pinagtatapat nya sa akin, naintindihan ko sya. Ako man ay hindi ko magawang mahalin ang sarili ko noong mga panahong iyun. Sya pa kaya?

"When you caught me with that girl...when you hurt me...when you left...I thought it's for the best. Without you I could live my life the way it's supposed to be. Free of baggage, free of confusion, free of you. Mahal pa rin kita, hindi kailanman nawala iyun, but I just felt so trapped, I needed to be free." Pinunasan nya ng kamay ang kanyang mukha, pilit na pinipigil ang pagdaloy ng luha. Ramdam kong bumubugsong muli ang kanyang emosyon.

"Nang makapasa ako sa thesis, ikaw ang unang pumasok sa isip ko. Ikaw ang taong gusto kong makasama para mag-celebrate ng tagumpay ko, pero wala ka na. I realized then that you left an empty space in my heart. Pakiramdam ko isang malaking bahagi ng puso ko ang binitbit mo nang iwan mo ako." Masuyong pinahid nya ang mga patak ng luha sa aking pisngi.

"Pagkatapos ay nagbalik ka, ikaw na ulit ang aking Beth. Ang Billy na minahal ko. The one who I fell in love with. I realized then how much I missed you. I thought we would fix things between us. Makakatapos na ako ng pag-aaral, nabawasan na ako ng ibang problema. Panahon na para ikaw naman ang harapin ko. Kaso ang yabang ko, gusto kong pakita sa iyo na galit pa rin ako. Gusto kong suyuin mo ako. Ang totoo, gusto kitang yakapin ng mahigpit noong araw na yun."

Tumigil sya saglit.

"But some part of me was still afraid...afraid that...that it was all a façade. Pagkatapos ay bigla kang nagsalita tungkol sa pag-alis. Ang hanapin ang sarili mo. I was shocked! So shocked that I couldn't even move. Hindi ko maintindihan, paanong mamahalin mo ako ng tama sa pamamagitan ng pag-iwan mo sa akin? I couldn't believe that you would choose to live without me. I was so full of myself that I thought I was your whole world."

Umungol sya na parang sising-sisi.

"Kung alam ko lang ang mga pinagdaanan mo, maiintidihan ko ang lahat. I should have been there for you." Umiyak na naman sya. Nangangatog muli ang kanyang buong katawan. Hindi ko sya magawang aluin, dahil higit na matindi ang aking pag-iyak.

"H-hindi naman ako nag-iisa noon, Jake....God sent people to help me find myself again...Please...Wag mo nang sisihin ang sarili mo. Wala kang kasalanan, ako ang nanakit sa sarili ko. Ako ang hindi balanse. Ako ang..."

"Pero ang anak natin...ang anak natin...ako ang may kasalanan kung bakit sya nawala." Humagulgol si Jake, napakasakit marinig ang iyak na iyon buhat sa lalaking lubos kong minamahal. Gusto kong sisihin si Nhate. How could he do this to me? Why? What's the point? I lived through this already, why pass the burden to Jake? I want him to be spared of this pain. Alam kong mahihirapan syang tanggapin ang sakit na idudulot sa kanya ng katotohanan tungkol sa mga nangyari sa akin. Darn it, Nhate!

"Nakaraan na ang mga iyon, Jake. Tapos na. It was never meant to be..." Biglang tumindi ang iyak ko. Sobrang sakit ang bumalot sa puso ko, hindi ko agad masabi ang gusto kong sabihin. Tumigil ako panandalian para mag-ipon ng tibay ng puso. "...Just like we...we are never meant to be." Pakiramdam ko ay ginagayat-gayat ang puso ko, pinipira-piraso, pinupinit ng maliliit. Parang tuyong sugat na hiniwa ulit para lamang pigaan ng kalamansi.

"Don't say that!" Napalitan ng galit ang emosyon ni Jake "Sabi mo pag nagkita tayo ulit...if God permits, you will love me right. I'm demanding that love now! So don't ever say that we are never meant to be!"

"Sabi ko, kapag kumpleto na ako, kapag naayos ko na ang sarili ko...If I can love me first. I did that Jake, I fixed myself for you... pero hindi... hindi ko kayang mabuhay sa piling mo dahil alam kong marami tayong masasaktan. We will never be happy by starting this relationship wrong. Higit sa lahat, mas gusto kong magsimula sa iyo ng tama. Mahal ko na ang sarili ko ngayon, Jake. I'm no longer an unloved woman that I once was. Sa akin pa lang ay kumpleto na ako. Naintindihan ko na ang ibig sabihin ng mahalin ka ng tama. It means I can live without you, it means I will have to give you up even at the expense of my own happiness."

"No!"

Hinawakan ko si Jake. Niyakap ko sya nang mahigpit. Ginantihan nya ang yakap ko. Sobrang higpit na halos hindi ako makahinga. Ramdam ko ang takot sa mga bisig nya. Ang takot nyang mawala akong muli. I pushed him away forcefully.

"Yes." Tumigil na akong umiyak at tinatagan ko ang aking boses. "Not this way, Jake, not this time. Don't force this on me coz it will gonna be my way, my terms, my time. Ngayon magpapa-alam tayo sa isa't-isa ng maayos." Biglang nawala ang tatag ng boses ko, gumaralgal ito at saka ako napaiyak muli.

"We will part ways knowing that I will love you forever even from far apart, at alam kong mamahalin mo rin ako ng habangbuhay. Patuloy akong magiging bahagi ng buhay mo at ganoon ka rin sa akin, at ang pagmamahal na meron tayo sa isa't-isa, ang dalisay na pagmamahal na iyan ang rerespeto sa desisyon ko ngayon."

Umiyak kami sa bisig ng isa't-isa. Pinatatagal pa namin ang sandali bago kami tuluyang maghiwalay. Parehong ayaw naming kumalas mula sa aming pagkakayakap. Pinupunasan nya ng kamay nya ang mga luha sa aking pisngi, ganoon din ang ginagawa ko sa kanya. If only I could remove the pain, if only I could take all the hurt to spare him of any, I would do it. Hindi ko pa rin alam kung anong dahilan at ginawa ni Nhate ito sa amin. Kung bakit nya nagawang mag-iwan ng sulat para kay Jake, pero siguro balang araw ay maiintindihan ko ring ang lahat ay para sa kabutihan namin. I can always trust Nhate's judgement.

Gaya nang sa burol, bumitaw si Jake, alam kong tinanggap nya ang desisyon ko. Hindi maiwasang hindi ko maramdaman ang sakit ng desisyon nyang pumayag sa kagustuhan ko. Handa na syang isuko ako. Yun ang nagdulot ng sakit sa akin. His choice. Rerespetuhin ko iyun. Hindi ko na alam kung muling makababangon ang puso ko pagkatapos nito. Hindi na nga siguro.

Hinalikan ni Jake ang sugat ko sa pulso. Pumatak ang luha nya sa kanyang mga mata. Despite that, nakita ko ang matinding determinasyon nyang wag umiyak. May dinukot sya sa bulsa. Isinuot nya ang kwintas na medalya sa akin. Ang kalahati ng puso nya.

Hindi ko alam kung saan nya nakuha ang gamit kong ito. Ang huling tanda ko ay binawi ko ito noong maghiwalay kami 7 years ago. Pagkatapos ay isinuot nya sa akin ang promise ring namin noong College. Umiiyak na ulit kami pareho.

"Do not remove this please...for me? Someday, if God will permit that we will cross path again, I will love you right. Kapag nangyari iyun, hinding-hindi na kita kailanman pakakawalan. You belong to me, it's meant to be!" Pagkatapos ay masuyo nya akong hinalikan sa labi.

Umiyak ako habang tinatanaw ko syang naglalakad papalayo sa akin. Ngayon, natupad ang gusto ni Jake na lalaki naman ang nangiwan sa babae. Nang tuluyan na syang nawala sa paningin ko ay saka ko ibinuhos ang pinakahuli kong iyak para kay Jake. Para sa puso kong binuhay, piñatay, pinatulog, ginising at muling piñatay ni Jake. Alam ko na wala nang iba, sya lang ang lalaki para sa akin. Mabubuhay at mamatay akong sya lang ang lalaking mamahalin ko.

100

A Perfect Keepsake

"Leave me scars that will last forever"

Nasa loob na ng opisina ko si Dimple nang pumasok ako. Gaya nang dati ay nakatulala na naman ito. Umupo ako sa tabi nito, tumingin ito sa akin at pilit na ngumiti. Higit na maamo na sya ngayon kesa noong unang dumating sya sa Haven. Nagtangka syang magpakamatay sa pamamagitan ng paghihiwa sa kanyang pulso. Ano pa ba ang bago? I specifically asked for her case.

Dimple was a violent teenager. Maging ang mga magulang nito ay hindi sya kayang kontrolin. She was into drugs, sex, and violence. Madalas itong masangkot sa samo't-saring kaguluhan dahil sa sinalihan nitong fraternity. Ilang beses na rin itong naglabas-masok sa kulungan ng mga minor de edad na gaya nya. Kaso, sa halip na patinuin sya ng eksperyensyang ito ay lalong naging matigas ang kalooban ni Dimple. She was hard as a rock, well at least outside that's how people saw her. Sinong mag-aakalang sa tigas ni Dimple na ito ay nagawa nitong magpakamatay nang walang dahilan? Yun ang akala nila, na walang dahilan. Hindi ako naniniwala dito, laging may dahilan, mabuti o masama man ito, basta't meron. Hindi maaaring wala.

Tuyo na ang sugat ni Dimple, wala na itong benda. Tapos na rin ang panahon na nagbabasag sya ng gamit at nang-aaway ng mga pasyente sa Haven. Maging ang bagong clinical psychiatrist namin ay sinukuan sya. Sa kung anong dahilan ay hindi sya nagpapakita ng ganitong ugali sa tuwing ako ang kaharap nya. Ramdam kong kahit konti ay unti-unti kong nakukuha ang damdamin ng dalagita. Kaso kulang pa rin, hindi ko pa rin sya lubusang makumbinsing maglabas ng saloobin sa akin.

I saw her tracing her scar. It reminded me of my past mannerism. Parang kailan lang ay ako si Dimple.

"I have something for you." Sabi ko, inilabas ko ang isang maliit na lalagayan. She opened it with very little enthusiasm. Ako na ang kumuha ng malapad na plastic bracelet sa loob ng lalagyanan nito, kulay rainbow ito. Isinuot ko ito sa kanyang kamay na may peklat.

"See pareho tayo." Sabi ko dahil naka-bracelet rin ako na kapareho ng sa kanya pero iba ang kulay. Doon ay napangiti sya ng may konting saya. Itinihaya ko ang kamay nya, tinago ng bracelet ang kanyang pangit na peklat.

"Itatago lang ng bracelet na ito ang peklat mo pansamantala, pero hindi ibig sabihin nito ay kakalimutan mong the scar exists. Wag mong ikaila sa sarili mo ang sakit at aral na dulot ng iyong nakaraaan, dahil lang pwede mo itong pagtakpan."

Itinihaya ko ang kamay ko, inaangat ang bracelet at ipinakita ko ang peklat ko sa kanya. Nakita kong naantig ang damdamin ni Dimple, tumingin sya sa akin, nagtatanong.

I found it very effective, when I gave part of my soul to my case, flood of theirs opened up to me easily. Matagal ring panahong iniwasang kong gamitin ang technique na ito, yun pala ay napaka-epektibo nyang paraan para makuha ang loob ng pasyente. Napansin ko kasi, kapag hindi nag babahagi ng kanyang sari-sariling kwento ang mga volunteers ng Haven sa kanilang mga pasyente, akala ng mga pasyente ay perpekto ang mga ito. Hindi nila magawang pagtiwalaan ang abilidad ng mga itong maka-relate sa sakit na nadarama nila. Kapag nag-share naman kami ng aming sariling kwento, nararamdaman nilang hindi sila nag-iisa.

Pareho na kaming umiiyak ni Dimple, ngayon ko lang sya nakitang umiyak sa tagal ng halos araw-araw naming pag-uusap. Ramdam ko ang pangangatog ng kanyang katawan sa ilalim ng aking yakap. Doon sya nag-umpisang magtapat ng dahilan kung bakit sya nagtangkang magpakamatay.

Nalaman nyang ang totoo ay ampon lamang sya, kaya pala hindi nya kailanman nadama ang pagmamahal na hinahanap nya sa loob ng kanilang pamamahay. Nasa dulo pa lang ako ng iceberg ng buhay ni Dimple pero alam kong kahit kaunti ay nagtagumpay ako. Soon, I know that I will going to penetrate her soul deeper. Kasunod nito ay nakikita ko ang magandang buhay at kinabukasang nag-aabang para kay Dimple matapos magkadurog-durog ang kaluluwa nito. I guess that's how God works in the lives of the people He loves. He will allow the enemies to tear us up into pieces, sledgehammer our hearts to the point of insanity, but then He will also show us the way to restore ourselves back again, even better and stronger than ever.

<><><>

"Is that a new dress?" tanong ni Mama Sol, nakasakay na kami sa kotse pauwi ng Antipolo. Sinundo ko sya sa Airport galing Amerika. She was given an honorary tribute by the Filipino communities abroad for the works she's been doing at the Eve's Haven. Kinilala sya bilang isa sa mga bagong bayani ng bayan. Gusto ko sana syang samahan pero mas pinili nyang mag-isa. Wala daw kasing maiiwan sa Haven, sabi nito. Hindi na rin ako nagpumilit, ang totoo ay ayaw ko ring bumyahe ng malayo sa ngayon. Nag-aalala lang naman akong bumyahe si Mama Sol na mag-isa, pero ngayong andito na sya, wala na akong dapat pang alalahanin.

"Hindi. Luma na ito, I got it on my 26th birthday." Sagot ko sa tanong nya.

"Ah...wow! Congratulations." Ang lumang damit ang tinutukoy nya.

"It's all the running." Simpleng tugon ko. "So akala ko next week ka pa uuwi?"

"And miss Nhate's birthday? No way!"

Tumawa ako. Oo nga pala, sa makalawa na ang birthday ni Nhate.

"Anything interesting in Amerika, how was the awarding ceremony?" Lumiko ako papasok sa garahe ng Haven.

"Same old same old." Parang bored ito sa pagsagot "Although I met some interesting people there." Bumaba na kami pareho sa kotse.

"Mama Sol! Welcome back po!"

"Sassy...how are you? How's school?"

"Okay naman po." Lumapit ito para salubungin ang mga bitbit naming maleta at iba pang gamit ni Mama Sol. Ako na ang nagpapa-aral sa kolehiyo kay Sassy. Nang matapos sya ng high school ay kinontak nya ako. I offered her a job and an opportunity to continue her schooling here. Ngayon nga ay halos magdadalawang taon na rin sa akin si Sassy.

"Nasaan ang alaga mo?" tanong ni Mama Sol, agad naman ay patakbong sumalubong sa amin si Nathalie Drew, my 2 year old girl na Nhate kung tawagin ni Mama Sol.

"Mamla..mamla." Tawag nito sa kanyang lola Sol or mama lola

"Baby! I missed you so much!" niyakap ni Mama Sol ang anak ko. "Sassy, pakikuha na nga ang mga pasalubong ko sa maleta, please...marami ako doon para kay Nhate."

Drew, gusto kong itama si Mama Sol. Nhate is my bestfriend...Drew is my daughter. Gusto ko sanang may distinction. Kinuha naman ni Sassy si Drew para mangalkal ng mga pasalubong mula sa America.

"So, anong plano mo sa birthday nya?" tanong ni Mama Sol

"Sa sementeryo na lang tayo mag-picnic. Anyway naghanda naman na tayo ng malaki last year."

"Okay...para double celebration na rin with her ninong Nhate." Ka-birthmonth ni Drew si Nhate.

"Mama Sol, dala mo po pala itong baby album ni Drew." Inaayos na ni Sassy ang mga gamit ni Mama, hawak nito ang malaking photo album ni Drew.

"Aba'y alam kong ma-mimiss ko ang apo ko kaya nagdala ako ng mga reminders nya sa akin."

"Eh ba't naman po yung pagkalaki-laking album pa ang dinala nyo? Andyan pa yung mga pictures ko nung buntis ako, ah...Kulang na lang dalhin nyo yung video ng panganganak ko?" natatawang sabi ko.

"Eh, paano yan ang nadampot at nailagay ko sa maleta."

"Ayyy, Drew! Anong ginawa mo?" sabi ni Sassy.
Napatingin kami kay Drew na nasa maleta ng lola nya. Natawa kami pare-pareho, punong-puno ng chocolate sa mukha ang anak ko. Ang bagong ligong bata ay sobrang dusing na ngayon. Ngumiti ito sa amin, yung boyish smile na punong-puno ng innocence. Lumukso ang puso ko, kamukhang-kamukha sya ni Jake. Well, according to studies, the first born daughters are almost always duplicate copies of their dads.

Sa tuwing may gagawin ang bata na magpapaalala sa akin sa kanyang ama ay parang may kung anong pwersang sumisipa sa sikmura ko. I felt a mixture of ache, pride, and joy for my daughter.
I hate that Jake is missing all of these, but it's for the best.
Lumapit sa amin si Drew at saka pinahid ang chocolate sa aking pisngi. Nalagyan din ang aking damit na sa wakas ay kumasya sa akin pagkatapos kong biglang lumubo dahil sa pagkakaroon ng anak. Ngayon ay balik na ulit ako sa dati kong sukat. Produkto ng madalas kong paghabol-habol sa malikot na bata. I burn more calories running after her that going on a threadmill.
Binibigyan ako ni Drew ng chocolate, dinilaan ko ito mula sa kanyang daliri, natawa ito dahil sa nakikiliti. Andoon na naman, ang mga mata ni Jake na nakatingin sa akin, eksaktong nakaukit ito sa mga mata ng aking anak. Medyo nalungkot ako, pero agad kong pinawi ito dahil napansin kong pinagmamasdan ako ni Mama Sol.

101

Glimpses Of God

"If there's one thing God's heart is easily melting…it's when mothers cry"

Tulog at malinis na ulit si Drew, para kaming mga fans na nakatanghod sa kanya habang natutulog sya. Ano nga ba ang pinakamagandang definition ng anak na nabasa ko? Ah, children are little glimpses of God. Kung sobrang overwhelming magmahal ng anak, higit pa doon kung gaano tayo mahalin ng Diyos.

Nabuhay ang Haven dahil sa batang ito. Nagawa nyang pawiin ang mga seryosong problema ng mga tao sa Haven. Looking at the world through the eyes of a child gives us hope to look forward to a new tomorrow everyday. Ang mga pasyente at pati mga staff ay gustong-gustong nasa paligid ang bata na ginagawa nilang laruan.

"He must have a man in her life, Billy. Puro babae tayong naka-paligid sa kanya."

"Wala namang masama dun, Ma. Sobra-sobra naman ang pagmamahal natin sa kanya." Humilig ako kay Mama Sol, na miss ko rin ito.

"Eh... paano, wala man lang father-figure ang anak mo. Baka maging issue niya yan paglaki nya."

"Ma, I'm sure we have God as her father, so walang magiging issue yun." Sa totoo lang, dahil may Drew na ako, hindi ko na kailangan ng ibang tao sa buhay ko, sapat na kaming mag-ina.

"Ibang-iba kung may lalaki sya sa paligid..."

Pinutol ko ang sasabihin ni Mama. "Kung makapagsalita kayo parang pwede akong mamalengke ng lalaki, ah." I knew Mama Sol meant that Drew needs a father figure in his life. "Saka na natin isipin yun kapag malaki-laki na sya. For now, let her enjoy her childhood."

"Ate, kaya Nathalie ang pangalan ni Drew ay dahil sa anak ni Mama Sol, tama ba ako?" biglang singit ni Sassy, nakatingin ito sa album na may nakasulat ng pangalan ni Drew.

"Oo, it symbolizes my friendship with Nhate. It should have been Jonathan, like Jonathan's friendship with David in the Bible. Kung naging lalaki lang si Drew."

"Maybe sa magiging anak mong lalaki, yun ang magiging pangalan." Sabi ni Mama Sol, Natawa lang ako. What an absurd idea.

"Buti hindi Fortunato." Sabi ni Sassy, natawa kaming tatlo. Medyo gumalaw si Drew kaya tumahimik kami. Maganda ang gising ng bata kapag kumpleto ang tulog nito.

"Nathalie Drew...eh saan naman galing ang Drew, ate?" Tumingin sa akin si Mama Sol ng makahulugan, huminga ako ng malalim. Andrew is Jake's father, ginawa ko na lang Drew dahil babae ang naging bunga ng gabing muli kaming nagsama bilang isa. Isang pagkakamaling nagbunga ng tama lalo at napatawad ako ng Diyos.

"Favorite ko kasi si Drew Barrymore nung bata pa ako," sabi ko na lang para walang mahabang kwento.

"Eh, itong Jericho." Napansin ni Sassy ang mga suot na damit ni Drew nung baby pa ay laging may burdang pangalan ni Jake. He may be gone but our love will be my stronghold to raise Drew well.

"I got it from the story of the wall of Jericho…kung naging lalaki si Drew, yan ang ipapangalan ko sa kanya," it's partly true because I want a son to be Jake's Jr. "Tinuro sa akin ng kwentong ito na talagang sadyang winawasak ng Diyos ang haligi na itinabing natin sa ating puso para mas lalo syang makapasok dito. Nang dumating si Drew sa buhay ko, pakiramdam ko ay nagiba ang pader sa puso ko ng pira-piraso, kaya tuluyan akong nakalaya. Now all I feel is satisfaction and completeness."

Hindi kumibo sila Mama Sol at Sassy. Hindi ko rin alam kung naunawaan nila ang sinabi ko, nito ko na lang narealize ang symbolism ng pangalan ni Jake. Totoo pa rin, it was like Drew was sent for me from heaven to see me through the pain.

Nang malaman kong nagbunga ang huling pagtatalik namin ni Jake ay sobra ang saya ko. I asked for bruises and physical ache para may makapag-paalala sa akin ng gabing pinagsaluhan namin ni Jake, yun pala ay lifetime remembrance nang gabing iyun ang plano ng Diyos na ibigay sa akin.

Nagsisisi ako dahil naging mapusok ako ng gabing iyun, pero hindi ko pinagsisisihan kailanman ang naging bunga nito. I documented everything, I wanted to be able to go back and rewind all the moments surrounding Drew's conception and existence in my life.

Wala na akong nabalitaan sa apat na tao sa aking nakaraan. Namuhay ako sa paraang nararapat at ang pagkakaroon ng isang Drew sa buhay ko ay dagdag bonus ng Diyos. Isang surpresang regalo. Sa ngayon ay wala na akong marereklamo pa.

Full time na ako sa Eve's Haven habang nagtuturo naman ng part-time sa I.T. school na malapit sa amin. Napapaligiran ako ng alaala ng college life ko sa kolehiyong pinagtuturuan ko. Hindi na rin masakit isipin ang nakaraan. Dahil kung ganoon ang magiging pananaw ko, hindi mabubuo si Drew, at kung bibigyan ako muli ng pagkakataong ulitin ang mga nangyari sa buhay ko, wala na akong babaguhin pa. Uulitin ko ang lahat kasama pati ang mga masasakit na bahagi. Doon ako natuto, yun ang mga sugat na itinakda ng Diyos para sa akin. Yun din ang dahilan kung bakit may Drew ako ngayon.

◇◇◇

2021: "Drew! They're here!" Excited na sigaw ko habang pababa ng hagdan. Narinig kong kasunod ko na si Drew mula sa kwarto nito. Bago pa mabuksan ang pintuan ay inunahan ko na ang asawa ko.

"Dada!" Parang kidlat na tinalon ni Drew si Jake at niyakap ng mahigpit sabay iyak. Napatingin sa akin si Jake, nagtataka habang mahigpit na niyakap din ang anak.

Nginitian ko sya. "She read everything, " sabi ko. Nagulat si Jake, ang usapan namin ay kapag 18 na si Drew. Marami pa akong ikukwento sa kanya mamaya. Grabe, namiss ko talaga ang asawa kong isang linggong nawala.

"Shhh...it's okay...it's okay..." sabi na lang ni Jake sa dalaga niyang humahagulgol.

"Mom!" Ako naman ang niyakap ni Jonathan Andrew, my son. I assure him that his ate is okay.

"How's your father and son camping? Ang haba pala ng one week, na miss kita!" Pinupog ko ng halik ang binatilyo ko.

"Tinuruan ako ni Dad mag-drive! It was mindblowing, mom." Tuwang-tuwa ang 14 year old kong anak.

Ako naman ang napatingin kay Jake, natawa siya. Yun na naman, the boyish smile that I love sooo much!

<><><>

Sassy! Heto na ang cake." Sigaw ko nang matanaw ko si Sassy mula sa kotse. Nauna sila nila Mama Sol sa puntod ni Nhate. Nagpahuli ako dahil bumili pa ako ng cake, gusto kong hipan ni Drew ang kandila nito. Sinalubong ako ni Sassy para magbitbit ng iba pang gamit.

"Ma, asan si Drew?" Si Mama Sol lang ang naabutan ko sa puntod ni Nhate, inaayos na nito ang mga pagkain sa nakalatag nitong picnic blanket.

"Andyan lang naglalaro." Abala ito na ni hindi tumingin sa akin. Nilibot ko ang mga mata ko sa paligid. Wala akong matanaw na batang naglalaro, merong mga tao sa paligid, pami-pamilya at grupo-grupo. Kagaya namin ay dumadalaw din ang mga ito sa puntod ng mga mahal nila sa buhay.

"Ma...wala si Drew," kinakabahan ako pero pilit kong kinalmante ang puso ko.

"Ayun, oh!" Itinuro ni Sassy ang isang grupo ng tila pamilya ilang metro ang layo sa amin. Isang batang lalaki, isang batang babae na parang ka-edad ni Drew, si Drew, at ang mga magulang nila. Nakahinga ako ng maluwag, mahilig talaga si Drew makisalamuha sa mga tao kahit sa hindi nito masyadong kakilala. Nakuha nya ito sa kanyang ama, pareho silang extrovert ang personalidad.

"Drew!" sigaw ko. Lumingon sa akin ang lalaking may karga sa anak ko. Huminto ang tibok ng puso ko. Imposible, hindi pwede. Medyo malayo sila kaya hindi ko masiguro. Lumakad papalapit sa amin ang lalaking may dala kay Drew. Sa bawat hakbang papalapit nito ay syang lakas ng dagundong ng puso ko.

My eyes watered. Jake is holding his daughter. Si Drew naman ay tila kumportable sa bisig ng kanyang ama.

"Grace contacted me before I go to America. Nakita nya sa newspaper doon ang ads tungkol sa awarding ceremony." Sabi ni Mama Sol. "I figured na gusto nyang makilala ang pamangkin nya kaya dinala ko ang album ni Drew." Casual na sabi ni Mama.

I don't know what to say. Para akong tuod sa aking pagkakatayo. Tumayo si Mama Sol at sinalubong ang dalawa, kinuha nito ang bata kay Jake at saka inaya si Sassy na pumunta sa grupo kung saan nanggaling si Drew. Si Jake ang naiwang papalapit sa akin.

He can still take my breath away. He was smiling now, the boyish smile that duplicates that of my daughter. Bago pa ako makabawi mula sa aking pagkakatulala, nasa labi ko na si Jake.

He was kissing me. The kiss was gentle yet demanding. Naturally, I answered back, the years that separated us forgotten. I'm finally home.

"Hmmm." Umungol si Jake matapos nya akong halikan at saka nya ako binitiwan. "I missed that a lot."

"Paanong...how...?" Hindi pa rin ako maka-recover.

"Grace." Yun lang ang sinabi nya at alam ko na nakialam na naman ang bestfriend ko sa buhay ng may buhay.

"Pero..." bigla akong nag-isip "si Dio...?"

"She's married to a pastor, can you believe it?" Muli akong hinalikan ni Jake, pero tinulak ko siya. Saglit, need mag-restart ng puso ko. I need an explanation!

"She dumped me when we got back sa states. She even thanked me for hurting her deeply. Her words to me were, *"I hurt deeper because I know what love really means now."* Hindi ko maintindihan, ikaw lang daw ang makakapagpaliwanag sa akin," sabi ni Jake, hugging me this time.

"Oh..." Tumungo ako, hindi ko alam ang sasabihin ko sa kanya. Gusto ko syang sumbatan dahil bakit hindi nya ako agad binalikan gayong wala na pala sila ni Dionne.

"I never did tell you, that along with the letter, Nhate left me a bunch of stuff. Mga gamit mo, gaya nito..." hinawakan nya ang medalyon na suot ko at tiningnan nya ang singsing na hindi ko pa rin hinuhubad. Madalas na magkomento dito si Mama Sol. Sabi nito kaya daw hindi ako makalimot ay kinukulong ko pa rin ang sarili ko sa nakaraan kaya dapat daw na hubarin ko na ang mga ito. Ang hindi nya naintindihan, hindi ko kinukulong ang sarili ko, matyaga lamang akong naghihintay sa isang pangako.

"He also left me his journal...in it are the journeys of your healing process...Hindi ako makabalik dahil dito." Basang-basa pa rin ako ni Jake. Hindi ko pa tinatanong ay sinasagot na agad nya. Nakita nya marahil ang pagpipigil ko sa pag-iyak. "Natakot akong baka ako naman ang hindi karapatdapat sa iyo. Kasi baka ako naman ang kulang...I felt like I needed a fixin' of my own. I needed to find and love myself first so that I could love you right this time." Pinahid ni Jake ang mga luhang tuluyang lumagaslas sa aking pisngi.

"After reading the journal, I cried out to God for the first time. Inamin kong hindi ko kayang magbago ng buhay ko na mag-isa. kailangan ko Sya para ituwid ako."

102

In God's Perfect Time

"Let me be the man God wants me to be"

Tuloy-tuloy pa rin ang pagpatak ng luha ko. Nakita kong umiiyak na rin sya.

"It took me months to heal. Ilang beses ko nang tinangkang bumalik pero natatakot ako sa posibleng datnan ko dito. Then I saw the ads in the newspaper about Mama Sol. Pakiramdam ko nagpadala ng sign ang Diyos para sa akin. I told Grace about it and before I knew it I was meeting Mama Sol in a restaurant. We had an interesting talk..." Ngumiti sya ng matamis sa kabila ng luha sa kanyang mga mata. "You have no idea... sobrang saya ko when I saw my daughter's pictures. Gusto kitang awayin dahil pinagdamot mo sa akin ang bawat sandali, pero...naisip ko...hindi pa rin ako handang humarap sa iyo nang mga panahong iyon." Hinawakan nya ang kamay ko, at saka lumuhod.

"J...Jake...?"

"Ngayon alam kong handa na ako. Sisimulan ko ang lahat sa tama. Kumpleto na rin akong kagaya mo pero alam kong hindi pa tapos ang Diyos sa akin." Ngumiti syang muli at saka isinuot ang singsing sa aking daliri nang inalis niya ang promise ring namin noong college. I'm ruining the moment for crying uncontrollably.

"Billy Girl...my Beth...I want you to marry me." It was not even a question, it's a command. Natawa ako sa kabila ng aking pag-iyak, para akong baliw. Wala akong pakialam kung meron bang mga taong nakatingin sa amin. Lumuhod din ako. Nakaluhod na naman kami sa harapan ng puntod ni Nhate gaya noon.

"Do I have a choice?" tanong ko, I meant it to be a joke but my endless tears removed the humor in my voice.

"No. I'm sorry you don't."

"Pwede ko bang pag-isipan muna?" Sumisinghot ako, nagbibiro pa rin.

Natawa lang sya, pagkatapos ay hinalikan nya ako. The kiss was gentle as a breeze. Pumikit ako, ninanamnam ang bawat sandali. Nakarinig kami ng palakpak buhat sa paligid namin. Tapos ay pumagitna sa amin si Drew. Niyakap ni Jake ang anak namin.

"My beautiful Drew." He exclaimed proudly "I have to change your last name as soon as possible."

Hinawakan ni Drew ang mukha ni Jake, punong-puno ng chocolate icing ang kamay ng anak ko. Dumikit ito sa mukha ni Jake, pero walang pakialam na pinaghahalikan nito ang bata kahit magdumi na rin ang kanyang damit. Para silang dalawang batang ang dusing-dusing, panay pa rin ang harutan ng dalawa. Parang matagal nang magkakilala ang mga ito. Umiiyak akong tumatawa, nagpapasalamat sa Diyos sa isa na namang magandang sorpresa.

Nagtawanan na rin ang lahat. Tumingala ako at nakita ko si Grace, umiiyak din itong tumatawa. Maging si Mama Sol ay ganoon din ang itsura.

"Go to your aunt Billy, kids." Sabi nya sa dalawang batang lumapit sa akin. Sobrang gaganda ng mga anak ni Grace. I embraced them both.

"You've been busy." Sabi ko dahil nakita ko ang isa pang anak ni Grace, na nasa tiyan pa nya.

"Maganda ang lahi kaya dapat damihan." biro nito.

"At kailangan nating humabol." Biglang sabi ni Jake sa akin, sabay pahid ng malagkit na chocolate icing sa mukha ko.

Nagtawanan ang lahat, pati si Drew ay nakitawa sa ginawa ng ama nya sa akin.

"I love you...always...and forever." Sabi ko kay Jake.

"Ikaw ang buhay ko." Sabi niya sabay yakap sa aming mag-ina. God is good and His mercies are forever, sa isip-isip ko, thanking Him for writing our love story.

<><><>

2023: "She's one lovely lady, Billy." Tumabi sa akin si Dean habang pinanonood naming isinasayaw ni Jake ang aming dalaga na nag-ce-celebrate ng kanyang 18th birthday. The celebration was solemn and private, only the closest friends and relatives were present at the Eve's Haven garden.

"Mabait ang Diyos, Dean." Sabi ko sabay hilig sa balikat ng asawa niya.

"So, kelan ko mababasa yang famous na manuscript na yan, ha?" Tanong ng magandang asawa ni Dean.

Natawa ako. "Isulat mo kaya ang mas magandang kwento nyo ni Dean, ang rinig ko eh makulay daw ang love story nyo na isinulat din ni God," sabi ko.

"Help me write it, then." Sabi ni Dean.

"Oi, anong pinagsasabi mo?" Natatawang palo ng asawa ni Dean sa kanya.

"Aba'y bakit? The world deserves to know kung paano mo ako pinikot," umiwas agad si Dean sa hampas ng wife niya. Tawa naman ako ng tawa.

"Uncle Dean!" Sigaw ni Drew sa amin.

"Oops, sorry, girls. It's my turn to dance our princess." ang bilis nitong tumakbo palayo sa asawang kulang na lang eh bugbugin siya.

Nakita kong ibinigay ni Jake ang kamay ni Drew kay Dean matapos magkamay ng dalawang lalaking naging importante sa buhay ko. Lumapit naman sa akin si Jake para isayaw ako. "Let's go, my queen." Sabi pa nito.

Nang malapit kami kina Dean at Drew sa dance floor, narinig ko pa ang sinabi ni Drew.

"Muntik na pa lang ikaw ang maging dad ko, Uncle Dean..." sabi nito.

"Hah!? Asa pa, uncle Dean mo!" Sabi ni Jake. Naghalakhakan na lang kami nila Dean.

-FIN-

Watch out for Dean and Macky's love story. Eve's Haven Series: My Fat Love by Lolakwentosera

www.ingramcontent.com/pod-product-compliance
Lightning Source LLC
LaVergne TN
LVHW040034080526
838202LV00045B/3334